பேரலையானேன்

பேரலையானேன்

கீதா ஹரிஹரன்

தமிழில்:
அ. மங்கை

எழுத்து பிரசுரம்

Title: Peralaiyaanen
Author's Name: Githa Hariharan
Original in English: I have become the tide © Githa Hariharan
First Published by: Simon & Schuster, 2019
Tamil Translation Copyright © A. Mangai
Published by Ezutthu Prachuram

Ezutthu Prachuram
(An imprint of Zero Degree Publishing)
No. 55(7), R Block, 6th Avenue,
Anna Nagar,
Chennai - 600 040

Website: www.zerodegreepublishing.com
E Mail id: zerodegreepublishing@gmail.com
Phone: 89250 61999

Ezutthu Prachuram First Edition: July 2023
ISBN: 978-93-90053-71-1
TITLE NO EP: 443

Cover Design & Layout: Vijayan, Creative Studio
Printed at Clictoprint, Chennai, India

முகவுரை

கே. சந்துரு

மேனாள் நீதிபதி, சென்னை உயர் நீதிமன்றம்

பேரலையானேன் என்ற தனது தமிழாக்கம் செய்யப்பட்ட ஆங்கில நாவலுக்கு (*I have Become the Tide*) என்னைச் சில அறிமுக வரிகள் எழுதிக்கொடு என்று கீதா ஹரிஹரன் கேட்டுக் கொண்டபோது எனக்கு மிக்க மகிழ்ச்சி. கீதா ஒரு அற்புதமான மனுஷி. என்னுடன் ஐந்து தசாப்தங்களாக நட்பில் உள்ளவர். ஆங்கில நாவல்கள் வடிப்பதில் சிறந்த இந்திய எழுத்தாளர். அவர் சென்னையில் ஓரியன்ட் லாங்க்மேன் பதிப்பகத்தில் வேலைக்குச் சேர்ந்த நாள் முதல் அவரை நான் அறிவேன். சிறந்த பெண்ணியவாதி. அதே சமயத்தில் சர்வதேச இயக்கங்களின் முக்கியத்துவத்தை உணர்ந்தவர். இன்றும் மத்திய கிழக்கு நாடுகளில் அமெரிக்க ஏகாதிபத்தியமும் அதன் ஏவுபொருளான இசுரேலும் நடத்திவரும் ஆக்கிரமிப்பு நடவடிக்கைகளைக் கடுமையாக எதிர்க்கும் இயக்கங்களில் பங்கு கொள்பவர்.

அவர் ஆங்கிலத்தில் எழுதிய தி தௌஸண்ட் ஃபேசஸ் ஆஃப் நைட் (*The Thousand Faces of Night*) என்ற புத்தகத்திற்கு 1993ம் வருடம் காமன்வெல்த் புத்தகப் பரிசு வழங்கப்பட்டது. பரிசுத்தொகையாக அனுப்பப்பட்ட அந்நியச் செலாவணிப் பணத்தில் தன்னுடைய மகன் பெயரில் ரிசர்வ் வங்கியின் சிறப்பு நிவாரணப் பத்திரத்தில் முதலீடு செய்து அவன் வளர்ந்த பிறகு பயன்பாட்டிற்கு உதவ எண்ணினார்.

அச்சமயம் அவருக்கும் அவரது கணவருக்கும் மணவிலக்கு குறித்த பிரச்சினை கீழமை நீதிமன்றத்தில் நடைபெற்றுக்கொண்டிருந்தது. எனவே தனது மைனர் மகனுக்குத் தன்னை கார்டியனாக நியமிக்க வேண்டுமென்று மனுவில் கோரியிருந்தார். ஆனால் ரிசர்வ் வங்கியோ இந்து வாரிசுரிமைச் சட்டத்தின் பிரிவு 6-ன் படி தந்தை மட்டுமே மைனர் குழந்தைகளுக்குப் பாதுகாப்பாளராக இருக்க முடியும் என்று கூறிவிட்டது.

அப்படிப்பட்ட சங்கதிகளை லேசில் விட்டுவிடுவாரா கீதா? மூத்த வழக்கறிஞர் இந்திரா ஜெய்சிங் உதவியுடன் உச்ச நீதிமன்றத்தில் நேரடியாக இந்து வாரிசுரிமைச் சட்டப்பிரிவு 6 பெண்களுக்கு எதிரானது என்றும் அப்பிரிவு அரசமைப்புச் சட்டத்திற்கு எதிரானது என்று அறிவிக்கவேண்டுமென்றும் வழக்குத் தொடுத்தார். இன்று காமன் சிவில் சட்டத்தைப் பற்றி ஆதரவுக் குரல் கொடுப்பவர்கள் ஒன்றைத் தெளிவாகப் புரிந்துகொள்ள வேண்டும். இந்து தனிநபர் சட்டங்கள் பலவற்றில் இன்னமும் பெண்கள் இரண்டாம் தரக் குடிமக்களாகத்தான் கருதப்பட்டு வருகிறார்கள். அவற்றையெல்லாம் சட்டப்படி களையாமல் இந்தியாவில் அனைவருக்கும் பொதுவான சட்டம் என்று குரல் எழுப்புவது ஒரு மௌன நாடகமாகும்.

உச்ச நீதிமன்றம் கீதாவிற்கு ஆதரவாகத் தீர்ப்பளித்தபோதும் இந்து வாரிசுரிமைச் சட்டத்தின் பிரிவு 6-ஐ அவர்கள் சட்டவிரோதம் என்று அறிவிக்கவில்லை. மாறாக கணவன் இல்லாதபோது மனைவி காப்பாளராக நியமிக்கப்படலாம் என்று ஒரு புதிய வியாக்கியானத்தைத் தங்கள் தீர்ப்பில் கூறினார்கள். எது எப்படியிருப்பினும் பாலின சமத்துவம் பற்றிய பிரச்சினைகளில் எந்த சமரசத்திற்கும் உட்படாதவர் கீதா ஹரிஹரன்.

கடந்த வாரம் ஐதராபாத் பல்கலைக்கழகத்தில் தற்கொலை செய்து கொண்ட ரோஹித் வெமுலாவின் தாயார் உச்ச நீதிமன்றத்தில் தொடுத்த வழக்கு விசாரணைக்கு ஏற்றுக்கொள்ளப்பட்டது. அவ்வழக்கில் இந்தியாவின் உயர்கல்வி நிலையங்களில் தலித் மாணவர்களுக்காக வழிகாட்டும் நெறிமுறைகளைப் பல்கலைக்கழக மானியக்குழு உருவாக்க வேண்டும் என்று கூறப்பட்டிருந்தது. ‘பேரலையானேன்’ நாவலில் வரும் மூன்று மாணவர்களுடைய அனுபவங்களைப் படிக்கும் பொழுது, உயர்கல்வி நிறுவனங்களில் தலித் மாணவர்கள் படும்பாட்டைப் புரிந்துகொள்ளலாம். இந்த நாவலில் வரும் புத்திசாலியான

சத்யாவும் தற்கொலை செய்துகொள்வதைப் பார்க்கும்போது ரோஹித் வெமுலாக்களின் முடிவுகள் ஒரு தொடர்கதையாக இருப்பதைப் பார்க்கலாம்.

பேராசிரியர் கிருஷ்ணா, பல்கலைக்கழகத்தில் துப்பாக்கியால் சுட்டுக் கொல்லப்பட்ட சம்பவமும், அதையொட்டி சமூக வலைதளங்களில் எழுந்த பதிவுகளையெல்லாம் காணும் பொழுது அறிவுஜீவிகளை அடையாளம் கண்டு சங்கிகள் அழித்தொழிக்கும் சம்பவங்கள் அதிகரித்துள்ளதை அறிந்துகொள்ளலாம். கல்புர்கி, பன்சாரே, தபோல்கர், கௌரி லங்கேஷ் இவர்கள் கூட பட்டப்பகலில் சொந்த இருப்பிடங்களில் படுகொலை செய்யப்பட்டபோதும் இன்றுவரை அந்தக் கொலையாளிகள் மீது வழக்கு முடிவுக்கு வரவில்லை. பேராசிரியர் கிருஷ்ணா கொலையுண்ட பிறகு போடப்பட்ட சுவரொட்டிகளை மிகச் சரியாகவே கீதா பதிவு செய்துள்ளார். அவற்றில் ஒரு சில:-

> “இந்து மதத்தைக் கேலி செய்தால் நாய் மாதிரி சாவாய். இந்த நாய் சாகவேண்டிய நாய். யார் அடுத்தது என ஊகியுங்கள்!
>
> ஆசிரியர்கள் இந்து மதச் சிந்தனை, தத்துவங்களின் சிறப்பைச் சொல்லித் தர வேண்டும். நமது சித்தர்களை அவமதித்தால் நாங்கள் அவர்களை பாகிஸ்தானுக்குத் துரத்துவோம். அல்லது கொல்லுவோம். அரக்கர்களை எல்லாம் கொல்.
>
> இந்து மதச் சித்தர்கள் பற்றிய பொய்மூட்டைகளை அவிழ்த்துவிட்ட இடதுசாரித்துவ, முற்போக்கு, போலி மதச்சார்பின்மையாளர், தேசவிரோதி கிருஷ்ணா சுட்டுக் கொல்லப்பட்டார். கொலையாளி வாழ்க. நம் தேசத்தைச் சுத்திகரிக்க நல்லதொரு தொடக்கம் தூய இந்தியா.”

இப்படிப்பட்ட சுவரொட்டி முழக்கங்கள் வெறுப்பு அரசியலின் உச்சகட்டம். மேலே குறிப்பிட்ட மராட்டிய, கன்னட அறிவுஜீவிகளைச் சொல்லிவிட்டே கொன்றார்கள். அதனால்தான் பத்து ஆண்டுகளாகியும் அந்தக் கொலையாளிகளைச் சட்டம் தண்டிக்க முற்படவில்லை.

இப்படிப் பல சமகாலப் பிரச்சினைகளை உரிய கதைமாந்தர்களுடன் சாமர்த்தியத்துடன் கையாண்டு கீதா புதினத்தை அலுப்புத் தட்டாமல் கலையுணர்வுடன் நகர்த்திச் சென்றுள்ளார். ஆங்கிலத்திலிருந்து தமிழில் தமிழாக்கம் செய்யப்பட்டிருந்தாலும் அச்சம்பவங்களைச் சிறப்பாகவே விவரித்துள்ளார் மொழிபெயர்ப்பாளர் மங்கை.

இப்படி வெறுப்பு அரசியலின் விபரீதப் போக்குகளை விவரித்தாலும் பேராசிரியர் கிருஷ்ணாவின் மரணத்தை ஒட்டி நடந்த பேரணியையும் உன்னதமாக வருணித்துள்ள கீதா, இப்போக்குகளுக்கான முடிவு என்னவாக இருக்கும் என்றும் பதிவு செய்துள்ளார்:

> "பேரணி நகர்கிறது, மெதுவாக; மக்கள் தொண்டை வறள அழுகிறார்கள். சாலையை நிரப்புகிறார்கள். இந்தப் பேரணியில் பலப்பல குழுக்கள் அவரவர் பதாகைகளுடன் வந்துள்ளனர்; நூற்றுக்கணக்கான கால்கள் கொண்ட மிக நீண்ட பூச்சியொன்றின் பகுதிகள் போல இருக்கிறார்கள். பிறகு பூச்சி மறைகிறது, அல்லது உருமாற்றம் கொள்கிறது: அது கரங்கள், கால்கள், குரல்கள் கொண்ட கடலாக உருப்பெற்றது. ஆஷா நடக்கும் பகுதியில் ஒரு அலை லால் சலாம்! செவ்வணக்கம்! என முழங்குகிறது; அதனைச் சந்திக்கும் மற்றொரு அலை ஜெய் பீம் என உறுமுகிறது."

> "சிவப்பு, நீலக் கொடிகள்; சொற்கள்; குரல்கள்: மக்கள்; உயிர் மனிதர்களின் இந்த ஆறு இன்று மட்டும்தான் பாய்கிறதா? அல்லது ஆயிரம் ஆண்டுகளாகப் பெருகுகிறதா? ஆறு பெருக்கெடுக்கிறது."

இப்படிப்பட்ட சமகால நிகழ்வுகளை, உண்மைச் சம்பவங்களை உரிய கதைமாந்தர்களுடன் அழகுணர்வு கெடாமல் படம்பிடித்துக் காட்டியிருக்கும் இப்புதினம் இன்றைய காலகட்டத்தின் கண்ணாடி. வெறும் நிகழ்வுகளைப் பிரதிபலிக்காமல், வரப்போகும் வரலாற்றையும் படம்பிடித்துக் காட்டுவது இப்புதினத்தின் வெற்றி.

கீதாவிற்கு நமது பாராட்டுகள். தமிழ் வாசிப்பு வட்டத்திற்கு மேலும் காத்திரமான ஒரு தீனி இப்புதினம்.

சுவர்களாய் உயரும் சொற்கள்

1

சிக்கா பறையை நெஞ்சோடு அணைத்தபடி வேகமாக ஓடுகிறான். உச்சிவெயில் அவன் உடலைச் சுட்டு எரிக்கிறது. ஆனாலும் அவனால் நிற்க முடியாது. அவன் இங்கிருந்து ஓடிவிட வேண்டும்.

அவர்கள் குடியிருப்பின் எல்லையில் உள்ள குளத்தை நெருங்கி விட்டான். அவர்களது குடிசைப்பகுதியை யாரும் ஊர் என்று சொல்ல மாட்டார்கள். சிக்கா மூச்சுவாங்க நின்றான். காலி வயிறு வலித்தது; மார்பு படபடத்தது. அழுக்குப் பொதியாய் உறங்கிக்கொண்டிருந்த ஒரு நாயைத் தவிர அங்கு வேறெவரும் இல்லை. ஒருவழியாக அவன் அங்கு தனித்து இருக்க முடியும்.

தரையில் விழுந்த சிக்கா குளத்து நீரின் ஓரத்தில் குப்புறப் படுத்தான். மண் சூடாகவும், கெட்டியாகவும் இருந்தது. அவனது கனவுகளில் மட்டுமே கண்ட அம்மாவைப் போலவே இருந்தது. அவர்களின் நிறம் ஒன்றேதான். இப்படித்தான் பழக்கம் இல்லாத அம்மாக்கள் இருக்க வேண்டும்; அப்படித்தான் அவன் காலுக்குப் பழக்கமான மண் இருந்தது. இந்த மண் ஆயிரமாயிரம் உடல்களை அவற்றின் பலவிதமான துயரங்களோடு சுமக்கக் கூடியது.

இந்தக் கடுமனம் கொண்ட அம்மாவின் அணைப்பில் காலத்துக்கும் இருக்க விரும்பினான் சிக்கா; அல்லது தனியாக இருக்கும்வரையாவது இப்படியே கிடக்க விரும்பினான். அதற்குள், ஊர்க்காரர்கள் அவன் அப்பாவைப் புதைத்துவிட்டு, நீத்தார் நினைவில் சோறு சாப்பிட்டு

விடுவார்கள். ஆனால், சிக்கா உடம்போடு அணைத்திருந்த பறை அவன் மார்பை கடுமையாக அழுத்தியது. திரும்பிப் படுத்து வானத்தை அண்ணாந்து பார்த்தான். மாட்டுத் தோல் உரிப்பவரின் மகனான அவனும் தன் பரந்த வெளியைப் பார்க்கலாம் என்று வானம் சொன்னது. தூரமாய்த் தெரியும் எல்லா இடங்களையும் பார்க்கலாம்; மனிதகுலத்தின் கூரை காணும் அனைத்து இடங்களையும் பார்க்கலாம் என்றது. வானம் வேடிக்கை காட்டுகிறது. அது வெறிச்சிட்டிருந்தது. உண்மையில், அவனுக்கு இருந்ததெல்லாம் அவன் முதுகில் ஒட்டிக் கொண்டிருந்த அழுக்கு மண்தான். அதுதான் இந்தப் பதினெட்டு ஆண்டு வாழ்க்கையில் அவன் கண்டது.

சிக்கா எழுந்து நின்றான். பெயரற்ற அந்தக் குளத்தை வெறித்துப் பார்த்தான். அவனும் அவனைப் போன்றவர்களும் அந்தத் தீண்டத்தகாத குளம் இல்லாமல் இருக்க முடியாது. அந்தக் குளம்தான் மனிதர்களுக்கும் விலங்குகளுக்கும் குடிநீர்; மனிதரும் விலங்குகளும் குளிக்கும் நீர்; துணி துவைக்கவும் குண்டி கழுவவும் உள்ள நீர்; விளையாடும் நீர்; செத்த / உயிரோடு உள்ள குப்பைகளை எறிவதற்கான நீர்; பானைகளில் நிரப்பி வீடுகளுக்கு எடுத்துச் செல்லும் நீர். தொடக்கூடாத இந்த நீரைத்தான் அவர்கள் எப்போதும் தொட்டபடி இருக்கிறார்கள். இந்தக் குளம்தான் ஒரு காதலனைப் போல் இவர்களது வாழ்க்கையைத் தொட்டபடி அல்லும் பகலும் தன் கடமையைச் செய்கிறது. அசையாது இருக்கும் நீர் உள்ள இக்குளத்தில் சிக்காவுக்குத் தெரியாத எதுவும் இல்லை. குளம் அவனுக்கு எந்த அதிசயத்தையும் காட்ட முடியாது. எப்போதும் சேறு போலக் குழம்பி இருக்கும்; வானத்து நீலம்; சில சில பகுதிகளில் நீர் மேலே கிளம்ப முயற்சிக்கும். மற்றபடி, நீலம் தவிர மற்ற எல்லா நிறங்களும் அதில் தெரியும். பெரும்பாலும் ஒரு பளபளக்கும் பச்சை எண்ணெய் போலப் படர்ந்து இருக்கும்; சில இடங்களில் பச்சைப் பாசி குமிழியிட்டுக் கிடக்கும்; நுரைத்தபடி நூறு நூறு கண்கள் சிமிட்டியபடி விஷத்தைக் கக்கும். ஆங்காங்கே கிடக்கும் தட்டையான கற்கள் பழுத்த நிறப் பாசிக் கூளத்தை வளைந்து செல்லும் பாதையாக மாற்றியிருக்கும்; பாம்பின் வடிவில் நெளியும் அழுக்குச் சகதியின் உடல்.

குளத்தின் மேலும், சிக்காவின் மேலும் வீசும் சூரிய ஒளி ஏதோ கொண்டாட இருப்பது போல் அல்லது அழித்துவிடுவதுபோல் பளிச்சென்று வீசுகிறது. அதன் ஒளியில் குளம் புதிதாய் மிளிர்கிறது; வெட்கமற்றுக் கிடக்கும் கண்ணாடி போல் ஒளிர்விடுகிறது. சிக்கா

மீண்டும் நீரை உற்றுப் பார்க்கிறான். அதில் உள்ள அழுக்கு அவன் கண்ணில் படவில்லை. பல ஒளிமிக்க காட்சிப் படங்கள் ஒன்றோடொன்று கலந்து புகைமூட்டம் போல மங்கலாகத் தெரிகிறது. குளத்து நீரின் மேல் உள்ள படிவங்கள் சுழன்று மென்மையான பூக்களாகின்றன. அங்குமிங்கும் நுரைத்தபடி வெள்ளைக் கோடுகள் மிதக்கின்றன. அசைவற்ற குளம் அலைகளை உணர்ந்தது போல் இருந்தது. ஒருவழியாக நீர் ஓடக் கற்றுக்கொண்டதாகப்பட்டது.

காதில் ஏதோ ரீங்கரித்தது. ஈயா, மயக்கமா என்று புரியவில்லை. அவன் தன் காதில் ஒரு அடி போட்டான். ஒரு ஈ வேகமாக விடை பெற்றுக்கொண்டு நீரில் விழுந்தது. சூரியன், வானம், நீர், சாதாரண ஈ எல்லாமே அவனைப் பார்த்துச் சிரித்தது. அவற்றுக்கு உருப்படியாகச் செய்ய எந்த வேலையும் இல்லை போலும். சிக்கா பெருமூச்சு விட்டான்.

பிறகு நிறைய குரல்கள் கேட்டன. துக்கத்திற்கு வந்தவர்கள் சாப்பிட்டு முடித்திருப்பார்கள். எல்லாரும் வேலைக்குத் திரும்பிக் கொண்டிருப்பார்கள். அவர்களால் ஒரு மணி நேரத்திற்கு மேல் துக்கம் அனுசரிக்க முடியாது. சிக்கா தட்டுத்தடுமாறி எழுந்தான். யாரும் பார்க்குமுன் அங்கிருந்து கிளம்பிவிட்டான். அவர்களது சேரியின் கடைசி வரை நிற்காமல் ஓடினான். அதன் எல்லை முழுதும் அடர்த்தியான புதர்ச் செடிகள் அரணாக அமைந்திருந்தன. அதைத் தாண்டினால் நிலம் ஒரு அகழி போல இறங்கியது. ஆனால் காய்ந்த அகழி. எதிர்ப்புறம் உள்ள ஊர்க்காரர்கள் - அசல் கிராமத்து மக்கள் - ஒதுங்கி இருக்கும் அகழி. உண்மையில், சிக்கா போன்றவர்கள் ஊருக்குள் வராமல் இருக்க உதவும் அகழி. ஊரில் ஏதாவது வேலை இருக்கும்போது அவர்கள் தாண்டலாம்: ராத்திரி மண் என்று இடக்கரடக்கல்லாகச் சொல்லும் பீக்கூடை அள்ளப் போகும்போது; அல்லது உயர்சாதிக்காரர்களின் தென்னை மரங்களில் இருந்து தேங்காய் பறிக்கும்போது; அல்லது அவர்கள் தெருக்களிலோ நிலங்களிலோ ஆடு மாடுகள் செத்துவிட்டால் அவற்றை அப்புறப்படுத்தும்போது.

சிக்கா அகழியின் ஒருபுறமாக இறங்கி மறுபுறம் ஏறினான். அது அவனுக்குப் பழக்கமானது. சிரமமே இல்லை. புதர்களைத் தாண்டியதும் சற்றே நின்றான். அவனுக்கு கிராமத்தில் எந்த வேலையும் இல்லை. நேற்றில் இருந்து அவன் எதுவும் சாப்பிடவே இல்லை. இங்கு என்ன செய்கிறான் அவன்? மண்டியிட்டு விழுந்தான்.

சிக்கா தன்னந்தனியாகத் தீண்டத்தகாதவர் சேரிக்கும் ஆதிக்க சாதி கிராமத்துக்கும் இடைப்பட்ட நிலப்பரப்பில் மண்டியிட்டுக் கிடந்தான். இத்தனைக்கும் அவன் கை பறையை நழுவவிடவில்லை. குனிந்து பறையைப் பார்த்தான் சிக்கா. அவன் அப்பா தெரிந்தார்: அவனும் சேர்ந்து சுமந்து சென்ற எலும்புப் பொதியாக இல்லை... குழியில் இறக்கி கைப்பிடி மண் போட்ட உடலாக அல்ல. அவர்கள் குடிசையில் உயிரோடு படுத்திருக்கும் அப்பா. அவரது குரலைக் கேட்டான் சிக்கா.

அவன் அப்பாவின் வேதனை முனகல் கேட்டது. குறட்டைச் சத்தம் வரும் வரை முனங்கல் போய்க்கொண்டே இருக்கும். குறட்டை நின்றால், முனங்கல் மீண்டும் தொடங்கும். இடையிடையே உதவாக்கரை மகன் சிக்காவைக் கூப்பிடும் சத்தம். பத்தாவது தடவையாக 'பசிக்குது' என்பார். 'டேய் சிக்கா, உருப்படாதவனே, எனக்கு ஏதாவது சாப்பிடக் குடு.'

சிக்கா கண்முன் அவரது பொக்கை வாயில் கஞ்சி ஊற்றுவது தெரிந்தது. கொஞ்சம் அரிசி, ஏதாவது வாசனைக்கு இலைகள் போட்டு அல்லது ஓரிரு நல்ல நாட்களில் எலும்புத் துண்டுகள் போட்டு. எப்போதாவது நல்ல நாட்களில் சிக்கா வெந்த கறியை மென்று, அந்த மசியலை அப்பாவின் நாக்கில் தடவுவான். வாய் மூடவே மூடாது. சாப்பாடு வைத்தால் என்ன செய்ய வேண்டும் எனத் தொண்டையும் நாக்கும் மறந்துவிட்டன. அப்பாவின் தொண்டை அடைத்தது. மறுபடி மூச்சு வந்ததும் கரகர தொண்டையில் கத்துவார். 'இந்த எழவை எனக்கு ஊட்டாதே, தேவ்டியா மகனே போ. என் லோட்டாவைக் கொண்டா. பறையக் கொடு. குடிக்கணும். சாகிற வரை தப்படிக்கணும்'.

பல நேரம், சிக்கா விட்டுவிடுவான். நசுங்கிய லோட்டாவில் வீச்சம் வீசும் கள்ளை ஊற்றி அப்பாவை நிமிர்த்தி உட்கார வைப்பான். அவரிடம் பறையைக் கொடுப்பான். நைந்த தொண்டையில் திரவம் இறங்கியதும் கொஞ்சம் உயிர் வரும். கிழவனால் பறையை அடிக்க முடியாது. ஆனால் வயிற்றில் சாத்திக்கொண்டு தட்டுவார். பாட முயற்சிப்பார். தொண்டை கரகரப்பாக இருக்கும்; அவருக்குக் கோபம் பொங்கும். பறையையும் லோட்டாவையும் விசிறியடிப்பார். கொஞ்சம் ஆசுவாசமாக இருக்கும்; அல்லது அயர்வாக இருக்கும். அமைதியாவார். சில சமயம் அவர் தூங்கிக்கொண்டிருக்கும்போது சிக்கா அடிமேல் அடி வைத்து அருகில் போவான் இது அப்பாவா? அல்லது அவர் உடம்பா? ஆனால் அவர் விழித்திருப்பார். 'தப்பு எடுத்திட்டு வரச்

சொன்னேல்ல? நான் அடிக்கணும். நான் போற வழிக்கு அது வேணும். தப்படிக்க... குடிக்க. என்னைக் குடிக்க விடுடா கூறுகெட்டவனே.'

'பறை கொட்ட... குடிக்க... கூறுகெட்ட பயலே', அப்பாவின் கடைசி வார்த்தைகள் இவைதான்.

சிக்கா பறையை வெறித்துப் பார்த்தான். அது இந்தச் சொற்களை மறுக்குமா? அவன் செய்தது தவறு என்று திட்டுமா? ஆடு மாடுகள் வயதாகியோ சீக்குப்பட்டோ செத்தால் அவற்றின் தோலைக் கிழித்தெடுக்க அவனது அப்பா பயன்படுத்திய கருவிகளை அவன் அன்று காலை புதைகுழிக்குள் எறிந்துவிட்டான். பெருசுகள் அதிர்ந்து விட்டன; ஒரே கூப்பாடு. எல்லாரும் ஒரே நேரத்தில் கூவத் தொடங்கினர். அப்போதுதான், சிக்கா ஓடி வந்தான். சிலர் துரத்தி வந்தார்கள். ஆனால் தொலையட்டும் என்று விட்டுவிட்டார்கள். சடங்கு முடித்து அவரை நல்லபடியாக வழியனுப்ப வேண்டும். உயிரோடு இருப்பவர்கள் ஒரு வாய் சாப்பிட வேண்டும். சிக்கா தன் கடமையைச் செய்யவில்லை என்றால், அவர்களே சாப்பாட்டுக்கு வழி செய்து கொண்டு, அவரவர் வேலைகளைப் பார்க்க வேண்டும்.

அப்பாவின் இறுதிச் சடங்கில் இருந்து ஓடி வந்த சிக்கா தன் குடிசைக்குப் போனான். சுற்றுமுற்றும் பார்த்தான். காலியாக இருந்தது. அப்பா வாழ்ந்தார் எனக் காட்ட இருந்தவை - நசுங்கிய பாத்திரங்கள், கந்தல் துணி, பறை, ஒழுகிய லோட்டா, வாந்தி, பேதி, சாவின் நாற்றம் அவ்வளவுதான். சிக்கா லோட்டாவை உதைத்துத் தள்ளினான். அவமானத்தில் கூனியபடி 'இனிம ஒரு துளியக் கூடத் தொட மாட்டேன்' என்று அழுதபடி அவன் அப்பா உதைப்பது போல லோட்டாவை உதைத்தான். அது ஓரிரு இரவுகள்தான் தாக்குப் பிடிக்கும். 'குடி. பறை. இதில்லாம எப்படி வாழறது?' என்று கத்தியபடி மறுபடி கத்தத் தொடங்குவார். அவர் அமைதியாக இருக்க மாட்டாரா என்று ஏங்கியிருக்கிறான் சிக்கா. ஆனால், இப்போது அவர் அமைதியான பிறகு சிக்காவுக்கு அந்தக் காலி குடிசை, பாவப்பட்ட லோட்டா, ஊமையாகிவிட்ட பறை எல்லாவற்றின் மீதும் எரிச்சலாக வந்தது. அமைதியாகக் கிடந்த இந்தச் சிதறல்தான் சிக்காவின் வாழ்க்கை - இதுவரை கழிந்தது, இனி வரப்போவது. பறையைத் தூக்கிக் கொண்டு சிக்கா குடிசையை விட்டு ஓடினான்.

பறை இப்போது அவன் கரத்தில்: அதைப் பார்வையில் கடந்த சில மாத வாழ்வு தெரிந்தது. வயதான அப்பாவின் மெதுவான சாவை

நினைத்துப் பொருமியது, அவர்கள் இருவருக்குமான வயிற்றுப்பாட்டை, அப்பாவின் சாராயத்தைக் கவனிக்க வேலை தேடியது எல்லாம் தெரிந்தது. அப்பா செய்வது போல பறையைத் தடவினான் செல்லப் பிராணியை அல்லது குழந்தையின் தலையை வருடுவது போல.

செத்த மிருகத்தின் தோலைக் கீறி கவனமாகக் கோடுகள் போட்டுப் பதனமாகப் பிய்க்கும் வேலையில் இருக்கும்போது, சில சமயம் சிக்காவின் அப்பா 'தப்பு' இல்லாமல் பாடுவது கேட்கும். அவர்கள் தோலுரிக்கும் மாட்டின் சதை நல்லதாக இருந்தால் அப்பாவுக்குப் பாட்டு வரும். அப்படியென்றால், சாப்பிடுவதற்கு ஏற்ற கறி கிடைக்கும்; சாப்பிட்டபின் கழிவதற்குக் குளத்திற்கு ஓடவேண்டியதில்லை என்று பொருள். அப்பாவின் நல்ல கறிக்கான பாட்டுக்கும் அவர்களது நிச வாழ்வுக்கும் தொடர்பு இல்லை. அவரது பாடல்களில் பெண் கிடைப்பாள். ஆசையாக நிர்வாணமாகும் பெண், மற்றும் சாப்பிடக் கிடைக்காத எல்லாம் அவரது பாட்டில் கிடைக்கும். அப்பா பாடும் மகிழ்ச்சியான பாட்டுக் கேட்டுப் பல வருடங்கள் ஆயிற்று. சிக்கா கஷ்டப்பட்டு ஒரு பாட்டை நினைவுபடுத்திக் கொண்டான்:

> மீன்விழிகள் ஆட,
> மாங்கனிகள் முன்புறமும்
> பொன்னிறப் பரங்கி பின்புறமும் அசைய
> வருவாள்! என்னிடம் வருவாள்!

பறை அவனை ஊன்றிப் பார்த்தது. அனுதினம் பாடும் பாட்டைப் பாட முடியுமா என்று சவால் விட்டது.

அப்பாவின் குரல் மீண்டும் கேட்டது அவனுக்கு. இரவு நேரம்; மனுசன் நல்ல போதையில்; பறையை அடித்தே கிழிப்பது போல் கையில் இருந்த குச்சியால் ஓங்கி அடித்தபடி-

> எங்கே அந்நிலம்
> கட்டற்று நீர் ஓடும் நிலம்?
> சொல்லு. சொல்ல்லு

பெரும்பாலான இரவுகளில் எப்போதும் அவன் அப்பா முட்ட முட்டக் குடித்துவிட்டு, தப்பையும் குச்சியையும் கையில் எடுத்து இந்த இரண்டு கேள்விகளை மட்டும் பாடுவார். திரும்பத் திரும்பப் பாடுவார். இதே வார்த்தைகளைப் பாடியோ, கத்தியோ, உளறியோ மீண்டும் மீண்டும் சொல்வார். போன வருடம் ஒரு சொல்லைப்

புதிதாகச் சேர்த்தார் எனது.

எங்கே அந்நிலம்
கட்டற்று நீர் ஓடும் நிலம்?

சொல்லு. சொல்லு

எங்கே எனது நிலம்
கட்டற்று நீர் ஓடும் நிலம்?

அதே சொற்கள். பறையொலி. ஒவ்வொரு நாள் இரவும் அதையே திருப்பித் திருப்பிப் பாடினால், பசி வெறியோடும் கோபத்துடனும் தப்பை அடித்தபடி பாடினால், யாருக்காவது கேட்கும் என்று நினைத்தாரா? யாராவது அந்தக் கேள்விகளுக்குப் பதில் சொல்வார்கள் என்று நினைத்தாரா?

சில நேரம் சிக்காவுக்குப் பொறுக்காது. 'யேய் பெரிசு, பாக்கிப் பாட்டு என்ன?' அவரது கரகரத்த குரலையும் வேகமான தப்போசையும் தாண்டிக் கேட்பான். அப்பா இதைப் பொருட்படுத்த மாட்டார். ஒரே ஒரு முறை வழக்கத்தை விடக் கூடுதலாகத் தள்ளாடியபடி, சொற்கள் ஒன்றோடொன்று உரச, தப்படி ஒன்றிரண்டு முறை தப்ப, ஒரு கணம் நிறுத்திச் சொன்னார்: 'பறை சொல்லுண்டா கூதி மவனே'. அதைச் சொல்லிவிட்டு ஓரிரண்டு முறை ஆவேசமாகப் பாடிப் பறையடித்து விட்டு மயக்கத்தில் விழுந்தார். அவரது திறந்திருந்த வாயில் இருந்து குறட்டை கிளம்பியதால் அவர் உயிருடன்தான் இருக்கிறார் என சிக்கா தெரிந்துகொண்டான்.

சிக்கா மனதிற்குள் முணுமுணுத்துக்கொண்டான்:

எங்கே அந்நிலம்

கட்டற்று நீர் ஓடும் நிலம்?

அந்தக் கேள்வி மண்டைக்குள் குடையத் தொடங்கி எல்லாவற்றையும் குழப்பியது. எங்கே? எங்கே? எந்த நிலம்? எந்த ஆறு? கன்னங்களில் கண்ணீர்தான் வடிந்தது. தலைகுனிந்தபடி இரகசியமாய்க் கேட்டான் எங்கே அப்பா?

'மகனே', கனிவான குரல் ஒன்று கேட்டது.

சட்டென்று தலை நிமிர்த்தினான். ஒரு புதருக்குப் பின் இருந்து குரல் வந்தது. பிறகு உருவம் ஒன்று வெளிப்பட்டது. அறிமுகம் அற்ற

ஒருவர் அவனைப் பார்த்துச் சிரித்தபடி ‘பயமுறுத்திட்டேனா?’ என்றார்.

இன்னொரு நபரும் புதருக்குப் பின்னிருந்து வந்தார்.

கண்ணீரைக் கூடத் துடைக்க மறந்து, சிக்கா அவர்கள் இருவரையும் பார்த்தான். அவனோடு பேசியவர் முகம் மழமழவென்று குழந்தை முகம் போல இருந்தது; உருண்டையான தலை மொட்டையடிக்கப் பட்டிருந்தது. எளிமையான உடை ஒரு வேட்டி, மேல் துண்டு. ஆனால் இரண்டும் படு சுத்தமாக இருந்தன. கட்டாயம் உயர்சாதிக்காரர்தான். இன்னொரு நபரைப் பார்த்தால் சிரிப்புதான் வரும். முன்னவரோடு ஒப்பிட்டால், இரண்டாமவர் புசுபுசுவென்று முடிகொண்டவர். அவரது திறந்த மார்பு, கைகள், வெளித்தெரிந்த வயிற்றுப்பகுதி, கால்கள் எல்லாவற்றிலும் முடி. சுருள்சுருளான முடி இருக்கும் மிருகம் போல இருந்தார். இடுப்பில் பழுப்பு நிறத் துணி சுற்றியிருந்தார். இடுப்பில் கட்டியிருந்த அத்துணியை மடித்துச் செருகியிருந்தார். அது அவரது தொடையின் ஒரு பகுதியை மட்டுமே மறைத்தது. அவரது தலைமுடி, மீசை எல்லாமே படியாமல் இருந்தன. இவரில் உயர்சாதி சமாச்சாரம் ஒன்றுமே இல்லை என்று ஆரவாரமாகப் பறைசாற்றின.

மென்மையான நபர் சிக்காவை நோக்கி நடந்து வந்தார். சிக்கா பறையை நழுவவிட்டான். ஓரடி பின்னே போய் பறையைப் பார்த்தான். அதுவும் அசுத்தமாக்கலாம். அடிவாங்கத் தயாராகக் குனிந்து நின்றான். அவர் குச்சியேதும் எடுக்கிறாரா? அவர் தோளில் தொங்கும் பையில் சாட்டையேதும் இருக்கிறதா? கிராமத்துக்கு வெளியில் இவர் என்ன செய்கிறார்? அசுத்தப்பட வேண்டும் என்றே வந்திருக்கிறாரா? கீழ்சாதி நபர் என நிச்சயம் தெரிந்தவரோடு இவர் என்ன செய்கிறார்? இவர்களுக்கு என்னிடம் என்ன வேண்டும்?

‘மகனே, என்னைப் பார்.’

சிக்காவால் முடியவில்லை. தவழ்ந்து போய் பறையை எடுத்தான். அப்பாவை முழுசாக இழக்காமல் இருக்கலாம்.

அந்த மென்குரல் மீண்டும் கேட்டது: ‘என்னைப் பார். எழுந்திரு மகனே.’

அய்யோ. அந்த மனிதர் அருகில் வருகிறார். விரைவில் சாதி விதிகளை எல்லாம் மீறிவிடுவார்கள். அவரது மூச்சை சிக்காவால் உணர முடிந்தது; கேட்கவும் முடிந்தது. சிக்கா துணிந்து நிமிர்ந்து பார்த்தான். அவன் உடல் நடுங்கியது.

அவர்கள் இருவரும் இன்னும் சிரிக்கிறார்கள். அவர்களது சிரிப்பில் எரிச்சலோ அச்சுறுத்தலோ இல்லை. அது மட்டும் சிக்காவிற்குப் புரிந்தது. ஆனாலும் அவன் நெஞ்சம் படபடத்தது. செவிக்குள் விசிலோசை கேட்டது. செவிக்குள்ளிருந்து விசிலோசை வருகிறதோ! அவன் காதுகள், உடல் உறுப்புகள், வயிறு, தலை எல்லாவற்றையும் துடைத்துக்கொண்டு விசிலோசை கேட்கிறதோ?

சிக்கா மறுபடி கண் விழித்தபோது தண்ணீரை உணர்ந்தான். அவன் முகத்தில் குளிர்ந்த துளிகள் தெறித்தன. கண்களைத் திறந்து பார்த்தபோது ஒரு ஆலமர நிழலில் இருந்தான்; அதன் இலை நுனிகள் மெலிதான விரல்கள் போல் நீண்டிருந்தன. உடம்பில் முடி இருந்த மனிதர் அவன் மீது தண்ணீரைத் தெளித்துக்கொண்டிருந்தார். சிக்கா விழித்ததைப் பார்த்ததும், உட்கார வைத்து இலையைக் குழித்து கிண்ணமாக்கி தண்ணீரைக் குழந்தைக்கு ஊட்டுவது போல ஊட்டினார். அவர் நிலத்தில் அமர்ந்து சிக்காவைத் தாங்கிப் பிடித்திருந்தார். வியர்வை வாசம் அடித்தது. சிக்காவிற்கு மரக் கிளைகள் போல வலிமையாக இருந்த அக்கரங்களில் சாய்ந்து உறங்க வேண்டும் போல பெரு விருப்பம் ஏற்பட்டது.

'மகனே, உன் பெயர் என்ன?' கேட்டது அந்த மிருதுவான நபர். அவர் நின்றபடி இருந்தார்.

'சிக்கா, எசமான்.'

'நான் உன் எசமான் அல்ல. அண்ணா.'

பைத்தியம் என நினைத்தான் சிக்கா. அடக் கடவுளே! உயர் சாதி பைத்தியக்காரரும் அவரது அன்பான காவலரும். யார் இவர்கள்? இங்கு என்ன செய்கிறார்கள்?

அவன் நினைத்ததைக் கேட்டவர் போல அந்த மிருதுவானவர், 'சிக்கா, நான் உன் அண்ணா தான்,' என்றார்.

'சரிங்க எசமான்.'

அவர் சிரித்தார். 'நான் சொன்னேல்ல? நான் எசமான் இல்ல. உன் சகோதரன். அண்ணா.'

தரையில் அமர்ந்தபடி சிக்காவை அணைத்துக்கொண்டிருந்த இன்னொருவர் சொன்னார்: 'எனக்கும் அவர் அண்ணாதான். என் பெயர் புட்டண்ணா. நான் உனக்குச் சின்ன அண்ணா.'

சிக்காவுக்கு வாய் அடைத்துப் போனது. பசி. தாகம் வேறு. எழுந்து பள்ளத்தைக் கடந்து பழைய குளத்திற்குப் போக, தெம்பு இருப்பதாகத் தோன்றவில்லை.

'வேண்டாம். அசையாதே', புதிய அண்ணா அதிகாரமாகச் சொன்னார்.

புட்டண்ணா, ஒரு முடிச்சை அவிழ்த்து ஒரு துண்டு கருவாட்டையும் வெங்காயத்தையும் எடுத்தார். 'முதல்ல சாப்பிடு'. 'நேரம் இருக்கில்ல?' அண்ணாவிடம் கேட்டார். அவர் ஆமென்று தலையசைத்தார்.

சிக்கா கருவாட்டுத் துண்டை சாப்பிட்டு முடிக்கும் வரை யாரும் பேசவில்லை. சிக்காவால் சாப்பிடத் தொடங்கியதும், வேகமாகச் சாப்பிட முடியவில்லை. புட்டண்ணா கொண்டுவந்த தண்ணீரைத்தான் அதிகம் குடித்தான். அண்ணாவும் இவர்களோடு உட்கார்ந்தார். அவர் பழம் சாப்பிட்டார். புட்டண்ணாவிற்கும் சிக்காவிற்கும் ஒரு துண்டு பழம் தந்தார். சிக்கா தன் முன் நீண்ட கரத்தில் இருந்த செந்நிறப் பழத் துண்டைப் பார்த்தான். மெதுவாகத் தன் கையை நீட்டினான். அவர்கள் கைகள் உரசின. 'அண்ணா' என்று முணுமுணுத்தான்.

சாப்பிட்டு முடிந்ததும் இருவரும் சிக்காவைப் பார்த்தார்கள். இருவரும் வித்தியாசமானவர்களாய் இருந்தாலும், சிக்காவை ஒரேமாதிரிதான் பார்த்தனர். அப்பார்வை சிக்காவை உருக வைத்தது. புதியதொரு பசியை உணர வைத்தது.

'சிக்கா தம்பி! இப்ப சொல்லுங்க. தனியா இங்க என்ன பண்றீங்க? உங்க ஆளுங்கெல்லாம் எங்க?' என்று கேட்டார் அண்ணா.

'எனக்கு யாரும் இல்ல. அப்பா இருந்தாரு. போயிட்டாரு. இன்னைக்குக் காலைலே அவங்க அவரைப் புதச்சாங்க', சிக்கா பேசுவது அவனுக்கே அதிர்ச்சியாக இருந்தது. நான் புதைச்சேன் என்று அவனால் சொல்ல முடியவில்லை; அவங்க புதைச்சாங்க என்றுதான் சொல்ல வந்தது.

இதுவரை யாரும் கேட்காத முறையில், அவர்கள் இருவரும் சிக்கா சொல்வதைக் காது கொடுத்துக் கேட்டனர். சிக்கா வாயிலிருந்து வரும் சொற்களைத் தடுக்க முயன்றான். முடியவில்லை. அவன் வயிறு நிறைந்திருந்தது. அப்பா, குடிசை, குளம் எதையும் அவனால் இனி பார்க்க, கேட்க, முகர முடியாது. ஒரு புது ஆள் அவனுக்கு உணவு ஊட்டினார்; இன்னொருவர் அவன் பேசுவதை அமைதியாகக் கேட்கிறார். அவன் சொல்வதெல்லாம் புரிந்தவர் போலக் கேட்கிறார்.

சிக்காவின் வாயிலிருந்து சொற்கள் வெள்ளமாகக் கொட்டுகின்றன. அவன் அப்பா அடிக்கும் பறையோசை போல் தெளிவாகக் கேட்கிறது. சிக்கா இதுவரை எவரிடமும் சொல்லாதவற்றை எல்லாம் சொல்கிறான். அவனது இரகசிய எண்ணங்கள், பொறுமையின்மை, எதற்கெனப் புரியாத ஏக்கம் எல்லாம் சொல்கிறான். அவனுக்குள் மனக்குறளி பயத்தில் என்ன செய்கிறாய், என்ன செய்து தொலைக்கிறாய் என்று எச்சரிக்கிறது. ஆனால் சிக்கா கடைசியில் மோசமானதைச் சொல்லியே விடுகிறான். சொல்லி முடிச்சிடுவோம் என நினைத்தான். புதிய அண்ணாவை ஒரு நொடியில் மாற்றிவிடக்கூடிய உண்மையைச் சத்தமாகச் சொல்கிறான்.

'என் அப்பா செத்த மாட்டுத் தோல் உரிப்பவர். நான் அவருக்கு உதவி செய்வேன். நாங்க அதான். நா அதான் செஞ்சே'. 'செய்தேன்' என்று கடந்த காலத்தில் சொன்னதை சிக்கா கவனத்தில் பதித்தான். அந்த வாழ்க்கை அப்பாவோடு முடிந்தது போல் உணர்ந்தான்.

சிக்கா அமைதி அடைந்தான்.

புட்டண்ணா கண்களைத் துடைத்துக்கொண்டார். பெரிய அண்ணா சிக்காவின் கரங்களைப் பிடித்து மெதுவாகத் தடவினார். மென்சூடு பரவுவது போல் இருந்தது. சிக்காவின் கழுத்து, தோள் புறத்தில் ஒரு நடுக்கம் பரவுவதை உணர்ந்தான். உடலெங்கும் அது பரவியது. பெரியண்ணா நடுக்கம் குறையும் வரை சிக்காவின் கைகளைத் தடவியபடி இருந்தார்.

பெரியண்ணா பேசத்தொடங்கியதும், சிக்கா சொன்னது பற்றி எதுவும் பேசவில்லை. 'எங்களோடு வர விருப்பமா உனக்கு? நாங்கள் வீட்டுக்குப் போகிறோம்,' என்றார்.

சிக்கா மலைத்து நின்றான். வீடு எங்கே உள்ளது என்று கேட்கக்கூடத் தோன்றவில்லை.

முன்பு போலவே அவன் மனதைப் படிக்கிறார் அவர். 'ஆற்றைத் தாண்டி இருக்கு வீடு. நாம கிராமத்தைத் தாண்டி, ஆற்றை அடைந்து, படகேறி மறுபுறம் போக வேண்டும். அப்புறம் கொஞ்சம் நடக்கணும்.'

'பெரியண்ணாவும் நானும் ஒரு பயணம் முடிச்சு வரோம். மக்களைச் சந்திச்சு நம்ம செய்திய சொல்லி தைரியம் கொடுக்கிறோம்' என்றார் புட்டண்ணா.

‘செய்தியா?’

‘ஆமாம். நாம எல்லாரும் சகோதர சகோதரிகள் அப்படின்னு சொல்றோம்’ என்றார் புட்டண்ணா சிரித்தபடி.

பெரியண்ணா மீண்டும் சொன்னார்: ‘நாம ஆற்றுக்குப் போறோம். உனக்கு இங்க ஒண்ணும் இல்லன்னா, அங்க உலகமே இருக்கு. நாம கடக்கறதுக்கு எப்பவுமே ஒரு ஆறு இருக்கும். எங்க கூட வா.’

ஆறு! அருகிலிருக்கும் ஆறு. ஆனால் சிக்காவிற்கு வெகுதொலைவில் உள்ள ஆறு. படகு ஏறி, ஆற்றைக் கடந்து, இங்கிருந்து விலகி, இன்னொரு வாழ்வு வாழ்வது! அவனால் கிராமத்தைக் கடக்க முடியுமா? அவனுக்கு விலக்கப்பட்ட பகுதிகளைக் கடந்து ஆற்றங்கரையை அடைய முடியுமா? பெரியண்ணாவும் புட்டண்ணாவும் நிச்சயம் முடியும் என்று நினைக்கிறார்கள்.

சிக்காவின் கால்கள் மட்டும் தாமாகவே நடந்த நடை அது. அவனது பிற பகுதிகள் செயலற்றது மாதிரி தோன்றின. ஒவ்வொரு முறை தூரத்தில் யாராவது தெரியும் போது, அவர்கள் கிட்டே வரவரத் தெளிவாகத் தெரியும்போதும், சிக்கா தலையைக் குனிந்துகொண்டான். பெரியண்ணா தலைநிமிர்ந்து நடக்கிறார் சரி; ஆனால், புட்டண்ணாவும் அதேபோல நடக்கிறார்! இருவர் மார்பிலும் பூணூல் இல்லை; நெற்றியில் குறிகள் ஏதும் இல்லை. இருவரும் இந்தக் கிராமம் நம்முடையது என்பது போலத் தெம்பாக நடக்கிறார்கள். சிக்காவை அச்சம் அரிக்கிறது. யாராவது ‘அவன் என்ன பண்றான் இங்க? அவன் ஆடு மாடு தோலை உரிக்கிறவன்தானே. அதைத் திங்கற தீண்டத் தகாதவன்தானே?’ என்று கேட்பார்கள் என்ற பீதி.

புட்டண்ணா புத்திசாலி. ஆற்றுக்குப் போகும் சுற்றுவழியைத் தேர்ந்தெடுத்தார். அதனால் ஊருக்குள் நடக்கும் தூரம் குறைவாக இருந்தது.

ஊருக்குள்ளும் ஊரைத் தாண்டியும் சிலரைப் பார்க்கத்தான் செய்தார்கள். அது தவிர்க்க முடியாதது. சிக்காவை ஓரிருவர் முறைத்தனர்; புட்டண்ணாவையும்தான். ஆனால், அவர்கள் பார்வை முன் நடந்த பெரியண்ணா மீது சென்றதும் மாறியது. அவர் முகம் எந்த உணர்வையும் காட்டாது தன்னம்பிக்கையோடு இருந்தது. அவர் நடை மிடுக்காக எதற்கும் கவலைப்படாமல் தொடர்ந்தது. சிக்கா

இருவருக்கும் பின்னால் நடந்தான். எவ்வளவு முடியுமோ அவ்வளவு சின்ன உருவமாக யாருக்கும் தென்படாமல் நடந்தான். அது உதவியது. யாரும் அவனிடம் எதுவும் பேசவில்லை. அவனுக்கே வியப்பாக இருந்தது.

அவர்கள் வந்தடைந்தார்கள். அவன் கேள்விப்பட்டிருந்த, பார்த்திராத ஆறு. தன் அதிர்ஷ்டத்தை மனதில் உள்வாங்கும் முன், மிகப் பெரிய விருந்து போல விரிந்தோடும் ஆற்று நீரின் அழகை இரசிக்கும் முன், சிக்கா படகு ஒன்று அவர்களை நோக்கி வருவதைக் கண்டான். கருத்த மாமரத்தால் செய்யப்பட்ட அப்படகு, வாதாங்கொட்டை வடிவில் சிறிதாகச் செறிவாக இருந்தது. புட்டண்ணா படகோட்டியைப் பார்த்துக் கையசைத்தார். படகோட்டி கரைக்கு அருகில் படகை ஓட்டி வரும்போது, 'யேய் பெத்டி, ஒன் அழுக்குப் புடிச்ச மூஞ்சியப் பார்க்க சந்தொஷமா இருக்கு' என்றார்.

பெரியண்ணா படகில் ஏறினார். புட்டண்ணா தொடர்ந்தார். பிறகு பெரியண்ணா சிக்காவைப் பார்த்துக் கையசைத்தார். புட்டண்ணா 'வா' என்று அன்போடு அழைத்தார். படகோட்டி பெத்டியும் சிக்கா ஏறுவதை எதிர்பார்த்தது போல் இருந்தது. எந்தக் கேள்வியும் இல்லாமல், இயல்பாக நடக்கும் செயலாகத் தோன்றியது.

சிக்கா தயங்கியபடி தன் ஒரே பொதியான பறையோடு படகில் ஏறினான்.

2

ஒரு வரியில் இத்தனை வெறுப்பை அடைக்க முடியும் என்பது வியப்பளித்தது. அந்த ஒருவரிச் செய்தி பிழையானது; முட்டாள்தனமானது. ஆனால், அதில் இருந்த வெறுப்பு கிருஷ்ணாவைத் தாக்கியது. பதின்மூன்று ஆங்கிலச் சொற்கள், அடுத்து வரும் அச்சுறுத்தலான கோடு. அவற்றைப் பிணைப்பது வெறுப்புதான். பேராசிரியர் கிருஷ்ணா அந்தக் குறிப்பை மீண்டும் படித்தார்: இந்து விரோதத் தேவிடியா பயலே, இல்லாத சித்தரை இட்டுக் கட்டுகிறாய். நீயாகத் தற்கொலை செய்து கொள்... இல்லாவிட்டால்-

அனுப்புனர் பெயர் இல்லை. தபால்தலையும் இல்லை. குறிப்பிட்ட புகார் எதுவும் சொல்லப்படவில்லை. கிருஷ்ணா ஏன் தற்கொலை செய்ய வேண்டும் என்பதற்கு எந்தக் குறிப்பிட்ட காரணமும் சொல்லப் படவில்லை. ஆனால் அது நிச்சயம் அவருக்குத்தான் வந்துள்ளது. செல்லோடேப் பசைத்துண்டால் ஒட்டப்பட்ட கடித உறையில் சிவப்பெழுத்தில் கிறுக்கப்பட்டிருந்த பெயர் திரு. பி. எஸ். கிருஷ்ணா. நேரடியாகக் கொடுக்கப்பட்ட இக்கடிதம், பல்கலைக்கழகத் துறையின் கடிதப் பெட்டியில் போடப்பட்டு இருந்தது. ஆனாலும் பேராசிரியர் என்ற பதவிக் குறிப்பு, பல சமயம் 'பேரா' என்று சுருக்கப்படும் முன்னொட்டு தவிர்க்கப்பட்டு வெறும் 'திரு' என்று பதவியிறக்கம் செய்யப்பட்டிருந்தார். கிருஷ்ணா அந்தத் துண்டுக்

காகிதத்தைக் கசக்கி குப்பைக்கூடையில் வீசியெறிந்தார். அவரது மாணவர்களிடம் இருந்து வரும் படுமோசமான காகிதங்களை அவர் அங்குதான் விசிறியடிப்பார். மற்றபடி, பொதுவாக எத்தனை தடவை வேண்டுமானாலும் படித்து, திருத்தி, தன் கருத்துகளை வழங்குவார்.

நகர்மன்றக் கட்டிடத்தில் சமீபத்தில் நடந்த பண்பாட்டுச் சந்திப்பு ஒன்றில் அவர் ஆற்றிய உரை ஒன்றுக்கு வந்த இரண்டாவது விமரிசனம் இது. அவரது உரை கண்ணதேவா என்ற சித்தர் பற்றியது. வழக்கமாக 'பக்திப் புலவர்', 'சமூகச் சீர்திருத்தச் சித்தர்' எனப்படும் சுருக்க விளக்கங்களைத் தாண்டிய உரையாக அது அமைந்தது. ஒரு வாரம் கழித்து உள்ளூர் செய்தித்தாள் ஒன்றில் ஒரு பத்தி விமரிசனம் ஒன்று வந்தது. எழுதியவர் ஏதோ ஒரு சந்தோஷ் சாமியார் (ஸ்ரீ ஸ்ரீ ஸ்ரீ). கிருஷ்ணாவோடு பதினைந்து ஆண்டுகளுக்கு மேல் உதவி ஆய்வாளராகப் பணியாற்றும் சிவா தயங்கியபடி அந்தச் செய்தித்தாளைக் கொண்டுவந்தார். 'மன்னிக்கணும் புரொஃபசர், நல்ல விமரிசனம் இல்லை. ஆனால் உங்ககிட்டே மறைக்கக்கூடாதுன்னு கொண்டுவந்தேன்'. நன்றி சொல்லிவிட்டு கிருஷ்ணா அதைப் படித்தார்:

> நமது மரபில் ஞானிகள் எப்படி வாழ்ந்தார்கள் என்பதற்கான எடுத்துக்காட்டுகள் உள்ளன. ஆயிரம் ஆண்டுகளுக்கு முன்பே அவர்கள் காட்டிய வழிகாட்டுதல்கள் நம்மிடம் இருப்பது நமக்குக் கிடைத்துள்ள முதுசம். இக்காலத்தில் அவற்றைக் கேள்விகேட்பது ஒரு மோஸ்தராகிவிட்டது. எதையோ புதிதாகக் கண்டுபிடித்ததாகச் சொல்லி நம் வரலாற்றை அசிங்கப்படுத்த முயல்கிறார்கள்.
>
> இலக்கியத் துறைப் பேராசிரியர் பி. எஸ். கிருஷ்ணாவும் இந்த வலைக்குள் சிக்கி இருக்கிறார். சென்றவாரம் நகர்மன்றக் கட்டிடத்தில் கண்ணதேவா சித்தரின் எழுச்சியூட்டும் பாடல்களையும் அறக் கூற்றுகளையும் விவரிக்க அவர் அழைக்கப்பட்டிருந்தார். ஆனால் அவரோ சித்தரைக் கேலி செய்யத் தொடங்கினார். அவரது பல பாடல்களும் கருத்துகளும் வேறு யாரோலோ இயற்றப்பட்டிருப்பது போலத் தோன்றுகிறது என்றார். அதை விட அதிர்ச்சி தரத்தக்க வகையில், பேராசிரியர் சித்தரை அவமதிக்கும் விதத்தில், அவர் ஆற்றில் மூழ்கி தற்கொலை செய்து கொண்டிருக்கலாம் என்றார். விவரம் அறிந்தவர்கள் அனைவருக்கும் ஸ்ரீ கண்ணதேவா இரண்டு

> கட்டங்களில் சமாதி அடைந்தார் என்பது தெரியும். முதலில் தேவிகா ஆற்றின் கரையில் உள்ள பழம்பெரும் கோவிலிலும் பிறகு அந்த ஆற்றிலும் சித்தியடைந்தார்.
>
> நாற்பது ஆண்டுகளுக்கு மேல் ஆசிரியராகப் பணியாற்றிய இந்தப் பேராசிரியர், ஓய்வு பெற்றபின்னும் பல்கலைக்கழகத்தோடு தொடர்பில் இருந்துகொண்டு, மாணவர்களைத் தவறான வழியில் செலுத்த அனுமதிக்கப்படுகிறார் என்பதும், பக்தி உணர்வு மிக்க இந்துக்களை புண்படுத்துகிறார் என்பதும் வருத்தத்திற்குரியது.

நகர்மன்றக் கூட்டத்தில் கிருஷ்ணா மக்கள் காவியங்கள் என அவர் விவரிக்கும் பனுவல்கள் குறித்து வழக்கமான வாசிப்புகளை முன்வைக்காமல் புதிதாகப் பேச வேண்டும் எனக் கருதியிருந்தார். நீண்ட அறிமுகம் செய்த ஒரு நேர்மையான இளைஞன் தன் உரையில், 'பேராசிரியர் பி. எஸ். கிருஷ்ணா எங்களில் பலருக்கு ஆசிரியர். நாங்கள் படித்து முடித்த பின்னரும் எங்களுக்கு ஆசிரியராக, வழிகாட்டியாக, நண்பராக இருப்பவர். வட்டார மொழி சார்ந்த காவியங்கள் குறித்த அவரது முதன்மையான ஆய்வுகளுக்காகப் பெயர் பெற்றவர். பேராசிரியர் அவர்கள் இன்றும் எங்கள் அறிவை மேம்படுத்தி எங்களது பல அய்யங்களுக்கு விடையளிப்பார் என நாங்கள் நன்கறிவோம்' என்று பேசினார்.

அன்போடு வழங்கப்படும் முழுமை மிக்க அறிமுகத்திற்குப் பின் கிருஷ்ணாவுக்கு எப்போதும் ஒருவித குற்ற உணர்ச்சி தோன்றும். அன்றும் அப்படித் தோன்றியது. அன்று அவ்வுணர்வு கூடுதலாக இருந்தது. அவர் 'அறிவை மேம்படுத்தவோ', 'அய்யங்களுக்கு விடையளிக்கவோ' திட்டமிடவில்லை. மாறாகச் சில கேள்விகளைக் கிளப்பும் திட்டத்தோடு வந்திருந்தார். இந்தப் பொருள் குறித்த அவரது ஆய்வும் இன்னும் தெளிவுபட வேண்டியதாகப்பட்டது.

கிருஷ்ணா தொடங்கியபோதே சொல்லிவிட்டுத்தான் தொடங்கினார்: 'இளம் நண்பர் சொன்னது போல் எனது ஆய்வு பெரும்பாலும் விந்திய மலைகளுக்குத் தெற்கே உள்ள பகுதிகள் சார்ந்த மொழிகள், வட்டார மொழிகள் சார்ந்த காப்பியப் பாடல்களில் உள்ள மீள்வாசிப்புகளைப் பற்றியதாகவே இருந்துள்ளன. பெரும் காவியங்களை மக்கள் தமக்கானதாக உள்வாங்கிக்கொண்டு தமது

கதைகளைத் தம் மொழிகளில், சொற்களில் மீள்வார்ப்பு செய்தார்கள் என்று நான் நம்புகிறேன். அதைப் பற்றி நான் இதுவரை பேசியது போதும். இன்று நான் காவியங்கள் பற்றிப் பேசப் போவதில்லை. பக்தி இலக்கியம் எனது ஆய்வுப் பரப்பு அல்ல. ஆனால் சித்தரும் கவிஞரும் ஆன கண்ணதேவா பற்றிய சில கருத்துகளை உங்களுடன் பகிர விரும்புகிறேன். அவரது படைப்புகள் சில மாணவ நண்பர் ஒருவர் மூலம் என் பார்வைக்கு வந்தபோது மிகுந்த உற்சாகம் அடைந்தேன். ஏன் என்பதை விளக்குவேன்.'

கிருஷ்ணாவின் உரை கண்ணதேவா குறித்து வழக்கமாக உதிர்க்கப்படும் 'சித்தர்', 'சமூகச் சீர்திருத்தவாதி' ஆகிய இரு சொற்களைக் கடந்து சென்றது. அவர் கண்ணதேவா என்ற கவிஞனைப் பற்றிப் பேசினார். அவரது பாடல்களில் காணப்படும் முரண்கள் புதிராக இருப்பதைப் பற்றிப் பேசினார். கிருஷ்ணாவின் உரையில் எப்போதும் போலவே தேவையற்ற, மேதாவித்தனமான, புலமைசார் சொற்கள் எதுவும் இல்லை. சில வினாக்களை எளிமையாக முன்வைத்தார்.

"முதலாவதாக, உங்களில் சிலர் நுண்ணிய தகவலாகக் கருதும் தொடரைப் பார்ப்போம். பெரும்பாலான கண்ணதேவாவின் பாடல்கள் 'ஓ! ஆயிரம் முகம் கொண்ட ஆறே!' என முடிகின்றன. அது அவரது கையொப்பத் தொடராக வருகிறது. அப்படியெனில், அவர் ஏன் தனது கையொப்பத்தை அவ்வப்போது மாற்றுகிறார்? சில பாடல்கள் 'ஓ! அசைவில் இருந்து மோன நிலை அடைந்த ஆறே!' என முடிகின்றன; இன்னும் சில இவ்விரண்டு தொடர்களும் இன்றி முடிகின்றன."

கிருஷ்ணா ஓரிரு எடுத்துக்காட்டுகள் அளித்தார். (அவர் பாடவில்லை. ஆனால் அவரது குரல் சொற்களின் பொருள் நயம் காட்டும் வகையில் உரிய நிறுத்தம், தொனி ஆகியவற்றோடு அருமையாக ஒலித்தது). 'இதைக் கேளுங்கள்' என்று சொல்லி பாடலை வாசித்தார்:

> குயவன் சுழலும் சக்கரத்தோடு மனதிற்குள் பாடல் இசைக்கிறான்,
> அந்த அருந்ததியர் ஒவ்வொரு ஆணிக்கும் ஒரு சுருதி சேர்க்கிறார்.
> நெசவாளரின் பாடல் நூலை நூலோடு இசைக்கிறது.
> நானும் துணி வெளுக்க கல்லில் அடிக்கையில் பாடுகிறேன்.

ஆனால் நீ உன் குரலை எழுப்புவதில்லை.

என் தெய்வமே, என் நண்பா!
நீதான் பாடல்,
பாடுவதும் நீதான்.
ஓ! ஆயிரம் முகம் கொண்ட ஆறே!

இப்பாடலைப் பின்வருவதோடு ஒப்பிட்டுப் பாருங்கள்:

அவன் தனக்குள் மூழ்குகிறான்,
அவனது ரசவாதத்தைப் பயிற்சி செய்கிறான்.

உடல்கள் சொற்களாய் உருகுகின்றன,
சொற்கள் உள்ளகத்தை அசைக்கின்றன.
நண்பர்கள், எதிரிகள்
ஒவ்வொருவராகப்
புதைக்கப்படுகின்றனர்
அவன் மண்ணில் சாம்பராய்.

ஒருவன் மட்டுமே மிச்சம்.

அவன்தானா அது?
அவனிடம் சொல்ல யாருண்டு?

'இரண்டாவதாகப் படித்த பாடலில் ஆறு இல்லை. அதோடு அதன் பாணியும் வேறு. இன்னும் சில பாடல்களை வாசித்துக் காட்டினால், மேலும் சில வேறுபாடுகளைக் காண்பீர்கள். ... சில கடவுளை நேரடியாக அழைக்கின்றன; வேறு சில, கடவுளை நிலம், ஆறு, மரம், பறவை ஆகியவற்றில் கண்டடைகின்றன. இன்னும் சில மனிதர்களோடுதான் பேசுகின்றன, கடவுளிடம் அல்ல; தேடலில் இருந்த இளம் மனம், முதிர்ந்த சித்தராக வடிவெடுத்ததனால் வரும் வேறுபாடுகள் என்று நீங்கள் இதனைப் பற்றி வாதிடலாம். ஆனால் அனுபவமற்ற பாடல்களும் பக்குவமான பாடல்களும் இத்தகைய வேறுபாடுகளைக் காட்டுகின்றன. கையொப்ப வரியான கடைசி வரி மட்டுமல்ல, தொனி, கவனப்படுத்தும் பொருள் ஆகியவற்றிலும் வேறுபாடுகள் காணப்படுகின்றன.'

கிருஷ்ணா சற்றே இடைநிறுத்தினார். முக்கியமான வாதத்திற்கு வருவதை உணர்த்தினார். தொடர்ந்து, 'கண்ணதேவா பல மனிதர்களாக இருந்திருக்கலாம் எனத் தோன்றுகிறது. சில நேரம், அவர் குறிப்பிட்ட

மனிதராக இருந்தார்; அல்லது வேறொருவராக இருந்தார். சில நேரம், ஒரே சமயத்தில் எல்லோராகவும் இருந்தார். இங்கு ஒருவருக்கு மேல் பேசுகிறார்கள். இப் பல்குரல்களை இடைச்செருகல்களாகக் கருதிக் கடக்க முடியாது. கவிதைகளும் பாடல்களும் வாய்மொழியாகப் பரவும்போதோ, அல்லது பனையோலைகளில் இருந்து எடுத்து எழுதப்படும்போதோ இவ்வாறு நடக்கலாம்.'

கண்ணதேவா குறித்துக் கிடைக்கும் வெகுசில வாழ்க்கை வரலாற்றுத் தகவல்களை அவர் வாசித்திருந்தார். 'கண்ணதேவா பற்றிய வெகுசில முழு நீள ஆய்வுகளே வந்துள்ளன. பொதுவாக அவர் பரந்த 'பாடும் சித்தர்கள்' குடும்பத்தைச் சார்ந்தவராக வர்ணிக்கப்படுகிறார். இந்திய சித்தர் பாடகர்கள் பட்டியலில் அவருக்கென ஒரு பத்தி மேற்கோள் ஒன்றுடன் இடம்பெறும். சில சமயம் இரண்டு வரிகள் மட்டுமே ஒதுக்கப்படும்.'

கிருஷ்ணா மேலும் தொடர்ந்தார். 'அவரது வாழ்வு பற்றி அதிகம் தெரியாத சூழலில், அவரது இறப்பு பற்றியும் கேள்வி எழுகிறது. பெயர் தெரியாத ஆற்றில் இறங்கித் தற்கொலை செய்து கொண்டாரா? அப்படியெனில் ஏன் செய்து கொண்டார்?'

தன் கேள்விகள் ஊகங்கள் மட்டுமே என்பதை கிருஷ்ணா வலியுறுத்தினார். கண்ணதேவாவின் பாடல்கள் பலரது குரல்களுக்கு உருவம் கொடுத்தன என்பதில் அவர் உறுதியாக இருந்தார். மற்றவை எல்லாம் நிரூபிக்கப்படாத ஊகங்களே.

உண்மையில் கண்ணதேவா யார்? இக்கேள்வி இப்போது மேலெழும்பியுள்ளது. அதைப் புதிதாக அணுகவேண்டும் என்ற ஆவல் கிருஷ்ணாவை உந்தியது. அநாமதேயக் கடிதம் எழுதியவர், சாமியாராக அறிவித்துக்கொள்ளும் குரு சந்தோஷ் (ஸ்ரீ ஸ்ரீ ஸ்ரீ) ஆகியோரைப் பின்தள்ளி அக்கேள்வி முன் நின்றது. கிருஷ்ணா சிந்திக்க வசதியாக மேசையில் இரு விரல்களால் தட்டினார். கிடைக்கும் 'வாழ்க்கை வரலாறுகளை' மறுபடி பார்க்க வேண்டும். ஏற்கனவே படித்து இருந்தார். ஆனால் ஏதாவது புதிதாகக் கிடைக்கலாம்; புதியதொரு கோணம் தென்படலாம்.

ஆனால் இப்போதைக்கு சிவா கையில் காகிதங்களோடு நிற்கிறார். பல்கலைக்கழக நிர்வாகப் பணிகள் முடித்தபிறகே கண்ணதேவாவின் வாழ்க்கைக்குப் போகமுடியும். கிருஷ்ணா இப்போது துறைத் தலைவர்

இல்லையென்பதால் நிர்வாகப் பணிச்சுமை குறைவுதான். அப்படியும் ‘அலுவலகக் கோப்புகள்’ பல பழக்கதோஷத்தை விடமுடியாமல் அவரது மேசைக்கு வருகின்றன. சிவா ஆறடி உயரத்தையும் அதற்குரிய எடையையும் குறுக்கிக்கொண்டு பணிவாக நிற்கிறார்.

‘கொஞ்சம் நேரம் இருந்தால் புரொஃபசர்’ என்று சிவா தினம் பேச்சைத் தொடங்குவது போலத் தொடங்கினார். கிருஷ்ணாவின் மேசைக்கு எதிரில் உள்ள நாற்காலியில் ஒரு கயிற்று முடிச்சுப் போல சுருண்டு உட்கார்ந்துகொண்டு மேசை மீது நிறையக் காகிதங்களை வைக்கிறார். அதில் சில கீழே விழுகின்றன. பதட்டத்துடன் சிவா அவற்றை எடுத்து வைத்துவிட்டு ஒவ்வொரு தாளாய் புரட்டுகிறார். வலது கைச் சுட்டுவிரலை நாக்கால் தொட்டுத்தொட்டு தாளைப் புரட்டுகிறார். உமிழ்நீரின் தொடுகை அடுத்த தாளுக்குப் போக உதவுகிறது.

கிருஷ்ணா எதுவும் சொல்லாமல், பெருமூச்சுக்கூட விடாமல் அவரைப் பார்த்தபடி இருக்கிறார். பொறுமை இழந்தால் சிவா இன்னும் மெதுவாகிவிடுவார். ஏற்கனவே இது நேரம் எடுக்கப் போகிறது. மேலே தெரியும் காகிதம் ஒரு நூலகப் படிவம். எல்லாப் பேராசிரியர்களுக்கும் அயர்வளிக்கும் படிவம். இன்று நூல்கள் வாங்கப் பட்டியல் கொடுக்க வேண்டாம் என நினைக்க வைக்கும் படிவம்.

‘இது நூலகத்தில் இருந்து வந்துள்ளது. கொஞ்சம் சிக்கலானது’ என்றார் சிவா. சிக்கல் என்ற சொல் சிவாவின் வாழ்வின் அச்சாணி; அது அவரைப் பதட்டம் அடைய வைக்கும்; ஆனால் அவருக்கு அது பிடிக்கும். அடிக்கடி அச்சொல்லைப் பயன்படுத்துவார். எனவே சிவா கவலையாக இருந்தாலும் திருப்தியடைந்தார். அன்புள்ளம் கொண்ட பேராசிரியரோடு கிடைக்கும் இந்தத் தனிமை அவருக்குப் பிடிக்கும். அவர்கள் இருவருமாக சிக்கலான ஒன்றைச் சமாளிப்பது நிறைவு அளிக்கும்.

மாலையில் கிருஷ்ணா வீடு திரும்பி வெளி வராந்தாவில் அவருக்குப் பிடித்த மூங்கில் நாற்காலியில் அமர்ந்தபடி காப்பி குடிக்கும்போதுதான் இந்தக் கேள்வி மீண்டும் நினைவுக்கு வந்தது. எல்லாரும் வீடு திரும்பும் முன் அவருக்குக் கிடைக்கும் இனிய தனிமை அது. கண்ணதேவா யார்? கிருஷ்ணா தன் காப்பியை மடக்கென்று குடித்தார். கைகடிகாரத்தைப் பார்த்தார். கொஞ்சம் நேரம் இருந்தது.

கிருஷ்ணா அவரது படிப்பறைக்குப் போனார். அந்த அறைக்கு அப்படித்தான் பெயர்; அங்குதான் அவரது வாசிப்பு நடந்தது. ஆனால் காகிதங்களும் புத்தகங்களும் இறைந்து கிடந்தன. அவர் மகன் ராம் வாங்கித் தந்த மேசைக் கணினி, கொள்ளையடிக்கப்பட்ட பொருட்கள் மத்தியில் வெற்றிவாகை சூடிய அரசன் போல அமர்ந்திருந்தது.

கிருஷ்ணா கனத்த ப்ளாஸ்டிக் கோப்பு ஒன்றை எடுத்து ஓரமாக வைத்தார். உள்ளேயிருப்பது தெரியக்கூடிய, பூப்போட்ட, 'எனது ப்ளாஸ்டிக் கோப்பு' என்று மறதி நோய் வந்தால் சமாளிக்க எழுதப்பட்ட கோப்பு ஒன்றை இழுத்தார். அதற்குள் இருந்த தாட்கள் சிதறின. அடக் கடவுளே! அவர் சிவாவைப் போலத் தடுமாறுகிறார். ஓரிரு தாட்களை எடுத்துப் பார்க்கிறார். சிவாவின் கையெழுத்தில் பேரா.கிருஷ்ணா ஆய்வு: பொருள் கண்ணதேவாவின் வாழ்க்கை. நாள் 24/03/2010. கீழே சி.மே. என்ற முதலெழுத்து, சிவா மேனன். கிருஷ்ணாவுக்கு இதனைப் படித்ததாக நினைவில்லை. அல்லது வாசித்து விட்டு மறந்திருக்கலாம். சிவாவின் ஆய்வுத் திறம் அப்படி. இன்னொரு முறை வேகமாக வாசிப்பதில் என்ன நட்டம்? கிருஷ்ணா சன்னல் அருகில் இருந்த ஆடும் நாற்காலியில் உட்கார்ந்து படிக்கத்தொடங்கினார்.

கண்ணதேவா (பொ.ஆ. 1150 - 1180)

கண்ணதேவாவின் முனிவர் வாழ்க்கை மனித இனம் எட்டத் துடிக்கும் உயரத்திற்கு இன்னொரு நல்ல எடுத்துக்காட்டு. தன்னை உணர்தல், சமூகத்தில் உள்ள அனைவர் மத்தியிலும் அமைதியும் நட்பும் வளர்த்தல் ஆகியவற்றுக்கு அவரது முழு சக்தியையும் செலவிட்டார்.

அவரது பிறப்பு, தலைமுறை:

கண்ணதேவா இயற்கையின் மடியில் ஆற்றை அடுத்த பசுமையான வெளியில் பிறந்தார். அவரது பெற்றோர் சிக்கையா, மகாதேவி. எளிமையான தம்பதியர். தம் வயல்களைக் கவனித்துக் கொண்டு, அண்டையில் வசித்த அக்கம்பக்கத்தவர் மற்றும் தம் சமூகத்தின் தேவைகளை நிறைவேற்றி வந்தனர். தங்கள் மகன் புகழ் பெறுவான் என உணர்ந்தவர்கள் அவர்கள். எனவே அவரை இளம்பருவத்தில் இருந்தே உயரிய நோக்கோடு வளர்த்து வந்தனர்.

பக்தி வழியில்...

கண்ணதேவா ஒரு நாள் குழந்தையாக இருந்தபோதே அவர் வீட்டருகே இருந்த கோவில் மணியோசை கேட்டுப் புன்முறுவல் பூத்தார். மூன்று மாதத்தில் நடக்கத் தொடங்கினார். தாமே நடந்து போய் அக்கோவிலின் பெரிய மணியை அடிக்க பொறுமையின்றிக் காத்திருந்தது போலிருந்தது. சிறுவனாக இருந்த போதிருந்தே பணக்காரர்கள் தமக்குக் கிடைத்தவற்றை ஏழை மக்களோடு பகிர்ந்துகொள்ளாமல் இருப்பதைப் பார்க்கவோ, கேட்கவோ சகிக்காமல் இருந்தார். அதே போல பசுமாடுகளுக்குச் செய்யப்படும் கொடுமைகளையும் அவரால் ஏற்க முடியாமல் இருந்தது.

இளம் பருவத்திலேயே கண்ணதேவா நீண்ட மந்திரங்களையும், தோத்திரங்களையும் ஓதத் தொடங்கினார். தன்னைச் சுற்றி இருந்த எளிமையான காட்சிகள், இயற்கை குறித்து அவர் பாடல்கள் இயற்றத் தொடங்கினார். ஆறு, படகு, மரங்கள், மலர்கள், மீனவர், விவசாயிகளின் அன்றாட வாழ்க்கை ஆகியவை பாடுபொருளாயின. பெற்றோர்கள் அவரை அடிக்கடி அருகில் இருந்த நகரத்திற்கு அழைத்துச் சென்றனர். அந்த நகரம் அக்காலத்தில் பெரிய அரசாங்கத்தின் தலைநகரமாக, பெரும் சிறப்பு வாய்ந்த நகரமாக இருந்தது. அங்கிருந்த பழங்கால கோவில்களில் நடந்த பூசை வழிபாடுகள் அவரது இளம் உள்ளத்தைப் புடமிட்டன. இயற்கை, தேர்ந்தெடுக்கப்பட்ட சிலருக்கெனத் தன் சொந்தத் திட்டங்களை வைத்திருக்கும். கண்ணதேவா சிறுவயதிலேயே அருகில் இருந்த இன்னொரு ஆற்றின் கரையில் இருந்த பள்ளிக்குப் படிக்கச் சென்றார். அந்த ஆறு அமைதியானது. அழகானது. புவிவாழ்வின் பகட்டுகளை விடுத்து அமைதியில் ஆழ்வதற்கு ஏற்ற அருமையான இடம். பரிபூரணத்துவம் குறித்து அனுதினமும் தவத்தில் ஆழ்ந்த துறவிகள், அறிஞர்கள் சூழ்ந்த அவ்விடத்தில் கண்ணதேவா தன்னைத் தானே உணரும் தத்துவத்தைக் கண்டடைந்தார். அவர் மணம் முடிக்கவில்லை. அவர் வாழ்வு முழுதும் இறை சேவை மற்றும் பொது மக்களுக்கு இவ்வுலகின் துயரங்களை எதிர்கொள்வது, மேலுலகத்திற்கு தம்மைத் தயார் செய்வது குறித்து போதிப்பதில் கழித்தார். எல்லாருக்கும் பொதுவான ஆன்ம வளர்ச்சிக்குத் தொடர்ந்து முயற்சிப்பது பற்றி அவர் அழுத்தம் கொடுத்தார். அதிகாரம் மிக்க அரசர் முதல் அடிமையிலும் அடிமையானோர் வரை அனைவருக்கும் அது சாத்தியம் என்றார். அமைதித் தூதுவர் எனப்பட்ட கண்ணதேவா அவருக்கு விருப்பமான ஆற்றின் கரையில் உள்ள கோவிலில் சமாதி அடைந்தார்.

சிவாவின் இரண்டாவது ஆய்வுக் கட்டுரையையும் கிருஷ்ணா பார்க்கத் தொடங்கினார். முதலாவதை விட மேலானதாக இருக்கும் என நம்பினார். 'எந்த மனிதரும் எட்ட முடியாத ஞானம்' எனத் தலைப்பிடப்பட்ட இரண்டாவது குறிப்பு கண்ணதேவாவின் பாடல்களோடு தொடர்புபடுத்தி வழங்கப்படும் கதைகளைப் பட்டியல் இட்டது.

1. ஒரு நாள் கண்ணதேவா மோன தவத்தில் ஆழ்ந்து ஆற்றை மட்டும் மனதில் பதித்தார். ஆறு தவிர மனதில் இருந்த அனைத்தையும் அகற்றினார். அப்போது நீர்க்கரம் ஒன்று தலையைத் தொட்டு ஆசி கூறியதை உணர்ந்தார். ஆற்றின் ஆன்மா உருவெடுத்து வந்து அவரை வாழ்த்தியது. அவரது வாயைத் திறந்து நாவில் வெல்லக்கட்டி ஒன்றை வைத்தது. இனிப்பூறிய நாவினால் கண்ணதேவா அலைப்புறும் மனதை இருத்தி வைக்க உன்னால் மட்டுமே இயலும் எனப் பாடினார்.

2. ஒருமுறை கண்ணதேவா நகரத்து வீதிகளில் நடந்து கொண்டிருந்தபோது பணம் மிக்க ஒருவர் தன் பணியாளை அடிப்பதைக் கண்டார். தன்னிடம் இருந்து திருடிவிட்டதாகக் குறை கூறினார். கண்ணதேவா அவர்கள் முன் நின்று இறைநீதி கோரிப் பாடினார். 'உன் நீதி உணர்ந்தவர் உளரோ? உன் அருள் அறிந்தார் உண்டோ?' அதைக் கேட்ட பணக்காரர் அடிப்பதை நிறுத்தினார். கடவுள் சரியெனப்படுவதை நிலைநிறுத்துவார்; நம்மிலும் மேலானவர் அவர் என உணர்ந்தார். பணியாள் அவர் காலில் விழுந்து மன்னிப்பு கேட்டான். இறையருள் மூலம் பணியாளருக்கு நேர்மையைக் காட்டினார் கண்ணதேவா. அரசன் முதல் அடிமை வரை இறையருள் உண்டெனக் காட்டினார்.

கிருஷ்ணா ஹூம் கொட்டினார். தாட்களைத் தரையில் எறிந்தார். எரிச்சலோடு இன்னமும் பார்க்க வேண்டுமா என நினைத்தார்.

பதில் சாந்தாவின் முக வடிவில் கிடைத்தது. சாந்தா படிப்பறையில் எட்டிப் பார்த்து அவரைக் கண்டாள். தரையில் கிடந்த புது குப்பையைப் பார்த்து, குதூகலமாக 'வேலை நடக்குதா? நான் போய் சித்துவை அவன் பாட்டி வீட்டில் இருந்து கூட்டிவருகிறேன்' என்றார். சாந்தாவும் சித்துவின் பாட்டிதான். ஆனால் மருமகளின் அம்மாவைத்தான் பாட்டி எனக் கருதினார் சாந்தா. அவரைப் பொறுத்தவரை சாந்தா

சித்துவுடையவள். அவன் அவரைப் பாட்டி என்றோ வேறெப்படியோ அழைக்கலாம்.

கிருஷ்ணா சாந்தாவைப் பின்தொடர்ந்தார். அவர்களுக்குத் திருமணமாகி நாற்பதாண்டுகள் ஆகிவிட்டன. ஆனாலும் அவருக்குத் தேவையெல்லாம் சாந்தாவின் புன்முறுவல். அவர், அவள் போகுமிடமெல்லாம் போகத் தயார். அதோடு அவருக்கும் ஒரு நடைப் பயிற்சி வேண்டும்.

3

ஞாயிறு காலை. அந்தக் கதிரவனுக்கும் அது தெரிந்திருந்தது. அதுவும் ஓய்வாக, மகிழ்ச்சியாக ஒளிர்விட்டது. சுட்டெரிக்கவில்லை.

ஆஷா அவளது விடுதிக் கட்டிடத்தை விட்டு வெளியே வந்து வாயிலை நோக்கி நடக்கத் தொடங்கினாள். அச்சப்படுபவள் போல் அவள் நெஞ்சம் படபடத்தது. ஆனால், உண்மையில் அவள் இங்கு வந்த பிறகு இன்றுதான் படு உற்சாகமாக இருந்தாள். மூன்று மாதங்கள்தான் ஆகின்றன என அவளால் நம்ப முடியவில்லை. அவள், சத்யா, ரவி ஆகிய மூவரும் பிரிந்து மூன்று மாதங்கள் ஆகிவிட்டன. பல ஆண்டுகள் ஆனது போலத் தோன்றியது.

அவர்கள் மூவரும் அப்போது பனிரெண்டாம் வகுப்பு படிக்கும் சிறுவர்கள். ஜூனியர் கல்லூரி, பிளஸ் டூ ... எப்படி வேண்டுமானாலும் நீங்கள் எடுத்துக்கொள்ளுங்கள். பள்ளி மாணவர்களான அவர்கள் இறுதித் தேர்வை முடித்து, கல்லூரி நுழைவுத் தேர்வுகள் எழுதி புதிய வாழ்க்கையைத் தொடங்க முயற்சித்துக்கொண்டிருந்தார்கள். எந்தக் கல்லூரி? எந்தப் பாடம்? என்ற இரு கேள்விகளுக்கு விடை கிடைத்துவிட்டால் அந்த வாழ்க்கை தொடங்கிவிடும். அவை கடந்த ஓராண்டாக அவர்களைத் துரத்திக்கொண்டே இருந்தன. ஆஷா, சத்யா, ரவி மூவருக்கும், அவர்களது குடும்பங்களுக்கும் இதுவே கடந்த ஆண்டு

வாழ்வாகிப்போனது. கல்லூரிக் கல்வி, அதிலும் தொழில் கல்வி, அவர்களுக்கு புதியதொரு திறவுகோலை வழங்கும். அது கிடைத்தால் அவர்களும் குழந்தைகள், குடும்பம், சமூகம் எனப் பெரிய உலகில் நுழையலாம்; அதில் பங்கெடுக்கலாம்; மற்றவர்களைப் போலவே படிக்கலாம், வேலை பார்க்கலாம், சம்பாதிக்கலாம், காதலிக்கலாம், மணம் முடிக்கலாம், குடும்பங்களை உருவாக்கலாம்.

மூவரும் மருத்துவர்களாகப் போகிறார்கள். ஆஷா, சத்யா, ரவி மூவரும் தங்களுக்குள்ளும், மற்றவர்களிடமும் உறுதி கொடுத்தார்கள். அந்த உறுதிமொழி அவர்கள் குடும்பங்களில் நம்பிக்கை ஒளி ஏற்றியது. மருத்துவக் கல்லூரி கிடைத்தால்... குழந்தைக்கு வருங்காலம் கிடைக்கும்; அது குடும்பத்தின் எதிர்காலத்திற்கும் சற்றே கசியும்; இல்லையில்லை. காய்ந்த நிலத்தில் நீர் பாய்வது போலப் பொங்கிப் பெருகும்; அவர்களைப் போன்றவரது வாழ்க்கையை மாற்றும்; அவர்களது சமூகத்தை மாற்றும். அவர்களது சாதிகள் அப்படி. ஆஷாவின் அம்மா தையல் வேலை செய்பவர், அப்பா அலுவலகத்தில் பணியாற்றுபவர்; ரவியின் பெற்றோர் தினக்கூலிகள்; சத்யாவின் அம்மா முதுகு கூனும் அளவு வயற்காட்டில் உழைப்பவர். நம்பிக்கை பலிக்க, வாழ்வில் அதிசயம் நடக்க அவர்கள் எப்படியாவது, எங்கிருந்தாவது பணம் புரட்டுவார்கள். அதை அவர்கள் செய்தார்கள்; இன்னும் கடினமாக உழைத்தார்கள், கடன் வாங்கினார்கள், அடகு வைத்தார்கள், இருக்கும் கொஞ்சத்தையும் விற்றார்கள். அம்மூவரும் மருத்துவ நுழைவுத் தேர்வுக்குப் படிக்கத் தேவையான நூல்கள் பள்ளிப் புத்தகங்களில் இருந்து வேறுபட்டவை. ஆஷாவின் பெற்றோர் சிலவற்றை வாங்கினார்கள்; ரவியின் பெற்றோர் சில வாங்கினார்கள். பயிற்சி நிறுவனம் அனுப்ப அவர்களிடம் வசதி இல்லை. எனவே மூவரும் சேர்ந்து படித்தனர். குறிப்புகள் எடுத்து, நினைவுபடுத்திக்கொண்டு தாமும் படித்து, ஒருவருக்கொருவர் பகிர்ந்துகொண்டனர்.

அந்தக் காலம் நீண்டுகொண்டே இருந்தது நூல்கள், அகராதிகள், குறிப்புகள், தகவல் திணிப்புகள்; புதுவிதமான ஆங்கிலம். பள்ளியில் சிரமப்படுத்திய ஆங்கிலத்தை விட இது மேலும் கடினமானதாக இருந்தது. நல்லவேளை அது முடிவுக்கு வந்தது. எல்லாம் முடிந்தது. அவர்கள் ஒருவருக்கொருவர் கொடுத்த உறுதிமொழியும் முடிந்தது. அது கடந்த காலமாகிவிட்டது. அவர்களது குழந்தைப்பருவத்தில் நடந்த ஒன்றாகிவிட்டது. சத்யா மட்டும்தான் மருத்துவர் ஆகப் போகிறான்.

ஆஷா மருத்துவச் செவிலியர் ஆகப் போகிறாள். வேறுவிதமான படிப்புதான். ஆனால், அவள் பெற்றோர்கள் சமாதானப்படுத்தியது போல அவள் விருப்பத்திற்கு நெருக்கமாக இருந்தது. ரவியைப் பொறுத்தவரை திரிசங்கு நிலைதான். இளம் அறிவியல் விலங்கியல். அது அவனை எங்கு இட்டுச் செல்லும் என்பது அவனுக்குத் தெரியாது.

ஆஷா வேகமாக நடந்தாள். நகரம் விழித்துவிட்டது; ஆனாலும் தன்னிலை பெறவில்லை. போக்குவரத்து பெருகக் காத்திருக்கும் சாலைகள் ஒழுங்கற்று, பலனற்றவையாகத் தெரிந்தன. சாலையோர வண்டிக்கடைகள், சுவரோடு ஒட்டி இருக்கும் குட்டிக் கடைகள் ஆகியவை இயங்கத் தொடங்கி விட்டன: காய்கறி, பழங்கள், தேனீர், தின்பண்டங்கள் விற்பனை நடந்தன.

தனது செவிலியர் படிப்பை சத்யா, ரவியிடம் எப்படி விவரிப்பது என்று யோசித்தாள் ஆஷா. உண்மையில் அவள் அவர்களிடம் கேட்க விரும்புவது ‘உங்களுக்கும் விசித்திரமாகத்தான் இருக்கிறதா?’ என்பதைத்தான். அவர்கள் மூவரும் வெறும் நண்பர்கள் மட்டுமல்ல; பள்ளியிறுதியில் இரு ஆண்டுகள், அடுத்த சில மாதங்கள் நுழைவுத் தேர்வுக்கு ஒன்றாகத் தயாரித்த அனுபவம் ஆகியவை அவர்கள் மூவரையும் - என்னவென்று சொல்வது?- சரியான சொல் தெரியவில்லை ஒரே குழு? அல்லது குடும்பமாக ஆக்கியது. சத்யா சரியாகச் சொல்வான். அவர்களுள் அவன்தான் கவிஞன்; ஆனால் அவன் படிப்பது மருத்துவம், கவிதையல்ல.

அவள் தன் கைபேசியை எடுத்து நேரம் என்னவென்று பார்த்தாள். வழக்கம்போல, அவள் சீக்கிரமே வந்துவிட்டாள். சத்யாவிற்குக் குறுஞ்செய்தி அனுப்பினாள். பஸ் வந்து சேர்ந்தாச்சா? சத்யாவின் பதில் வரும்வரை ஃபோனையே உற்றுப் பார்த்தபடி இருந்தாள். பேருந்து நிறுத்தத்திற்கு இன்னும் பத்து நிமிடம். நான் ஆட்டோ பிடிக்கிறேன். அவள் காத்துக் கொண்டிருப்பாள் என்பது சத்யாவிற்குத் தெரியும். விடுதி வாசலில் நிற்கவோ, எங்காவது போய் உட்காரவோ பொறுமையின்றி இருப்பாள் என்பதை அவன் அறிவான். சத்யா எப்போதும் இப்படித்தான்; அடுத்தவர் உணர்வுகளை அவன் அறிவான். ஆஷா அவனைக் கேலியாக அண்ணா என்று அழைப்பாள். அவன் அவளைவிட ஓராண்டு மூத்தவன்; ரவியைவிட சில மாதங்கள் மூத்தவன். சத்யா அவர்களைவிட மூத்தவனாக இருந்தாலும் அவனுக்கு மட்டுமே மருத்துவப் படிப்பில் இடம் கிடைத்திருந்தாலும் ஆஷாவும்

ரவியும் அவனைக் கவனமாகப் பார்த்துக்கொள்ளவேண்டும் என நினைப்பார்கள்.

எங்கு போகிறோம் என்று தெரியாமல் ஆஷா வேகமாக நடந்து கொண்டே இருந்தாள். அருகில் ஒரு பரிஸ்டா கடை இருந்தது. ஆனால் அங்கு காப்பி சாப்பிட அவளுக்கு வசதி இல்லை. ஒன்றும் வாங்காமல் உட்கார விடுவார்களா! அருகில் சில சிறிய துணிக்கடைகள் இருந்தன. அவை திறக்கப்படவில்லை. கடைக்காரர் ஒருவர் பக்கத்தில் இருந்த புத்தகக் கடை ஒன்றின் கதவைத் திறந்துகொண்டிருந்தார். அவள் மீண்டும் சத்யாவிற்குச் செய்தி அனுப்பினாள். ரவிக்கு அவள் எங்கிருப்பாள் என்று தெரியும்.

இந்தப் புத்தகக் கடையில் எழுதுபொருட்கள், பத்திரிகைகள், பல நூல்கள் கிடைக்கும். ஒரு அலமாரி முழுதும் எல்லாவிதமான நுழைவுத் தேர்வுகளுக்கு தயாரிப்பதற்கான நூல்கள் இருந்தன. அவள் பழக்க தோஷத்தில் ஒரு தடித்த புத்தகத்தைக் கையில் எடுத்தாள். அது பொறியாளர் கல்விக்கானது. பரவாயில்லை, அவள் அதை ஒன்றும் படிக்கவில்லை. அதில் இருந்த சொற்கள் இடம் மாறத் தொடங்கின; அவளால் படிக்க முடியவில்லை. அவை நேர் கோட்டில் இருந்து விலகுகின்றன; சிதறுகின்றன; சில தாளின் மூலையில் இருந்து நழுவுகின்றன. விரைவில் சொற்களே இருக்காது. வெறும் வெள்ளைத் தாளாக இருக்கும். ஆஷாவின் உடல் நடுங்கியது. அந்த புத்தகத்தை திருப்பி அலமாரியில் வைத்தாள்.

எளிதாக ஆங்கிலம் பேச என்ற நூலை எடுத்தாள். இதன் சொற்கள் ஒழுங்காக நடந்துகொண்டன. அந்தப் புத்தகம் அவர்கள் மூவரும் ஆங்கிலத்தில் பேசப் பயிற்சி எடுத்த நினைவுகளைக் கிளறியது. அவள் முகத்தில் புன்முறுவல் பூத்தது. சத்யா சிரத்தையாக இருப்பான்; ஆனால் ரவி அதை நாடகமாக ஆக்க விரும்புவான். கற்பனைக்கு இடம் அளிக்கவிட்டால் ஒரு மொழியைக் கற்று என்ன பலன்? ரவி நுழைவு தேர்வு முடிவுகள் வந்துவிட்டன; அவை சாதகமானவையாக உள்ளன என்று கருதிக் கொள்வான். 'கவுன்செலிங்' எனப்படும் நேர்முக சந்திப்பில் அவர்களுக்கு எந்தக் கல்லூரி ஒதுக்கப்படும் என்பது பற்றி என்ன நடக்கும் என அவனுக்குத் தெரியாது.ஆனால் ரவி கற்பனை வளம் மிக்கவன். அவன் சொல்வது நம்புவது போல இருக்கும். 'நீங்கள் தகுதிப் பட்டியலில் ஆலோசனைக்கு வந்துள்ளீர்கள். உங்களுக்குத் தேர்ந்தெடுக்க நல்ல கல்லூரிகள் பல உள்ளன. திருமிகு.

ஆஷா அவர்களே, வாழ்த்துகள்' என்பான். என்ன முட்டாள்தனமான கனவு. ரவி அதைப் பெருமையாக, உற்சாகமான குரலில் சொல்வான். ஆஷாவால் சிரிப்பை அடக்க முடியாது. 'இப்படி சிரிக்கக் கூடாது கெக்க பிக்க என்று...' என்று அதட்டியபடி, ரவியும் சேர்ந்து சிரிப்பான்.

அவர்கள் மூவருக்கும் நிறைய ஆங்கிலச் சொற்கள் தெரியும். ஆனால் எழுதும் போது அவற்றை வைத்து என்ன செய்வது என்று தெரியாது; அதைவிட மோசம் பேசும்போது. சொற்களை எப்படி இணைத்து தொடரமைப்பது, தயக்கம் அல்லது பொருத்தமற்றதாக இல்லாமல், நினைப்பதை ஆற்றொழுக்காக வெளிப்படுத்துவது எனத் தெரியாமல் இருந்தது. வெகு இயல்பாக, சத்தமாக எப்படி பேசுவது? மற்றவர்கள் - பணக்காரர்கள், ஆதிக்க சாதிக்காரர்கள் - கன்னடம், மராத்தி, தமிழ் போல ஆங்கிலம் இயல்பாக பேசுவது மாதிரி எப்படிப் பேசுவது? ஆஷா வகுப்பில் ஏதாவது பதில் சொல்லும்போது பல பெண்கள் தமக்குள் சிரிப்பதை உணர்வாள். ஆஷாவின் முகவாய் நிமிரும். அவர்கள் வேண்டுமளவு சிரிக்கட்டும்; அவளாவது கொடுத்த பாடங்களைப் படித்திருகிறாள். எனக்கு இது ஒன்றுமே இல்லை. அவளுக்கு ஒரு சிறு உதவித் தொகை கிடைக்கிறது. ஆனால் வகுப்பில் சில பெண்கள் அவள் பட்டியல் சாதி என்பதால்தான் அத்தொகை கிடைப்பதாகக் கருதுகிறார்கள்.

தாழ்த்தப்பட்ட சாதி. ஆஷா, ரவி, சத்யா மூவரும் பள்ளியில் அறிவியல் பிரிவு. இயற்பியல், வேதியியல், கணிதவியல், உயிரியல் *(PCMB)* படித்தனர். பொதுவாக பட்டியல் இன மாணவர்கள் கலை, வணிகவியல் பிரிவுகளைத் தேர்ந்தெடுத்தனர். இருக்கும் சில அறிவியல் மாணவர்களில் இவர்கள் மூவர் மட்டும்தான் மருத்துவப் படிப்பில் சேர முயற்சி செய்தனர். இரண்டு பையன்களும் ஒன்றாகச் சேர்வார்கள் என்று எல்லோரும் எதிர்பார்த்தனர். ஆஷாதான் தனியொரு பெண். ஆனால் அவர்கள் மூவர் ஆயினர். முதலில் ஆசிரியர்கள், சக மாணவர்கள் பார்வையில் மூவரும் ஒரு குழுவாக ஆகினர். பிறகு அவர்கள் கண்ணோட்டத்திலும் அப்படி ஆகினர். பள்ளி அதிசயத்திலும் அதிசயமாக அவர்கள் மூவரையும் ஒன்றிணைத்தது. சிற்றூர் ஆஷா, பெருநகர ரவி, கிராமத்து சத்யா மூவரும் ஒன்று சேர்ந்தனர். அவர்களுக்கு மட்டும்தான் ஒவ்வொருவரும் எவ்வளவு வேறுபட்டவர்கள் என்பது தெரியும். மற்ற அனைவருக்கும் அவர்கள் மருத்துவக் கல்விக்கு முயற்சிக்கும் பட்டியல் சாதி மூவர். அவர்கள்

மத்தியில் அது ஒரு நகைச்சுவை: அவர்கள் இட ஒதுக்கீட்டு மாணவர்கள் அல்ல; ஒருவருக்கொருவர் ஒதுக்கீடு செய்யப்பட்டவர்கள்.

ஆஷாவின் ஃபோன் ஒலியெழுப்பியது. ரவியின் செய்தி. வெளியே வா. ஆட்டோவில் காத்திருக்கிறோம். கையில் இருந்த புத்தகத்தைக் கீழே வைத்துவிட்டு, வெளியே ஓடிப்போய், ஆட்டோவில் ஏறி ரவி, சத்யா இருவருக்கும் இடையில் உட்காருகிறாள்.

ரவி ஆட்டோ ஓட்டுனரிடம் ‘கடற்கரைக்குப் போங்க’ என்றான். அவர், அவர்கள் மூவரையும் ஒரு மாதிரி பார்த்தார்.

ஓட்டுனர் தோள்களைக் குலுக்கியபடி தொடர்ந்தார். சாலையில் பலத்த சத்தமிட்டபடி ஆட்டோ ஓடியது. அவர்கள் மூவரும் ஒருவர் பேசுவதை மற்றவர் கேட்க முடியாதபடி சத்தம். அதனால் பரவாயில்லை. பேச்சைப் பிறகு பார்த்துக் கொள்ளலாம். அவர்கள் கல்லூரிகளில் இல்லை, எல்லாருடனும் ஒன்றிப் போக; எதிர்காலம் வந்தடைய. அவரவர் வீட்டிலும் இல்லை. அவர்கள் மட்டும் இரகசிய அமைப்புப் போல ஒன்றாக இருக்கிறார்கள். அன்று விடுமுறையாதலால், அவர்கள் இடித்துப்பிடித்துக் கொண்டு இருக்கிறார்கள்; சாலையில் எங்கோ போய்க்கொண்டிருக்கிறார்கள்.

பீச்சுக்கு வந்து சேர்ந்ததும், ஞாயிற்றுக்கிழமைக் கூட்டத்தில் இருந்து தள்ளி வந்த பிறகுதான் அவர்கள் ஒருவரையொருவர் அப்புறம், எப்படி இருக்கு உனக்கு என்று கேட்க முடிந்தது.

வழமை போல ரவி முதலில் சொல்கிறான்.

‘பெரும்பாலும் வழக்கமான குப்பைதான். ஆசிரியர்களும் பெரும்பாலும் நான் நினைத்தபடிதான்; பாடதிட்டமும் அப்படித்தான். எனக்கு அதெல்லாம் பொருட்டல்ல. நான் பட்டம் வாங்கிவிடுவேன்’.

ஆஷா அவன் முகத்தில் ஏதும் வேதனை தெரிகிறதா என்று தேடினாள். நுழைவுத் தெர்வு முடிவுகள் வந்தபோது அவளுக்குப் புரிந்து போயிற்று தனக்கு கிடைக்காது என்று. அவளது அம்மா உலகின் நடைமுறை வாழ்வு பற்றிய புரிதல் இருந்தவர். ஆஷாவை செவிலியர் படிப்பிற்கும் விண்ணப்பிக்க வைத்திருந்தாள். ஆனால் ரவி அவனுக்கு கைகெட்டும் தூரத்தில் இருந்த மருத்துவப் படிப்பை இழந்ததை மறக்கவில்லை என்று ஆஷாவுக்குத் தெரியும். ஆனால் அவன் தன் கசப்பையோ வேதனையையோ காட்டிக்கொள்ளப் போவதில்லை.

‘சில மாணவர்களுடன் பேச முடிகிறது. என் அறை நண்பர்களை எனக்குப் பிடித்திருக்கிறது. ரமேஷா அதில் ஒருவன். பீம் சக்தி என்ற மாணவர் அமைப்பு இருப்பதாகச் சொல்கிறான். சீனியர்கள் சொன்னதாகச் சொன்னான். ஆஷா, உன் கதை எப்படி?’

ஆஷாவுக்குச் சொல்ல நிறைய இருந்தது. ஆனால் அவையெல்லாம் கல்லூரியில், குறிப்பாக விடுதியில், பெண்களுக்கு இருந்த விதிமுறைகள் பற்றியவை. எல்லாவற்றுக்கும் காலகெடு. நூலகம், மைதானத்தில் இருந்து வெளியேற, விடுதியை விட்டு வெளியேற. ‘எல்லாம் கடுமையான விதிமுறைகள்; நான் பழகிக் கொண்டிருக்கிறேன்’ என்றாள்.

உண்மையில் சத்யா சொல்வதைக் கேட்கத்தான் ஆஷா, ரவி இருவருக்கும் ஆவல். அவர்களது வெற்றிக் கதை பற்றிய செய்தி வேண்டும்; சத்யாவை நினைத்துப் பெருமையடைதல் என்பது அவர்களுக்கான பெருமை. ஆர்வமாக அவனைப் பார்க்கிறார்கள். இருவருக்கும் இடையில் நடந்துகொண்டிருந்த சத்யா தோளைக் குலுக்கினான். ‘என்ன சொல்றதுன்னே தெரியல. இன்னும் யாரையும் எனக்குத் தெரியாது. நிறையப் படிக்க வேண்டி இருக்கு. நான் அதை மட்டும்தான் பண்றேன்’ என்றான்.

‘விடுதி?’ கேட்டாள் ஆஷா.

‘பரவாயில்லை. மேல் தளத்தில் ஒரு மூலையில் உள்ள அறையில் இருக்கிறேன். என் அறை மாணவன் வடக்கில் இருந்து வந்தவர். நாங்கள் ஆங்கிலத்தில்தான் பேசவேண்டும்; அதிகம் பேசிக் கொள்வதில்லை. அது பரவாயில்லை. பழகிவிடும்’ என்றான் சத்யா.

நடக்க நடக்கத் தொடுவானம் தள்ளிப் போவதைப் பார்க்கிறார்கள். இன்னும் இருக்கிறது என்பதை ஆஷா உணர்கிறாள். ஆனால், திடீரென அவள் இந்தப் பேச்சைத் தொடர விரும்பவில்லை. அவர்கள் ஒருவருக்கொருவர் காயங்களையும் கீறல்களையும் பரிசோதிப்பது போல இருந்தது. அவர்கள் வெகுகாலத்திற்குப் பின் ஒன்றாக இருக்கிறார்கள்; கடற்கரையில் இருக்கிறார்கள். அவள் இரண்டு ஆண்களோடு இருப்பதைப் பற்றி யாராவது அசிங்கமாக சொல்லுவதற்கு முன், அவர்கள் மகிழ்ச்சியாக இருக்க வேண்டும் என நினைக்கிறாள்.

‘கல்லூரிய மறப்போம். தண்ணீல போலாம். அப்றம் கரும்புச் சாறு குடிக்கலாம்’ என்றாள்.

கடல் அலைகளைப் பார்த்தபடி தண்ணீரில் நிற்கிறார்கள். கடல் வானளவு உயர்கிறது. இடமும் வலமும் விரிகிறது. 'உலகம் எவ்வளவு பெரிசு, தெரியுதா?' என்று அவர்களிடம் கேட்கிறது. கடல் அமைதியாக இருக்காது; ஓரிடத்தில் இருக்காது; தேங்கிக் கிடக்காது. அலைகள் கரையை நோக்கி வரும்போது உறுமலோடு வீசுகின்றன. பின்செல்லும்போது கரை மணலை மென்மையாகத் தட்டித் தடவிச் செல்கின்றன. அலைகள் எப்போதும் ஏதாவது செய்கின்றன; சொல்கின்றன. கடல் அசைதலின் மகிழ்ச்சியை அவர்களுக்குக் கற்றுத்தருவதை ஆஷா உணர்கிறாள். அவர்கள் வாழ்வும் மாறும்; அவர்களும் முன்னேறுவார்கள். மருத்துவர், செவிலியர், ஆசிரியர்கள் ஆவார்கள். மற்றவர்களுக்குக் கீழோ பின்னாலோ இருப்பவர்கள் என்ற பெயரொட்டுகள், முத்திரைகள் இல்லாமல் சராசரி மக்களாக சராசரி வாழ்க்கை வாழ்வார்கள். பிற்படுத்தப்பட்டவர்கள். மிகவும் பிற்படுத்தப்பட்டவர்கள். தாழ்த்தப்பட்டவர்கள். பி.சி, ஓ.பி.சி, எஸ்.டி, மற்றும் எஸ்.சி.

அவள் இதுவரை ரவி, சத்யாவை தொட்டுப் பேசியதில்லை. ஆனால், இப்போது கடலில் இருந்து வெளியேறும்போது அவர்களோடு கரம் கோர்ப்பது இயல்பாகப்பட்டது.

ஆஷா அவர்களைக் கரும்புச்சாறு விற்கும் பெட்டிக்கடைக்கு, கூட்டிச் சென்றாள். கரும்பைத் தேர்ந்தெடுக்கிறாள். சாறை இருவரிடமும் கொடுக்கிறாள். கரும்புச்சாறு தொண்டைக்குள் இறங்குவது, கடல் உறுதியளித்த எதிர்காலம் இதைப்போலவே இனிதாக இருக்கும் என்பதாகத் தோன்றியது. கடைக்காரருக்கு காசு கொடுக்கப் போனாள். இந்தக் கணம் அப்படியே இருக்க வேண்டும் எனப்பட்டது. ஆஷா இதனை இன்னொரு குவளை சாறு மூலம் நீட்டிக்க விரும்பினாள்.

'உங்க அண்ணன் தம்பிக்கு? அவங்களுக்கு இன்னொரு க்ளாஸ் ஜூஸ் வேண்டாமா?' கடைக்காரர் அப்படிக் கேட்டதால் ரவி, சத்யாவிற்கும் இரண்டாம் சுற்று கரும்புச்சாறு வாங்கினாள்.

ஆம். சத்யாவும் ரவியும் அவள் சகோதரர்கள். இரத்த உறவினால் அல்ல; அதைவிட உறுதியான பந்தத்தினால்! அவ்வளவு எளிதாகக் கலைக்க முடியாது. இப்போது வேறுவேறு இடங்களில் இருந்தாலும் அவர்கள் மூவரும் காலத்துக்கும் நண்பர்கள்.

கடற்கரையில் இருந்து கிளம்பி அவள் விடுதிக்கும் அவர்கள் பேருந்து

நிலையத்திற்கும் பிரிந்தபோது அவள் கண்களில் நீர்முட்டியது. அவளது இந்த வார அழுக்குத் துணி துவைப்பதற்குக் காத்திருக்கிறது. இந்தச் சந்திப்பு முடியப்போகிறது. மூன்று மாதங்கள் காத்திருந்த சந்திப்பு; மூவருக்கும் கிடைத்த ஒரு அமைதியான நாள்; ஆஷாவின் இழப்பை ஈடுகட்ட இது போதாது. ஏற்கனவே, பிரிந்திருந்த நாட்கள் பற்றி ஒருவருக்கொருவர் விவரிப்பது கடினமாக இருந்தது. வாய்விட்டுச் சொல்ல பயமாக இருந்தது. 'அவங்க இப்படிச் சொன்னாங்க', 'இப்படிப் பண்ணினாங்க', 'எனக்கு இப்படி நடந்தது' என்று உரக்கச் சொல்லிவிட்டால் மனம் உடைந்துவிடும் என்று அச்சப்பட்டார்களோ! இது யுத்தத்தின் தொடக்கம்; முதல் செமெஸ்டர்; முதல் ஆண்டு. இன்னும் எதையெல்லாம் சகிக்க வேண்டுமோ? அதுவரை ஏன் மற்ற இருவரையும் சிரமப்படுத்துவானேன்? ஆஷா புறந்தள்ளும் சிறு சிறு இகழ்ச்சிகள்; ரவி முகம் கொடுக்கும் ஏமாற்றங்கள்; மீறிச் செல்ல எடுக்கும் முயற்சிகள்; மருத்துவராக நினைக்கும் திமிர் பிடித்த தலித் மாணவன் சத்யாவின் கொடும் தனிமை இவை எல்லாவற்றையும் பகிர்ந்து மனச் சுமையை அதிகரிப்பானேன்?

எனது உடல் எனது படகு

1

மூன்று நண்பர்களும் ஒருவரை ஒருவர் பார்த்துப் பல வாரங்கள் ஆகிவிட்டன. குறுஞ்செய்தி, இமெயில், கொஞ்சம் முகநூல், எப்போதாவது அதிசயமாக ஃபோன் பேச்சு எனத் தொடர்பில் இருக்கிறார்கள். ஆனாலும் இது எதுவும் சந்திப்பது போலாகாது. அன்று கடற்கரையில் மூவரில் யாராலும் கல்லூரி வாழ்வின் முதல் மூன்று மாத அனுபவங்களைப் பகிர்ந்துகொள்ள முடியவில்லை. ரவி குறைகளைச் சொல்லுதல் ஆணுக்கு அழகல்ல என நினைத்திருக்கலாம். அவன் விரைவில் வளர்ந்து ஆண்மகனாக விரும்பினான். கிறித்துவ நம்பிக்கை கொண்ட தன் கல்லூரி, ஆடவர் கல்லூரிகள் அளவு மோசமாக இருக்காது என ஆஷா நம்பி இருக்கலாம். சத்யா தன் அனுபவங்களை விவரிக்க விரும்பாமல் இருந்திருக்கலாம்; சொற்களில் வெளிப்படுத்தினால், அதுவும் ஆஷா ரவியிடம் சொன்னால், அந்த எதார்த்தம் நிசமாகிவிடும் என நினைத்திருக்கலாம்.

ஆஷா அன்றைய கடைசி வகுப்பில் இருந்தாள். அலுப்பூட்டும் வகுப்பு. திருமதி குமாரி செவிலியர் தொழிலின் 'அடிப்படைகள்' பற்றி முடிவே இல்லாமல் சொல்லிக்கொண்டிருந்தார். அவர்கள் எல்லாரும் இந்திய ஃப்ளாரென்ஸ் நைட்டிங்கேர்ள்களாக இருக்க வேண்டும் என்று சொல்லிக்கொண்டிருந்தார். மற்றபடி பாடபுத்தகத்தைப் பார்த்து வாசித்தார். அவர் உரக்க வாசிக்கும் மாணவி போலவும்,

நிச மாணவிகள் தங்கள் புத்தகத்தை உன்னிப்பாகக் கவனித்து அவர் எதையும் விடாமல் சரியாக வாசிக்கிறாரா என்று பரிசோதிப்பது போலவும் இருந்தது. 'திருமிகு நைட்டிங்கேர்ள் முதன்முதல் முழுமைச் சிகிச்சை (நோயாளியின் முழுமையும்) என்பதைக் குறிப்பிட்டவர். தொழில்முறை செவிலியர் பணிக்கு, தனிச் சிறப்பான பயிற்சி தேவை என்பதை வலியுறுத்தினார்.'

ஆஷா தலையைக் கவிழ்த்தபடி புத்தகத்தைப் பார்க்கிறாள். சென்ற வகுப்பில் அவள் திருமதி குமாரியைப் பார்த்துக்கொண்டிருந்தாள். வாக்கியங்களுக்கு இடையில் இருவர் கண்களும் சந்தித்தன. அவர் ஓதிக் கொண்டு இருந்ததைப் பாதியில் நிறுத்திவிட்டு, ஆஷாவைப் பார்த்து 'முந்தைய வகுப்புகளில் நடத்தியது உங்களுக்கு நினைவிருக்கிறதா என்று பார்ப்போம். நர்ஸ் என்ற சொல்லின் மூலம் என்ன?' என்றார்.

ஆஷாவுக்குப் பதில் தெரியும். ஆனால், அவள் இலத்தீன் மொழிச் சொல்லான "ந்யூட்ரிசியஸ்" "நரிஷிங்க்" "பராமரித்தல்" என்றதும், பல மாணவியர் அடங்கிய குரலில் கேலியாக சிரித்தனர். திருமதி குமாரியும் புன்முறுவல் செய்தார். 'ந்யூட் ரி ஷியஸ்' என்று ஒவ்வொரு ஒலிப்பானையும் அழுத்தமாகச் சொன்னார். 'திருப்பிச் சொல்லு'. ஆஷா செய்தாள். பதில் தெரியாமல் இருந்திருக்கலாம் என நினைத்தாள். நிறைய மாணவியர் கேள்வி கேட்டால் சுவரை வெறித்துப் பார்ப்பார்கள். அவளால் ஏன் அவர்களைப் போல இருக்க முடியவில்லை?

திருமதி குமாரி இப்போது தொழில்முறை செவிலியரின் பண்புகளைப் பட்டியல் இட்டுக் கொண்டிருந்தார். அது நீண்டதொரு பட்டியல். செவிலி என்பவள் கருணை, அன்பு, ஆர்வம், புதியன கற்றலில் ஆர்வம், மென்மை, புரிந்துணர்வு, நம்பிக்கை, துணிவு, உண்மை, நேர்மை, பணிவு, கூட்டுறவு, பொறுமை, சுத்தம், தியாகம் ஆகிய பண்புகளைப் பெற்றிருக்க வேண்டும். பட்டியல் இன்னும் போய்க் கொண்டேயிருந்தது. ஆசிரியரின் குரல் எந்த உணர்ச்சியும் இன்றி எல்லாப் பண்புகளும் ஒன்றுபோல ஒலித்தன. அவை அனைத்தும் முக்கியம்; அல்லது முக்கியமற்றவை. ஆஷா ஒன்றிரண்டு குறிப்புகள் எடுத்தாள். இப்போது களைப்பு மிகுந்தது. கவனிக்க முடியவில்லை. அவள் மனம் இன்னொரு அறைக்குத் தாவியது. அவள் செவிலியாகப் பணி செய்யத் தகுதியானவள் என்பதற்கான காரணத்தை அங்குதான் அவள் கேட்டாள்.

மேசையின் அந்தப் பக்கம் இரண்டு பெண்களும் ஒரு ஆணும் அமர்ந்திருந்தனர். ஆஷாவிற்குக் கல்லூரியில் இடம் கிடைத்துவிட்டது; எல்லா ஆவணங்களையும் சமர்ப்பித்துவிட்டாள்; சாதிச் சான்றிதழின் நகலையும் மூலத்தோடு ஒப்பிட்டுக் கையொப்பம் பெற்று அளித்து விட்டாள். எனவே இது நேர்முகத் தேர்வு அல்ல. கல்லூரி திட்டப்படி உதவித் தொகை பெறும் 'சமூகத்தின் வலுவற்ற பிரிவு' மாணவர்களைக் கல்வித் திட்டம், கல்லூரி ஆகியவற்றுக்கு அறிமுகம் செய்து வைக்கும் அமர்வு. கிறித்துவ உணர்வு மிக்க செயலாகத் திட்டமிடப்பட்டிருக்கலாம்.

நிறுத்தாமல் பேசியபடி இருந்த பெண்மணி செவிலியர் பணி செய்யப் பரிந்துணர்வு தேவை என்பதைப் பற்றி உரை நிகழ்த்தினார். மற்ற பெண்மணி மாறாத புன்னகை பதித்த முகத்தோடு எதுவும் பேசாமல் அமர்ந்திருந்தார். இட ஒதுக்கீட்டில் படிக்க வரும் மாணவியை அன்புடன் ஊக்குவிப்பதாகக் கருதியிருக்கலாம். அதுவரை அமைதியாக இருந்த ஆண் திடீரெனக் குறுக்கிட்டார்: 'நல்ல செவிலியாக இருக்க முடியும் என்று எப்படி நம்புகிறாய்?' ஆஷா தயங்கினாள். 'முறுவல் பெண்மணி' வேகமாகத் தலையாட்டினார். பிறகு ஆஷாவிற்கு ஆதரவளிக்கும் எண்ணத்தோடு மெல்லிய கனிவு வழியும் குரலில் 'அடுத்தவருக்குச் சேவை செய்வது உங்களுக்குப் பழக்கம்தானே? செவிலிப் பணி இயல்பாகவே வரும்' என்றார்.

இருந்தும் அவள் இருப்பது நல்ல நிறுவனம். கருணை சகோதரிகள் செவிலியர் கல்லூரி. ஆஷா ஒரு கணம் இந்த எண்ணத்தை இருத்தி வைக்க முயல்கிறாள். ஆனால் அனுமதிக்கப்பட்டவர் பட்டியல் தகவல் பலகையில் ஒட்டப்பட்ட போது அவள் வயிற்றைச் சுண்டி இழுத்த வெறுமை அவளுக்கு இன்னமும் நினைவில் உள்ளது. அவளது சாதனை உணர்வு மங்கியது.

பட்டியலில் பல பிரிவுகள் இருந்தன; அவள் கண்கள் முதலில் 'பொது'ப்பிரிவில் சென்றன. அரைவாசி மாணவர்கள் அதில் இருந்தனர். ('பொது' பிரிவிற்குள் உப பிரிவுகள் இருந்தன. 'நிர்வாகத்தின் ஒதுக்கீடு'. ஆனால் இந்த ஒதுக்கீடு வேறு மாதிரி ஒலித்தது. இதில் இருந்த மாணவர்கள் பணக்கார குடும்பங்களைச் சேர்ந்தவர்கள்.) எனவே 'பொது' என்பது பிறப்பு, பணக்காரப் பெற்றோர் ஆகியவற்றால் மேம்பட்ட பிரிவு; பிறகு 'பிற்படுத்தப்பட்டோர்'; அதன் பின் 'தாழ்த்தப்பட்டவர்'. அதில் அவள் இருந்தாள். அதற்கும் கீழே சிறியதொரு 'ஆதிவாசிகள்' பட்டியல். ஒரு நாள் காலையில்

எழுந்து பார்த்ததும் அவளும் 'பொது'ப் பிரிவில் இருந்தால் எப்படி இருக்கும் என்று வழக்கம் போல் நினைத்தாள். 'வலுவற்றவர்', 'பிற்படுத்தப்பட்டவர்', 'ஒடுக்கப்பட்டவர்', 'அரிஜன்', 'பட்டியல் சாதி' ஏன் 'தலித்' என்ற பிரிவுகள் எதிலும் இல்லாமல் பொதுசனங்களில் ஒரு பகுதியாக இருந்தால் எப்படி இருக்கும் எனக் கற்பனை செய்து பார்த்தாள். ஆனால் அது உண்மைதான். அதனால் அவள் பெயருக்கு முன்னோ பின்னோ ஒட்டு இருந்துகொண்டே இருக்க வேண்டுமா? உலகத்திற்கு, முக்கியமாக அவளுக்கு, அவள் பொதுப் பிரிவில் இல்லை; குறிப்பிட்ட பிரிவில் இருக்கிறாள் எனச் சொல்லிக்கொண்டு இருக்குமா? உடல் ஊனமுற்றவள் என்பது போல இதுவும் கூடவே வருமா?

எரிச்சலூட்டும் இந்தக் கேள்வியைப் புறந்தள்ளினாள் ஆஷா. பெரிய அரசுக் கல்லூரியில் இருக்கும் ரவியைவிட, போட்டி நிறைந்த தனியார் மருத்துவக் கல்லூரியில் படிக்கும் கிராமத்தில் இருந்து வந்த தலித் சத்யாவைவிட அவள் நிலைமை மேல் என்று ஆஷாவிற்கு நிச்சயம் தெரியும். அவள் கல்லூரி முற்போக்கான விழிப்புணர்வு கொண்ட நிறுவனம். 'ராகிங்' தொடர்பாகக் கடுமையான விதிகள் இருந்தன. ஆனாலும் விடுதிக் காப்பாளர் புதிய மாணவிகளைக் கல்லூரிக்குள் அறிமுகப்படுத்தும் 'அப்பாவியான' சடங்குகள் நடக்கும் போது முகத்தைத் திருப்பிக்கொள்வார். பிற கல்லூரிகள் பற்றிக் கேள்விப்பட்டவற்றை ஒப்பிடுகையில் ஆஷா அதிர்ஷ்டசாலிதான். நிறைய ஃபேர் அண்ட் லவ்லி களிம்பை எடுத்து முகத்தில் அப்பிக் கொள்ள வேண்டிவந்தது. ஒருவழியாக சீனியர் மாணவிகள் அதைத் துடைக்க அனுமதித்தபோது சிரிப்பொலி அதிர்ந்தது. அதில் ஒருத்தி 'கொஞ்சம் கறுப்பு கொறஞ்சிருக்கு, இல்ல?' என்றாள். நல்லவேளையாக அவர்கள் சாதி பற்றி எதுவும் சொல்லவில்லை என்று தன்னைத் தேற்றிக்கொண்டாள் ஆஷா. அதோடு விடுதியில் அறைகள் ஒதுக்கப்பட்டது எழுத்து வரிசையில்தான். சாதி, மதம், இட ஒதுக்கீடு, உதவித் தொகை எதுவும் பார்க்கப்படவில்லை. அப்படித்தான் ஆஷா பொதுப் பிரிவைச் சேர்ந்த ப்ரியாவை அறைவாசியாகப் பெற்றாள். ப்ரியா அமைதியாகவோ ஓரிடத்திலோ இருக்க மாட்டாள்; எப்போதும் அவளுக்குச் சொல்லவும் சிரிக்கவும் ஏதாவது இருந்தது. அவளது குடும்பம் அரபு நாடான கல்ஃபில் வசித்தது. அறையில் அவள் பகுதியில் நிறையப் பொருட்கள் சிதறிக் கிடந்தன. அவள் அனைவரிடமும் நட்போடு இருக்க விரும்பினாள்.

விடுதியில் சேர்ந்த முதல் ஞாயிறு அவள் ஆஷாவைத் தனது உள்ளூர் பொறுப்பாளர் வீட்டிற்கு மதிய உணவு சாப்பிட அழைத்தாள்.

அந்த மாதிரி அழகான அடுக்குமாடிக் கட்டிடத்தில் உள்ள வீட்டை ஆஷா இதுவரை பார்த்ததில்லை. நுழைவாயிலில் காவலர் இருந்தார்; தொட்டிகளில் நிறையச் செடிகள் இருந்தன; அந்த வளாகத்திலேயே குழந்தைகள் விளையாட வண்ண வண்ண ஊஞ்சல்கள் இருந்தன. ப்ரியாவோடு லிஃப்டில் ஐந்தாவது மாடிக்குச் சென்றபோது ஆஷாவிற்கு உற்சாகமாகவும் இருந்தது; கொஞ்சம் அச்சமாகவும் இருந்தது. வீட்டுக் கதவைத் திறந்து ப்ரியாவைக் கட்டி அணைத்துக்கொண்ட பெண்மணியும் அந்தக் கட்டிடத்தைப் போலவே அருமையாக இருந்தார். குட்டை முடி, உதட்டுச் சாயம், பூக்கள் போட்ட சல்வார் கமீஸ் சகிதம் இருந்தார். அவரது வயதைக் கணிக்க முடியவில்லை. அவர் எப்போதும் இளைமையாக, கவர்ச்சியாக இருப்பார் என்று ஆஷாவிற்குத் தோன்றியது. ஆஷா பின்புறம் தள்ளி நின்றாள். ப்ரியாவால் ஆன்டி என அழைக்கப்பட்ட அப்பெண்மணி 'வா வா, ப்ரியாவின் வகுப்பில் படிக்கிறாயா?' என்றார்.

'என் அறையில் கூட இருக்கிறாள். அவளுக்கு இந்த நகரத்தில் யாரையும் தெரியாது. அதனால் என்னோடு சாப்பிட வரச் சொன்னேன்' என்றாள் ப்ரியா.

'நல்லது. உள்ளே வா' என்றார் ஆன்டி.

வசீகரமான ஆரஞ்சு மற்றும் பழுப்பு நிற சோஃபாவில் அமைதியாக அமர்ந்தபடி ஆஷா, ப்ரியா ஆன்டி உரையாடலை ரசித்தபடி இருந்தாள். அவளுக்குத் தெரியாத நபர்கள், உடைகள் வாங்க நகரத்தில் சிறந்த மால் பற்றிப் பேசிக்கொண்டிருந்தார்கள். மதிய உனவு நேரம் வந்தது. குடும்பத்தினர் அனைவரும் சேர்ந்துகொண்டார்கள். ஆன்டியின் கணவர் அங்கிள், அவர்கள் மகன் மற்றும் வயதான பெரியவர் ஒருவர். அவர் அங்கிளின் அப்பா. மகன் நட்புணர்வற்ற எரிச்சல் மிக்க அமைதியோடு இருந்தார். பெரியவர் ப்ரியாவை உற்றுப் பார்த்தபடி ஒலியெழுப்பியவாறு சாப்பிட்டார். பிறகு ஆஷா பக்கம் கவனத்தைத் திருப்பினார். தன் முகத்தில் பதிந்த, தோலுடன் ஒட்டிக்கொண்ட அவரது பார்வையை ஆஷாவால் உணர முடிந்தது.

திடீரென அசைபோடுவதை நிறுத்தியவர் 'என்ன சாதி?' என்றார்.

எல்லாரும் மௌனமாயினர்.

அவர் ப்ரியாவை நோக்கி, ‘உன் சினேகிதி, அந்தக் கறுப்புப் பொண்ணு, என்ன சாதி?’ என்றார்.

ஆன்டி இனிப்பு எடுக்க அடுக்களைக்குள் போனார். அந்த நொடி கடந்தது. ஆனால், மேசையில் இருந்த தட்டுகளை எடுத்துக் கொண்டு ஆஷா ப்ரியாவோடு சமையலறைக்குப் போனபோது, ஆன்டி அவளைத் தடுத்தார். ‘சமையலறைக்குள் வராதே. நீ எங்க விருந்தாளி இல்லையா’ என்றபடி தடுமாற்றத்துடன் சிரித்தார்.

ப்ரியாதான் இன்னமும் அவள் அறைவாசி. ஆனால், ப்ரியா நிறைய நேரம் வேறு அறைகளில் செலவிடுகிறாள். கூட இருக்கும்போது ஆஷாவிடம் நாசூக்காக நடந்து கொள்கிறாள். ஆனால் ப்ரியாவின் ஒவ்வொரு சொல், பார்வை எல்லாமே ஆஷாவிற்கு அந்தப் பெரியவரின் மிக முக்கியமான கேள்வியைத்தான் நினைவுபடுத்துகிறது.

திருமதி குமாரி இழுத்து இழுத்துப் பேசுவதை நிறுத்தினார். மணி அடித்தது; ஆஷாவின் அலைபாயும் மனம் வகுப்பிற்குள் வந்தது. ஆஷா தன் பாடபுத்தகத்தை மூடுகிறாள். இந்த இடம் சாதி கடந்தது என்று அழுத்தமாகக் காட்டும் புத்தகம். அதன் முதல் பக்கத்தில் பெரிய எழுத்துகளில் மூன்று வரிகள் உரக்க ஓலமிடுகின்றன: தீண்டாமை பாவச்செயல். தீண்டாமை ஒரு குற்றம். தீண்டாமை மனிதாயம் அற்றது. அது ஒரு பாவச்செயல் மதத்தின்படி வாழ்பவருக்கு, பாவ புண்ணியத்தில் நம்பிக்கை கொண்டவருக்கு அது ஒரு பாவச்செயல். சட்டப்படி நடப்பவருக்கு அது ஒரு குற்றம். மனிதாயம் அற்றது இது எவருக்கானது?

சத்யா, ரவி இதைப் பற்றி என்ன நினைக்கிறார்கள் எனக் கேட்க விரும்பினாள் ஆஷா. ரவி, சத்யாவைவிட இதை எளிதாக எடுத்துக் கொள்வான். விளையாட்டாகப் பேசி அவளைச் சிரிக்க வைப்பான். இந்த இரட்டைத்தனத்தைக் கேலி கூடச் செய்வான். சாதி அதிகாரபூர்வமாக அழிந்துவிட்டது. ஆஷா, ரவி இதை நடிப்பதைக் கற்பனை செய்து பார்த்தாள்.

அவன் சாதியை எங்கும் தேடுவான் மேசைக்கடியில், முதுகுப் பையில், சாலையோரம் தேங்கிய சாக்கடையில். கோமாளித்தனமாக அவன் நடிப்பது அவள் கண்முன் விரிந்தது. ‘எங்கே? எங்கே இருக்கிறாய்?

திரு. சாதி அவர்களே உம் திருமுகத்தைக் காட்டுவீர். நாங்கள் எங்கு போனாலும் நீங்களும் வருவீர்கள் என்று தெரியும்...' என்ற அவன் குரல் கேட்டது.

பயம், சோகம் எல்லாவற்றையும் பற்றிப் பாட்டுப்பாடி, ஜோக்கடிக்கத் துணிவு மிக்க ரவி. சொற்கள் இல்லாதபோது தன் பறையை இசைக்கும் ரவி. அவன் எப்படி இருக்கிறான் இப்போது?

மூன்று மாதங்கள் ஆயிற்று. என்ன நடக்குது? குறுஞ்செய்தியோடு இமோஜி ஒன்றையும் சேர்த்தாள். மஞ்சள் முகம் குழப்பத்தோடு கையால் தாடையைத் தாங்கி ஒரு விரலைக் கன்னத்தில் வைத்திருந்தது. சத்யாவின் பெயருக்கு அருகில் இருந்து 'அனுப்பு' அம்பை தட்டினாள். பிறகு ரவிக்கு அதைத் திருப்பி அனுப்பினாள். ரவி உடனே பதில் அனுப்பினான். பிஸி. உங்கிட்ட சொல்ல நெறயா இருக்கு. மெயில் அனுப்பறேன்.

ஆனால் சத்யாவின் மின்னஞ்சல்தான் முதலில் வந்தது.

அன்பு ஆஷா,

சொன்னபடி நேரில் வந்து பார்க்க முடியவில்லை. மன்னிக்கவும். ரவியும் கடுமையான வேலைப்பளுவில் இருக்கிறான். அவனோடு தொலைபேசியில் ஒரு முறைதான் பேசினேன். ரவி அவனது அறையில் கூட இருப்பவர்கள் பற்றிச் சொன்னான். நான் அவர்களை வந்து சந்திக்க வேண்டும் என்றான். எனக்கும் ஆசையாகத்தான் இருக்கிறது. ஆனால், நான் நிறைய படிக்க வேண்டியுள்ளது; அப்போதுதான் மற்றவர்கள் தரத்தை எட்ட முடியும் என்று உனக்குத் தெரிந்ததே. சைக்கிளை எடுத்துக் கொண்டு அருகில் உள்ள இடங்களைப் பார்க்கப் போவதுதான் எனக்குக் கிடைக்கும் ஒரே இடைவெளி. (பிரசாத் ஒரு பழைய சைக்கிள் வாங்கித் தந்தான். அவனைப் போலச் சகோதரன் கிடைக்க நான் கொடுத்து வைத்திருக்க வேண்டும்.) நல்ல வேளை கல்லூரி நகரத்தில் இல்லை. அரை மணி நேரம் சைக்கிள் ஓட்டினால் வயற்காடுகள் வந்துவிடும். அந்த விரிந்த வெளியும் பச்சையும் எனக்குப் புத்துயிர் ஊட்டி மீண்டும் வலுவேற்றுகின்றன. அங்கு ஆண்களும் பெண்களும் வேலை செய்வதைப் பார்ப்பது வீட்டில் இருப்பது போலத் தோன்றுகிறது. என் அம்மாவோடு இருக்கும் உணர்வைத் தருகிறது. எவரும் பயன்படுத்தாத ஒரு குளம் ஒன்றையும் நான் கண்டுள்ளேன். சின்னக் குளம்; சுத்தமாகவும் இல்லை. ஆனால், அதன்

கரையில் உட்கார்ந்து, வீசும் காற்றின் ஓசையைக் கேட்டுக்கொண்டு, தண்ணீர் நடுங்குவதைப் பார்ப்பது பிடித்திருக்கிறது. என்னிடம் ஏதோ சொல்ல முயற்சிப்பது போல் தோன்றுகிறது.

சுய புராணம் போதும். உன் முக நூலில் போட ஒரு கவிதை கேட்டிருந்தாய் அல்லவா? நேற்றிரவு உனக்காகச் சில வரிகள் எழுத முயற்சி செய்தேன். மிகுந்த களைப்பில் இருந்ததால் இவ்வளவுதான் முடிந்தது:

என் மூதாதையர் செத்து மண்ணுக்குள்
திரும்பும் வரை வேலை செய்த நிலம்,
நான் விட்டுவிட்டு வந்த நிலம்
ஏன் என்னை தினமும் இரவில் அழைக்கிறது?

இதற்குப் பின் இதை எப்படி எடுத்துச் செல்வது என்று எனக்குத் தெரியவில்லை. ஆனால், நான் எல். எஸ். ரோகடே எழுதிய அருமையான கவிதை ஒன்றை மொழிபெயர்ப்பில் படித்தேன். அது இப்படிப் போகிறது:

அம்மா, நான் பிறந்த போது
உன் பிரசவம் நீண்டதாக இருந்தது
என்று சொல்வாயே!
அம்மா, அதன் காரணம்
உன் நீண்ட பிரசவத்திற்கான காரணம்:
உன் கருப்பையில் இருந்த நான்
பிறக்கணுமா
பிறந்தே ஆகணுமா
இந்த நிலத்தில்?
தொடுவானம் எட்டும் பாதைகள் எல்லாம்
எனக்கு மறுக்கப்பட்ட இந்த நிலத்தில்?
என்று தயங்கியதுதான்.

அக்கவிதை தாயின் வாழ்வை விவரிக்கிறது. அவளுக்குச் சொந்தமில்லாத அவளது நிலத்தைப் பற்றி வர்ணிக்கிறது. அதற்குப் பின் எனக்கு மிகவும் பிடித்த இப்பகுதி சொல்கிறது:

அம்மா, உனது இந்த நிலத்தில்
நீர் பெருக்கெடுத்து ஓடுகிறது
ஆறுகள் கரையுடைத்து ஓடுகின்றன

ஏரிகள் நிரம்பி வழிகின்றன.
ஆனால் நீ - மனிதப் பிறவியான நீ
இரத்தம் சிந்தி
அடித்து, போராடிதான்
ஒரு மிடறு நீர் பெற வேண்டும்.
ஆகச் சிறந்த இந்த நாகரிகத்தை நான் காறி உமிழ்கிறேன்.
அம்மா, நீ இங்கு பிறந்ததால்
இந்நிலம் உனதாகுமா?
நான் உனக்குப் பிறந்ததால்
இந்நிலம் எனதாகுமா?
இதனை நான் சீரிய நிலம் என
அன்பு வைத்துப்
பாராட்டிப் புகழ வேண்டுமா?
அம்மா, என்னை மன்னித்துவிடு.
உண்மையாகச் சொல்ல வேண்டுமானால்,
நான் தயங்கினேன்
பிறக்கணுமா
பிறந்தே ஆகணுமா
இந்த நிலத்தில்?
எனத் தயங்கத்தான் செய்தேன்.

இந்தக் கவிதையை மீண்டும் மீண்டும் படித்து என் அம்மாவிடம் இதைச் சொல்வது போலக் கற்பனை செய்ய முடிகிறது என்னால். இது எனக்கு வருத்தம் அளிக்கிறது; ஆனாலும் வலுவூட்டுகிறது. நான் சொல்வது உனக்குப் புரிகிறதா?

உன் நண்பன்
சத்யா.

சத்யாவின் மின்னஞ்சல் ஆஷாவிற்குத் தெம்பு அளிக்கவில்லை. மாறாக, அவர்களது பள்ளி நாட்களில் நடந்த சிலவற்றை நினைவூட்டியது. நன்றாக படிக்கும் மாணவர்கள் எப்போதுமே வகுப்புத் தோழர்கள் மத்தியில் நல்ல பேர் எடுக்க முடியாது போல. சத்யா அமைதியானவன்; ரொம்ப சீரியசாக இருப்பவன்; கடுமையாக உழைப்பவன்; அன்பானவன்; அதோடு பட்டியல் சாதியைச் சேர்ந்தவன். அதனால் அவன் பெயர் கூட கேலிக்குரியதாயிற்று. குறிப்பாக, விளையாட்டுத் திடலில், கிரிக்கெட், கபடி விளையாட்டுகளில் அவனுக்கு ஆர்வம்

இல்லாமல் இருந்தது என்பதனால், அவன் பெயர் பெண் பெயராக ஆக்கப்பட்டது.

ஆஷாவின் கண்முன் ரவி நடந்துகொண்டது காட்சியாக விரிந்தது. விளையாட்டில் ஆர்வம் கொண்ட ரவி நிமிர்ந்த முதுகுடன், முகத்தில் புயல் வீச விளையாட்டுத் திடலில் சத்யாவைக் கிண்டல் செய்த அனைவரையும் 'ஒரு வழி' பார்த்தான். அதனால் ஒவ்வொரு வாரமும் ஆசிரியர்களிடம் மாட்டிக்கொண்டான். ஆனால் பள்ளியின் காலை ஒன்றுகூடலின்போது பள்ளி முதல்வர் கொடியேற்றி, சல்யூட் செய்துவிட்டு வரிசையாக நிற்கும் மாணவர்களிடம் 'சத்யமேவ ஜெயதே' என்று அறிவிக்கும்போது பல மாணவர்கள் அர்த்தகனத்தோடு இளித்தார்கள். அப்போது ரவியால் எதுவும் செய்ய முடியவில்லை. முதல்வர் அங்கிருந்து சென்றதும் மாணவர்கள் அடித்துப் பிடித்துக் கொண்டு வகுப்பறைகளுக்குச் செல்லும்போது சத்யாவைக் கிண்டல் செய்தனர். 'சத்யா ஜெயதே! சத்யா ஜெயதே!' என்று கெக்கலித்தபடி அவனைச் சூழ்ந்துகொண்டனர்.

ஒருமுறை ஒருவன் சத்யாவிடம், 'உங்கள் ஆட்கள் கழிவறைகளைச் சுத்தம் செய்வார்களாமே? தினம் வாளிகளில் பீ சுமப்பார்களா?'

இன்னொரு பையன், 'இன்னிக்கு அள்ளிய பீயில் சத்தியத்தை பார்த்தாயா?' என்று கொக்கரித்தான்.

அந்தக் கேள்வி மற்றவர்களுக்கு மிகவும் பிடித்தது. 'இன்னிக்கு பீயில் சத்தியத்தைப் பார்த்தாயா?' என்று தினம் காலைக் கூட்டம் முடிந்ததும் சத்யாவைக் கேட்டனர். ஆசிரியர்கள் இருக்கும்போது அக்குரல்கள் மெதுவாகின; ஆனாலும் கேட்கத்தான் செய்தன. 'மலத்தில் சத்யா. சத்யாவின் கொள்கை என்ன? பீயில் தோன்றும் சத்யம்.'

ரவி, ஆஷாவும் கேலி செய்யப்பட்டனர், ஆனால் சத்யா அளவுக்கு அல்ல. ஏன் சத்யாவுக்கு மட்டும் அப்படி? ஏனென்றால், அவன் அறிவாளி. பிற மாணவர்களைப் பொறுத்தவரை, இட ஒதுக்கீட்டு மாணவர்கள் எல்லாரும் ஒன்றுதான் அவர்கள் கறுப்பு. மோசமாக உடை அணிபவர்கள். ஆங்கிலத்தில் சிரமம் உள்ளவர்கள். குறைவான மதிப்பெண்கள் எடுத்து, உதவித்தொகை பெற்றுவிடுபவர்கள். எல்லா பட்டியல் சாதியினரும் ஒரே மாதிரியான அசுத்தமான இடத்தில் இருந்து வருபவர்கள். உண்மையில் அவர்கள் மூவரும் வெவ்வேறு இடங்களில் இருந்து வருபவர்கள். வெவ்வேறு குடும்பப் பின்னணி கொண்டவர்கள்.

சத்யா, பிற பட்டியல் இன மாணவர்களை விட வசதியற்ற பின்புலத்தில் இருந்து வருபவன் என அந்த மாணவர்கள் உணர்ந்துவிட்டார்களோ? அம்மாதிரி வித்தியாசம் எல்லாம் அவர்களுக்குப் புரியும் என்று ஆஷாவுக்குத் தோன்றவில்லை. சத்யாவைத் தெரிந்து கொண்ட பின்தான் அவளுக்குத் தான் எவ்வளவு பெரிய அதிர்ஷ்டசாலி எனப் புரிந்தது.

ஆஷாவின் மனம் பின்னோக்கிப் பயணித்தது. தனது நல்வாய்ப்பைத் தனக்குத் தானே உறுதி செய்யவேண்டும் போலிருந்தது.

அவள் அப்பா அவரது குமாஸ்தா மேசையில் அமர்ந்து இருப்பதைப் பார்த்தாள். அன்றைய ஐந்தாவது கோப்பைத் தேநீரை உறிஞ்சிக் குடித்துக் கொண்டிருந்தார். டீ கொதிக்கும் சூட்டில் இருந்தது. ஊதி ஊதிக் குடித்தார். வீட்டில் அவர் மனைவி அவரை டீ, பீடிக்குச் செலவு செய்வதை அனுமதிக்க மாட்டாள். எனவே வீட்டில் அவரால் இப்படிக் குடிக்க முடியாது. இந்தச் சின்னச் சின்ன ஆசைகளைக் குற்ற உணர்வு இல்லாமல் மகிழ்ச்சியாக அவர் செய்யலாமே என்று ஆஷா ஆசைப்பட்டாள். பல ஆண்டுகளாக அவர் அதே வேலையைச் செய்வது அவளுக்குத் தெரியும். மற்ற எல்லாரையும் விட அந்த அரசு அலுவலகத்தில் பல ஆண்டுகள் பணி செய்தவராக இருந்தபோதும், அவருக்குப் பதவி உயர்வு கிடைக்காமல் இருப்பது பற்றிய அவரது ஏமாற்றங்களை அவள் அறிவாள்.

ஆனால், அவள் அம்மாவை நினைத்தால்...

எப்போதும் போல அம்மா தையல் இயந்திரத்தில் உட்கார்ந்திருக்கிறாள். சமையல், சுத்தம் செய்தல் எல்லாம் முடித்து வீட்டில் தனியாக இருக்கிறாள். ‘முன்பெல்லாம் என்னால் ஒரு நாளைக்கு மூன்று துணி தைக்க முடியும். இப்போ வயசாவுது. கண்ணு சுருங்குது; கை பழைய மாதிரி ஓட மாட்டேங்குது. பரவால்ல. இன்னும் ஒண்ணு ரெண்டு மணி நேரம் கூட வேலை செய்யணும், அவ்ளோதான்’ என்று அம்மா சொல்வது ஆஷாவிற்குக் கேட்கிறது.

அம்மா எப்பவும் வேலை செய்தபடியே இருப்பாள். வேலை செய்யாமல் நிறுத்தினால், வாழ்க்கை பற்றி யோசிக்க வேண்டி வரும்; அது பயனற்ற சிந்தனை என்று நினைத்தாள் போல. சில சமயம், ஊசியில் நூல் கோர்க்க கொஞ்சம் நிறுத்தும் போது, அம்மா தன் இரு மகள்கள் ஆஷா, உஷா பற்றி நினைப்பாளா? இளையவள் உஷா உயர் நிலைப் பள்ளியில் படிக்கிறாள். நோஞ்சான் பேர்வழி.

ஆனால் உதவித் தொகை கிடைக்கிறது. ஆஷா செவிலியர் பட்டம் முடித்து விட்டால், ஒரு வேலை கிடைத்துவிடும்.

ஆஷா, அடுத்த துணியைத் தைத்து முடிக்கும் முனைப்போடு பார்க்கும் அந்த முகத்தைத் தடவ விரும்புகிறாள். அம்மாவால் வேறு மாதிரி இருக்க முடியும் என அவள் அறிவாள். அவள் பெற்றோரின் திருமணப் புகைப்படத்தில் அவள் பார்த்திருக்கிறாள். அவள் அப்பா காமிராவை சீரியஸான முகத்தோடு பார்க்கிறார். அவருக்கு இனி வர இருக்கும் பொறுப்புகளின் பாரத்தை எண்ணிப் பார்ப்பது போல இருந்தது. ஆனால், அம்மா சிரித்த முகத்தோடு இருந்தாள். ஒரு இரகசியத்தைப் பகிர நினைத்து, கடைசி கணத்தில் காமிராவைக் கிண்டல் செய்வது போல, அதை அடக்கிக்கொண்டவள் போலச் சிரித்தாள். இப்போது அவள் அம்மா புன்னகைப்பதே இல்லை என்பது விசித்திரமாக உள்ளது. அவள் முகத்தில் எப்போதும் ஒரு அச்சம், அடுத்த திட்டம் எது என யோசிப்பது போல இருக்கிறது. ஆனால் அப்பா அப்படி இல்லை. ஞாயிற்றுக்கிழமை அலுவலகத்தையும் மேசையையும் மறந்து இருக்கும்போது, அவர் தனது இரண்டு மகள்களையும் கூர்ந்து பார்த்துக் கேட்பார், ‘ஆஷா, உஷா உங்களுக்கு ஏன் இந்தப் பெயர், தெரியுமா?’ இருவரும் சிரிப்பார்கள். ஆயிரம் முறை இதைக் கேட்டிருக்கிறார்கள். ‘உஷாவிற்கான ஆஷா’ என்று ஒன்றாய் ஓதுவார்கள். அவரது கண்கள் ஒவ்வொரு முறை அவர்கள் அதைச் சொல்லும்போதும் ஒளிரும். உஷா விடியல்; ஆஷா நம்பிக்கை. விடியலுக்கான நம்பிக்கை.

ஆஷா தன் தங்கையை நினைக்கிறாள். உஷா ஒல்லியான உடல் கொண்டவள்; சீக்காளி. உஷா, ஆஷாவின் விருப்பம் முதலில் நிறைவு அடைய வேண்டும் என நினைப்பவள். சாப்பிடுவதில் நல்ல பகுதியை ஆஷாவுக்குக் கொடுப்பவள். அவளோடு சண்டை போடவே முடியாது. உஷாவிற்கு வேண்டியதெல்லாம் ஆஷாவின் தலைமை விசிறியாக, அவள் எங்கு போனாலும் பின்னால் தொடர வேண்டும். அவளிடம் பேச வேண்டும். ஆஷா அவளை நினைத்து ஏங்குகிறாள். அந்த மூவரையும் நினைத்து ஏக்கம் கொள்கிறாள்.

2

கிருஷ்ணாவும் சாந்தாவும் மாணவப் பருவத்தில் சந்தித்தார்கள். சாந்தா தேவபுரா நகரத்தைச் சேர்ந்தவள். கிருஷ்ணா கல்விக்காக இந்த ஊருக்கு வந்தவர் இங்கேயே தங்கிவிட்டார். இந்த ஊர் இன்றைக்கும் அவருக்குப் பிடித்தமான ஊர். ஆனால், சமீபகாலமாகத் துணைக்கோள் நகரம் என்று கனிவுடன் ஊக்குவிக்கப்படும் நகரமாக வளர்வதற்கு முயற்சிக்கிறது. நகரம் வளர்ந்தபோதிலும், அவரது பார்வையில், பல்கலைக்கழகம் அந்த ஊரின் மையமாக இன்னமும் இருப்பது மகிழ்வளித்தது. தேவபுராவில் அவரது நாளாந்த ஒழுங்குமுறை அவருக்கு விருப்பமானது. கடந்த பல ஆண்டுகளில் அவர் வீட்டுக்கும் பல்கலைக்கழகத்திற்கும் போய்வந்து கொண்டிருக்கிறார். முதலில் பேருந்தில் போனார்; பிறகு ஸ்கூட்டர், இப்போது எளிமையான காரில் போகிறார். சாந்தாவும் கிருஷ்ணாவும் வாரம் ஒருமுறை, பொதுவாக ஞாயிறு மாலைகளில், டார்லிங் ஹோட்டலுக்குப் போய் ஐஸ்க்ரீம் சாப்பிடுவார்கள். அந்த ஹோட்டலின் பெயர் அவர்களுக்கு இடையில் உள்ள பழைய ஜோக்; கிருஷ்ணா அவரது ஆசிரியப் பணி தொடங்கிய நாளில் அங்கு போய் கொண்டாடியதில் இருந்து நிலவும் வழக்கம்; அந்தப் பெயர் இருவருக்கும் பிடிக்கும்.

தினம் காலை அவர் ஏரியைச் சுற்றி நடக்கப் போவார். அவரது நடைப்பயிற்சி நண்பர்கள் சுப்பையா, ஹஸன், நட்ராஜ். யாருமே

பல்கலைக்கழகத்தோடு தொடர்புகொண்டவர்கள் அல்ல; பல ஆண்டுகளாக கிருஷ்ணாவின் நண்பர்கள். கிருஷ்ணாவிற்குத் தன் நாளை அவர்களோடு நடைபயின்று தொடங்குவது நன்றாக இருந்தது. ஏரியைச் சுற்றி மூன்று பெரிய சுற்றுகள், ஐந்தில் இருந்து பத்து நிமிடங்கள் பச்சை நிற பெஞ்சில் ஆசுவாசப் பேச்சு முடிக்கவும் ஏரிக்கரைக் கடைகள், பொருட்கள் வாங்குவோர் வந்து சேரவும் சரியாக இருக்கும். நிலக்கடலை விற்பனை, பலூன் கடை, அன்னம் வடிவில் உள்ள அழகற்ற வாடகைப் படகுகள் எல்லாம் வந்துவிடும்.

மனிதர்களால் உருவாக்கப்பட்டது அந்த ஏரி. அமைதியான, ஒழுங்குடன் இருக்கும் தண்ணீர் கொண்டது; அதன் உடலில் சுற்றுச்சூழல் மாசு உருவாக்கும் கோடுகளைப் பொறுமையாக ஏற்று நிற்பது; அவை எண்ணெய்க் கறை படிந்த பிரசவக் கோடுகள் போலக் கிடந்தன. ஆனாலும் ஏரி இருப்பதால் கொஞ்சம் வெட்டவெளி கிடைக்கிறது. சுற்றிலும் உயரும் அடுக்குமாடிக் குடியிருப்புகள் விதவிதமான பெயர்களில் சில அதீத செருக்கு, இரத்தினச் சுருக்கமாக, அல்லது கவித்துவமாக உருவாவதால் ஏரி மிகவும் உகந்ததாக உள்ளது. கைலாச மலைச் சிகரம், சிப்பி ஆபெரா, சொர்க்க ஏரி. ஏரியின் பெயரும் எதார்த்தமற்றதுதான்; சாகரா கடலாக பொங்க விரும்பும் ஏரி! ஏரிக்கு மத்தியில் சிறு தீவு ஒன்று அடர்ந்த மரங்களோடு இருந்தது. கிருஷ்ணாவின் மனதிற்குள் தீவு மேல் ஈர்ப்பு உண்டு. ஒருவித முட்டாள்தனம்தான் தீவு இல்லாமல் ஏரி, ஆறு, கடலுக்கு என்ன பொருள்? நிலையான படகாக உள்ள நிலம் அங்கு வந்து வாழ அழைப்பு விடுப்பது தேவைதானே?

தீவைக் கொண்ட அந்த ஏரியில் புதியவர் ஒருவர் விரைவில் வசிக்கப்போகிறார். நகரப் பஞ்சாயத்து அந்த ஊரின் பெயருக்குக் காரணமானவராகக் கருதப்படும் ராஜா ஸ்ரீராமதேவாவின் சிலை ஒன்றை ஏரிக்கரையில் நிர்மாணிக்க முடிவெடுத்துள்ளது. நகரத்தின் மூத்தகுடிகள் யாருக்கும் இந்தக் கதை தெரியாது; பல்கலைக்கழக வரலாற்றுத் துறைக்கும் இத்தகவல் தெரியாது. ஆனால் நகராட்சிக்கும், அவர்கள் திருப்திப்படுத்த விரும்பும் கட்சிக்கும் எல்லாம் தெரியும். இடையில், தேவபுரா இந்து சேனா என்ற குழு சிலையை ஏரிக்கரையில் வைக்கக் கூடாது; ஏரிக்கு நடுவில்தான் வைக்க வேண்டும் என்று கோரியுள்ளது. இந்த மேலோட்டமான முரண்பாடு பலனளித்தது: சிலையே வேண்டாம் என்று சொன்னவர்கள் இப்போது ஏரிக்கரையிலா,

நடுவிலா என வாதிட்டனர். சிலை வேண்டும்/ வேண்டாம் என்ற விவாதம் மறக்கடிக்கப்பட்டது.

கிருஷ்ணா, சுப்பையா, ஹசன், நட்ராஜ் நால்வருக்கும் வழக்கமாக நடைப் பயிற்சியின் போது பேசுவதற்கு நிறைய இருக்கும். ஆனால் சில நாட்களாக சிலை பற்றி மட்டுமே பேச்சு சுழன்றது.

ஒரு நாள் சுப்பையா போதும் போதும் என்று முடிவு செய்தார். ‘அந்தப் பாழும் சிலை பற்றி இனி ஒரு சொல் கூட கேட்க விரும்பவில்லை. தினமும் காலையில் அதை ஒரு வாயிற்காப்போன் அல்லது தண்ணீரில் இருந்து எழும் திடப் பொருளாலான கடற்கன்னி போல நாம் பார்த்தாக வேண்டிய கொடுமை போதும்’. அவர்களுக்குள் சுப்பையா மூத்தவர். நாற்பது ஆண்டுகள் பள்ளியொன்றில் கணித ஆசிரியராகப் பணியாற்றியவர். அவருக்குப் பணிந்துபோகாமல் இருப்பது சிரமம்.

நல்லகாலம், நட்ராஜ் பேச்சை மாற்றினார். கையில் இருந்த ஸ்மார்ட் ஃபோனைக் காட்டியபடி, ‘இந்த வீடியோவை நீங்கள் எல்லாம் பார்க்க வேண்டும்; அதிர்ச்சி அடைவீர்கள்’ என்றார்.

நட்ராஜ் பல ஆண்டுகளாக அச்சகம் ஒன்றை நடத்தி வந்தார். அதை இப்போது மேசை கணினி வெளியீட்டகமாக ‘மேலேற்றம்’ செய்திருப்பதாகச் சொல்கிறார். அவருக்கு பத்திரிகையாளராக இருக்க விருப்பம்; எப்போதும் செய்திகளில், குறிப்பாக சூடான புதிய செய்திகளில், ஆர்வமாக இருப்பார். அவரது அறுபதாவது பிறந்த நாளுக்கு அவரது மகன் ஸ்மார்ட் ஃபோன் பரிசளித்தார். அதிலிருந்து நட்ராஜ் செய்திப் பைத்தியம் ஆகிவிட்டார்; அதிலும் முகநூல், யூ ட்யூப், வாட்ஸ் அப் செய்திகளில் பித்தாகிப்போனார். அவர்கள் அவரை ந. ந. என்று அழைக்கத் தொடங்கினர் நியூஸ் நட்ராஜ். அவர் அதனைப் பாராட்டாக எடுத்துக் கொண்டார்.

நட்ராஜ் வீசிய ஸ்மார்ட் ஃபோனை அவர்கள் பொருட்படுத்தவில்லை. அவர் சொன்ன அதிச்சியூட்டும், வியக்க வைக்கும், அழவைக்கும் பல காணொளிகளை அவர்கள் பார்த்திருந்தார்கள். அது தவிர, அதைப் பார்க்க வேண்டுமெனில் நால்வரும் ஒரே வரிசையில் நடக்க நட்ராஜ் ஃபோனை உயர்த்திப் பிடித்துக்கொண்டு நடக்க வேண்டும்.

அன்பான பல நாள் நண்பர்கள் மட்டுமே செய்யக் கூடிய விதத்தில் நட்ராஜின் வீடியோ கோரிக்கையை மறுத்துவிட்டு அமைதியாக

நடந்தனர். சுப்பையாவின் கைக்கம்பு தரையில் தட்டி, இந்த நடைப் பயிற்சி பேச்சுக்கு அல்ல என நினைவூட்டியது. பச்சை பெஞ்சுக்கு வந்ததும் கிருஷ்ணா தன் கைக்குட்டையை எடுத்து முகத்தைத் துடைத்துக் கொண்டார். வீடியோவைப் புறக்கணித்ததைச் சரிசெய்ய நட்ராஜிடம் சில நிமிடங்கள் பேசிவிட்டு வீட்டிற்குப் போனார்.

வீட்டு வாசலில் வேலிக் கதவு கிடையாது; கிருஷ்ணா ஆசையாக வீட்டிற்குள் நுழைகிறார்; சின்ன அழகான வீடு; கீழ்த் தளத்தில் இரு அறைகள்; மேல் தளத்தில் இரண்டு அறைகள். மாடியில் உள்ள பால்கனி வீட்டின் மிகச் சிறப்பான இடம். அங்கிருந்து கீழே தெரியும் சிறு பசுமைத் தோட்டத்தைப் பார்க்கலாம். கிருஷ்ணாவும் சாந்தாவும் கீழ் தளத்தில் வசிக்கிறார்கள். அவர்கள் மகன் ராம், மனைவி லீலா, மகன் சித்துவுடன் மேலே வசிக்கிறான். அவர்களது இரு திருமணமான மகள்களும் பதினைந்து நிமிட கார் பயண தூரத்தில் வசிக்கிறார்கள். நடந்தால் அரை மணி எடுக்கும். அவர்களும் அடிக்கடி இந்த ‘மைய’ வீட்டிற்கு வந்து போவார்கள். ஞாயிற்றுக் கிழமைகளில் மதிய உணவிற்கு அவர்களும் கணவன்மார், குழந்தைகள் சகிதம் வந்துவிடுவார்கள். அவர்களது வீட்டில் செய்த தின்பண்டங்களைப் பைகளில் நிரப்பிக் கொண்டு வருவார்கள்.

கிருஷ்ணாவும் சாந்தாவும் வாரந்தோறும் ஞாயிறன்று அளிக்கும் மதிய விருந்து அவருக்கு மிகவும் பிடித்தமானது. படைப்பாளிகள், மாணவர்கள், ஆசிரியர்கள், சில சமயம் பாடகர் அல்லது இசை விமரிசகர் ஆகியோர் விருந்தினர்களாக இருப்பார்கள். சில நேரங்களில் ஏதாவது கொண்டாட்டமாக இருக்கும். சமீபத்தில் கிருஷ்ணாவுக்கு ஓய்வுக்குப் பின் பல்கலைக்கழகத்தில் வழங்கப்பட்ட புதிய பொறுப்பைக் கொண்டாடச் சிறப்பு விருந்து அளித்தனர். அவர் இப்போது ஜி. ஜி. அனந்த நாராயணா இருக்கையின் கவிதைப் புல பேராசிரியர். வழக்கம்போல, மூன்று பிள்ளைகளும் அவரவர் இணையர்கள், குழந்தைகளோடு கலந்துகொண்டனர். பேரப் பிள்ளைகள் ஐந்து - மூன்று பேரன்கள், இரண்டு பேத்திகள். விருந்தினர்கள் சென்றபின் பின்-மதியப்பொழுது பேரப்பிள்ளைகளுக்கானது. கிருஷ்ணா அவர்களில் நால்வருக்கு இந்த வேளையில்தான் வாசிக்கச் சொல்லிக் கொடுத்திருக்கிறார். இருவருக்கு அவர் விளையாடியே அறியாத கிரிக்கெட் பற்றி ஆலோசனை கொடுத்துள்ளார். கடைக்குட்டியான ஐந்தாவது பேரன், வீட்டின் குழந்தை, அவரைச் செல்லத் தாத்தாவாக

ஆக்கியிருந்தான். அவனுக்கு சைதன்யா என்று பெயர் வைத்தார் கிருஷ்ணா. அது சித்துவானது. துறவு மேற்கொண்ட அவரது மச்சான் ஒருவர் 'குழந்தைக்கு சைதன்யா என்ற பெயர் ரொம்பப் பெரிசு' என்றார். சிறிதுகாலம், கிருஷ்ணா பிடிவாதமாக சைதன்யா என்று அழைத்துப் பார்த்தார். பிறகு, அவர் விட்டுக்கொடுக்க வேண்டியதாயிற்று.

சித்து இப்போது பதினான்கு மாதக் குழந்தை. இப்போதுதான் நடக்கத் தொடங்கி இருக்கிறான். ஒரு சில மழலைச் சொற்கள் பேசுகிறான். எதையாவது சொல்லியாக வேண்டும் என்றால் திருப்பித் திருப்பிச் சொல்லும் ஒலிகளைத் தனிப்பட்ட தொடராக ஆக்கிவிடுவான்: குங்க் குங்க் குங்க் குங். இதை அவனால் அழுகை, வசவு, பொழுதுபோக்கு எனப் பலவிதமாகச் சொல்ல முடியும்.

சித்து கிருஷ்ணாவின் மடியில் இருக்கிறான். அவர்கள் பால்கனியில் அவரது விருப்பத்திற்குரிய பிரம்பு நாற்காலியில் அழுத்திக் குழைந்த பஞ்சணைகள் சூழ அமர்ந்திருந்தனர். சித்து அவரைப் பார்த்தபடி மடியில் அமர்ந்து இருபுறமும் கால்களைத் தொங்கவிட்டபடி இருக்கிறான். அவன் இரு பக்கத்திலும் சாய்ந்தாட வசதியாக, கிருஷ்ணா சித்துவின் இரு கைகளையும் பிடித்துக்கொள்கிறார். சித்துவின் குட்டி முகம் இமைக்காமல் கிருஷ்ணாவைப் பார்க்கிறது. இதுபோல முழு வட்டவடிவத்துடன் ஒரு முகம் இருக்க முடியுமா? அந்த பாதாம் வடிவ கண்கள் சடக்கென்று ஒளிர்விடும், அல்லது நீர் ததும்பும். கிருஷ்ணா அந்தக் கண்களில் மூழ்கிவிட முடியும். இப்படிப்பட்ட கண்கள், முகம், அது கிளர்த்தும் அன்பு ஆகியவற்றை சொற்களால் வர்ணிக்க முடியுமா? ஆனால் கிருஷ்ணாவுக்கு ஏதாவது சொல்லியாக வேண்டும்.

'குங்க் குங்க்' என்று சித்துவிடம் சொல்கிறார்.

சித்து தன் ஆட்டத்தை நிறுத்திவிட்டு அவரைத் திருத்துகிறான். 'குங்க் குங்க் குங்க் குங்க்'. பதினான்கு மாதங்களே ஆனபோதிலும் சித்துவிற்குப் பாடம் சரியாக வர வேண்டும்.

'சித்து, அது நான்கு சீர் கொண்ட செய்யுளா?'

ஆனால் கவிஞர் காதில் அது எட்டவில்லை. சித்து பின்பக்கம் சாய்கிறான். கிருஷ்ணா அவனது இடுப்பைப் பிடிக்க அவன் தொங்குகிறான். கவிஞன் விளையாடும் 'பாட்' ஆகிவிடுகிறான்.

இன்னொரு கவிஞனின் சொற்களும் இதைப் போலவே சிரமமானவை. சித்து, சாந்தாவுடனான உற்சாகப் பேச்சுக்கள், வகுப்பறை உரைகள், எம்.ஃபில், பி. எச். டி, உயராய்வு போன்ற ஆய்வியல் இளநிலை, முது நிலை மாணவர்களுடன் மேற்கொள்ளும் நீண்ட உரையாடல்கள், சக ஆசிரியர்களுடன் சிறப்பு விருந்தினராக அவர் நிகழ்த்தும் விவாதங்கள், சிவாவுடன் நிர்வாகம் தொடர்பான சிறு பகிர்தல்கள் ஆகியவற்றுக்கு மத்தியில் அவ்வப்போது வாசித்துக்கொண்டிருந்தார். இடையில் கிடைக்கும் கணங்களில் கண்ணதேவா மிதந்து வருகிறார்.

கண்ணதேவாவின் வாழ்க்கை, பாடல்கள் குறித்து பல விமரிசன மரபுகள் உள்ளன. சிலர் சித்தர் கவிஞர் தன்மைக்கு அழுத்தம் கொடுக்கின்றனர்; வேறு சிலர் சித்தர் சமூகச் சீர்திருத்தவாதி பிம்பத்தை மையப்படுத்துவர். அவரது வாழ்க்கை பற்றிய முக்கியத் தகவல்கள் கிடைப்பது அரிதாக இருப்பதால், பின்வந்த ஆய்வாளர்களும் உரையாசிரியர்களும் கண்ணதேவாவை ‘அறியப்படாத பக்திப் பாடகர்கள்’ பட்டியலில் சேர்த்துவிட்டனர். ஒரு சிலர் மட்டும் துணிவோடு புதிய தேடல்களில் ஈடுபட்டனர். எடுத்துக்காட்டாக, ஒரு ஆய்வு ஆற்றைப் போற்றுதல், சாதாரண மக்களின் அன்றாடப் பணிகள் பற்றிய எளிய பாடல்கள் கண்ணதேவாவின் தொடக்ககாலத்தைச் சேர்ந்தவை என்ற காலக் கணிப்பு செய்கிறது. அதற்குப் பின் வந்தவை இழுபறிகளைப் பற்றியவை. அப்பாடல்கள் மொத்தத்தில், ஆய்வாளர்களின் பக்தியைக் கற்கும் பருவத்தில் அவருள் எழுந்த பக்தி என்பது என்ன? அதனுள் எப்படி வாழ்வது? சுற்றிலும் உள்ள அநீதிகள், அசமத்துவம் ஆகியவற்றை எப்படிப் புரிந்துகொள்வது? அவற்றுக்கு எவ்வாறு எதிர்வினை ஆற்றுவது? ஆகிய வினாக்களோடு தனது உள்ளகம் நோக்குதல், உள்ளமைதி கண்டடைதல் ஆகியவற்றைச் சொல்கின்றன. மொத்தத்தில், பல ஆய்வுகள் கண்ணதேவாவின் ‘பக்குவம் அடைந்த’ சில பாடல்களில் மேம்போக்கான கவனம் செலுத்துவதோடு முடிந்துவிடுகின்றன. கண்ணதேவாவின் வாழ்க்கை அறிய முடியாததாக இன்னமும் தொடர்கிறது. அதைப் பற்றிய எழுத்துகள் பல்வேறு சித்தர்களின் வாழ்வுகளை ஒண்ணடி மண்ணடியாக குழப்பிச் சொல்கின்றன. எனவே வழக்கமான கதைகள் கட்டப்படுகின்றன. பக்திமிக்க பெற்றோர், குழந்தைப் பருவத்தில் அவருக்கு இருந்த அதீத அறிவுச்செழுமை, கல்வி பெற்று பக்தி மார்க்கத்தில் ஆழ்தல், துறவு அடைதல், சித்தர் ஆகுதல் என இவை போகும். இடையிடையே ஒன்றிரண்டு வழக்கமான சித்து விளையாட்டுகள் விவரிக்கப்படுகின்றன. இந்தப்

புதிர்- அவரது பாடல்கள், வாழ்வு கிருஷ்ணாவைப் பாதிக்கின்றன. அது தீர்க்கப்பட வேண்டியதாகும். அதில் ஏதோ ஒரு கதை இருக்கிறது என்று கிருஷ்ணா உறுதியாக நம்புகிறார். ஆனால், தெளிவற்ற குண்டுகுழிகள், ஐயப்பாடுகளை அவர் எவ்வளவு தூரம் கிளறலாம்? சொற்கள், வரிகளுக்கிடையில் பொதிந்துள்ள வாசிப்புகளை எந்த அளவு செய்யலாம்?

கிருஷ்ணா இன்னும் கண்ணதேவாவைத் துரத்தத் தொடங்கவில்லை. ஆனால், இப்போது எதிர்பார்க்காத தளங்களில் இருந்து அதற்கான தூண்டுதல் வந்துள்ளது. கவிதை, ஆய்வு ஆகியவற்றுடன் தொடர்பு இல்லாத தளம் அது. இந்த வாரம் அவருக்கு மேலும் இரு வெறுப்பு மின்னஞ்சல்கள் வந்துள்ளன. ஒன்று பெயர் தெரியாதவரால் கையால் எழுதப்பட்டு நேரடியாக அனுப்பப்பட்ட செய்தி; மற்றது சங்கர் என்ற பெயர் கொண்டவரிடம் இருந்து வந்த மின்னஞ்சல்.

கிருஷ்ணா தன் ஆய்வுக் குறிப்புகளை ஒழுங்குபடுத்தத் தொடங்குகிறார். துறையில் அத்தனை கடினம் அல்ல. சிவா பல ஆண்டுகளாக கிருஷ்ணாவின் சிதறிக் கிடக்கும் நூல்கள், கட்டுரைகள், அறிக்கைகளைப் பொறுமையாக அடுக்கியுள்ளார். வீட்டில் அப்படி இல்லை. சாந்தா 'ஒழுங்குபடுத்த' உதவத் தயார். ஆனால், சிவாவைப் போலன்றி சாந்தா எவற்றைத் தூக்கிப் போடலாம்; எப்படிப் பிரித்துக் கோப்புகளில் வைக்கலாம் என்று ஆலோசனைகள் வழங்கும் பழக்கம் உள்ளவர்.

கண்ணதேவாவின் மரணம் குறித்த தன் குறிப்புகளை கிருஷ்ணா கண்டுபிடித்துவிட்டார். கண்ணதேவா பற்றி உள்ள குறிப்புகள் அனைத்தும் தலைப்பிடப்பட்டுத் தனித்தனி ப்ளாஸ்டிக் கோப்புகளில் உள்ளன. சாந்தா கொடுத்த ஆலோசனை அது. தான் எடுக்கும் எல்லாவற்றையும் பகுத்து அதனதன் பொந்தில் வைத்து ஒழுங்குபடுத்துவது அவளுக்கு மிகவும் பிடித்தமானது: கண்ணதேவாவின் வாழ்க்கை. மரணம். தொடக்க கால பாடல்கள். ஆறு உள்ளவை. ஆறு அற்றவை. பெயர் உள்ள (?) ஆறு (அமைதியானது). பெயரற்ற ஆறு (ஓடுவது).

கிருஷ்ணா வாசிக்கத் தொடங்குகிறார். கடைசி காலத்தில் கண்ணதேவாவின் வாழ்வில் பெரும் நெருக்கடி இருந்தது போல் தோன்றுகிறது. அவரது குடும்பச் சிக்கலாக இருக்கலாம். அவரது பெற்றோர்கள் சார்ந்திருந்த குழு தொடர்ந்து ஒன்றுகூடி சமயம் மட்டுமின்றி குடிமக்களான தம் வாழ்வைப் பற்றியும் விவாதித்திருக்க வேண்டும். அப்போது ஜயபுரா என்று அழைக்கப்பட்ட அந்த நகரத்தில்

பல்வேறு சமூகப் பின்னணிகளில் இருந்து வந்த மக்கள் இணைந்து ஆனந்தகிராமம் என்ற இடத்தை உருவாக்கி இருந்தனர். கண்ணதேவா தன் குழந்தைப் பருவத்தில் அங்கு வளர்ந்திருக்கலாம்; ஆனந்த கிராமத்தில் விவாதங்கள், கவிதைகள், பாடல்கள், வாழ்க்கை அனுபவக் கதைகள், சமூக மாற்றத்திற்கான கருத்துக்கள் போன்ற பலவற்றைக் கேட்டிருக்கலாம். அவர் வாலிபப் பருவத்தில் அந்த இடம் புழக்கத்தில் இருந்ததாகத் தெரியவில்லை. வெவ்வேறு வழிபாட்டு முறைகளுக்கான தேடல், மோசமான சமூக ஏற்றத்தாழ்விற்கு சவால் விட்ட பல குழுக்களைப் போல இந்தக் குழுவும் சிதறிப் போயிருக்கலாம். அரசு, அதிகாரிகள், பெரும் கோவில்களின் பூசாரிகள், வலிமை வாய்ந்த பார்ப்பனர்கள் ஆகியோரின் ஒருமித்த அடக்குமுறைகளுக்கு முகம் கொடுக்க முடியாமல் போயிருக்கலாம்.

கிருஷ்ணா படிக்கத் தொடங்குகிறார். ஏற்கனவே உள்ள கேள்விகளுக்கு மேலாக புதிதாக ஏதும் கிடைக்கும் என்ற நம்பிக்கை அவருக்கு இல்லை. இருந்தும், அவர் அந்தக் காகிதங்களை மீண்டும் வாசித்தால் ஏதாவது புதிய திறவுகோல் கிடைக்குமோ என்று நினைத்துப் படிக்கிறார். நகர்மன்றக் கட்டிடத்தில் நடந்த பண்பாட்டுக் கூட்டத்திற்காகத் தயாரித்த போது எழுந்த சிறிய கேள்விகள் திடீரெனப் பெருத்து முக்கியமான கேள்விகளாகத் தோன்றின. சென்ற சில வாரங்களாக அவருக்கு வந்த வெறுப்புச் செய்திகள் அவரது கவனத்தை மீண்டும் கண்ணதேவாவிடம் திருப்பியுள்ளன. கூடுதல் கவனத்தோடு அந்தக் கதையின் சரடைத் தொடர வைத்துள்ளன. கண்ணதேவாவின் வாழ்விலும் சொற்களிலும் ஆழும்போது, வெறுப்புச் செய்திகள் பின்னுக்குத் தள்ளப்படுவதை அவர் உணர்ந்தார்.

கண்ணதேவா பற்றி இக்கேள்விகளை முதன்முதல் கிளப்பிய நூலை, மறுபடி படிக்க நினைத்தார். அதனை நூலகத்திற்கு அளித்திருந்தார். ஆனால், இப்போது அதைத் திரும்பப் பெற்றுவிட்டார்.

அந்த நூல் வெளிறிய சிவப்பு நிற தடியான அட்டை கொண்டது. அட்டையின் மேல் உள்ள மேலட்டை இல்லாமல் இருந்தது. 1857 இல் வெளியான அந்நூல் ஆனந்த கிராமத்தின் குரல்: சித்தர் கவி கண்ணதேவா என்ற தலைப்பில் எச். எல். நரசிம்மையா அவர்களால் எழுதப்பட்டது. அவர் இந்த ஒரு நூல் மட்டுமே எழுதினார். விக்டோரிய கால பிரபுவின் சுற்றி வளைத்துப் பேசும் நடையில் துப்பறியும் நிபுணரின் பாணியில் எழுதப்பட்டிருந்தது.

கிருஷ்ணா இம்முறை அந்த நூலை கூடுதல் கவனத்துடன் படிக்கிறார். ஒரு சொல், அடிக்குறிப்பு, மேற்கோள் எதனையும் விட்டுவிடாமல் படிக்கிறார். நைந்துபோன பக்கத்தை ஒவ்வொரு முறை திருப்பும் போதும் அக்காகித முனைகள் நொறுங்கின.

திரு. நரசிம்மையாவுடன் துப்புத் துலக்கும் பயணம் ஒன்றை மேற்கொண்டார் கிருஷ்ணா.

சில பகுதிகள் அவருக்கு நினைவில் இருந்தன. கண்ணதேவா பாடல்களில் உள்ள கையொப்ப வரிகள், அவற்றின் ஆசிரியர்கள் குறித்த கேள்விகள் ஞாபகத்தில் இருந்தன. நரசிம்மையாவின் கருத்துப்படி குறைந்தது மூன்று நான்கு கவிஞர்கள் "ஆழமான உணர்வுபூர்வ குரல்களைக் கடவுளிடம் எழுப்பியிருக்க வேண்டும்; இயற்கையில் உள்ள உன்னதம், மனித இயல்பின் அதிசிறந்த பண்புகளின் பேரால் அவர்கள் கடவுளை அழைத்தனர்" என்பதாகும்.

அடிக்குறிப்புகள் 85, 86 இல் கிருஷ்ணா சில புதிய கணிப்புகளைக் கண்டுபிடிக்கிறார். சென்றமுறை எப்படி இவை கண்ணில் படவில்லை?

85. பல பாடகர்களின் கவிதைகளை வேண்டுமென்றே கண்ணதேவா பெயரில் தொகுத்தார் என்று முடிவு செய்வது அதிகபட்ச உள்நோக்கம் கற்பிப்பது ஆகும். அவரது காலத்திற்கு முன்பும், அவரது இளமைப் பருவத்திலும் பல பாடகர்கள் கடவுளிடம் நேரடியாக உரையாடிய ஒன்று அல்லது பல குழுக்களைச் சேர்ந்தவர்களாக இருந்தனர் என்பதை நினைவில் கொள்ள வேண்டும். அக்குழுக்கள் சாதிகள் அற்ற சமத்துவச் சமுதாயத்தை உருவாக்குவதற்காக உழைத்தனர். ஆனந்த கிராமம் அல்லது இன்ப ஊரின் அரவணைப்பில் இருந்து குறுகிய காலத்திற்கு வலுவான பல கவிதைகளும் பாடல்களும் முகிழ்த்தன. இக்குழுவினர் சொல்லும் சொல்லிற்கேற்ப வாழ்ந்து காட்டினர்; விவசாயிகள், மீனவர், செருப்பு தைப்பவர், நெசவாளிகள், குயவர் எனப் பலதரப்பட்ட மக்களும் தம் உலகில் சேர்வதை வரவேற்றனர். சராசரி ஆண்களும் பெண்களும் இதில் இணைந்தனர். இந்து மதத்தில் ஆழப்பதிந்த சாதி அமைப்பை ஒழிக்க முயன்ற வேறு பல முயற்சிகள் போலவே, இந்த கிராமமும் அழிக்கப்பட்டது. அதில் வசித்தவர்கள் கொல்லப்பட்டனர்; அல்லது நாடுகடத்தப்பட்டனர். எனவே கண்ணதேவாவின் பெயரில் தொகுக்கப்பட்ட சில பாடல்கள் ஆனந்த கிராமத்தை சேர்ந்த சிலரது பாடல்களும் கலந்திருக்கலாம். மிகுந்த பொறுமையுடன், திறமையாக முயற்சி செய்யாமல் நம்மால் அதனை உறுதிப்படுத்த முடியாது.

இந்த முடிவுகளுக்கு எந்த நிரூபணமும் இல்லை. சிரத்தையாக எழுதும் நரசிம்மையா அதனைச் சுட்டிக் காட்டத் தவறவில்லை. ஆய்வுரீதியாக அப்படிச் சொன்ன போதிலும் அவர் 86ஆம் குறிப்பில் மேலும் எழுதுகிறார்:

“இதனை ஒரு நாட்டுப்புறக் கதையாக புறந்தள்ள நினைக்கலாம்; ஆனால் இதில் உண்மையில்லாமல் இருக்க முடியாது. எல்லாக் கதைகளையும் உண்மையாகக் கருதும் படுகுழிக்குள் விழாமல் கயிற்றின் மேல் நடப்பதுதான் பெரும் சவால். ஒரு சமூகக் குழுவின் கதை மரபில் சில தகவல்கள் கவிதைகளாகவும் பாடல்களாகவும் மட்டுமே எஞ்சி நிற்பதன் காரணத்தைப் பரிசீலிக்க வேண்டும்.”

திரு நரசிம்மையா, கிருஷ்ணாவை நேரடியாகப் பார்த்து இந்தக் கடமையை ஏற்றுக்கொள் என்று கூறுவது போலப்பட்டது. ஒரு கணம் கிருஷ்ணா ‘நான் வரலாற்று அறிஞர் அல்லவே’ என்று கூவ நினைத்தார்.

ஆனால் நரசிம்மையாவுக்கு ஒன்று காது கேட்காமல் இருக்கலாம்; அல்லது விடாப்பிடியானவராக இருக்கலாம். அவர் தொடர்ந்து சொல்கிறார்: “கண்ணதேவாவின் பாடல்கள் பெரும்பாலும் பனை ஓலைகளில் எழுதப்பட்டிருக்கலாம். ஒரு ஆற்றின் கரையில் உள்ள மடத்தில் வசிக்கும் அறிஞர் என்று அவர் தன்னை வர்ணித்துக் கொள்கிறார். இந்த எழுத்தாளரால் அந்த ஆற்றைக் கண்டுபிடிக்க முடியவில்லை. ஒருவேளை அந்த ஆறு வறண்டிருக்கலாம்; அல்லது வேறு பாதையில் ஓடிச் சிறு நீரோடையாகக் குறுகி இருக்கலாம்; கவிஞர்களை எழுச்சியூட்டும் ஆறாக இல்லாமல் போயிருக்கலாம். அந்த மடம் எது என்பதையும் அறியமுடியவில்லை. காலத்தின் பிடியில் ஆறுகள் மாற்றம் பெறலாம் என்றால், ஒரு கட்டிடம் கூட இன்று இல்லாதது வியப்பில்லை”.

இதற்குப் பின் நரசிம்மையா, கிருஷ்ணாவின் மீது பரிவு கொண்டோ, 86ஆம் இலக்கக் குறிப்பு மிக நீண்டதாகிவிட்டதென நினைத்தோ முடிக்கிறார்.

கண்ணதேவா மற்றும் அவரது பாடல் தோழமைகள் என நாம் அழைக்கக்கூடிய கவிஞர்கள் (அவர்கள் ஆனந்த கிராமத்தைச் சேர்ந்தவர்கள் என்று தெளிவாக உறுதிப்படுத்த முடிந்தால்) பற்றி ஆய்வு செய்யும் அறிஞர்கள் இத்தனை ஏமாற்றங்களுக்கு மத்தியில்

ஒன்றை நினைவில் கொள்ள வேண்டும். நம் நாட்டில் அரிய பனையோலைச் சுவடிகள் நாம் சிறிதும் எதிர்பார்க்காத இடங்களில், சற்றும் நினைத்துப் பார்க்காத நேரத்தில் கட்டுக்கட்டாகக் கிடைக்கும் வாய்ப்பு உண்டு என்பதை மறந்து விடக் கூடாது. யாரோ ஒரு அறிஞர் அல்லது கவிதை வாசகர், அல்லது நம் நாட்டில் சாதிச் சடங்குகளைக் காட்டி சக உயிர்களை கீழ்மைப்படுத்தும் போக்கு எல்லாராலும் எல்லாக் காலத்திலும் அனுமதிக்கப் படவில்லை என்பதை நிரூபிக்க விரும்பும் யாரோ ஒருவர் இந்தச் சுவடிகளை தேடிக் கண்டுபிடித்து நவீன உலகில் அவற்றை வெளிப்படுத்தினால், அது மிகப் பெரிய பணியாக அமையும். குறைந்தபட்சம், அந்தப் பணி நெடுங்காலமாக சிறியதொரு பக்திக் கவிஞனாக குறுக்கப்படும் கண்ணதேவா குறித்த நமது அறிவை மேம்படுத்தும்.

“திரு. நரசிம்மையா! நீங்கள் சொல்லும் பணியைச் செய்ய நான் தயார்’ எனத் தனக்குள் சொல்லிக் கொண்டார் கிருஷ்ணா. ஆனால் எங்கிருந்து தொடங்குவது?

அடுத்த ஓரிரு வாரங்களில் இந்தக் கேள்வி கிருஷ்ணவைச் சிறிது சிறிதாகக் குடைந்தெடுக்கிறது. அவரது ஏரிக்கரை நண்பர்கள் முழுமையாகப் பங்கெடுக்கிறார்கள். கண்ணதேவா பனையோலை, ஆனந்தகிராமம் எதுவும் தெரியாமலேகூட அவர்கள் இதில் ஈடுபடுகிறார்கள். நியூஸ் நட்ராஜ் தனது ஸ்மார்ட் ஃபோனில் கூகிள் குருவை அரித்துக் கொண்டிருக்கிறார். சாதியை எதிர்த்து சவால் விட கவிதை பாடல்களைப் பயன்படுத்துவது பற்றி எந்த தலைப்புச் செய்தியும் தோன்றவில்லை. ஒரு நாள் காலை சுப்பையா ‘முன்னால ஒரு தடவ ஏதோ ஒரு நிறுவனம் பத்தி சொன்னியே? அதை நடத்தறவரு பழைய, அரிய புத்தகச் சுவடி எல்லாம் வாங்கிக்கிறாருன்னு சொன்னியே?” என்றார்.

சுப்பையாவின் ஆலோசனையை தலையசைத்து ஏற்கிறார் கிருஷ்ணா. அவர் அங்கு சென்று பார்க்கலாம்; எதுவும் கிடைப்பதற்கான வாய்ப்புகள் குறைவுதான். கிருஷ்ணா மெதுவாக வீட்டுக்கு நடக்கத் தொடங்கினார். நிசமாகவே அவருக்கு கண்ணதேவா மீது நாட்டமா? அல்லது வெறுப்புக் கடிதங்கள் அனுப்புவர்களுக்கு தான் அஞ்சவில்லை எனக் காட்டுவதில் மும்முரமா? இரு கேள்விகளும் அவர் மனதைத் தளரவைக்கின்றன. முட்டாள்தனமாக விளையாடுவதை நிறுத்த வேண்டுமோ!

ஆனால் சாந்தா ஆதரவுச் சொற்களைக் கூறுகிறாள்; கோப்புகளை அடுக்க உதவுகிறாள்; இடை நேரங்களில் ஐஸ்க்ரீம் தருகிறாள். சித்து அவர் பலவீனமான ஒரு கணத்தில் வாங்கித் தந்த சீனத்தயாரிப்பு மேளத்தை தட்டியபடி ஒவ்வொரு அறை வழியாக, தொண்டர்கள் இல்லாத பேரணி நடத்தி அவரைக் குதூகலப்படுத்துகிறான்.

கிருஷ்ணா விடாமல் தொடர்கிறார். திரு. நீலாத்ரி சேஷாத்ரியின் எண்ணை இருபதாவது தடவையாக சுழற்றுகிறார். தாள லயத்தை நேசித்த பெற்றோருக்கு மகன் அவர்; பக்திப் பண்பாட்டு நிறுவனத்தின் இயக்குனர். இன்னொரு முறை நீலாத்ரி ஃபோனின் அழைப்பு பஜனை ஓசையைக் கேட்க வேண்டி இருக்குமே என்ற நினைப்பில் எரிச்சலோடு அலற நினைத்த சமயத்தில் அடுத்த முனையில் அவர் போனை எடுத்தார்.

திரு. சேஷாத்ரி வயதானவர். காது மந்தம். யார் கூப்பிடுகிறார்கள் என்று புரிய நேரம் எடுக்கும். புரிந்தவுடன் உற்சாகம் கரை புரண்டது. ‘புரொஃபசர் கிருஷ்ணா, எவ்வளவு பெரிய விஷயம். உங்கள் குரல் கேட்பதில் சந்தோஷம். அன்னைக்குக் கூட உங்களை நினைச்சேன். நீங்க நம்ப மாட்டீங்க.’

கிருஷ்ணா நாகரீகமாக ஒலியெழுப்பியபடி கேட்டார்.

‘நீங்க நமபவே மாட்டீங்க. ஏன் உங்கள நினைச்சேன் தெரியுமா? யாரோ ஒத்தர் சில பழைய பனையோலைச் சுவடிகளை வித்திருக்காரு. கட்டுக்கட்டா இருக்கு. சிலது காப்பியக் கதைகள். அதனாலதான் உங்கள நினைச்சேன்.’

‘காப்பியம் இல்லாம வேற ஏதாவது இருக்கா?’ கிருஷ்ணா சாதாரணமாக கேட்டார்.

‘இன்னும் எல்லாத்தையும் பாக்கல. நிறைய ஓலை பொடிஞ்சு விழுது... உங்களுக்குத் தெரியும்தானே. ஆனா நிறைய கவிதைங்க. பெரும்பாலும் அதுதான். கொஞ்சம் கண்ணதேவா பாட்டும் இருக்கு’.

3

சிக்கா ஒரு படகில் இருக்கிறான். ஒரு ஆற்றைக் கடந்து கொண்டிருக்கிறான்.

அவன் ஆற்றைப் பார்ப்பது இதுவே முதல் முறை. ஆற்றைக் கடப்பது இதுவே முதல் முறை. நான்கு பேருக்கான சின்னப் படகில் அமர்ந்து, மூன்று பழக்கமில்லாத ஆட்களுடன் எங்கு போகிறோம் என்றே தெரியாமல் போவது இதுவே முதல் முறை. அறிமுகம் இல்லாத இவர்கள் இவனை சகோதரன் என்று அழைக்கிறார்கள். ஒரே நாளில் இவ்வளவு முதல் அனுபவங்கள்.

சிக்கா ஒரு தடவை திரும்பிப் பார்க்கிறான். திடீரென, அவ்வளவு எளிதாக அவன் விட்டுப் பிரிந்த நிலம் எங்கே?அந்தக் கரை, கிராமம், உயர் சாதி கீழ் சாதியைப் பிரித்த எவருக்கும் சொந்தமற்ற வெளி, அதைத் தாண்டி வரும் குலம், தீண்டத்தகாதவர் சேரி, அப்பாவின் குடிசை: எல்லாவற்றையும் தொடுவானம் விழுங்கிவிட்டது.

படகோட்டி பெட்டி, அண்ணாவிடம் பணிவுடன் பேசினார்; புட்டண்ணாவிடம் நட்போடு பழகினார்; சிக்காவிடம் அன்போடு கொஞ்சினார். பெட்டி தனது படகுடன் தன்னால் என்னவெல்லாம் செய்யமுடியும் என்பதைக் காட்ட விரும்பினார். அவர் துடுப்பை மெதுவாகப் போட்டு படகை நிறுத்தினால், படகு தானாக மூச்சுவிட்டது.

ஆற்றின் போக்கில் அசைந்தது. திடீரென, பெட்டி மூர்க்கத்துடன் துடுப்பை வலித்து, இழுத்து தண்ணீரை அடித்து விலத்தினார். படகு ஆறைவிட வேகமாக ஓடியது. அப்புறம் சிக்காவைப் பார்த்து 'எப்படி?' என்பதுபோல் பார்த்தார். பெட்டி சிக்காவின் தாத்தாவாக இருக்கலாம் பேரப் பிள்ளைக்கு விருந்தளிக்கும் தாத்தா. அன்றைய அதிசயங்களில் அவரும் ஒரு அதிசயம்.

மதியப் பொழுது கழிந்துகொண்டிருந்தது. சூரியன் வான் உச்சியைத் தாண்டியாயிற்று. மேல்வானில் சரியத் தொடங்கி இருந்தது. கதிரவனின் வலிமை நல்லதும், கெட்டதும் முடிந்துவிட்டது. இப்போது, அது கனிவோடு இருக்க விருப்பம் காட்டியது. காற்று மேலெழும்பியது. சில்லென்ற காற்று. குளிர் காற்று. ஆற்றின் மேல்புறத்தில் புல்லரிப்பு ஏற்பட்டது. நீர் குமிழியிட்டது. சிக்காவின் கைகளிலும் மெய்சிலிர்த்தது. இழிவுபடுத்தல், கசையடி, நம்பிக்கையின்மைக்கு ஏற்ற மாதிரி இருந்த அவனது தடித்த தோல் அவனிடம் கொண்ட பிடிப்பை இழக்கத் தொடங்கியது. அத்தோல் அவன் உடலில் இருந்து கழன்று படகின் தரையில் உதிரம் தோய்ந்த விலங்கின் தோல் போல விழுகிறது.

புதிதாய்ப் பிறந்த இந்தச் சிக்காவின் காதில் பாட்டொலி விழுகிறது. பெட்டி வாய்க்குள் பாடுகிறான்.

புட்டண்ணாவும், அண்ணாவும் கூட அவன் பாடலைக் கேட்டனர். அண்ணா கையை நீட்டி பெட்டியின் தோளில் தட்டிக் கொடுத்து 'பாடு, பாடுப்பா. உரக்கப் பாடு. ஆறு உனக்காகக் காத்துக்கொண்டிருக்கிறது' என்றார்.

அது போதும் பெட்டிக்கு. தோற்பட்டையைப் பின்னுக்கு வீசித் துடுப்பு வலிக்கும் அதே வேகத்துடன் பாடத் தொடங்குகிறான். அலைகளைக் கடக்கும் அவன் குரல் அழுத்தமாக இருக்கிறது.

என் உடல் என் படகு
படகு என் பூசை

பாடுகிறது
இந்தப் பூசை
எப்படிப் பாடுகிறது பார்!

ஆற்றின் நடுவிலோ கரையிலோ,
உடலும் படகும்

பூசையும் பாடலும்
ஒன்றுதான்

பெட்டி இந்த வரிகளை மீண்டும் இசைக்கிறான். இம்முறை புட்டண்ணாவும் சேர்ந்துகொள்கிறார். இருவர் குரலும் இசைந்து ஒன்றாகின்றன. உடல், படகு, பூசை, பாடல் எல்லாம் ஒன்றாக இருப்பது என்றால் என்ன என்பதை அவர்கள் சிக்காவுக்குக் காட்டுகிறார்கள். பிறகு புட்டண்ணா தனித்துப் பாடத் தொடங்குகிறார்:

ஆற்றின் அக்கரையில் மதிமுகம் காத்திருக்கிறது.
காத்து நிற்கும் குழந்தை
யார் மகன் அவன்?

மறு கரையில் மதிமுகம் காத்திருக்கிறது.
காத்திருக்கும் குழந்தை
யாருக்காக நிற்கிறான் அவன்?

அண்ணா அதற்குப் பதிலாக பாடுகிறார்.

என் மகன் அவன்
நான் அவன் மகன்
பசியுடன் காத்திருந்தது போதும்
என்கிறான் அவன்.

எனக்காகக் காத்திருக்கிறான்
நான் அவனுக்காக.
தாகத்தில் தவித்துக் காத்திருந்தது
என்கிறான் அவன்.

ஆற்றில் ஒரு கச்சேரி. சொல்லும் பாட்டும், மேடையும் பார்வையாளரும் அந்தக் குறுகிய படகில் அடங்க முடிந்தது. இது கனவாக இருந்தால் அதிலிருந்து எழும்பவே வேண்டாம்!

ஆனால் அது கனவல்ல. துடுப்பு நீரில் மோதும் ஓசை சிக்காவிற்குக் கேட்கிறது. படகு அசைந்தாடி அலைகளில் செல்வதை அவனால் உணர முடிகிறது. பக்கவாட்டில் நீரில் கை அளைந்தபடி குளிர்ச்சியான நீரில் தடம் போட முடிந்தது அவனால்.

சிக்காவைத் தனித்து விட பெட்டி விரும்பவில்லை. 'பாடு, தம்பி. நாம பாடினா ஆத்துக்குப் பிடிக்கும். படகோட்டுவது சுலபமாகும்', என்றார்.

சிக்காவிற்கு மடத்தனமாக இருப்பது போல் இருந்தது. அவர்கள் அவனுக்காகக் காத்திருந்தார்கள். உலகிலேயே அவனுக்கிருந்த ஒரே நட்பான பெட்டி, புட்டண்ணா, அண்ணா மூவரும் காத்திருந்தார்கள். முதலில் தலைக்குள் வந்ததை முணுமுணுக்கத் தொடங்கினான் சிக்கா.

எங்கே அந்நிலம்
கட்டற்று நீர் ஓடும் நிலம்?

சொல்லு. சொல்ல்லு

எங்கே அந்நிலம்
கட்டற்று நீர் ஓடும் நிலம்?

சிக்கா சற்று நிறுத்துகிறான். அவன் அப்பா நீரில் மிதந்தபடி வரக் காத்திருக்கிறான். பழைய சோகம் பெருகி அவனைப் பிடித்து விழுங்கிவிடக் காத்திருக்கிறான். ஆனால், ஆறு, அன்றைய புது நண்பர்கள், அவனது புதிய சகோதரர்கள் மட்டுமே இருக்கிறார்கள். படகில் தூரமாகக் கிடக்கும் பறையைப் பார்க்கிறான் சிக்கா. அவன் அதைக் கையில் எடுக்கவில்லை; ஆனால் பறையை அமைதிப்படுத்துவது போல அந்த வரிகளை மீண்டும் பாடுகிறான்.

புட்டண்ணா சிக்கா பறையைப் பார்த்ததைக் கண்டார். அதை எடுத்து அவன் கையில் கொடுத்தார். சிக்கா தலையை அசைத்து மறுத்தபடி மௌனத்தில் ஆழ்ந்தான். புட்டண்ணாவுக்கு ஒருமாதிரி ஆகிவிட்டது; ஒரு நொடி தர்மசங்கடமான அமைதி. எல்லோரும் பாட்டில் வரும் மதிமுகக் குழந்தை போலக் காத்திருந்தனர். அண்ணா அந்த அமைதியையும் காத்திருப்பையும் உடைத்தார்.

அந்த நிலம் இங்கும் அங்கும்
என்னுள் எங்கும்.
என்னுள் அந்நிலம்
கட்டற்று நீர் ஓடும் நிலம்.

அண்ணா, மற்ற இருவரையும் பார்க்கிறார். சிக்காவின் அப்பாவைப் போலக் கொஞ்சமும் இல்லாத பெட்டி அவன் நன்கு அறிந்த அந்தப் பாடலை ஆற்றின் காற்றில் உரக்க ஒலிக்கிறார்.

எங்கே அந்நிலம்
கட்டற்று நீர் ஓடும் நிலம்?

சொல்லு. சொல்லு

எங்கே அந்நிலம்
கட்டற்று நீர் ஓடும் நிலம்?

கூடவே அண்ணாவும் புட்டண்ணாவும் இணைந்து வெற்றிகரமான குரல்களை எழுப்புகின்றனர்:

அந்த நிலம் இங்கும் அங்கும்
என்னுள் எங்கும்.
என்னுள் அந்நிலம்
கட்டற்று நீர் ஓடும் நிலம்.

சிக்காவும் தன்னை அறியாது சேர்ந்துகொள்கிறான். என்னுள் அந்நிலம். கட்டற்று நீர் ஓடும் நிலம். இந்தக் கணம் அப்படியே நிலைக்கக்கூடாதா என சிக்கா ஏங்கினான். நான்கு குரல்கள் ஒருவருக்கு ஒருவர், ஒருவரோடு ஒருவர் இணைந்து ஒலித்தன. இந்தப் பேரண்டத்தில் இந்த நால்வர் மட்டுமே. இந்தப் பேரண்டம் விசாலமானது; முழுதும் வானம், ஆறாலானது.

அவர்கள் குரல்கள் மங்கின. எதுவும் அசையவில்லை. துடுப்பு போடும் சத்தம் மட்டும் ஒரே கதியில் கேட்டது. இப்போது பேச வேண்டியது ஆறு. சிக்கா செவிமடுத்தான்.

இந்த ஆறு. இது விரிகிறது. விரிந்து பரவுகிறது. விரும்பும் இடமெல்லாம் போக அனுமதி இருப்பது போல விரிகிறது. ஓரிடத்தில் நிற்பது எப்படி என்று ஆற்றுக்குத் தெரியாது. ஆறு நடுங்குகிறது, குமிழியிடுகிறது, அம்பு போன்ற நேர்கோடுகளை வரைகிறது, சின்னச் சின்ன வட்டமாகச் சுருங்கி மீண்டும் பெரிதாக விரியும் வட்டங்களை வரைகிறது. ஓடுகிறது, அசைகிறது. வானம், மரம், குன்றுகள், பறவை, படகு, ஏன் தன்னையே கூடப் பிரதிபலிக்கிறது. ஒரு உடலுக்கு இத்தனை முகங்கள் இருக்க முடியுமா? அந்த முகங்களையெல்லாம் சந்திக்க, அறிந்துகொள்ள அவனுக்கு இந்த ஒரு ஆயுள் போதுமா?

ஆனால், சிக்கா முதலில் தன் வாழ்க்கையைப் பார்க்க வேண்டும். ஆற்றின் அக்கரையில் விரியக் காத்திருக்கும் அந்த வாழ்வைப் பார்க்க வேண்டும். நிலம் அருகில் நெருங்கியது. மரங்கள் பொம்மைகள் போலச் சிறிதாக இருந்து, நெருங்க நெருங்கப் பெரிதாகி, படகு கரையை நெருங்கியபோது நிசமான மரங்களாகின. அன்றைய கனவு முடிவுக்கு வந்தது.

பெட்டி படகைக் கட்டியதும் ஒவ்வொருவராக இறங்கினார்கள். சிக்கா சுற்றுமுற்றும் புது இடத்தைக் கண்டுபிடிப்பவர் போலப் பார்த்தான். அந்த இடம் நீருக்குள் தலை நீட்டும் நிலப்பரப்பு; எல்லாவிதச் சாயலிலும் பச்சை நிறம். தழைத்து மூடிய பெருவிரல் போன்ற நிலம். உலகம் இன்று நீட்டிப் பரந்து பெரிதாகிவிட்டது. வானம், கரை, மரங்கள், கொடிகளால் ஆன சுவர்கள், புதர்க்குவியல்கள், தொலைவில் தெரிந்த வயல்கள் அனைத்தும் திறந்தபடி பரந்து இருந்தன.

“முதலில் குளிப்போம். இன்னும் கொஞ்ச நேரம் ஆற்றை நம்முடன் வைத்துக் கொள்வோம்,” என்றார் அண்ணா.

சிக்கா நீரை அள்ளி, தலையில் ஊற்றிக் கொள்கிறான். ஆறு அவனை வாழ்த்துகிறதா அல்லது அவன் தன்னைத் தானே வாழ்த்திக் கொள்கிறானா என்று அவனுக்குச் சரியாகத் தெரியவில்லை. அண்ணா முடித்த பாடல் வரிகளை எல்லாரும் ஒன்றாகப் பாடியது போல, என்னுள் அந்நிலம் கட்டற்று நீர் ஓடும் நிலம். அந்தப் பாடல் சரியெனப்பட்டது. ஆனால் உண்மையில் அதன் பொருள் என்ன?

எங்கே அந்நிலம் கட்டற்று நீர் ஓடும் நிலம்?

1

சிக்கா, புட்டண்ணா, அண்ணா மூவரும் ஆற்றை விட்டு விலகி நடக்கத் தொடங்கினர். நடக்க நடக்கத் திறந்தவெளி சுருங்கியது. விரைவில் புறநகர்ப் பகுதி, பின் நகரத்தின் எல்லைக் கோடு வந்தது. பிறகுதான் ஜயபுரம்.

சிக்கா இதற்கு முன் நகரத்தைக் கண்டதில்லை. புதுக் கண்டுபிடிப்புக்கான அவனது ஆர்வம் குறைந்துகொண்டே வந்தது. அங்கு மக்கள் கூட்டம் நிறைய; நிறைய மாட்டு வண்டிகள்; தெருவோரக் கடைக்காரர்கள்; கோவில்கள்; வேட்டி முனையைப் பிடித்தபடி நடக்கும் பிராமணர்கள் அவர்களது ஆடை நுனி தரையில் படக்கூடாத அளவு அதிசுத்தமானவை போல.

சிக்காவின் தோள்கள் தளர்ந்தன. அவன் தனக்குச் சொல்லித் தந்தபடி பணிவுடன் கூனிக்குறுகி நடந்தான். அடுத்த அடி அல்லது கசையடி எங்கிருந்து வருமோ என்ற பீதியோடு நடந்தான்.

புட்டண்ணா அவன் கரத்தைப் பற்றினார். 'பயப்படாதே', என்றார். 'நம்மைப் போல் இங்கு நிறையப் பேர் இருக்காங்க. நமக்கும் வலிமையான நண்பர்கள் இருக்காங்க.'

அவர் சொல்வதன் பொருள் சிக்காவிற்கு விளங்கவில்லை. ஆனால், அவர்களைக் கடக்கும் மக்களில் பலர் அண்ணாவை அடையாளம்

கண்டு மரியாதையாக வணக்கம் சொல்வதை சிக்கா கவனித்தான். சிக்கா வேறு நபர்களையும் பார்த்தான். அலங்கரிக்கப்பட்ட கும்பங்கள் ஒன்றன்மீது ஒன்றாக உள்ள பெரிய கோவிலைக் கடக்கும்போது, அதன் வாயிலில் தடித்த வெற்று மேலுடம்புடன் உட்கார்ந்திருக்கும் அர்ச்சகரைப் பார்த்தான். நெற்றியிலும், மார்பிலும் வெண்ணிறப் பட்டைகள்; முழங்கால் வரை தொங்கும் பானை வயிறு. அண்ணாவை உற்றுப் பார்த்து அப்புறமாகத் திரும்பிக் காறித் துப்பினார். சிக்கா தன் கரம் பிடித்திருந்த முரட்டு உள்ளங்கையை நம்பிக்கைக்காகப் பிடித்து அழுத்தினான். அண்ணா இதைக் கவனித்த மாதிரித் தெரியவில்லை. தொடர்ந்து நடந்து கொண்டிருந்தார். புட்டண்ணாவும் சிக்காவும் கைகோர்த்தபடி அவரைப் பின்தொடர்ந்தனர்.

‘அந்தப் பூசாரி... ரொம்ப புனிதமானவன்னு நெனைப்பு’, நக்கலாகச் சொன்னார் புட்டண்ணா.

கூட்டம் நிறைந்த சாலைகளைக் கடந்த பின், புட்டண்ணா இறுதித் தீர்ப்பாகச் சொல்லக் காத்திருந்ததைச் சொன்னார்: ‘அந்தப் பார்ப்பானுக்குத் தான் யார் என்பது நெசமாகத் தெரியாது. நான் யாருன்னு எனக்குத் தெரியும். நான் புட்டண்ணா, எலி பிடிப்பவன். நான் எல்லாருக்கும் சமம்.’

சிக்காவுக்கு மூச்சுத் திணறியது. புட்டண்ணா ‘உச்சு’க் கொட்டியபடி, ‘எலிபிடிப்பவர் தேவைப்படாத இடம் எங்காவது இருக்கா?’ என்றார்.

செத்த மாட்டுத் தோல் உரிப்பவனும், எலி பிடிப்பவனும் கைகோர்த்தபடி! அவர்கள் கைகள் பொருந்துவதில் எந்த வியப்பும் இல்லை. சிக்கா தலையசைத்து அண்ணாவைச் சைகையால் காட்டி புட்டண்ணாவைப் பார்த்தான்.

‘ஓ அண்ணாவா? முன்ன ஒருமாதிரி ஆசிரியர்; இப்ப வேற விதமான ஆசிரியர். அவரோட கைகள் நம் கைகளைப் போல இல்லாமல் மென்மையாக இருக்கலாம், ஆனாக்க, அவரோட மூளை’ கத்தி முனையைப் போல கூர்மையானது என்பதைச் சைகையால் செய்து காட்டினார் புட்டண்ணா.

‘ஆனா, நீங்க ரெண்டு பேரும் ஆசிரியரும் எலிபிடிப்பவரும், என்ன பண்றீங்க... ஒண்ணா?...’ சிக்காவின் சொற்கள் தவறாக எடுத்துக்கொள்ளப்படக்கூடாதென்ற எச்சரிக்கையோடு தேய்ந்து ஒலித்தன. ஆனால் அவனுக்குத் தெரிந்தே தீரணும்.

‘உனக்கு இது வினோதமா இருக்கா? ஒரு ஆசிரியரும் எலி பிடிப்பவரும் சகோதரர்களாக இருப்பது?’ புட்டண்ணா முடி நிறைந்த தன் காதுக்குள் இருந்து ஒரு எலி எடுக்கப் போகிறவர் போல, மாயாஜால வித்தை காட்டுபவர் போலப் பெருமையில் பூரித்தார். ‘என்னோட வேற நண்பர்களைப் பாக்கணும். சித்தா குயவர், சென்னா செருப்பு தைப்பவர், குண்டண்ணா கள் இறக்குபவர். நாம் போகும் ஆனந்தகிராமத்தில் நெசவாளிகள், சுத்திகரிப்புத் தொழில் செய்பவர், மலம் அள்ளுபவர், விவசாயிகள் எல்லாரும் இருப்பாங்க. அதோட நகர அதிகாரிகள், அறிஞர்கள், அப்பறம் கவிஞர்கள், நிறைய அண்ணாக்கள், சகோதரிகள், நம்ம அறிவாளி பிரபு எல்லாரும் இருப்பாங்க.’

சிக்காவுக்குத் தலைசுற்றியது.

புட்டண்ணா கண்களைச் சிமிட்டியபடி ‘முன்ன பிராமணர்களா இருந்தவங்க இப்ப சாதாரண மனிதர்களாக இருப்பதையும் பாப்ப,’ என்றார்.

சிக்காவிற்கு வேறு கேள்விகள் ஏதும் இல்லை. இதுவே மிக அதிகம். இனிமேல் கேள்விகள் கேட்காமல் இருப்பதுதான் நல்லது. புட்டண்ணா சொல்லும் மாய உலகம், இதுவரை எவரும் காணாத அதிசயம் பற்றிப் பெரிதுபடுத்தாமல் இருப்பதுதான் உசிதம். சாதி பார்க்காமல் மக்கள் ஒன்றிணைகிறார்களாம்; யார் வேண்டுமானாலும் யாருக்கும் அக்கம்பக்கத்தவராக இருக்கலாம்; நண்பராக, சகோதர, சகோதரியாக இருக்கலாமாம்!

அண்ணா சற்று நிதானமாக நடக்கத் தொடங்கினார். அவர்கள் வந்து சேரக் காத்திருந்தார். சிக்காவைப் பார்த்து ஒளி நிறைந்த சிரிப்போடு “வருக, வருக. ஆனந்தகிராமத்திற்கு உன் வரவு நல்வரவாகுக!” என்றார். அண்ணா தன் கையைக் காற்றில் வீசி சிக்காவுக்கு உலகத்தை வழங்குவது போலக் காட்டி, ‘பார் இங்கே’ என்றார்.

சிக்கா அங்கிருந்த குடிசைகளைப் பார்த்தான். இதுவும் தான் விட்டு விட்டு ஓடி வந்த சிறைபோல இருக்குமோ என்று எண்ணி சிக்கா நடுங்கினான்.

புட்டண்ணா அவன் அருகில் வந்து சிக்காவின் தோள் மீது ஆதரவாகக் கைவைத்தார்.

சிக்கா மீண்டும் குடிசைகளைப் பார்த்தான். மிக எளிமையாக இருந்த அக்குடில்கள் வட்ட வடிவில் இருப்பதைக் கவனித்தான்.

சுற்றிலும் நிறைய வெட்டவெளி. மக்கள் வேலை செய்துகொண்டோ, பேசிக்கொண்டோ, விளையாடிக் கொண்டோ இருந்தனர். இந்த குடிசைகளுக்கு மத்தியில் இருந்த திருத்தப்பட்ட இடத்தில் சற்றே பெரிய குடில் ஒன்று இருந்தது. மூங்கில்களால் பிணைக்கப்பட்ட அழகான பக்கச் சுவர்கள் கொண்ட குடில். இக்குடில் மேற்கூரையின்றி இருந்தது. வான் நோக்கித் திறந்த குடில். சிக்காவின் உடல் நடுக்கம் மட்டுப்பட்டது. ஓரடி எடுத்து வைத்தான்.

வந்தவர்களை வரவேற்க மக்கள் குடிசைகளில் இருந்து வெளியே வந்தனர். அண்ணாவின் கவனத்தைப் பெற நிறையப் பேர் ஆண்கள், பெண்கள், குழந்தைகள் கூடினர். ‘புட்டண்ணா, இவனைப் பார்த்துக் கொள்’, என்று சொல்லியபடி கூட்டத்தில் கரைந்துபோனார் அண்ணா.

புட்டண்ணாவும் சிக்காவும் முதலில் ஆனந்தகிராமத்தின் மையமான இதயத்தைக் காணச் சென்றனர். வான் நோக்கித் திறந்த மையக் குடிலுக்குச் சென்றனர். அங்கு சிலர் அமைதியாக தனித்தோ, கூட்டமாகவோ அமர்ந்திருந்தனர்; வழிபாடு செய்கிறார்களோ அல்லது சிந்தனையில் ஆழ்ந்திருக்கிறார்களோ அல்லது தம்மில் நிறைவான அமைதியோடு இருக்கிறார்களோ தெரியவில்லை. இணையர் இருவர் பனை ஓலைகளை இழுத்துப் பிடித்து அதில் வரிசை வரிசையாக வெவ்வேறு குறிகளைப் பதித்துக்கொண்டிருந்தனர். இன்னொரு மூலையில் ஒருவர் கூடியிருந்த மக்களிடம் உரையாற்றிக் கொண்டிருந்தார்: ‘இந்த உலகம் நம் அனைவருக்கானது. இதில் உயர்வு தாழ்வு இல்லை. இதைத்தான் கடவுள் சொல்கிறார் என்னிலும் உன்னிலும் உறையும் இறை. ஆனந்தகிராமத்தில் நாம் நம்பும் கொள்கையின் அடிப்படையில் வாழ்கிறோம்.’

புட்டண்ணா சிக்காவைத் தொட்டு ‘நான் சொன்னேல்ல?’ என்பது போலத் தட்டினார்.

அவர்கள் குடிலின் மத்தியில் நடந்துகொண்டிருந்த விவாதத்தை நோக்கிச் சென்றனர். அது ஓதுவதும் பாடுவதுமாய் இருந்தது. ஒருவர் பாடியபடி தன் சொற்களைக் குரலால் நடித்துக்கொண்டிருந்தார்:

> நீர் புனிதமானது
> அது இது என்று
> ஏதேதோ புரியாத மொழியில் முணுமுணுத்தபடி,
> கோவிலில் உள்ள கல்லுருக்களின் மீது

தெளிக்கிறார்கள்;
வீட்டின் உட்தரையிலும் வெளியிலும்
தெளிக்கிறார்கள்.

அவர்கள்
தம் மீதும் நீரைத் தெளித்துக் கொண்டு
மீளப் பிறந்த புனிதர்கள் எனச் சொல்லிக் கொள்கிறார்கள்.

வெள்ளி நரைமுடி கொண்ட கரடுமுரடான தோற்றம் கொண்ட வயோதிகப் பெண் ஒருவர் தலையசைத்து ஆமோதித்தபடி கேள்வி ஒன்றைக் கேட்டார்:

ஒருவனுக்கு எத்தனைதான் சொல்லித்தர முடியும்?
தோலை உரித்து
இங்க பாரு, இங்க, இங்க-
இரத்தம் எப்படி ஓடுகிறது,
உணவு எப்படி வளைந்தோடி
நீரால் கழுவப்பட்டு மலமாகக் கீழிறங்குகிறது!
எல்லாம் ஒன்றுதான், ஒன்றுதான்.

மலையும் அருவியும்
மண்ணும் இலையும்
தோலும் இதயமும்
வெவ்வேறு உலகில் வாழ்வதாக
நம்பும் மனிதனுக்கு
எப்படிச் சொல்லித்தர முடியும்?

அங்கொருவர் சிரத்தையாகக் கேட்டபடி இருந்தார். வெளிறிய, மெலிதான தேகத்தோடு இருந்த அவர் இருக்கிற சுவடின்றி இருந்தார். ‘அவர்தான் நம்ம ஞானம் மிக்க பிரபு’ என்று புட்டண்ணா முணுமுணுக்கிறார். சிக்கா அவரை மறுபடி ஓரக்கண்ணால் பார்த்தான். பிரபு பார்க்கத் தீவிரமான சிந்தனையாளர் போல இருக்கலாம். ஆனால் அவர் முகம் புதிதாக ஏற்றப்பட்ட விளக்குப் போல ஒளிர்ந்தது. அவர் ஒளிர்விட்டார்.

சகோதரர்கள் எண்ணிக்கை பெருகியது. சிக்காவின் உடனடிக் குடும்பம் வளர்ந்தது. முதலில் எலி பிடிப்பவரான புட்டண்ணா, பிறகு பானைகள் வனையும் குயவர் சித்தா, செருப்பு தைக்கும் சென்னா, பிறகு கள் இறக்கும் குண்டண்ணா எனக் கூடிக்கொண்டே போனது.

‘நாங்கள் நடுங்க வைக்கும் நால்வர். இப்போ நீயும் எங்களில் ஒருவன்’ என்று சிரித்தார் புட்டண்ணா.

சிக்கா எடுத்த ஆழ்ந்த மூச்சில் அவன் மார்பு மேலும் விரிந்தது. தாடை உயர்த்தி கண்களைக் காற்றில் உயரே பதித்தான். ‘நடுங்க வைக்கும் ஐவர் பராக்.. பராக்’, அரசன் வருகையைப் பறையறிவிப்பவன் போல அறிவித்தபடி அவர்கள் ஒவ்வொருவரையும் சுற்றிச் சுற்றி வந்தான். எங்கு போகிறான் என்று புரியாமல் நடுங்க வைப்பதில் குறியாக இருந்தான். குண்டண்ணா சிரட்டையில் கொண்டு வந்திருந்த கள்ளை கால் தடுக்கிக் கீழே கொட்டினான்.

சென்னா ‘முதுகில ஒண்ணு வெப்பேன்’ என்றார். அவர் குறி கள்ளில் இருந்தது. அவர் புட்டண்ணாவைத் தள்ளிவிட்டார். இருவரும் ஒருவர் மேல் ஒருவர் பாய்ந்து மண்ணில் புரண்டு, மல்யுத்தம் செய்தபடி சிரித்தனர்.

இந்தக் கதம்ப குடும்பம் சிரத்தையாகவும் இருக்கும். ஊர் சதுக்கத்தில் சமீபத்தில் நடந்த தகராறு பற்றி விவாதித்தனர். அண்ணாவும் பிரபுவும் ஒரு புறமும், பெரிய கோவில் மூத்த பூசாரிகள் சிலர் மறுபுறமும் பிரிந்து நின்றனர். ஒரு பிராமணச் சிறுவன் பூணூல் அணிய மறுத்து ஆனந்தகிராமத்திற்கு ஓடி வந்து விட்டான். இளைஞர்களை ஆனந்தகிராமவாசிகள் கெடுப்பதாக வாதிட்டனர்.

‘அந்த நூலை மாட்டிக்கொண்டவுடன் அவர்கள் தாங்கள்தான் மேலானவர் என்று நினைக்கத் தொடங்குகிறார்கள்; நூலும் அவர்கள் சாமிகளும், நமோ நமஹவும்...’ என்றார் குண்டண்ணா.

சித்தா சிரிப்பில் கலந்துகொள்ளவில்லை. கடந்த சில நாட்களாக சக்கரத்தைச் சுழற்றி பானைகள் அறுக்கும்போது, சித்தாவின் தலைக்குள் பல புதிர்கள் ஓடிக்கொண்டிருக்கின்றன. கடவுள் ஏன் சிலரைப் பிறப்பினால் உயர்ந்தோர் என்றும் சிலரைத் தாழ்ந்தோர் என்றும் படைக்க வேண்டும்? நாள் முழுதும் குனிந்த முதுகுடன், காய்ந்த வயிறுடன் துயருறும் மனிதரிடம் கடவுள் ஏன் ‘இப்போ துயரம் அனுபவித்தால், உன் அடுத்த பிறவி நல்லதாக அமையும்’ என்று சொல்ல வேண்டும்?

‘கடவுள்களுக்கும் இதற்கும் எந்தத் தொடர்பும் இல்ல. அடுத்த பிறப்பு நல்லபடி கிடைக்கும், புண்ணியம், மோக்ஷம் என்று அவர்கள் விடும் புருடாக்களுக்கும் சாமிக்கும் சம்பந்தம் இல்ல; இந்தச் சாமிங்களுக்கு

எதுவும் தெரியாது, அவங்க எதுவும் யோசிப்பதும் இல்ல' என்றார் சித்தா.

'இந்தச் சாமிகள் எல்லாம் களிமண், கல், அரக்கால் செய்யப்பட்டவை' புட்டண்ணா எரிச்சலுடன் இடைமறித்தார்.

'சரி சரி' என்று புட்டண்ணாவை ஒதுக்கிவிட்டுத் தொடர்ந்தார் சித்தா. 'நல்லா கேளுங்க, இதெல்லாம் பூசாரிங்க வேலை. பார்ப்பனர்கள் செய்யும் வேலை. தெய்வம் என்ன சொல்லுதுன்னு அவங்க நமக்குச் சொல்றாங்க. நம்மால் படிக்க முடியாத பனையோலைகள் என்ன சொல்கின்றன என்றும் அவங்கதான் சொல்றாங்க. ராஜாவைப் பாராட்டி மனங்குளிரவைத்து, கடவுள்தான் அவர ராஜாவா ஆக்கினாருன்னு சொல்லி வைக்கிறாங்க. எதுக்கு இதையெல்லாம் செய்றாங்க? சோற்றுக் குவியல், வெல்லம், பழம் எல்லாம் மண்டித் தின்று, வீடுகளில் தங்கத்தைக் குவிக்கச் செய்கிறார்கள். உண்மையில் அவர்கள் கடவுளாக விரும்புகிறார்கள் அதுதான்! எல்லாரைவிட எனக்குத்தான் அதிகாரம் என்று நடமாடும், பேசும் சாமிகளாக உலா வர விரும்புகிறார்கள். இந்த உலகம் மாயை என்று சொன்னாலும் அவர்கள் இந்தப் பிறவியில் கடவுளாக வாழ விரும்புகிறார்கள். அடுத்த பிறவி பற்றி நான் கவலைப்படுவதைவிட, அவர்கள் குறைச்சலாகவே அக்கறை செலுத்துகிறார்கள்.'

இதைக் கேட்டவர்கள் வியக்கிறார்கள். சிக்காவும்தான். அதிவேகமாக புதிய சிந்தனைகள், சொற்களை உள்வாங்கிக்கொண்டிருக்கும் சிக்காவும் இதைக் கேட்டு மலைக்கிறான். ஆனந்தகிராமத்தில் அவன் சமத்துவம் என்ற சொல்லை அடிக்கடி கேட்டுக்கொண்டிருக்கிறான். குறிப்பாக மூத்த அண்ணா மற்றும் பிற தலைவர்கள் அச்சொல்லை அடிக்கடி பயன்படுத்துவார்கள். ஆனால், புட்டண்ணாவும் நண்பர்களும்தான் சமத்துவம் என்றால் என்ன என்பதைச் சொற்களில் மட்டுமின்றி, நிசவாழ்வில் ஒருவரோடு ஒருவர் வாழும் முறையில் செய்து காட்டுகிறார்கள்.

நடுங்கவைக்கும் ஐவர் குழுவில் ஒருவராக இருப்பதில் சிக்காவிற்கு மிகுந்த மகிழ்ச்சி. புட்டண்ணாவின் கோணத்தில் நகரம், கிராமம், உலகம் அனைத்தையும் பார்ப்பதைவிட வேறெதுவும் அவனுக்கு இந்த அளவு நிறைவளிப்பதில்லை. புட்டண்ணாவுக்கு அவனைக் கண்டு அஞ்சி நடுங்கும் எலிகள் அடையும் ஒவ்வொரு தெருவும்,

வீடும், கிடங்கும், குப்பைக்கொட்டிலும் தெரியும். அவர் எலிகளை வேட்டையாடுவார். அவற்றைத் தோலுரித்து, நன்கு வறுத்து, கறிச் சாப்பாடு போல எல்லாரும் உண்ண ருசியாகச் சமைப்பார். நகரத்தின் மேட்டுக்குடியினர் அவரை அசுத்தமானவர் எனக் கருதலாம். ஆனால், புட்டண்ணாவின் முகம் உதய சூரியன் போல ஒளிரும் முகம் ஒவ்வொரு நாளும் புதிதாகக் கொண்டு வரும் மகிழ்ச்சியான அதிசயத்துக்காகக் காத்திருக்கும். அவருக்குக் களிப்பூட்டும் வேடிக்கைப் பாடல்கள் பல தெரியும். அடிக்கடி அவற்றை மெல்லிய குரலில் பாடிக்கொண்டே இருப்பார். அப்பாடல்களின் அர்த்தத்தை சோதிப்பது போல இருக்கும் அந்த அடிக்குரலில் பாடல்.

> பன்றி, ஈ, பல்லி மூன்றும்
> அலைந்தன ஞானியைத் தேடி.
> அடைந்தன ஒரு குப்பைக் குன்றை
> உற்சாகத்தோடு ஒரே தாவலில் தாண்டின.

அவ்வப்போது புட்டண்ணா சொல்வதைக் கேட்டு சிக்கா சிரிக்கும் போதும் அல்லது அவரோடு பாடும்போதும் சிக்காவால் தன் குரல், சிரிப்பின் ஒலி ஆகியவற்றை அடையாளம் காணவே முடியாது.

தன் கூட்டாளிகளின் உதவியோடு சிக்கா மெதுவாக ஆனந்தகிராமத்தின் சவால்களைக் கற்றான்; சகோதர சகோதரிகளின் அரவணைப்பையும் அச்சமூகத்தின் இலகுவான வழிகளையும் புரிந்துகொண்டான். அவற்றைப் பெரிதும் மதித்தான்; மிகுந்த நன்றியுணர்வோடு இருந்தான். இப்படியும் வாழ முடியும் என அவன் கற்பனை கூட செய்திராத ஒன்றைக் கண்டு எப்படி வியக்காமல் இருக்க முடியும்? ஆனாலும், சில சமயங்களில் அங்கு விருந்தாளி போல உணர்ந்தான். இங்கு என்ன செய்ய முடியும் அவனால்? சிக்கா நண்பர்களுக்கு உதவியாக இருந்த போதிலும் அவனால் நிச்சயம் குயவராகவோ, எலி பிடிப்பவராகவோ, கள் இறக்குபவராகவோ தேர்ச்சி பெற முடியாது.

என்ன வேலை செய்வது, எங்கு வசிப்பது என்று யோசிக்கும் போதெல்லாம் அவன் ஆற்றை நினைத்தான். மீண்டும் ஆற்றை அடைய விரும்பினான்.

புட்டண்ணா வழக்கம் போல கரடுமுரடாகவும் ஆறுதலாகவும் இருந்தார். 'எனக்கு நகரம், காடு, கிராமம், ஆறு எல்லாம் ஒன்றுதான். சரி உனக்கு வேற மாதிரி இருக்கு. வா போகலாம்' என்றார்.

சிக்கா ஆற்றின் அருகில் அவன் தேர்ந்தெடுத்த வீட்டுக்குப் போகிறான். அவ்வளவுதான். மிகமிக எளிதானது.

அவர்கள் அங்கு சென்றடைந்த போது மாலையாகிவிட்டது. புட்டண்ணா ஆற்றுக்கு அருகில் உள்ள வயலுக்கு சிக்காவைக் கூட்டிச் சென்றார். அங்கு ஒரு இடிந்து போன குடிசையில் அவர்கள் ரங்கையா கிழவனைப் பார்த்தனர். ரங்கையா ஒரு கூடை பின்னி முடித்திருந்தார். நடுங்கும் கைகளை நிலைப்படுத்தி அதை முடிக்க நிறைய காலம் எடுத்தது. அவர்களைக் கண்டதும் ஆசுவாசமாகி கூடையைப் பக்கத்தில் வைத்தார்.

'ரங்கையா மீனவராக இருந்தவர். ஆனால் என்னதென்று அறிய முடியாத நோய் ஒன்று அவரைப் பீடித்தது. அவரது கை கால்கள் எப்போதும் நடுங்கத் தொடங்கின. அவர் மனைவி பர்வதம்மா வயலில் வேலை செய்கிறார்' என்று புட்டண்ணா ஏற்கனவே சிக்காவிடம் சொல்லி இருந்தார்.

ரங்கைய்யா அருகில் இருந்த போதும், புட்டண்ணா உரக்கப் பேசினார்: 'ரங்கையா... நல்லா இருக்கீங்களா?'

'நல்லா இருக்கேன்' என்றார் அந்த வலுவிழந்த மனிதர். 'அண்ணா எப்படி இருக்கிறார்? ஆனந்தகிராமத்தில் நம் நண்பர்கள் எல்லாரும் எப்படி சுகம்?' முகம் மலர்ந்து கேட்டார் ரங்கையா.

'எல்லாரும் நல்ல சுகம். இந்தப் புதிய நண்பரைப் பாருங்க இவன் பேரு சிக்கா' என்றார் புட்டண்ணா.

சிக்காவைப் பார்த்துச் சிரித்த ரங்கையா, 'வாப்பா! எங்களோடு சாப்பிடு.'

பர்வதம்மாவும் மகளும் வயலில் இருந்து திரும்பியதும் ஆண்களும் பெண்களும் ஒன்றாக இருந்து சாப்பிடுகிறார்கள்.

புட்டண்ணா, சிக்காவைக் காட்டி 'இவன் ஆற்றுக்கு அருகில் இருக்க விரும்புகிறான்' என்றார்.

சிக்காவிற்கு வேலை தேவை என்று பர்வதம்மாவுக்குச் சொல்ல வேண்டியிருக்கவில்லை. அவளுக்கு உடனடியாகச் சிக்கல் புரியும். அவள் உடனே இரண்டு தீர்வுகள் சொன்னாள். 'பக்கத்துக் குடிசை காலியா இருக்கு. வயதான சலவைத் தொழிலாளி போன மாதம் இறந்து விட்டார்' என்று உரத்துச் சிந்தித்தாள்.

‘உன்னால் துணி வெளுக்க முடியுமா? முடியும் உன்னால’ என்று அவளே கேள்வியும் கேட்டு, பதிலும் சொன்னாள்.

அருகில் ஒரு சிரிப்புச் சத்தம் கேட்டது. அவர்கள் மகள் மகாதேவிதான் சிரித்தது.

சிக்கா தனக்கென எடுத்துக்கொள்ள சலவையாளரின் குடிசை இருந்தது. பர்வதம்மா எல்லாவற்றையும் ஏற்பாடு செய்கிறார். சிக்கா எல்லாருடைய துணிகளை வெளுக்கும் புதிய வேலையைக் கற்றுக் கொள்கிறான். ஆறு இரவும் பகலும் அவனுக்காகவே இருந்தது; விரிந்த வானமும் பரந்த வெளியும் அடர்ந்த காடும் கூடவே இருந்தன.

2

கிருஷ்ணா தன் அருகில் கிடந்த காகிதக் குவியல்கள் மத்தியில் இருந்த கைபேசியைப் பார்த்தார். பொறுமையின்றித் தவிப்புடன் இருந்தார். நீலாத்ரி சேஷாத்ரி ஏன் இன்னமும் கூப்பிடவில்லை? அவரது நிறுவனத்திற்கு வந்து ஓலைச் சுவடிகளைக் காண எப்போது வரலாம் என்று சொல்வதாகக் கூறியிருந்தார். கிருஷ்ணாவின் வருகைக்கு 'ஏற்பாடுகள் செய்ய வேண்டும்' எனத் தெளிவாகக் கூறியிருந்தார்; அதாவது கிருஷ்ணா அறிவிப்பின்றி வரக் கூடாது என்று பொருள்.

இனியும் பொறுக்க முடியாமல், கிருஷ்ணா கைபேசியை எடுத்தார். நியூஸ் நட்ராஜ் போலத் தானும் இந்தக் கைபேசிக்கு அடிமையாகி விட்டோமே என்று நொந்து கொண்டார். மீண்டும் அதே எண்ணை அழைக்கும் பொத்தானைத் தட்டினார். மணியடித்தது. அதே பழைய பஜனைப் பாடல்கள் ஒலித்தன. அவர் அழைக்கும் நபர் பதில் அளிக்கவில்லை என்று ஒரு குரல் ஆதரவாக அறிவித்தது. சாந்தாவுக்கு அதிர்ஷ்டம் இருக்குமோ! சாந்தாவைத் தேடிப் போனார் கிருஷ்ணா. அவர் வெளியே செம்பருத்திச் செடி இருந்த பூச்சாடிகளில் களையகற்றிக் கொண்டிருந்தார். மென்குரலில் பாடியபடியே வேலை செய்து கொண்டிருந்தார். அன்பான கவனிப்பில் திளைத்தபடி செம்பருத்திப் பூக்கள் திருப்தியாக இருந்தன. கைபேசியோடு வைத்தபடி கிருஷ்ணா காத்திருக்கிறார்.

ஆனால் சாந்தாவுக்கும் அழைப்பு தொடர்பு எல்லைக்கு அப்பால் உள்ளது என்ற செய்தி மட்டுமே கிடைத்தது.

கிருஷ்ணா தன் கைபேசியை மறுபடி வாங்கிக் கொண்டு மீண்டும் முயற்சித்தார். ஆமாம். சேஷாத்ரி ஒருபடி முன்னேறிவிட்டார். பதில் அளிக்கவில்லை என்பது, தொடர்பு எல்லைக்கு வெளியில் இருப்பதாக மாறிவிட்டது. கிருஷ்ணாவும் விடவில்லை. தன் செவிகளில் பஜனை ஒலி நிறைக்கக் கேட்டார். தொடர்பு எல்லைக்கு வெளியே என்ன மாதிரி தொடர் இது! எல்லா உரையாடல், வாதபிரதிவாதங்கள் அனைத்தையும் அடைக்கும் தொடர்; வாழ்வையே அடைக்கும் சொல்.

மேலே செல்ல வேறு ஏதேனும் வழி உண்டா?

கிருஷ்ணா பல்கலைக்கழகத்திற்குச் சென்றார். சிவாவிடம் 'நிறுவனத் தொலைபேசி இணைப்பு கிடைத்ததா?' என்று கேட்டார்.

'இல்லை ப்ரஃபஸர்' என்றபடி நிர்வாகக் கோப்புகளை நீட்டினார் சிவா.

கிருஷ்ணா தன் இடத்தில் அமர்ந்து சும்மாயிருந்தார். பிரிக்கப்படாத கோப்புகளை வெறித்துப் பார்த்தார். மறுபடி அந்தப் பாழாய்ப் போன ஃபோனைச் செய்யலாமா?

ஆனால், சிவா நம்பிக்கையோடு மீண்டும் சொன்னார், 'நான் ஒரு யோசனை சொல்லவா ப்ரஃபஸர்?'

'உ...ம் சொல்லுங்க.'

'பாடல்களில் இரண்டு ஆறுகள் வருகின்றன, இல்லையா? அதாவது, ஆறுகள் பற்றிக் குறிப்பிடும்போது?'

'ஆமாம்.. அதனால்?' வழக்கமான பொறுமையோடு சிவாவிடம் இருப்பது இன்றைக்குக் கடினம்.

ஆனால்... சிவாவைத் துரிதப்படுத்துவதும் முடியாத காரியம். 'ஒன்று அமைதியானது; இன்னொன்று ஆரவாரம் செய்யும் ஆறு, சரிதானே?'

'அப்படியும் சொல்லலாம்' என்று தலையாட்டினார் கிருஷ்ணா.

'நாம் ஏன் அந்த ஆறுகளைப் போய் பார்க்கக்கூடாது? அங்கு ஏதாவது தகவல் கிடைக்கலாம் அல்லவா?'

‘சிவா! என்ன சொல்றீங்க? அந்த ஆறுகள் எங்க இருக்கு? இன்னும் இருக்கா? எதுவும் நமக்குத் தெரியாது. அவற்றின் பெயர்களும் தெரியாது. ஆயிரம் முகங்கள் கொண்டது அசைவற்ற அமைதியை நோக்கிச் செல்வது என்பது மட்டுமே தெரியும்,’ என்றார். ‘ஆனால் அந்தப் பத்திரிகைக்குக் கடிதம் எழுதிய குரு என்கிற ஆசாமி, கண்ணதேவா தேவிகா ஆற்றில் அல்லது அதற்கு அருகில் சமாதி அடைந்ததாகச் சொல்லியிருந்தாரே! நான் அதைப் பற்றிக் கேள்விப்பட்டதே இல்லை’, என்று சொன்னார்.

சிவாவின் முகம் மலர்ந்தது. ‘நான் கொஞ்சம் ஆய்வு செய்தேன், ப்ரஃபஸர்! அந்த ஆறுகள் பற்றிச் சில தகவல்கள் கிடைத்தன. உங்கள் பழைய மாணவரைக் கண்டுபிடித்து அவரது உதவி கேட்டேன். அப்படி ஒரு ஆறு இருக்கிறதாம்.’ இதற்கு மேல் சிவாவால் தன்னடக்கத்துடன் பேச முடியவில்லை. ‘நிறுவனத்தில் இருந்து ஓரிரு மணிப் பயணத்தில் ஒரு ஆறு இருக்கிறது. பெயர் பெற்ற ஆறு இல்லை. ஊரின் பெயரும் தெரியவில்லை. ஏதோ ஒரு கிராமமாக இருக்கலாம். ஆனால், அங்கு உள்ளூர் வழக்கப்படி கண்ணதேவா அந்த ஆற்றின் கரையில் தவம் புரிந்தபோது உள்ளொளி பெற்றதாக நம்பப்படுகிறது’ என்று பெருமிதத்துடன் சொன்னார் சிவா.

கிருஷ்ணாவால் சிவாவைக் கேலி செய்ய முடியவில்லை. ‘ரொம்ப நன்றி. மேலும் தகவல்கள் கண்டுபிடியுங்கள்’ என்றார் அன்புடன். அந்த ‘மேலும்’ என்ன என்பதைக் குறிப்பிடவில்லை. சிவாவும் தன் கடமையை நிறைவேற்ற அறையில் இருந்து வெளியேறினார்.

வழக்கமான அவர்களது நட்புக் கூட்டம் நிறைந்த ஞாயிறு மதிய உணவுக்குப் பின் வந்த திங்கள் மாலை. நீலாத்ரி சேஷாத்ரி, அவரது தொலைபேசி அழைப்பு இரண்டிற்கும் சில நாட்கள் ஓய்வு கொடுக்க முடிவு செய்திருந்தார் கிருஷ்ணா. ஆனால், அந்த வேளையில் செய்திருக்கக்கூடிய முன்னகர்வுகளை நினைத்து வருத்தமும் பட்டார்.

அப்போது அவர் மகன் ராம் கீழே வந்து ‘அப்பா, உங்களுக்கு ஒன்று காட்ட வேண்டும். வாங்க, உங்க கம்ப்யூட்டர் கிட்ட போவோம்’, என்றான்.

கிருஷ்ணாவுக்கு அவனுடன் போக விருப்பம் இல்லை. கணினியின் முகப்பை ஏன் இப்படிக் குப்பையாக வைத்துள்ளீர்கள்? ஏன் வைரஸ் தடுப்பை மேலாக்கம் செய்யவில்லை? என்று அவன் சொல்லும்

அறிவுரைகளைக் கேட்க அவருக்கு மனமில்லை. ஆனால், ராம் காத்துக்கொண்டிருந்தான். சித்துவிடம் ‘மாட்டேன்’ என்று சொல்வது போல ராமிடம் சொல்ல தயங்கினார். இரண்டுக்கும் காரணங்களும் வேறுவேறு. கிருஷ்ணா தன் கம்ப்யூட்டரை நோக்கித் தளர்ச்சியான நடையில் சென்றார். வயதான, களைப்புடன் இருக்கும் அப்பா நான்; எப்படி கம்ப்யூட்டரை வைத்துக் கொள்ள வேண்டும் என்று நச்சரிப்பது நல்லதல்ல என்று உணர்த்தும் வகையில் சென்றார்.

ஆனால் ராம் கூகிள் மூலம் ஒரு பக்கத்தைத் திறந்ததும், கிருஷ்ணா விழித்துக்கொண்டார்.

கண்ணதேவாவின் படைப்புகள் பலருக்குத் தெரியாது. ஆனால், இங்கு ஒரு முழு பிரிவு அவருக்காக ஒதுக்கப்பட்டிருந்தது. ‘பாருங்க, இந்தப் பக்கம் இங்கு சமீபத்தில்தான் உருவாக்கப்பட்டிருக்கு’ என்றபடி மவுஸை நகர்த்தினான்.

கிருஷ்ணா உற்றுப் பார்த்தார். அவர் நாற்காலியில் உட்கார்ந்து, கையில் மவுஸைப் பிடித்து நகர்த்தத் தொடங்கியதும், அந்தப் புதிய கண்டுபிடிப்பை ரசிக்கட்டும் என்று நகர்ந்து சென்றான் ராம்.

கண்ணதேவாவும், புனித ஆறும் என்றது தலைப்பு. கீழே கண்ணதேவாவின் உருவம் ஒன்று ஆற்றுக் கரையில் அமர்ந்து இருப்பது போல வரையப்பட்டிருந்தது. அவர் முன் மஞ்சள் கரை போட்ட சிவப்பு நிறத் துணி ஒன்று மண்ணில் விரிக்கப்பட்டிருந்தது. அதில் ஒரு கனமான நூல். ஓரிரு வெண்ணிற மலர்கள் அந்த நூல், துணி, மண் மீது தூவப்பட்டிருந்தன. கண்ணதேவா அரைதாமரை போல் கால் மடித்து அமர்ந்திருந்தார்; மடியில் ஒரு சிறு தம்பூரா; வலது கை விரல்கள் அதனை மீட்டியபடி இருந்தன. இடதுபுறம் உயர்த்தப்பட்ட கையில் மரச் சப்பளாக்கட்டை தாளமிட்டது. தலையில் வெள்ளைத் தலைப்பாகை; உடலில் சுற்றப்பட்ட ஒருவித துவராடை. ஆடையும் தலைப்பாகையும் ஈரமாக இருப்பது போல வரையப் பட்டிருந்தது. குளித்துவிட்டுப் பாட உட்கார்ந்தது போல இருந்தது. அவரது கழுத்தில் பழுப்பு நிற மணிகளால் ஆன மாலைகள் பல கிடந்தன; காதுகளில் வெண்ணிறத் தோடுகள் அலங்கரித்தன. அந்த முகம்: புருவங்களும், மீசையும் கருத்த நிறம்; நெற்றியில் சந்தனம் குங்குமம்; கண்கள் மேல் நோக்கியபடி, உதடுகள் குறுஞ்சிரிப்பில் சற்றே விரிந்திருந்தன. அவர் திரும்பிப் பார்க்கவில்லை என்றாலும்,

அவருக்குப் பின்னால் பொன்னகை பூண்ட, தலையில் கிரீடம் சூடிய தேவதை ஒருத்தி பனி படர்ந்த காற்றில் மிதப்பது அவருக்குத் தெரியும் என்பது போல் தோன்றியது. பனிப்புகை தேவதையை இடுப்புக்குக் கீழ் விழுங்கியிருந்தது. மிதக்கும் தேவதை, பனிப்புகைக்குக் கீழ் மெல்லிய, தட்டையான நீல நிற முக்கோணம் ஒன்று இருந்தது. தேவதை எழும்பி வரும் அந்தப் புனித ஆறு கண்ணதேவாவை வாழ்த்திப் பாடல்கள் எழுத உந்துதல் அளித்தது. இந்தப் படத்தின் கீழே இருந்த வாசகம் அதனை விளக்கியது: புனித தேவிகா ஆறு கண்ணதேவாவைத் தூய்மைப்படுத்தி, முனிவர் ஆக்கியது. கிருஷ்ணா தொடர்ந்து உள்ள எழுத்தைப் பார்த்தார். அதுவும் அந்த வாசகம் போலவே இருந்தது.

அந்த வலைதளத்தை நடத்துவது இந்து ராஷ்டிர சபா என்ற அமைப்பு. அதன் மிக முக்கிய குறிக்கோள் இந்தியப் பண்பாட்டைக் காத்தல். இந்துமதக் கடவுளர், ஞானிகள் ஆகியோரைப் புண்படுத்தும், இழிவுபடுத்தும், தாக்கும் அனைவரிடம் இருந்தும் இந்தியப் பண்பாட்டைக் காக்க வேண்டும்; பொதுவில் 'இந்துக் கலாச்சாரத்தை' பாதுகாக்க வேண்டும் என்பதுதான் அந்த அமைப்பின் நோக்கம். கிருஷ்ணா வழமையாக இதுபோன்ற முட்டாள்தனங்களைக் கண்டு சிரிப்பார். ஆனால், இன்று அவரது நகைச்சுவை உணர்வு அவரைக் காப்பாற்றவில்லை. கண்ணதேவா, மற்றும் அவரை ஒத்த கடந்த காலக் கவிஞர்கள் எப்படி அவர்களுக்குச் சொந்தமானவர்கள் ஆனார்கள்?

தொலைபேசி அழைக்கிறது. நீலாத்ரி சேஷாத்ரி அழைக்கிறார். அவரது மௌனத்திற்கான காரணங்களைத் தருகிறார். 'என் மருமகன் கல்யாணம் இருந்தது. அதனால்தான் பாருங்க...' கிருஷ்ணா எதையும் 'பார்க்க'வில்லை; ஆனால் அவர் போக்கில் விட்டு விடுகிறார்.

'எல்லாம் தயார், ப்ரொஃபஸர் எப்ப வரீங்க?'

'இன்னும் சில நாட்களில் வரேன். முதல்ல பக்கத்தில இருக்கும் ஆறுகளைப் பார்க்கலாம் என்று நினைக்கிறேன். குறைஞ்சது ஒரு ஆறையாவது', என்று கிருஷ்ணா சொன்னது அவருக்கே வியப்பளித்தது.

காலையில் கிருஷ்ணா சீக்கிரமே எழுந்து விட்டார். சிவா வரைபடத்தில் அமைதியான ஆறு என்று குறித்துள்ள ஆற்றை நோக்கி நடக்கிறார்.

காலையில் தனியாக நடந்து வெகுகாலம் ஆகிவிட்டது. ஒருவித

எதிர்பார்ப்போடு வேகமாக நடக்கிறார். கண்ணதேவாவிடம் நெருக்கமாக இட்டுச் செல்லும் இடத்தை நோக்கி நடக்கிறார். அவரது பாடல் சொல்லும் பொருளுக்கு இல்லை, உணர்வு மட்டத்தில் நெருக்கமாக என்று தனக்குள் சொல்லிக்கொள்கிறார்.

ஆற்றை அடைந்ததும் கிருஷ்ணா சின்னப் படித்துறையில் உள்ள படிகளில் இறங்கி ஆற்று நீரில் இறங்குகிறார். கண்ணதேவாவின் அமைதியான ஆறாக இருந்திருக்கக்கூடிய ஆறு அவர் முன்னால் இருக்கிறது. கிருஷ்ணாவால் இன்னும் முழுமையாக பார்க்க முடியவில்லை. பளபளக்கும் ஒரு குறுகலான ரிப்பன் போல பக்கவாட்டில் வளையும் ஆறு தெரிகிறது. அது உறங்கும் பாம்பு போல, அல்லது பாம்பின் ஆவி போலத் தெரிகிறது. மிகவும் அதிகாலையில் வந்து விட்டது அவருக்குத் தெரிந்தது. கதிரவன் விழிக்கும் முன்பே அவர் கிளம்பிவிட்டர். ஆற்று நீரின் மீது கதிரொளி எழுவதைக் காண விரும்பினார்.

கிருஷ்ணா படித்துறையில் நின்றபடி அமைதியாகக் காத்திருந்தார்.

'குபுக்' என்று ஒரு சத்தம் கேட்டது. ஏதோ நீரில் விழுந்தது. மரக்கிளையில் உள்ள சுள்ளியா? அவரைக் கண்டு அஞ்சித் தாவும் தவளையா?

> நீருக்குள் திடீரென வட்டங்கள் விரிகின்றன
> ஒன்றுக்குள் ஒன்றாகப் பிசிறின்றி
> பின், அவை மறைகின்றன.
> அதிர்வுகளுக்குப் பின் வரும் அமைதி
> உலகின் சத்தங்களுக்கிடையே உள்ள அமைதி
> மனதின் ஆழத்தில் காத்திருக்கும் அவ்வமைதி.
> இதெப்படி நடக்கிறது, காட்டு ஓ தெய்வமே!

கண்ணதேவா அவரோடு காத்திருப்பது போல் பட்டது கடவுளுக்காக, ஆற்றுக்காக, எப்படி நடக்கிறது எனக் காட்டுவதற்காகக் காத்துக் கிடத்தல். மெதுவாக, மிக மிக மெதுவாக சூரியன் உறக்கச் சடைவுடன் கண்களைத் துடைத்தபடி தன் பொழுதைத் தொடங்குகிறது. தன் ஒளியைத் திறந்து, கதிர்களுக்குப் பாய்ச்சுகிறது. ஆறு கொஞ்சம் கொஞ்சமாக நீந்தி வருகிறது கண்ணுக்குத் தெரியும்படி. பனிப்புகை ஆற்றின் மேற்புறம் நீண்ட கிடைக்கோடு ஒன்றைப் போட்டுள்ளது. பிறகு கரைந்துபோகிறது. ஒரு புகைப்படம் கழுவப்படும்போது

வெளித்தெரிவதுபோல ஆறு தன்னை வெளிக்காட்டுகிறது. இருட்டில் இருந்து நிதானமாக வெளிப்பட்டுத் தன் பகல் நேரக் கோலத்தைப் பூணுகிறது.

ஆற்றில் அதிகம் தண்ணீர் இல்லை. இருமருங்கும் அடர்த்தியான செடிகொடிகள் நீருக்கு வரம்பு கட்டுகின்றன. விடியல் பொழுதின் ஒளி விளையாட்டில் ஆற்றின் கரைகள் ஆற்றைப் பின்னுக்குத் தள்ளுகின்றன. கரை முழுதும் ஈரம் மிக்க புதர்க் காடுகள், பல நிறம் கொண்ட பல்வகைப் புற்கள், யாரும் இன்னும் களையென்று பெயர் இடாததால் சுதந்திரமாய் மண்டி வளர்ந்த களைகள், மரங்கள் அடர்ந்து இருந்தன. மரங்கள் கனமான பச்சை நிறத் தழைகளாகத் தோன்றின; அவற்றின் தடித்த முதுகு வெளித் தெரியவில்லை. தண்ணீர் குறுகலாக, ஈரம் மிக்க தழை கொடிகளை உடலில் அணிந்தபடி இருந்தது. அவ்வப்போது நீர் சற்று அதிர்ந்தது; மற்றபடி அப்படியே கிடந்தது. சுற்றிலும் உள்ள மரம் செடி கொடிகள் அதன் நீரை எடுத்துக் கொண்டன. தன்னைப் பாதுகாக்கும் காவலரை இந்த ஆறு எப்போதும் மறக்காது; அதற்கு அனுமதி இல்லை.

அமைதியான ஆறு. மௌனமான ஆறு. சொல்லப்போனால் ஆறே அல்ல; ஓடை என்று சொல்வதே சரியாக இருக்கும். ஆறு அல்லது ஓடையாகச் சுருங்கிய ஆறு கிருஷ்ணாவைப் பார்த்தபடி கண்சிமிட்டாமல் அமர்ந்து இருந்தது. சொல்ல அதனிடம் பல இரகசியங்கள் இருந்தன. அவற்றை ஆறு அவருடன் பகிரப்போவதில்லை.

கிருஷ்ணா மேல் படிக்கட்டில் உட்கார்ந்தார். ஏதோ நொறுங்குவது போல உணர்ந்து அவசரமாக எழுந்தார். காலி லேஸ் வறுவல் பாக்கெட் ஒன்று கசங்கிப் பாவமாய்க் கிடந்தது. கிருஷ்ணா குனிந்து கவனமாக அதைக் கையில் எடுத்தார். எடுத்தபின் என்ன செய்வதென்று தெரியவில்லை. இயற்கையின் ஒரு பகுதி போல, ஆற்றில் அமைதியாக மிதக்கும் பிற குப்பைகளோடு அதைச் சேர்க்க அவருக்கு மனம் வரவில்லை. அதை இன்னும் நன்றாகக் கசக்கி சின்னப் பந்து போலச் செய்து தன் பாக்கெட்டில் திணித்துக் கொண்டார். சாந்தா மாதிரி நடந்துகொள்வதாகப்பட்டது. ஒரு காலி பாக்கெட்டை எடுத்து சுத்தம் செய்தவுடன் பெரும் மாற்றம் ஏற்படும் என நினைத்தார். ஒரு கணம் கூர்மையான வலியை உணர்ந்தார். வீட்டை விட்டு வந்து இரண்டு நாட்கள்தான் ஆகின்றன. இப்போதே சாந்தா உடன் இல்லாதது வருத்தம் அளிக்கிறது.

இங்கு வந்து, கண்ணதேவா ஞானம் பெற்ற ஆற்றைப் பார்த்த பிறகு வேறென்ன எதிர்பார்ப்பது என்று அவருக்குத் தெரியவில்லை. அழகான அந்த ஓடையை அவரால் முழுமையான ஆறாகக் கற்பனை செய்யமுடிகிறது. அருகில் உள்ள குன்றின் சரிவில் ஒரு மடம் இருந்திருக்கலாம். மழைக் காலத்தில் வந்தால், ஒரு சிறு ஆறு பெருகுவதைக் காணமுடியும். அப்புறம்? யாரிடமாவது பேச வேண்டும் போல இருந்தது கிருஷ்ணாவிற்கு கவிஞர், விமரிசகர், வரலாற்று ஆசிரியர் போன்றோரிடம் அல்ல; உற்சாகமான, கேலிப்பேச்சுப் பேசும் நண்பனிடம் பேச வேண்டும் போல் இருந்தது. நடைப் பயிற்சி நண்பர்கள் சுப்பையா, ஹஸன், ஏன் நியூஸ் நட்ராஜ் கூட, உடன் இல்லாதது வருத்தமாக இருந்தது. திரும்பிப் போய் உண்மையை, கடந்த காலம் தேடி ஒரு ஆற்றைப் பார்க்க வந்தது பற்றிச் சொல்லி, அவர்கள் இவரது முட்டாள்தனத்தை எண்ணிச் சிரிப்பதைக் கேட்க வேண்டும்.

பின்னால் இருந்து 'சுவாமி' என்று ஒரு குரல் அமைதியைக் குலைத்தது.

கூட ஆட்கள் இல்லையே என வருத்தப்பட்டது, அவர்களைப் பார்க்க ஆசைப்பட்டது எல்லம் அவ்வளவுதான். தனிமை முடிகிறது என்ற எரிச்சலோடு கிருஷ்ணா திரும்பினார். இடுப்பில் கட்டியிருந்த அழுக்கு வேட்டியை உயர்த்திப் பாவாடை போல் கட்டிய மனிதன் ஒருவர் நின்றுகொண்டிருந்தார். மார்பில் வெளுத்துப் போன அரக்கு பனியனில் தந்த்ரா என்று எழுதி இருந்தது. தலையில் குரங்குக் குல்லாய். கருத்த முகத்தில் வெண்ணிற ஊசிகள் போல் நீண்ட மழிக்காத தாடி.

'சுவாமி, ஹோட்டல்ல இருந்து வரீங்களா? ஊர் சுற்றிப் பார்க்க வந்தவரா?'

'இல்லை. நான் ஒரு ஆசிரியர்' என்று பதில் சொன்னார் கிருஷ்ணா. உடன் ஏன் இப்படி உல்லாசப் பயணி, இந்த மனிதன் ஆகிய இருவரைவிட உயர்ந்தவனாகத் தன்னைக் காட்டிக்கொள்ள, பெருந்தன்மையற்ற முறையில் சொன்னோம் என்று தன்னையே நொந்துகொண்டார். இவர் கொஞ்சம் காசு பார்க்க விரும்புகிறார், அவ்வளவுதான். அல்லது சும்மா நட்போடு பழக நினைத்திருக்கலாம். காலையில் சீக்கிரம் எழுந்த வயதான மனிதன், தன்னைப் போல ஒரு உயிரியைத் தேடி இருக்கலாம். வழக்கம்போல, கிருஷ்ணா தனது கருணையற்ற சொற்களை சரிசெய்ய அதிகம் பேசுகிறார்: 'கண்ணதேவா பற்றிக் கூடுதலாக ஏதும் தெரிஞ்சுக்கலாம்னு இங்க வந்தேன். ரொம்ப காலம் முன்பு வாழ்ந்த ஒரு கவிஞர் அவர்,' என்றார்.

அந்த மனிதர் படு உற்சாகம் அடைந்தது கிருஷ்ணாவுக்கு அதிர்ச்சியாக இருந்தது. 'முனிவர் கண்ணதேவா... அவரது சமாதி இங்கதான் பக்கத்துல இருக்கு. வாங்க, நான் கூட்டிட்டுப் போறேன்', என்றார்.

கிருஷ்ணா ஒத்துக்கொள்கிறார். ஆறல்லாத ஆற்றை வெறித்தபடி பார்த்துக்கொண்டு அவரது ஆய்வை அது செய்யும் என்று காத்திருப்பதை விட, 'கள ஆய்வு' செய்யலாம் என நினைத்தார்.

கொஞ்சம் நீண்ட இரண்டு கிலோமீட்டர் தூர நடை. தன்னைக் கங்கையா என்று அறிமுகப்படுத்திக்கொண்ட அம்மனிதன் வாய் ஓயாமல் பேசிக்கொண்டே வந்ததால் தூரம் இன்னும் அதிகமாகத் தோன்றியது. 'இதோ இங்க, இங்கதான், இதுதான்' என்று கங்கையா சொல்வதற்குள் கிருஷ்ணா முழுக் கண்ணீர்க்கதையையும் கேட்டுவிட்டார்: கங்கையாவின் பல குழந்தைகள், அவர்கள் வீடு, வேலை இன்றிச் சிரமப்படுவது, திருப்பித்தர வேண்டிய கடன்கள், பிறக்க வேண்டிய பேரப் பிள்ளைகள், பழைய மனைவிகள் சாகும் மோசமான தொடர் நிகழ்வு இருந்ததால் புதிய மனைவிகள் தேட வேண்டியிருப்பது... எல்லாம் கேட்டார்.

முடிவில் கங்கையா வெற்றிக்களிப்போடு தன் சொந்தப் படைப்பைக் காட்டுவது போல் 'இதோ இங்க' என்றார்.

அனாந்தரமான அந்த இடத்தில் இளம் கறுப்பு நிறச் செங்கற்களால் ஆன சதுர வடிவக் கரை கொண்ட இடம் இருந்தது; சுற்றிலும் கற்கள், குப்பை, ப்ளாஸ்டிக் பைகள், வெட்டப்பட்ட காட்டுப் புதர்ச் செடிகள்; மத்தியில் ஒரு மர ஸ்டூல் துணியால் மூடப்பட்டு இருந்தது; துணியைப் பதியவைக்கச் சிறிய பித்தளையால் ஆன கும்பம் ஒன்று இருந்தது. கிருஷ்ணா தன் முகத்தில் தோன்றிய நம்பமுடியாத வியப்பு கங்கையாவிற்குத் தெரியாதபடி அமைதிப்படுத்தினார்.

அவர் அப்படி முயற்சித்திருக்க வேண்டியதில்லை. கங்கையா நிறுத்தாமல் பேசிக் கொண்டே போனார்: 'இக்கோயில், இந்த இடம், இங்குதான் கண்ணதேவா இந்த வாழ்வில் இருந்து விடுதலை ஆனவுடன் புதைக்கப்பட்டார். (அவர் பெரும் முனிவரானதால் அவரை எரிக்க முடியவில்லை). ஒரு மாதம் ஒரு நாள் இந்த இடத்தில் அசைவற்று அமைதியாக அமர்ந்திருந்தார். கடுமையான யோகா செய்தார். உங்களைப் போன்ற ஆசிரியர் கூட அவ்வளவு கடும் யோகாவைச் செய்யமுடியாது' என்றார்.

கிருஷ்ணா தலையசைத்து ஆமோதித்தார்.

கங்கையா தொடர்ந்து ஒரு அடிக் குறிப்பு சொல்லி கிருஷ்ணாவை வியப்பில் ஆழ்த்தினார். 'அவர் அமைதியாக அமர்ந்தார். முழு அமைதி. பாடக் கூட இல்லை. எப்போதும் பாடிக்கொண்டே இருப்பவர் அவர். அவர் பாடலிடம் கலக்கப் போவதால், பாடவில்லை. அவர் ஆதி ஸ்ருதியிடம் போகப்போகிறார்.'

'இங்குதான் இறந்தாரா?', ஏதாவது சொல்லவேண்டும் எனத் தோன்றியதால் இதைக் கேட்டது அவருக்கே ஆச்சரியமாக இருந்தது.

'இல்லையில்லை. இங்குதான் அவர் தயாரானார். நெம்மதிக்குத் தயாரானதும், நாம் வந்தோமே அந்த ஆற்றுக்குள் இறங்கினார். இந்த ஆற்றை நாங்கள் நெம்மதி என்று அழைக்கிறோம். நிறைவு. எந்த ஆசையும் அற்ற நிலை. எனவே அவர் தன்னை விடுவிக்க முடியும். ஆற்றில் மூழ்கி விடுதலை பெற்றார். ஜலசமாதி அவர் தேர்ந்தெடுத்த வழி. அவரது உடல்தான் இங்கு கொண்டுவரப்பட்டது.'

திரும்பி நடக்கத் தொடங்கியதும் கிருஷ்ணா இவரிடம் இருந்து எப்படித் தப்பிப்பது என்று திட்டம் போடுகிறார். தன் பர்ஸைத் திறந்து கங்கையாவுக்கு நன்றி செலுத்துகிறார்.

ஆனால் கங்கையா அவரை மீண்டும் வியப்பில் ஆழ்த்துகிறார். கைகூப்பி வணக்கம் சொல்லி, 'வேண்டாம் வேண்டாம். நான் இந்தச் சமாதியைக் காவல் செய்கிறேன். பணம் வாங்கிக் கொள்ளக் கூடாது' என்று சொல்லி அற்புதமாகப் புன்னகைத்தார். 'இந்தச் சமாதி உங்களுக்குப் பிடிக்கவில்லையா? கண்ணதேவா போலப் பாடும் ஒரு வயதானவரிடம் உங்களை அழைத்துச் செல்கிறேன்' என்று சொல்லி ஒரு காகிதத்தை எடுத்துத் தன் மேல்சட்டையில் இருந்த பேனாவால் ஒரு தொலைபேசி எண்ணைக் கிறுக்கினார். அதை கிருஷ்ணாவிடம் கொடுத்துவிட்டு, அவர் வேகமாக நடந்து போனார்.

பக்திப் பண்பாட்டு நிறுவனத்தின் வரவேற்பு மேசை அருகில் கிடந்த நைந்துபோன சோஃபாவில் கிருஷ்ணா நீலாத்ரி சேஷாத்ரியின் வரவுக்காகக் காத்திருந்தார். வரவேற்பு மேசையில் ஒரு பெண்மணி இருந்தார். பளீரிடும் மஞ்சள் சேலையில் அதைவிடப் பளிச்சென்ற மெஜன்டா நிறக் கோடுகள் போட்ட புடைவை அணிந்திருந்தார்; தலையில் பூ; பிற அணிகலன்களையும் மறக்காமல் அணிந்திருந்தார்; காதில் (காந்தி காது போல வெளியே துருத்தும் காதுகள்) தங்கத் தோடு,

தொங்கட்டான், செவிமடலை பக்கவாட்டு முடியோடு இணைக்கும் மாட்டல் அணிந்திருந்தார். இத்தனை திருவிழாக் கோலத்தோடு இருந்தாலும் பார்க்க சிடுசிடுவென்று இருந்தார். அவ்வப்போது சுற்றுமுற்றும் பார்த்து அழுக்குப் படிந்த உலகத்தைக் குளிப்பாட்டி, புத்தாடை அணிவிக்க விரும்புவது போலப் பார்த்தார். ஆனால், திரு. சேஷாத்ரி, கிருஷ்ணாவிடம் தாமதத்திற்கு மன்னிப்பு கேட்டபடி நுழைந்ததும், மரியாதையோடு எழுந்து நின்றார்.

சேஷாத்ரி அவர்களே ஒரு பழைய ஓலைச் சுவடி போலத்தான் இருந்தார். அவரது தோல் சன்னமாக விரிக்கப்பட்ட காகிதம் போல் இருந்தது. நெற்றி, கழுத்து ஆகியவற்றில் குங்குமம், சந்தனம், விபூதிப் புள்ளிகளும் கோடுகளும் பொருள் பிரித்து அறிய வேண்டிய சுவடி மாதிரி இருந்தன.

‘ப்ரொஃபசர், உங்களுக்கே தெரியும், புதிதாகக் கிடைத்த எந்தச் சுவடியையும் யாரும் படிக்க நான் விடுவதில்லை. நான் தனிப்பட்ட முறையில் பார்த்து, பிரித்து ஆராய்ந்து, அடுக்கும் வரை வேறு யாரும் பார்க்க விட மாட்டேன். ஆனால், நீங்க விதிவிலக்கு. கவிதையின் பக்தர், அதோடு நண்பர்?’

அவரது பேச்சில் தென்பட்ட அய்யத்தைப் புரிந்துகொண்ட கிருஷ்ணா, சேஷாத்ரிக்கு உறுதி அளித்தார். மிகுந்த நன்றிக்கடன் பட்டிருப்பதையும், அரிதாகக் கண்டுபிடிப்பதைக் கவனமாகக் கையாளுவேன் என்ற உறுதியையும், சேஷாத்ரி போலவே பல தலைமுறைகள் இவற்றைப் படிக்க வேண்டும் என்பதில் தனக்குள்ள அக்கறையையும் தெரிவித்தார்.

சேஷாத்ரி திருப்தியடைந்தார். ஆனாலும், ஓலைச் சுவடிக் கட்டை தனியே கிருஷ்ணாவிடம் விடுவதை தாமதமாக்கிக் கொண்டே இருந்தார். ‘பொதுசனங்கள் பனையோலைச் சுவடிகள் பற்றிய அறியாமையில் இருக்கிறார்கள்; அல்லது மூட நம்பிக்கைகள் வைத்திருக்கிறார்கள் என்பதுதான் சிக்கல்’, என்று சொன்னார். ‘பொதுசனங்கள்’ என்று சொன்னபோது அவரது உதடுகள் அதிருப்தியில் குவிந்தன.

‘பேராசை பிடித்து சுவடிகளைக் குடும்பச் சொத்தாக வைத்துக் கொள்ளும் சிலர் இருக்கின்றார்கள். அதில் இருப்பதெல்லாம் புனிதமானது என்று நம்புபவர்கள் படு மோசம். சுவடிகளைப் பகிர்ந்து கொண்டால், அவை வெளியே தெரிந்து துரதிர்ஷ்டம் வந்துவிடும் என்று நினைக்கிறார்கள். தனியே வைச்சிருக்கிற இந்தக் கட்டைப்

பாருங்கள் உதிர்ந்துகொண்டிருந்த பழைய வீட்டின் பண்டகசாலையில் மூலையில் கிடந்தது. எவ்வளவு காலம் அப்படி இருந்ததோ, யார் கண்டார்?' என்று சிவப்புத் துணி சுற்றி வைத்திருந்த கட்டைக் காட்டினார்.

சேஷாத்ரி ஒரு கட்டைப் பிரித்தார். 'இதப் பாருங்க...அரிச்சிருக்கு. இப்படித்தான் பழம் நூல்கள் அழிந்துபோகின்றன. அரசாங்கம் ஏதோ உதவி செய்ய முயற்சிக்குது; ஆனா, அவங்களும் பொதுசனங்க மாதிரி முட்டாள்தனமாதான் இருக்காங்க. நம்ம மாதிரி ஆட்கள்தான் இந்த மாதிரி காலத்துக்கும் நின்று நிலைக்கும் நூல்களைப் பாராட்டத் தெரிந்தவர்கள்'. பொதுசனம் என்ற சொல்லை வெறுப்பது போலவே, நின்று நிலைக்கும் என்ற தொடரை அழுத்தமாகச் சொன்னார் சேஷாத்ரி.

ஒருவழியாக, கிருஷ்ணாவைத் தனியே விட்டார் சேஷாத்ரி.

ஆழ்ந்த மூச்செடுத்தார் கிருஷ்ணா. சேஷாத்ரியின் நின்று நிலைக்கும் இலக்கியத்தைக் குழப்புகிறோமோ என்ற நடுக்கத்துடன் சிவப்புத் துணி போர்த்திய கட்டைப் பிரித்தார். காயம்பட்ட உடலில் இருந்து கவனமாகக் கட்டுகளைப் பிரிப்பது போல மென்மையாகப் பிரித்தார். ஒவ்வொரு சுவடியையும், அறுவை சிகிச்சை நிபுணர் கையுறை அணிந்து அதிகவனமாக ஆழமான பழைய காயத்தைப் பார்ப்பது போலப் பார்த்தார். பிறகுதான் அதன் ஆன்மாவைக் கண்டுபிடித்தார். ஒரு சுவடியில் சிறு குழாய் மாதிரி சுருட்டப்பட்டு இருந்த ஒரு கட்டு இருந்தது. ஒருவகையில், அதுதான் அவரைத் தேடிக் கண்டுபிடித்தது. இறுக்கிக் கட்டப்பட்ட இலைகளில் எழுதப்பட்ட சிறு காகிதக் கட்டு. அவர் ஒவ்வொன்றாகப் பிரித்து உடைந்துவிடாமல் எடுப்பதை எதிர்நோக்கிக் காத்திருந்தன.

அவர் சிலவற்றை சுருக்கங்கள் விரித்து மேசையில் பரத்துகிறார்.

ஐம்பது பக்கங்கள் இருக்கலாம் என்று நினைத்தார் கிருஷ்ணா. அவை இடது ஓரமாகக் கட்டப்பட்டிருந்தன. ஒரே நேரத்தில் அவை கட்டப்பட்டிருக்கலாம். கிருஷ்ணா விரித்த ஒரு தாளில் ஒரு படம் வரையப்பட்டு இருந்தது. அது முதல் தாளாகவோ, அட்டைப்படம் போலவோ இருக்க வேண்டும் என நினைத்திருக்கலாம். அந்தத் தாள் நசிந்த நிலையில் இருந்தது. இருப்பினும் படம் தெளிவாக இருந்தது. நீரலை ஒன்று வாயைப் பிளந்தபடி இடது பக்கத்தில் இருந்து வலது புறமாகப் பாய்ந்தது; காற்றில் அமர்ந்திருக்கும் ஒரு மனிதன்

எந்த நேரமும் அலையால் விழுங்கப்படுபவர் போல் இருந்தார்; வலது மூலையில் பல மனிதர்களின் தலைகள் கோட்டோவியமாக இருந்தன; அவர்கள் அந்த மனிதரையும் அலையையும் பார்த்தபடி நின்றனர். இப்படம், கிருஷ்ணா பனையோலைகளில் ஏற்கனவே பார்த்துள்ள ஓவியங்கள் போல அலங்காரமாகவோ, சிக்கலானதாகவோ இல்லை. பல வண்ணங்கள் கொண்டதாகவும் இல்லை. எளிமையான, குழந்தைத்தனம் மிக்க ஓவியமாகத் தோன்றியது. ஆனால், அதன் அழுத்தமான கோடுகள் மிக்க வலிமையோடு இருந்தன.

கிருஷ்ணா படிக்க முயற்சிக்கிறார். தன் கையில் கிடைத்த நூலைப் புரிந்துகொள்ள முயற்சிக்கிறார்.

முதல் பக்கம் அல்லது ஓலை அவர் அறிந்த கண்ணதேவாவின் பாடல். அந்த ஓலையோடு உறவு ஏற்படுத்திக்கொள்ளும் வகையில் அப்பாடலை மீண்டும் படிக்கிறார்.

இரண்டாவது தாளில் உள்ள கவிதை அவருக்குத் தெரியாதது; அதன் கடைசியில் இரண்டு சொற்கள் சிறு எழுத்துகளாகத் தெரிகின்றன. கண்களைச் சுருக்கிப் பார்க்கிறார். புட்டண்ணா என்று இருக்கிறது. பெயருக்கு அருகில் இன்னொரு சொல் உள்ளது. புரிவது சிரமமாக இருக்கிறது. எலிபிடிப்பவர் என்றா இருக்கும்?

பிற தாள்களில் வேறு சில பெயர்கள் உள்ளன. கவிஞர்களின் பட்டியல் தயாரித்துவிட்டு கவிதைகளைப் படிக்க முடிவு செய்தார். பிரபு, சித்தா, குண்டண்ணா, சென்னா, சிக்கையா பொதுவாக கண்ணதேவாவின் பாடல்களாக அறியப்பட்ட பல பாடல்கள் பிறர் எழுதிய பாடல்களாக உள்ளன. இம்மக்கள் அனைவரும் நிச்சயம் ஆனந்தகிராமத்தோடு தொடர்புகொண்டவர்களாக இருக்க வேண்டும். ஆனால் இவர்கள் குரல்கள் எல்லாம் அமுக்கப்பட்டு ஏன் கண்ணதேவா என்ற ஒரு கவிஞருக்குள் மூழ்கடிக்கப்பட வேண்டும்?

கிருஷ்ணா தன் வினாக்களின் பயணத்தைத் தொடங்கிய நூலை எழுதிய நரசிம்மையாவை நினைத்துப் பார்த்தார். துணிச்சலான இந்த ஒட்டுப் போட்ட கட்டைக் கண்டிருந்தால் அவர் என்ன செய்திருப்பார்? ஒரு துண்டு இல்லாவிட்டால் மற்றவை முழுமையற்றதாகிவிடும். பல சமயங்களில், ஒன்று இல்லாவிட்டால் மற்றதைப் புரிந்துகொள்வதில் சிரமம் ஏற்படும். நரசிம்மையாவின் அடர்த்தியான குரல் சொல்வது அவருக்குக் கேட்டது: ‘இந்தப் பாடல்களை உரிய முறைப்படி படித்தால்

அது பெரும் பயன் அளிக்கும். இதன் ஒவ்வொரு பிரியையும் தனித்துப் பிரித்துப் பார்த்து, அவை ஏன் ஒன்றாகக் கோக்கப்பட்டுள்ளன என்பதை ஆராய வேண்டும். பிறகு அவற்றை இணைக்க வேண்டும். அவை ஒன்றாகப் பின்னிப் பிணைந்தே இருக்கட்டும்...'

அடுத்து வந்த நாட்களில் இன்னும் நிறைய மனிதர்கள் அந்த ஓலைகளில் இருந்து மேல் எழும்புகிறார்கள். கிருஷ்ணா ஒவ்வொரு தாளையும் பிரித்து, மிகமிக மென்மையாக அவற்றைப் பிரித்துப் படிக்கிறார். பல கவிதைகள் சிக்கையா பெயரில் உள்ளன; இன்னும் சில மகாதேவியுடையவை எனக் குறிக்கின்றன.

கிருஷ்ணாவுக்குப் பழக்கமாகிக்கொண்டிருந்த கவனமாக, அழகாக எழுதப்பட்ட தாள்களில் இருந்து வேறுபட்ட சில இருந்தன. அவற்றின் எழுத்துகள் சற்றுக் கிறுக்கலாக இருந்தன; பயன்படுத்தப்பட்ட தாளும் தரத்தில் குறைந்ததாக இருந்தது. மாணவர் ஒருவர் கிடைத்த சுவடியில் எழுதியது போல் இருந்தது. அப்படி ஒரு தாளின் அடியில் உள்ள குறிப்பு ஒன்று வழக்கமான கையெழுத்தில் இருந்தது. அவற்றில் சில எழுத்துகள் செல்லரித்திருந்தன. இருப்பினும் அக்குறும் பாடலை கிருஷ்ணாவால் கண்டுபிடிக்க முடிந்தது: மகாதேவியின் இந்தச் சொற்கள் குனிந்த தலை நிமிராமல் மிகுந்த கவனத்துடன் கழுத்தையும் முதுகையும் வருத்தி எழுதப்பட்டுள்ளன. தயைசெய்து இவற்றைப் பாதுகாக்கவும்.

பிற தாள்களையும் பிரித்துப் படிக்கிறார் கிருஷ்ணா. உணர்ச்சிவேகத்தை மட்டுப்படுத்திக்கொண்டு முழுக் கவனத்துடன் வாசிக்கிறார்.

கடைசியில் அடியில் மகாதேவி என்று குறிக்கப்பட்டுள்ள தாளைக் கண்டுபிடிக்கிறார். பெயர் மட்டுமின்றி அத்தாளில் ஒரு முழுத் தொடர் இடம் பெற்றுள்ளது: வயல்வேலை செய்யும் மகாதேவி, ஆனந்தகிராமம். சிக்கையாவின் மனைவி தோழி, சந்திரா, கண்ணப்பா - கண்ணதேவாவின் தாயார்.

கண்ணப்பா? கண்ணதேவாவின் இன்னொரு பெயரா?

வெளியே இருட்டத் தொடங்கிவிட்டது. கிளம்ப வேண்டிய நேரம். அந்த நேரத்தில் ஓர் எளிமையான, குழப்பத்தைக் கிளப்பும் பாடல் ஒன்று கிடைத்தது. 'எங்கே அந்தக் கட்டற்று ஓடும் ஆறு?' அத்தாளில் சின்ன எழுத்தில் அடிக்குறிப்பு ஒன்றும் இருந்தது. அன்பு மீதுர எழுதப்பட்ட துல்லியமான வாழ்க்கைக்குறிப்பு தரும் அடிக்குறிப்பு அது.

கிருஷ்ணா அதை உன்னிப்பாகப் படித்தார். இப்போதுதான் வாசிக்கக் கற்றுக்கொள்பவர் போல வாய்விட்டு மெதுவாகச் எழுத்தெண்ணிப் படித்தார். மாட்டுத் தோல் உரிப்பவரும் ஆனந்தகிராமத்தைச் சேர்ந்த சிக்கையாவின் தந்தையும் ஆனவர். சிக்கையா வண்ணார்; ஆற்றையும் பறையையும் காதலித்தவர்; மகாதேவியின் கணவர்; சந்திரா, கண்ணப்பா - கண்ணதேவாவின் தந்தை.

சிக்கையா. மகாதேவி. கண்ணப்பா பின்னர் கண்ணதேவா-எனப்பட்டவர். கண்ணதேவாவின் பாடல்களுக்கு உரை எழுதிய பலர் தந்துள்ள வாழ்க்கைக் குறிப்புகளை கிருஷ்ணா நினைவுபடுத்திப் பார்க்கிறார். எதிலும் அவரது பாட்டன் மாட்டுத் தோல் உரிப்பவர் என்றோ, தந்தை வண்ணார் என்றோ குறிப்பிடவில்லை. சாதி அப்போது இருந்துள்ளது; இப்போது செழித்து வளர்கிறது. ஆனால், கண்ணதேவாவைச் ‘சித்தரா’க ஆக்க, ‘இந்து மத ஞானி’யாக ஆக்க அதை வெள்ளையடித்து விட்டார்கள்.

கிருஷ்ணா தன் பையை மூடிக் கிளம்புகிறார். இன்று இதற்கு மேல் எதையும் உள்வாங்க முடியாது.

3

சத்யா யாரும் விரும்பாத மூலை அறையில் இருக்கிறான். அந்த அறை அனைவரும் பயன்படுத்தும் வரிசையான கழிவறைகளுக்கு அருகில் உள்ளது. எனவே 'முற்படுத்தப்பட்ட சாதியைச்' சேர்ந்த மாணவர் எவரும் நிச்சயம் அந்த அறையை விரும்ப மாட்டார்கள். பேரும் புகழும் பெற்ற மருத்துவக் கல்லூரியில் எந்த அறை கிடைத்தாலும் சத்யாவிற்கு மகிழ்ச்சிதான்; அதிலும் இந்தக் கடைக்கோடி அறை இரண்டாந்தரமானதாக இருந்தாலும், வெளியில் இருந்த அரச மரத்தின் பசுமையைப் பார்த்தபடி ஒரு சன்னல் இருந்தது.

சத்யாவின் அறையில் உடன் தங்கிய ராகுல் இருப்பும் அவனுக்கு உகந்ததாகவே இருந்தது. இருவரும் இட ஒதுக்கீட்டில் வந்தவர்கள் என்பது தவிர, அவர்களுக்குள் எந்த ஒற்றுமையும் இல்லை. இருந்தாலும் தன் குரலே மறந்துவிடும் போல அச்சம் தோன்றும்போது பேச ஒரு துணை இருந்தது.

கிடைக்கும் உதவித்தொகையும் சத்யாவுக்கு மன நிறைவாகவே இருந்தது. அவனது சொந்தச் செலவுகளைக் குறைத்துக்கொண்டு எஞ்சியதை அம்மாவிற்கு அனுப்ப முடிந்தது.

பட்டியல் மாணவன் என்ற சான்றிதழை வீசியபடி பல நூற்றாண்டுகளாக இழைக்கப்பட்ட அநீதிகளை விரும்பினாலும் விரும்பாவிட்டாலும்

ஏற்கவைப்பது பிடித்துதான் இருந்தது. குறைந்தபட்சம், கொள்கை ரீதியாக தானும் மருத்துவர் ஆகலாம் என்பதை நம்ப முடிந்தது. மதிக்கத்தக்க குடிமகனாக இருக்கலாம். ஒரு மனிதனாக இருக்கலாம். நூறு அல்லது ஐம்பது ஆண்டுகளுக்கு முன்பு பிறக்காமல் போனது குறித்து அவன் நன்றி உணர்வோடு இருந்தான். இந்தக் கல்லூரியில் இருப்பவர்கள் சாதிகள் மக்களைப் பிரிப்பவை; வளர்ச்சிக்கு இடையூறானது; இனியும் அதைப் பற்றி யாரும் பேச வேண்டியது இல்லை என்றெல்லாம் சொல்லலாம். அக்கல்லூரி முழுதும் உள்ள பலர் சாதி பற்றி நினைக்க வேண்டிய அவசியத்தில் இல்லை. அவர்கள் அதனைப் பொருட்படுத்தவும் இல்லை. சத்யாவும் ஒரு நாளோ இரு நாட்களோ தன் சாதியை மறந்து இருக்க முடிந்தால்... தான் யார் என்பதைத் தீர்மானிக்க அவனுக்கு அனுமதி கிடைத்தால், சத்யாவும் அவர்களிடம் "எனக்கு பதினெட்டு வயதுதான் ஆகிறது. நான் யாராக ஆகவேண்டும் என்பதை முடிவு செய்ய எனக்கு வாய்ப்புக் கிடைக்குமா?" என்று கேட்க முடியும்.

ஆனால் அது வெறும் கனவு. ரவி, ஆஷா, சத்யா ஆகியோர் மண்ணில் விதைக்கும் கனவு. பல காலம் மண்ணை உள்வாங்கி, அவர்களது குழந்தைகள் காலத்தில் வளரக்கூடிய கனவு. இப்போதைக்கு சத்யா அடைகாக்கும் கனவு இங்குள்ள உடனடி நோக்கம் நான்கரை ஆண்டுகள் கல்லூரிப் படிப்பு, பின் ஓராண்டு மருத்துவப் பயிற்சியைத் தாக்குப் பிடித்து கையில் சான்றிதழை வாங்குவது ஒன்றுதான்! அதற்கிடையில் அவன் விடாது வேலை செய்ய வேண்டும்; தனிமையைத் தாங்க வேண்டும்; அனுதினமும் நூறு நூறு குத்தூசிகளின் வலியைத் தாங்க வேண்டும்.

சத்யா மேசையருகில் அமர்ந்து நீண்ட சொற்கள் கொண்ட பட்டியல் ஒன்றை மனனம் செய்துகொண்டிருந்தான். ரவி, ஆஷாவுடன் கூட்டாகப் படித்ததை நினைத்து ஏங்கினான். ஞாபகம் வைத்துக் கொள்வதற்காக விளையாட்டுத்தனமாக உருவாக்கும் சிறு குறிப்பு, அதைப் பற்றி வெடித்துச் சிரித்த கணங்கள் அவனுள் நிழலாடின. கூட்டுப்படிப்பை அக்கணங்கள் எவ்வளவு லேசாக்கின! அவர்கள் எப்படி இருப்பார்கள்? என்ன செய்து கொண்டிருப்பார்கள்? அவன் மனப்பாடம் செய்யத் தேவையில்லாத, புரட்டிப் பார்க்கத் தேவையில்லாத அந்த இரண்டாவது அசிங்கமான பட்டியலை அவன் அவிழ்த்து விடும்போது ரவி கோபத்தில் முறைப்பான். ஆஷா கனிவோடு இரக்கப்படுவாள்.

அவற்றுக்கு இவன் எப்படி பதில் அளிப்பான்? சத்யா அந்தப் பட்டியல் பற்றிய நினைவைத் தவிர்க்க விரும்பினான். அது பாடதிட்டத்திலோ, பாட நூலிலோ இல்லை. ஆனால் அவன் மனத்திரையில் அந்தப் பட்டியல் நீண்டது. மனத்திரையோ மூட மறுத்தது.

காட்சி 1: கட்ட வேண்டிய தொகை. அப்புறம் விடுதி. எல்லா மாணவர்களும் ப்ளாஸ்டிக் பைகள் நிறைய ஆவணங்கள், ரசீதுகள் சுமந்து திரிந்தனர். பல வண்ணங்களில் மூலச் சான்றிதழ்கள், நகல்கள், அரசாங்க அதிகாரி கையொப்பம் இட்டவை, சுய கையொப்பம் இட்டவை என்று பலதரப்பட்ட காகிதங்கள். இந்த நல்ல மருத்துவக் கல்லூரியில் இடம் கிடைத்தது எத்தகைய பேறு என்பதைப் புரிய வைப்பதற்காகவோ என்னவோ இந்தப் பதிவு முறைகள் சிக்கலாக இருந்தன; எந்தவித தர்க்கத்திலும் அடங்காதவையாக இருந்தன. சத்யாவும் ஓடியாடிக்கொண்டிருக்கிறான். கடைசி சாளரத்தில் மிக நீண்ட வரிசை நிற்கிறது. அங்கிருப்பவர் எல்லாவற்றையும் சரிபார்த்து, பிறகு காசாளர் ரசீதில் நீல நிறத்தில் முத்திரை குத்துவார். சத்யாவின் முறை வந்ததும், அவர் கண்ணாடி சன்னலில் இருந்த வட்டவடிவ துவாரம் வழியாக அவனது காகிதங்களை அனுப்பினார். கண்ணாடிக்கு அப்புறம் இருந்தவர் எல்லா சான்றிதழ்களையும் மீண்டும் மீண்டும் உன்னிப்பாகப் படித்தார். இன்னும் கூடுதல் நேரம் சாதிச் சான்றிதழைப் படிக்க எடுத்துக் கொண்டார். எந்த நொடியிலும் அதை விளக்கின் ஒளியில் தூக்கிப் பிடித்து நல்ல நோட்டா என்று பரிசோதிப்பார் போலத் தோண்றியது. அவர் முகத்தில் கடுமையான பார்வை இருந்தது. அந்தச் சான்றிதழ்கள், மதிப்பெண்கள் பற்றித் தேர்வு எழுதுவதற்காக மனனம் செய்பவர் போல இருந்தது.

இறுதியாக அவர் சத்யாவை நிமிர்ந்து பார்த்தார். “பின்னால போய் நில்லு. சிலதைச் சரிபாக்கணும்” என்றார்.

சத்யாவுக்குப் பின் நின்றுகொண்டிருந்த பெண் நெடுமூச்சு எடுத்தார். இத்தனை நேரமும் மூச்சை இறுக்கிப் பிடித்துக்கொண்டு நின்றவர் போல இருந்தார்.

சத்யாவுக்கு என்ன செய்வதெனப் புரியவில்லை. வரிசையில் இருந்து விலகினான். அந்தப் பெண் தனது காகிதங்களை அவசரமாகக் கண்ணாடித்துவாரத்தில் செருகினார். அவளுக்குப் பின் இருந்த பையன் முன்னே நகர்ந்தான்.

சத்யா வரிசையின் கடைசிக்குச் சென்று, சற்றே தயங்கிப் பின்னர் வரிசையில் நின்றான். அவன் மறுபடி சாளரத்தை அடையும்போது மணி மதியம் 1.20. சத்யா அடிமேல் அடி வைத்து நடந்தான். ஏதும் சிக்கல் இருக்கா என்று கேட்க நினைத்ததை விழுங்கினான். வாய்விட்டுக் கேட்டால் உண்மையிலேயே சிக்கலாகிவிடுமோ என அஞ்சினான். இம்முறை அந்த மனிதன் அவனை தலைநிமிர்த்திப் பார்க்கக் கூட இல்லை. 'சாப்பாட்டு நேரம். 2 மணிக்கு வா' என்று குரைத்தான். அவனுக்குப் பின்னால் இருந்த கடிகாரம் இன்னும் 10 நிமிடம் இருப்பதைக் காட்டியது. சத்யாவின் காகிதங்களை அசுத்தமானதைத் தொடுவது போலப் பட்டும் படாமலும் எடுத்துச் சுருட்டி கண்ணாடித் துளை வழியே தள்ளினார். பிறகு ஒருவழியாக சத்யாவின் கண்களைப் பார்த்தார். சத்யாவிற்கு ஏதோ உதவி செய்தவர் போல மிக நல்லவராக அவனைப் பார்த்தார். இது எவ்வளவு கடினம், எவ்வளவு கடினமாக இருக்கப்போகிறது என்று அறிந்துகொள்ள அவர் சத்யாவுக்கு உதவுகிறார். தொடக்கத்திலேயே அதை சத்யாவிற்குக் கற்பிக்கிறார். பிறகெப்படி சத்யா தனக்குக் கிடைத்த நல்வாய்ப்பைப் புரிந்து பாராட்ட முடியும்?

காட்சி 2: அறிமுகம் செய்யப்படும் பெரிய அறையை நோக்கிப் புதிதாகச் சேர்ந்த நூறு மாணவர்களும் செல்கிறார்கள். பெரும்பாலானவர்களோடு பெற்றோர், ஏதேனும் ஒரு பெற்றோர், சகோதரர், மாமா யாராவது ஒருவர் உடன் வந்திருந்தனர். சத்யாவோ தனியாக வந்திருந்தான்.

காட்சி 3: சத்யா வகுப்பில் இருக்கிறான். மாணவர்கள் ஒரு புறமும் மாணவியர் ஒரு புறமும் அமர்ந்துள்ளனர். பேசப்படாத இந்த விதியை மீறி வெகு சில மாணவர்கள் பின் இருக்கைகளில் இருபாலரும் கலந்து உட்கார்ந்துள்ளனர்.

சத்யா முன்வரிசையில் தனியாக உட்கார்ந்திருந்தான். அவனுக்கு அருகில் ஒரு காலி இருக்கை இருந்தது. மறுபுறம் சுவர். தொற்று நோய் பிடித்தவன், அல்லது பேன் பிடித்தவன் அல்லது நாற்றம் வீசுபவன் போலத் தனித்திருந்தான். தலைமுறை தலைமுறையாகக் கையளிக்கப்பட்ட வாழ்முறை நோய், அவனை நினைவுபோலச் சூழ்ந்திருந்தது, அவனது இரண்டாம் தோல் போல் ஒட்டியிருந்தது. இரண்டொரு நாட்கள் ராகுல் போன்ற பிற தலித் மாணவர்கள் போலப் பின் வரிசையில் உட்கார்ந்து பார்த்தான். முடிவற்ற, அதிகாரபூர்வமற்ற இந்தச் சமூக ஒதுக்கம் கவனிக்கப்படாமலாவது இருக்கும் என்று

நினைத்தான். ஆனால் தூரத்தில் இருந்து உரைகளைக் கவனமாகக் கேட்பது சிரமமாக இருந்தது. அவன் இதுவரை கேட்டறியாத ஆங்கிலச் சொற்களைக் கேட்டுக் குறிப்பெடுப்பது கடினமாக இருந்தது. எனவே சத்யா முன்வரிசைக்குப் போய் ஓரமாக சுவர் அருகில் அமர்ந்தான். ஒரு பக்கத்தில் மட்டும் இருக்கை காலியாக இருந்தது.

காட்சி 4: சத்யா தன் கரம் உயர்த்தினான். அவனுக்குப் பதில் தெரியும். பேராசிரியர் கேள்வி கேட்டு முடிக்கும் முன்பே அவனுக்குப் பதில் தெரிந்தது. ஆனால் அவன் கை கண்ணுக்குப் படாமல் போயிற்று. வகுப்பறையில் நல்ல சூரிய வெளிச்சம் படர்ந்திருந்தது. ஆனால் ஆசிரியருக்கு சத்யாவின் கை கண்ணுக்குத் தெரியவில்லை. சத்யா தன் கரத்தைக் கீழே இறக்குகிறான். கிராமத்தில் பள்ளம் தோண்டும், மூட்டைகள் தூக்கும் கரம் இப்போது பயனற்றுக் கிடந்தது. இப்போது அது தன்னை உயர்த்தி, தன் சொந்தக்காரனின் உதடுகளில் தொங்கும் வார்த்தைகளுக்குக் கவனத்தை ஈர்க்க வேண்டும், அவ்வளவுதான். வேறெதுவும் செய்ய முடியாது. பேராசிரியர் அவனைப் பார்க்கவில்லை. ஆனால், அவர் பாராதிருப்பதை சத்யாவால் பார்க்க முடிகிறது. ‘திமிர் பிடிச்ச அப்பம்பேரு தெரியாதது’, ‘கல்வி கற்க லாயக்கு இல்லாத இவங்கிட்ட நேரத்தை வீணாக்க நான் தயார் இல்ல’, ‘அவன் மறுபடி கிராமத்துக்கே போய் வயல்ல வேலை செய்யட்டும்’ என்று அவர் மனதில் ஓடும் எண்ணங்கள் சத்யாவிற்குத் தெரிந்தது. அவன் கை கீழே தொய்ந்து விழுந்தபோது அவனுக்குப் பின்னால் இருந்து மெல்லிய குரல் ஒன்று ‘கோட்டா’ என்றது; தொடர்ந்து வந்த கேலிச் சிரிப்பு அவ்வளவு மெல்லிதாக இல்லை. பேராசிரியர் காதும் செவிடானது போல் இருந்தது. நன்றாகப் படிக்கும் மாணவர்கள் அனைவருக்கும் அறிந்தவர்களாக எப்போதும் இருப்பதில்லை, அதிலும் அவர்கள் தாழ்த்தப்பட்ட மாணவர்களாக இருந்தாலோ...

காட்சி 5: வகுப்பு முடிந்ததும் மாணவர்கள் கூட்டமாகவோ, இருவர் இருவராகவோ வராந்தாக்களில் நிற்கிறார்கள். அல்லது வெளியே உணவகம், மரங்கள் சூழ்ந்த புல்தரை, அல்லது நகரம் நோக்கிச் சென்றனர். பலரிடம் பைக் அல்லது மோட்டார் சைக்கிள் இருந்தன; சிலர் கார் வைத்திருந்தனர். இந்த எந்தக் குழுவிலும் சேராத ஒரு மாணவன் இருந்தான் சத்யா. அவனும் முயற்சி செய்து பார்த்தான். பயனேதும் இல்லை. இதற்குள் அவன் எல்லாம் கேட்டாயிற்று. அவர்கள் கண்கள் இவன் முகத்தைப் பார்த்தால் அவர்கள் சிந்தனைகளை

சத்யாவால் பார்க்க முடியும்; கேட்கமுடியும். இட ஒதுக்கீட்டில் பிழைப்பு நடத்தும் சோம்பேறிகள். அவங்க உயிரணுவிலேயே அது இருக்கு. எந்த தேர்ச்சியும் கிடையாது. நல்லா படிக்கிற மாணவர்களோட இடத்தை எல்லாம் பிடுங்கிக்கிறவங்க. இந்தக் கல்லூரி சிறப்பான ஒன்று. நாங்க யார் கூடப் படிக்கிறோம் என்பது எங்களுக்கு முக்கியம். சத்யா ராகுலைத் தேடிப் போகலாம். ஆனால் ராகுல் நிறைய நேரத்தைத் தன் குறிப்புகளை மாணவிகளோடு பகிர்ந்துகொள்வதில் செலவிட்டுக் கொண்டிருந்தான். எப்படியாவது ஒரு காதலியைக் கண்டுபிடிக்க வேண்டும் என்று முனைப்பாக இருந்தான்.

சத்யா நூலகம் நோக்கிச் சென்றான். எல்லா சொற்களும் இரண்டிரண்டாகத் தெரியும் வரை, விளக்கப் படங்கள் பேயுருக்களாக நிழல் விரிக்கும் வரை படித்துவிட்டு எழுந்தான். அவன் தோள்கள் கூன் விழுந்தாற்போல் இருந்தன. அதிவேகக் காற்றில் இருந்து தன்னைக் காத்துக்கொள்வது போல தோள்களை இறுக்கினான். பிறகு விடுதிக்குப் போய் தன் மூலை அறையை அடைந்தான்.

காட்சிகள் 6, 7, 8: கிண்டல், கேலி. அது தடைசெய்யப்பட்டுள்ளது. சட்டப்படி குற்றம். ஆனால் சத்யா இன்னும் அந்தக் குத்தல் பேச்சுகளைக் கேட்டான். ஒரு உடல், கிட்டத்தட்ட நிர்வாணமாய், அவனது உடலைப் போன்ற உடலொன்று நடனம் ஆடுவது போல அசைவது அவன் கண்களுக்குத் தெரிந்தது. சிரிப்பு, அவமானம். சத்யா அதை நினைக்க விரும்பவில்லை. இந்தக் காட்சிகள் மீண்டும் நினைத்துப் பார்க்க வேண்டியவை அல்ல. இப்போது அவன் தனியே, அவன் அறையில். அவன் தன் புத்தகங்களோடு, அவனது மாலை நேரப் படிப்புக்கான திட்டத்தோடு பாதுகாப்பாக இருந்தான்.

மனப்பாடம் செய்ய வேண்டிய பட்டியலை மேசை மீது வைத்துவிட்டு சத்யா எழுந்தான். ராகுலின் மடிக் கணினி அவனை அழைப்பது போல் அங்கிருந்தது. சத்யா எப்போது வேண்டும் என்றாலும் மின்னஞ்சல், இணையதளங்கள் ஆகியவற்றைப் பார்க்கலாம் என்று ராகுல் சொல்லியிருந்தான். ஆனால், சத்யாவிற்கு அவன் அறையில் இல்லாதபோது அதைச் செய்ய மனம் வரவில்லை.

சத்யா தன் பக்க அலமாரியைத் திறந்தான். இரசகற்பூர உருண்டை நெடி முகத்தில் அடித்தது. பளிச்சென்று இருந்த நீல நோட்டுப் புத்தகத்தை எடுத்துக் கொண்டு உடனே நெடி அறையில் பரவாமல்

தடுக்க அலமாரியை மூடினான். அந்த நோட்டுப்புத்தகம் நீல நிற அட்டை போட்டிருந்தது. சத்யா அதனைப் பார்த்தான். முன்புறம் லேபிள் வடிவத்தில் சிறு சிவப்புப் பூக்கள் பேனாவால் செவ்வகமாக வரையப்பட்டிருந்தது. அதற்குள் எதிர்காலத்தைக் குதூகலமாகக் குறிக்கும் பெரிய எழுத்துகளில் டாக்டர் சத்யா, எம்.பி.பி.எஸ். என்று எழுதப் பட்டிருந்தது. யோசனையில் ஆழ்ந்தபடி அந்த எழுத்துகளை மெல்ல வருடினான் சத்யா. யாரிடமாவது பேசவேண்டும் என்ற உணர்வு மேலிடும்போதுதான், சத்யா அந்த நோட்டை எடுப்பான். கன்னடமும் ஆங்கிலமும் கலந்து எழுதப்பட்டிருந்த முதல் பக்கத்தை அவன் மீண்டும் வாசித்தான்.

நான் ஒரு மருத்துவக் கல்லூரி மாணவன். நம்பவே முடியவில்லை. கடுமையான உழைப்பு; பணத்தைப் பற்றிய நிரந்தரக் கவலை. அதற்கெல்லாம் பலன் கிடைத்து விட்டது. இப்போது நான் இதற்குப் பொருத்தமானவனாக இருக்க வேண்டும். அம்மாவும் ப்ரசாத்தும் செய்த தியாகங்கள் வீணாகிவிடக் கூடாது. தொழில் முறை பட்டம் முடித்து சம்பாதிக்கும் ஒரே ஒரு குடும்ப உறுப்பினராக ஆக வேண்டும்.

அப்புறம், ரவி, ஆஷா. அவர்கள் நட்புக்கு ஏற்றவனாக இருக்க வேண்டும். எங்கள் தேர்வு முடிவுகள் வந்தவுடன், நாங்கள் கடைசியாக சந்தித்து விடைபெற்றபோது, ஆஷா இந்த நோட்டைத் தந்தாள். அவள் நுழைவுத் தேர்வில் தேர்ச்சி பெறாதது எனக்கு வருத்தமாக இருந்தது. ரவியும் வெற்றி பெறவில்லை எனத் தெரிந்ததும் எனக்கு இன்னும் வருத்தம் ஏற்பட்டது. ஒரே கல்லூரியில் இல்லையென்றாலும் அவர்களும் ஏதோ ஒரு இடத்தில் மருத்துவம் படிக்கிறார்கள் என்று தெரிந்தால் நான் இவ்வளவு தனிமையாக உணர மாட்டேன்.

சத்யா யோசித்தான். தனிமையாக உணராமல் இருந்து எத்தனை காலம் ஆகிவிட்டது!

சத்யாவின் அப்பா பல ஆண்டுகள் முன்பே கிராமத்தை விட்டுச் சென்றுவிட்டார். சத்யாவிற்கு அவர் முகம் கூட நினைவில்லை. சில சமயம் அவன் கனவுகளில் தெளிவில்லாத அவர் முகம் தெரியும். உயரம்; மெல்லிய தேகம், மிகமிக மெல்லிய உருவம்; முகத்தில் நிரந்தரமான வியப்பு எங்கிருக்கிறோம், எதற்கு இருக்கிறோம் எனப் புரியாத ஒரு பார்வை. அந்த வியப்புதான் அவரை வீட்டில் இருக்கும் மனைவி, மகன்களை மறக்க வைத்ததோ? அதுதான் வீடு என மறந்துபோயிற்றோ?

சத்யாவின் அண்ணன் ப்ராசாத் நகரத்துக்குச் செல்லும் முன், "என்னைக்காவது அந்தப் பெருச ரோட்ல பாத்தா, அவரு என்னை யாருன்னு கண்டுபிடிப்பாரா?" என்றான்.

ஒரு கார் மெகானிக் பட்டறையில் சில மாதங்கள் வேலை செய்தபின் ப்ராசாத் ஒரு நாள் ஃபோனில் பேசும்போது, "எம்மனசில என்ன நினைப்புன்னு தெரியல. பெரிச ரோட்ல பாப்பேன்னு நினைச்சேன் பாரு. இந்த நகரம் ஒரு பெரிய உலகம்; ஒரே மக்கள் கூட்டம்" என்று சொல்லிச் சிரித்தான்.

சத்யா மௌனமாக இருந்தான்.

"அவரு செத்துப்போயிருப்பாரு", என்று சொல்லிவிட்டு ப்ரசாத் பேச்சை மாற்றினான். அதற்குப் பின் அவன் அப்பாவைப் பற்றி எந்தப் பேச்சும் எடுக்கவில்லை.

சத்யாவைப் பொறுத்தவரை, அப்பாவைப் பற்றி அவன் நினைப்பதோ பேசுவதோ இல்லை. அவன் நினைப்பெல்லாம் அம்மாதான்.

அவன் அம்மா வளைந்த முதுகு. முழங்காலுக்கு மேல் தூக்கிச் செருகப்பட்ட புடவை. சேலை முந்தானையால் சூரியனின் கடும் வெயிலில் இருந்து தலையை மூடிக் காப்பாற்றிக் கொள்வாள். பாதங்கள் வயல் நீரில், சேற்றில் நாள் முழுதும் நிற்கும் வேலை. வேலை. அது தவிர அவள் வேறு ஏதாவது செய்திருக்கிறாளா? அவள் வாழ்வு அவளுக்கு வேறெதாவது கொடுத்துள்ளதா? அவளது இரு குழந்தைகளின் வயிறு நிறைய வேண்டும்; அவர்கள் சேற்றில் நிற்காமல் பள்ளிக்குப் போக வேண்டும். இப்போது அவர்கள் வளர்ந்து விட்டார்கள். அவள் தன் வயிற்றுப்பாட்டைப் பார்த்தால் போதும். ஆனால், அவள் இன்னும் வேலை செய்கிறாள். இல்லையென்றால் அவள் எப்படி வாழ முடியும்? எப்படி கந்துவட்டிக்காரரை சமாளிக்க முடியும்? சத்யாவை மருத்துவராக்க முடியும்?

சத்யா அம்மாவோடு இல்லாதபோது அவளை வேறு மாதிரி நினைவில்கொள்ள விரும்பினான்: அவள் பாடுகிறாள். வேலை செய்கிறாள், ஆனால் பாடவும் செய்கிறாள். அவள் பாடிக் கேட்டுச் சில ஆண்டுகள் ஆகிவிட்டன. பாடத் தெம்பு இல்லை என்கிறாள். ஆனால், சத்யாவிற்கு அவளது ஆழமான குரல் நன்கு நினைவிருக்கிறது. அவள் பாட, பிற பெண்கள் வாங்கிப் பாடுவார்கள். அந்தப் பெண்கள் எதைப் பற்றியெல்லாமோ பாடினார்கள்: மேலே உள்ள வானம்,

அவர்களுக்குச் சொந்தம் இல்லாத ஆனால் அவர்கள் நேசித்த நிலம், தங்கள் குரல்கள் மூலம் அவர்கள் கெஞ்சி வரவழைத்த மழை, நில உரிமைக்காரனின் அசிங்கமான காமப் பார்வை. அவர்கள் பார்த்தறியாத செல்வச் செழிப்பு பற்றி எல்லாம் பாடினார்கள்; நல்ல விளைச்சல் வேண்டிப் பாடினார்கள். நாரைகள், எருதுகள் அனைத்தையும் காக்க, பயிர்களைப் பாதுகாக்க, நல்லபடியாக உயர வளர்ந்து வலுவாகச் செழிக்கச் செய்யப் பாடினார்கள். எல்லாவற்றையும்விட அவர்கள் உழைப்பைப் பாடினார்கள். தில்லேலங்கடி.

> வாங்க வாங்க பொண்டுகளா தில்லேலங்கடி தில்லேலோ
> வயலில் இறங்க வாருங்கடி தில்லேலங்கடி தில்லேலோ
> பத்துப்புள்ளைங்க பெத்தவளே தில்லேலங்கடி தில்லேலோ
> சேர்ந்து நாமும் பாடுவோமே தில்லேலங்கடி தில்லேலோ

தில்லேலங்கடி பொண்டுகளா. தில்லேலோ பொண்டுகளா. தில்லாலே, தில்லாலோ. ஓ வேலை. வேலை. வேலை வேலை. அவர்கள் உடலை ஒரே அசைவைத் திருப்பித் திருப்பிச் செய்ய வைக்கும் சொற்கள். சொற்களும் பாடல்களும் அவர்கள் உழைப்பை லேசாக்கின, நகரவைத்தன, பசியை, அடி முதுகு வலியை, பாதங்களின் பித்தவெடிப்பை, வீட்டில் உள்ள காலிப் பானையை, மூட்டப்படாத அடுப்பை மறக்க வைத்தன. குனிந்து, நண்டு போல பக்கவாட்டில் நகர்ந்து, நாற்று நடவு முடியும் வரை அசைய மட்டும் நினைவுபடுத்தின. இப்போதாவது வேலை இருக்கிறது. அறுவடைக் காலம் முடிந்தபின்? இப்போதைக்கு அதை நினைக்காமல் இருப்பது நல்லது.

சத்யாவும் அம்மாவைப் போலவே அந்த நினைவைத் தவிர்த்தான். தலைகுனிந்து நாட்குறிப்பில் எழுதத் தொடங்கினான்:

> அம்மா, அரிசி குத்திக்கொண்டே பாடுகிறாள். நிறைய அரிசி, எதுவும் எமதில்லை.
>
> முத்தும் வேண்டாம்; பவளம் வேண்டாம்.
> ஒரே துண்டு நிலம் மட்டும் போதும்
> ஓ அம்மா!
> அந்த வயலில் நாங்கள் பாடிய பாட்டுகள்.
>
> அப்பா மாப்பிள்ளையோடு என்னை
> வீட்டை விட்டு அனுப்பினார்.
> அம்மா அழுதாள்.

தோழிப் பொண்டுகளா
பாருங்க...
சூடிய என் தலைப் பூக்கள்
சீக்கிரமே வாடிப் போச்சு.
மருதாணி வைத்த என் கால்கள்
சீக்கிரமே சேற்றில் புதைஞ்சு போச்சு.

சத்யா நாட்குறிப்பை மூடிவிட்டு சிறிய சன்னல் வழியே வெளியே பார்க்கிறான். அந்தச் சன்னல் இருப்பது மகிழ்வூட்டுகிறது. அதை முழுக்கத் திறந்து வைத்துக் கொஞ்சம் வானத்தையும், கட்டிடச் சுவரைத் தொட்டபடி விரிந்த அரச மரக் கிளைகளையும் அவனால் பார்க்க முடிந்தது. சன்னலுக்கு அருகில் நிற்கும் நேரத்தை சத்யா திட்டம் இடுகிறான். இன்னும் பத்துப் பக்கங்கள், இன்னும் ஒரு இயல் படித்து முடித்ததும் ஐந்து நிமிடம் ஓய்வு எடுக்கலாம் என்று தனக்குத் தானே சொல்லிக் கொண்டான். அப்போது கைகால்களை நெட்டி முறித்து, சன்னலுக்கருகில் வந்து நின்று நடப்பதென்ன என்று பார்க்கலாம் என நினைத்தான். அங்கு பறவைகள், வண்டுகள், அணில்கள் இருந்தன. சத்யா அவர்களை நண்பர்களாக்கிக் கொண்டிருக்கிறான், ஆனால் அவர்களுக்கு அது இன்னமும் தெரியாது.

துண்டு வானம் ஆழ்ந்த நீலமாகி இருந்தது; தினம் இரவில் அது அணியும் கருமைக்கு கட்டியம் கூறியது. அரச மரக் கிளைகள் தெளிவற்று நிழல் உருக்களாக மாறின. மாலைகளில் தினம் வரும் காகங்கள் வழமையான சலசலப்பைத் தொடங்கின: இருள் சூழ்ந்தாச்சு; ராத்திரி வந்தாச்சு. சத்யா பெருமூச்செடுத்தான். இன்னும் சில பக்கங்களை முடித்துவிட்டு, அவன் விடுதி உணவறைக்குப் போக வேண்டும், தன்னந்தனியே சாப்பிட வேண்டும், மாடிக்கு வந்து தன் இரவுப் பணியைத் தொடர வேண்டும்.

இந்த வழிபாட்டுப் பாடல்தான் எப்படிப் பாடுகிறது!

1

ரவிக்கு இருப்புக் கொள்ளவில்லை. முதலில் அவன் இந்த அரசு அறிவியல் கல்லூரியில் சேர விரும்பவில்லை; அவன் சேர்ந்துள்ள விலங்கியல் பாடமும் படிக்க விரும்பவில்லை. ஆனால், கொஞ்சம் கொஞ்சமாகப் பழகிக்கொண்டு இருக்கிறான். அவன் அறையில் உடன் இருக்கும் இருவரையும் அவனுக்குப் பிடித்திருப்பது சற்று உதவியாக உள்ளது. ஹரிஷா, முதலாண்டு தாவர இயல் மாணவன். அவன் அழகாக வரைந்து, நோட்டுப் புத்தகங்களில் ஒட்டும் செடிகள், பூக்கள் படங்களைப் போலவே அமைதியான, மகிழ்ச்சியான நண்பன். அப்புறம் ரமேஷா. சத்தமாக வெடிக்கும் பட்டாசுவாயன். அவனது ஒவ்வொரு தொடரும் சிறு குண்டு வெடிப்புதான்; புறக்கணிக்க முடியாத சவால்கள். அவன் ரவியுடன் விலங்கியல் துறையில் படிக்கிறான். அவர்கள் தங்கும் அறை வீட்டைப் போலவேதான் நெருக்கடியாக இருக்கும். இரவெல்லாம் பேசுவார்கள்; ஒன்றாகச் சாப்பிடுவார்கள்; உடைகளை மாற்றி மாற்றிப் போட்டுக் கொள்வார்கள். அறை ஒழுங்காக இருக்காது. ஆனால், அது அவர்களது குப்பை. ஒருவரை ஒருவர் கவனித்துக் கொள்வார்கள். ரவி, ரமேஷா இருவரும் வேறு வேறு தாழ்த்தப்பட்ட இனத்தைச் சேர்ந்தவர்கள். ஹரீஷா பழங்குடி வகுப்பைச் சேர்ந்தவன். உண்மையில் கல்லூரியில் படித்த பிற ஆதிக்க சாதி, பணக்கார மாணவர்களைப் பொறுத்தவரை, அவர்கள் மூவரும் ஒன்றுதான். ரவிக்கு மீண்டும் சத்யா, ஆஷாவோடு

இருக்கும் அனுபவம். சொல்லப்போனால், மூவரும் ஒன்றாகத் தங்கி இருப்பதால், அதைவிடவும் நல்லது. அதோடு அவர்கள் கல்லூரியில் படிக்கின்றனர். வளர்ந்தவர்களாக ஆகும் பருவம். பிறரால் தீர்மானிக்கப்பட்ட தெரிவுகளை ஏற்காத இளைஞர்களாக ஆவதுதான் அவர்கள் விரும்புவது.

இப்போதைக்கு, ரவியும், ரமேஷாவும் திட்டக்கட்டுரை ஒன்றை ஹரீஷாவைப் போல் சிரத்தையாக முடிக்க முயற்சித்துக் கொண்டிருக்கிறார்கள். வக்குப்புகள் தொடங்கிச் சில நாட்களே ஆகியுள்ளன; நிறைய அடிப்படைப் பகுப்பாய்வு வேலைகள் மிச்சம் உள்ளன. இந்த அறிமுகப் பகுதி பள்ளியில் படித்த பாடங்களைப் போலவே இருந்தது. ஆனாலும், மீண்டும் அந்தப் பெயர்களை உருட்டுவது, பட்டியல்களைப் படிப்பது அலுப்பூட்டியது. ரவிக்கு மனப்பாடம் செய்வது அறவே பிடிக்காது. இதை உரக்கச் சொல்ல ரவி தயங்கினான். ஹரீஷா பதட்டமடைவான்; அவனது அகன்ற, ஆழமான கண்கள் விரிந்து அவன் மனம் மிகவும் காயப்பட்டுவிட்டது போல் தோன்றும். நல்லவேளை, ரமேஷா அப்படி எல்லாம் பதட்டப்பட மாட்டான். படிப்பது ஒவ்வொன்றைப் பற்றியும் கருத்துத் தெரிவிக்க விரும்புவான்.

‘மிகப்பெரும் உயிரியல் பன்முகத்தன்மை கொண்டதாக இனம் காணப்பட்டுள்ள முதல் பனிரெண்டு நாடுகளில் இந்தியாவும் அடங்கும்’, என்று படித்துவிட்டு ரமேஷா தன் கருத்தையும் சேர்த்துச் சொன்னான். ‘வழக்கமாகச் சொல்லும் மனிதர்களில் பன்மைத்துவம் கொண்ட நாடு என்று சேர்த்துச் சொல்ல மறந்துவிட்டார்கள்’. ஒன்றிரண்டு பத்திகளை விட்டுவிட்டுப் பகுப்புமுறையின் முக்கியத்துவம் பற்றிச் சொல்லும் பகுதியைப் படித்தான். “பிரித்தல், குழுவாக இணைத்தல், வாழும் உயிரினங்களுக்குப் பெயர் கொடுத்தல் ஆகியவை அனைத்து மனிதப் பண்பாட்டிலும் ஆதியில் இருந்தே இருந்து வரும் செயல்பாடு. உயிரிகளின் விரிவான, வெவ்வேறு கூறுகளைப் பகுத்து அறியாமல் புரிந்துகொள்ள முடியாது.” ரமேஷாவுக்கு போரடித்தது. ‘ஹா... இந்தியர்கள் விலங்குகளை விட மனிதர்களைப் பிரிப்பதில் கைதேர்ந்தவர்கள் என்று எழுதியிருக்க வேண்டும். சிம்ப்சன் சொல்வதன்படி உயிரியல் பகுப்புமுறை “விலங்குகளை வகைப்படுத்துவது அவைகளுக்கிடையே உள்ள உறவுகளைப் பொறுத்து அமையும்.”

ரவி தன் நோட்டுப்புத்தகத்தைக் கீழே வைத்துவிட்டு வேறு விஷயத்திற்குத் தாவத் தயாராக ஆனான். ஹரீஷா கடுப்படைந்து கண்களை உருட்டினான்.

‘இங்க பாரு, ரவி! சிம்ப்சன் பாடத்தைவிட இது மேலான ஒரு பாடம். ஹரீஷா, அவ்ளோ வருத்தமா பாக்காதே. உன் புக்கைக் கீழே வை. களம், விலங்கு இராச்சியங்கள், குழுமங்கள் (*Phylum*), பிரிவுகள், வரிசை, குடும்பங்கள், பேரினங்கள், இனங்கள் என்று ஒவ்வொன்றும் ஏணிப்படி போல மேல் இருந்து கீழ் பிரிக்கப்பட்டுள்ளது. ஆனால், நாம் எங்கிருந்து தொடங்குவது? வழக்கமான பிராமணர். க்ஷத்திரியர், வைசியர், சூத்திரர் என்று சொல்லிட்டு நிறுத்த முடியாது. அது ரொம்ப எளிமைப்படுத்துது. சாதிய பாக்க மாட்டேங்குது. நம்மளயே எடுத்துக்கலாம் நாம ஒதுக்கப்பட்டவங்க. மனுவோட வகைப்பிரித்தல் அட்டவணைல, நாம எங்க வர்றோம்?’

ரவிக்கு இந்தப் பிரிவெல்லாம் கேவலமானது என்று தெரியும். ஆனால், இப்ப இரவு நேரமாகிவிட்டது. அவனுக்குத் தொடர்பில்லாத ஏதோ ஒன்றைப் படித்து மனப்பாடமும் செய்தாயிற்று.

ரமேஷா ஏற்றுக்கொள்ளப்படும் பட்டியலில் அடங்காதவர்களை வர்ணிக்கப் பயன்படுத்தப்படும் பெயர்களைச் சொல்ல ஆரம்பிக்கிறான். அவர்களைச் சிறுமைப்படுத்தவென்றே உருவாக்கப்பட்ட பெயர்கள்; அவர்களது உடல்களால் தீட்டுப்படுத்துபவர்கள்; எச்சில் உமிழ்பவர்கள்; நிழலுருக்களாய் இருப்பவர்கள்; எல்லா அசிங்கமான வேலைகளையும் செய்பவர்கள் ஆனால் முழு மனிதர்கள் அல்ல. ‘அந்த்யஜா, சண்டாளா, பஞ்சமா, அஸ்புருஷா வேற என்ன ரவி?’

ரவி மகிழ்ச்சியாக சேர்ந்துகொள்கிறான்: ‘உம்ம் மடிகா, மாலா, ரெல்லி, சிண்டு, மஷித்லா, பறையா, பறையன்...’

‘ஆதிவாசிகள விட்றாதீங்க,’ திடீரென்று ஹரீஷா உற்சாகமாகச் சேர்ந்து கொண்டான். ‘கௌடலு, ஹக்கிபிக்கி, இருளா, ஜெனு குரும்பா, மலைகுத், மாலிக்குடி, பில், கோண்ட், செஞ்சு, கோயா, எறவா, ஹலேயா, கொரமா இன்னும் வேணுமா?’ ரமேஷாவும் ரவியும் அவனை வியப்புடன் பார்த்தார்கள். வாசிக்கிற ஒவ்வொரு சொல்லையும் அவன் நினைவில் வைத்துக் கொள்வதில் ஆச்சர்யமே இல்லை.

ரவி இந்த வேலையில் ஆர்வத்தோடு இறங்கினான். ‘வெறும் பட்டியல் போட்டால் பத்தாது. இவங்க எல்லாம் ஏன் இந்த ஏணில கடைசிப்

படில இருக்காங்கன்னு விளக்கணும் இல்ல, இவங்க தான் ஏணிலயே இல்லயே. நாம ஒற்றை செல் உயிரினங்கள். நமக்கு இருக்கிற ஒரே செல் சாதி அல்லது இனக்குடி. அதுதான் அலுவலக மொழியில் பட்டியல் சாதி / பட்டியல் இனம்.'

'அப்ப, அது வெட்டிவிடப்பட்டால், நான் புதிய தலை அல்லது கால் வளத்துக்கலாம்', சிரித்தபடி சொன்னான் ரமேஷா. ஏனோ இந்தக் கருத்து மூவருக்கும் நகைச்சுவையாக இருந்தது. ரவி வயிறு வலிக்க, கண்ணில் நீர் முட்டும் வரை சிரித்தான். ஆனால், விளக்குகளை அணைத்துவிட்டு, படுக்கையில் படுத்தபோது, அதில் சிரிக்க எதுவும் இருப்பதாகத் தோன்றவில்லை.

அந்தப் பாழாய்ப் போன நுழைவுத் தேர்வு அவன் மண்டைக்குள் வந்து நக்கலடிக்கும் பேய் போல உட்கார்ந்துகொண்டது. இத்தனைக்கும் அது கடந்தகாலத்தில் நடந்ததுதான். அவனது இடம் தேர்வு எழுதும் முன்பே இல்லாமல் போயிருக்கலாமோ? தேர்வு நடக்கும் முன்பே நடந்திருக்கலாம். அவன் விண்ணப்பப் படிவத்தில் பட்டியல் சாதி என்ற பெட்டியை டிக் செய்தபோதே நடந்திருக்கலாம். தலை உயர்த்தும் பாம்பு போல அந்தப் பெட்டியில் கறுப்பாக இருந்த டிக் தவிர வேறு எதுவும் அவர்கள் கண்ணில் பட்டிருக்குமா? சத்யா, ஆஷா, தான் மூவருக்கும் மருத்துவப் படிப்பு கிடைக்கும் என உறுதியாக இருந்தான். ஆஷாவாவது மருத்துவத் தாதிக் கல்வியில் சமாதானமாகிவிட்டது போலத் தோன்றுகிறது. சொல்லமுடியாது; ஆஷாவுக்கு எப்போதுமே எதைப் பற்றியும் குறைசொல்வது சிரமம். அவனுக்கு அந்தக் குணம் பிடிபட்டதே இல்லை. ரவி சின்ன வயதிலேயே அழுகை, கத்தல், புகார் செய்தல் இல்லாமல் வாழ்க்கை இன்னும் சிரமமாக இருக்கும் எனக் கற்றுக்கொண்டான். ஆஷாவின் குடும்பம் சிறியது. அவர்கள் நான்கு பேர் தனி வீட்டில் வசித்தார்கள். ஆனால், ரவி பெரிய கூட்டுக் குடும்பத்தில் ஒரு தலித் குடியிருப்பில் கூட்டத்தோடு கூட்டமாக வளர்ந்தான். அதில் எல்லாருக்கும் எல்லார் செய்தியும் தெரியும். அவன் மருத்துவப் படிப்புக்கு முயற்சிப்பது அங்கு அக்கம்பக்கத்தார் அனைவருக்கும் தெரியும். காலனி முழுக்கத் தெரிந்திருக்கலாம். அவன் அப்பாதான் விருந்து பகிர்வது போல் எல்லாரிடமும் பகிர்ந்துகொண்டு, அவரவருக்கு கனவின் பங்கைப் பிரித்து பிரித்துக் கொடுத்தாரே!

அப்புறம் தேர்வு முடிவு வந்தது; கனவு நொறுங்கியது; அதைச் சரிசெய்ய அடுத்த திட்டம் தேவைப்பட்டது; தங்கத்துக்குப் பதிலாக

பித்தளை. அவன் குடும்பம் ஏமாற்றத்தில் ஆழ்ந்தது. அவன் அப்பா அல்லது வயதானவர் சிலர் அவனைப் பார்த்துக் கவலைப்பட்டனர். உதவ நினைத்தனர். ஒரு தாத்தா ‘டேய், நீ காலேஜ் போற. உங்க தாத்தா, அப்பா, நான் யாருக்கும் கிடைக்காத வாய்ப்பு அது’ என்று சொன்னார்.

ரவி தன் கடும் கோபத்தை வெளிக்காட்டவில்லை. அதனால்தான், குடும்பத்தின் குடியிருப்பின் நட்சத்திரமாக இருந்த அவன் பெருமை அவ்வளவு எளிதாக மங்கவில்லை. அவர்கள் தங்கள் கனவைக் கொஞ்சம் மாற்றி அமைத்துக்கொண்டார்கள். அந்தப் புதிய கனவில் ரவி முன்னேறுகிறான்; உதவித்தொகை பெற்றுக் கல்லூரி போகிறான். அதெல்லாம் அவர்களுக்காகத்தான்! அவன் ஒரு கல்லூரிப் பேராசிரியராகவோ, விஞ்ஞானியாகவோ ஆனால், அவர்களும் தங்கள் குழந்தைகளுக்கு நல்ல வாழ்வு கிடைக்கும் எனக் கனவு காண்பார்கள்.

ரவி, தன் நண்பர்கள் இருவரின் குறட்டைச் சத்தத்தையும் கேட்டான். ஹரீஷா ஒரே லயத்தில் வண்டோசை போலக் குறட்டை விட்டான். ரமேஷா நிமிடத்திற்கொரு முறை கிளம்பும் ஏரோப்ளேன் போலக் குறட்டை விட்டான். வயதான பிறகு ரமேஷா அவன் தாத்தா போலக் குறட்டை விடுவான் என நினைத்தான். அவர் குறட்டை விடுவதில் முதல் பரிசு பெற்றவர். ரவி இருட்டில் சற்றே புன்னகைக்கிறான். அப்படியே கண்களையும் மூடுகிறான். அவன் மனக்கண்ணில் வீடு - அவனது தாத்தா உயிரோடு இருந்த காலம் முதல் - காட்சி காட்சியாக விரிகிறது.

அதோ, எப்போதும் போல வீடு நிறைய ஆட்கள். அவனது தினக்கூலிப் பெற்றோர்கள் நாள் முழுதும் வெளியே வேலையில் இருப்பார்கள். அவனுக்கு இரண்டு சகோதரிகள், ஒரு சகோதரன் இருந்தார்கள். சட்டை அணியாத வெற்றுடம்போடு வயதான பெரிசு அவன் தாத்தா அங்கு இருந்தார். பகல் வேளையில் அவர்தான் வீடு, குழந்தைகளுக்குப் பொறுப்பு என்று பேர். அவர் வீட்டு வாசலில் புகையிலையை மென்றபடி தனது பெரிசுகளின் கும்பலோடு உட்கார்ந்தபடி பெரும்பாலான பொழுதைக் கழிப்பார்.

அம்மா, அப்பா, தாத்தா, நான்கு குழந்தைகள் அந்த வீட்டில் வசித்தனர். அதில் இருந்த இரண்டு அறைகள், அம்மாவின் சேலையால் மூன்றாகப் பிரிக்கப்பட்டு இருந்தது. ஒருபுறம் பையன்கள்; மறுபுறம் பெண் குழந்தைகள். தாத்தா வெளியில் படுத்துக்கொண்டார். ‘வானமும்

நட்சத்திரங்களும் என் இரவுக் கூட்டாளிகள்' என்று அடிக்கடி சொல்வார். அருகருகே உறவினர்கள் வீடுகள். எப்படி இருந்தாலும், அந்த நெரிசல் மிக்க தலித் குடியிருப்பில் அவர்கள் எல்லாரும் உறவுகள்தான் தலித் என்பதனால். எல்லோர் வீடுகளும் தீப்பெட்டிகள் போலத்தான். ஒவ்வொரு குடும்பத்திலும் என்ன நடக்கிறது என்று எல்லாக் குடும்பங்களுக்கும் தெரியும் - அடுத்த வீடு, அந்தத் தெரு முழுதும் என்பதனாலும் அவர்கள் உறவினர். அடித்தட்டில் உள்ள கீழ் சாதி மக்கள், பிற சாதிகள் வசிக்கும் இடங்களில் இருந்து ஒதுங்கி, ஒன்றாகத் தனிக் குடியிருப்பாக வசிக்கும் பழங்கால வழக்கத்தால் அவர்கள் உறவினர்கள். இரத்த உறவுகள்; சாதி உறவுகள்.

'இது எப்பவுமே இப்படித்தான் இருந்திருக்கு.' இதை வருத்தத்துடன் சொல்லலாம்; கோபமாகச் சொல்லலாம்; கசப்புடன் சொல்லலாம்; வேறு வழியின்றி ஒத்துக்கொண்டு சொல்லலாம். எந்தத் தொனியில் வந்தாலும், இதனை எத்தனை முறை கேட்டோம் என்ற கணக்கு ரவிக்கு மறந்தே போயிற்று.

ரவி உடன்பிறந்தவர்களோடு விளையாடிக்கொண்டிருப்பான். அல்லது கடைக்குட்டியாக தாத்தாவின் மடியில் வீட்டு வாசலில் உட்கார்ந்திருப்பான்.

வழக்கம்போல, பெரிசு தன் ஒன்றிரண்டு நண்பர்களோடு உட்கார்ந்து பீடி புகைத்துக்கொண்டோ புகையிலை மென்றுகொண்டோ, அவ்வப்போது ஏதாவது சொல்லிக்கொண்டிருப்பார். அவர்கள் ஒருவருக்கொருவர் சுருக்கெழுத்தில் பேசிக்கொள்வார்கள். அது போதும் அவர்களுக்கு. இது எப்போதும் இப்படியே இருப்பதாலோ என்னவோ, அவர்கள் இடைவெளிகளை இட்டு நிரப்ப முடிந்தது; சொல்லப்படாத சொற்களைக் கேட்க முடிந்தது. அல்லது அவர்கள் இந்தக் கதைகளைப் பலமுறை கேட்டிருக்கலாம்.

'நேரா நிமிர்ந்து நடக்க முடியாம இருந்தாரே.. அந்த வயதானவர்! நினைவிருக்கா?'

'ஆமாமாம். குதிரல ஏறி உட்கார்ந்த ஆளுதானே? படுமோசமா அடி வாங்கினாரே. உயிர் தப்பினதே பெரிசு.'

அல்லது 'நம்ம கிராமத்துல எல்லாப் பொம்பளங்களும் வன்முறைக்கு ஆளானாங்களே- சின்னக் குழந்தைகள் உட்பட...'

எரிக்கப்பட்டார். நிர்வாணப்படுத்தப்பட்டு தெருவோடு இழுத்துச் செல்லப்பட்டார். அம்மணமாக ஆக்கப்பட்டு சவுக்கடி பெற்றார். சாக்கடை சுத்தம் செய்ய, முழுப் போதையில் இறங்கினார். வீடுகள் கொளுத்தப்பட்டன. எரித்துக் கொல்லப்பட்டார். நீண்ட மௌனம். பிறகு ஒரு பெருசு சொன்னார்: 'ஒரு தடவ என் முடிய யாருமே வெட்ட மாட்டேனிட்டாங்க. நான் பல மாசம் முடி வெட்டாமலே விட்டேன். எல்லாரும் என்ன பொம்பளன்னு கேலி பண்ணாங்க.'

அப்புறம் எல்லாரும் சிரித்தார்கள் கதையைச் சொன்னவர் உட்பட. ஆனால், குழந்தை ரவிக்குக் கூட அந்தச் சிரிப்பின் அருவருப்பான கசப்பு உறைத்தது.

ஒரு முறை அவன் தாத்தா சொன்னார்: 'எங்க அப்பா காலம் முழுக்க என்ன பண்ணாரு தெரியுமா? அவங்க சாவுக்குக் கூப்புடும் போதெல்லாம் தப்ப எடுத்துக்கிட்டு கிளம்புவாரு. பறை மேளத்த ஒரு தோள்ல மாட்டிக்கிட்டு, என்னயும் இழுத்துக்கிட்டுப் போவாரு. இந்த முறைய காப்பாத்தலன்ன சிக்கல்ல மாட்டிக்குவோம் அப்படீம்பாரு. முறையாம் முறை.. 'மரபு'- அந்தச் சொல்லை புகையிலையுடன் மென்றபடி சற்று மௌனமாக இருப்பார். 'கேவலமான வேலையெல்லாம் செய்ய அவங்களுக்கு நாம வேணும். செத்த மாட்டச் சுமக்க, மலத்த கூடையில அள்ளித் தலயில தூக்கிட்டுப் போக, செத்தவுங்களப் புதைக்க...' கொஞ்சம் பேச்சை நிறுத்திவிட்டு, சிந்தனையில் ஆழ்ந்தார். பிறகு உரத்த குரலில், 'மரணமும் பிறப்பைப் போலவே முக்கியமானது. அது எனக்குப் புரியுது. ஆனால், உன் அண்ணன் அல்லது அப்பாவின் உடல் எப்படி அசுத்தமானதாக ஆகிறதென்பது எனக்குப் புரியவே இல்லை.'

இது எப்போதும் இப்படித்தான் இருந்துள்ளது. இப்படியே இருக்கக் கூடாது. இப்படியேவாகவா இருக்கும்? இல்லையில்லை. தாத்தாவுக்கு வாக்குறுதி கொடுப்பது போல 'இருக்காது' என்று நினைத்தான் ரவி.

ரவி விழி மூடியவுடன், அவன் கனவில் தாத்தாவும் அவரது நண்பர்களும் காணாமல் போனார்கள். ஒரு சில கனவின் கணங்களில் அவன் வீடு முழுதும் கடக்கிறான். வீட்டின் பின்புறம் பால்கனியாக இருக்க வேண்டிய பகுதியை அடைகிறான். அது ஒரு குறுகலான சிமெண்ட் சுவர். அவர்களது வரிசை வீடுகளின் பின்புறம் ஓடிய கால்வாய்க் கரையில் உள்ள சுவர் அது. அந்தக் கால்வாய், வழக்கமாகத் தேங்கி

உறைந்துபோய் கிடக்கும். எல்லாவிதக் குப்பைகள், மலக்குவியல் கலந்து நாற்றம் எடுக்கும். ரவி அங்கு நின்றபடி கால்வாயைப் பார்த்துக்கொண்டிருக்கும்போது மழை பிடித்தது. கனமழையால், கால்வாய் நுப்பும் நுரையுமாய் ஓடை போல ஓடத் தொடங்கியது. அவனைக் கடந்து விளையாடியபடி பலவற்றைச் சுமந்து ஓடியது. இலைகள், மரக்குச்சிகள், சிறிதும் பெரிதுமாகப் பல வண்ணங்களில் ப்ளாஸ்டிக் பைகள், இணையைத் தேடும் ஒரு பழஞ்செருப்பு, மற்றும் செத்த பூனைக்குட்டியும் பாதி கடித்த நிலையில் ஒரு பெருச்சாளியும் ஆத்மார்த்த நண்பர்களாய் அருகருகே ஓடின. நீரின் மேல் மிதக்கும் சுள்ளிகளாலான கூடு ஒன்று ரவியின் கண்ணில் பட்டது. அதற்குள் ஏதோ இருப்பது தூரத்தில் இருந்தே தெரிந்தது. ரவி சுவரைத் தாண்டிக் குதித்துக் கால்வாயில் இறங்கினான். கூட்டைக் கையில் பிடித்தான். அதனுள் மூன்று அருமையான பழுப்பு நிற முட்டைகள், பின்னப்பட்ட சுள்ளிகள், இலைகள் நடுவே இருந்தன. அப்படி ஒரு அழகான காட்சியை அவன் இதுவரை கண்டதில்லை.

மீண்டும் சுவரை நோக்கிச் செல்லத் தொடங்கினான். திடீரெனக் கால்வாய் பெருக்கெடுக்கத் தொடங்கியது. அது இனியும் சாக்கடையோ, கழிவுநீர்க் கால்வாயோ அல்ல; ஒரு நீரோடையும் அல்ல; அது ஒரு ஆறாகப் பெருக்கெடுத்தது. இருபுறமும் இருந்த சிதிலமான வீடுகள் பார்வையில் படவில்லை. உடைபட்ட கப்பலின் துண்டு போல் ரவியும் அடித்துச் செல்லப்படுகிறான். ஆனால், ஒரே வேறுபாடு இந்த எலும்பும் சதையும் ஆன உடைந்த துண்டின் கையில் ஒரு கூடு மூன்று முட்டைகளோடு அவன் பாதுகாப்பில் இருந்தது. கால்வாய் ஆறாகப் பெருக்கெடுத்ததில் ரவிக்கு மகிழ்ச்சி. ஆனால், இந்தக் கூட்டையும் முட்டைகளையும் பாதுகாக்க வேண்டிய இந்த நேரத்திலா இப்படிப் பெருக்கெடுக்க வேண்டும்? திடீரென ஒரு மோதல். கூடு, ஆறு, வீடு எல்லாம் மறைந்தன. ரமேஷா அறைக்கதவை சரியாக மூடவில்லை. வேகமான காற்று அடித்ததில் கதவு ஓசையுடன் மூடியது. ரவி அரண்டு எழுந்தான். நல்ல விழிப்பு வந்துவிட்டது. இதென்ன முட்டாள்தனமான கனவு! அதன் பொருள் எதுவும் விளங்கவில்லையென்றாலும், அந்தக் கனவு அவனை உற்சாகப்படுத்தியது. ஆற்றில் முங்கிக் குளித்தது போல் ஒரு புத்துணர்ச்சி.

மறுநாள், ரமேஷா பின்வரிசையில் ரவியின் அருகில் அமர்ந்தான். அவன் முகம் புதுத் தகவல் ஒன்றுடன் ஒளிவிட்டது. ரவியை நோக்கிக்

குனிந்தபடி, ‘நாம் கேள்விப்பட்ட பீம் சக்தி மாணவர் சங்கம் இன்னைக்கு ஒரு கூட்டம் வைக்கிறாங்க. இப்பதான் கேள்விப்பட்டேன்’ என்றான்.

‘நாம கட்டாயம் போகணும்’, என்றான் ரவி. ரமேஷா, ரவியின் பதிலில் மகிழ்ச்சி அடைந்தான். வகுப்பு இன்னும் ஓரிரு நொடிகளில் தொடங்கும். மனிதர், மிருகக் கூட்டங்களை வகைப்படுத்துவது பற்றிப் பாடம் தொடங்கும். இப்போது அதைப் பற்றிய அக்கறை அவர்களுக்கு ஏன்? இந்த மாலை பிற நாட்களைப் போன்று இருக்காது என்ற எதிர்பார்ப்பு நிறைத்தது.

2

கிருஷ்ணா வாரக்கணக்கில் ஓலைச்சுவடிகளோடு கழித்துக் கொண்டிருக்கிறார். செல்லரித்துப்போன, வரிகள் அழிந்துபோன சுவடிகளில் சொற்களைப் படிக்க முயன்றுகொண்டிருக்கிறார். மேலெழும்பிவரும் கதை, அதிசயமாகத் தொடர்ச்சியாக அமைந்தது.

அவரால் பாடல்கலை இனம் காண முடிகிறது. வேறு யார் பெயரும் அடியில் இல்லாத, எடுத்து எழுதியவர் வைக்கும் குறுவாசகம் ஏதும் இல்லாத பாடல்கள் கண்ணதேவா எழுதியது என்று உறுதிப்படுத்த முடிகிறது. கிருஷ்ணா இதுவரை அறியாத பாடல்களும் இருந்தன. அவற்றின் கீழ் உள்ள பெயர்களும் அவருக்குப் புதிது. அவை எப்படி கண்ணதேவாவுடன் தொடர்புகொண்டவை என்றும் புரியவில்லை. அவர்களைப் பிணைப்பது ஆனந்தகிராமம் மட்டும்தான். கண்ணதேவா எழுதியதாக அவர் கருதிய சில பாடல்கள் சுவடிகளில் வேறு மாதிரிப் பட்டன. கண்ணதேவாவின் வழக்கமான நடையில் இருந்து வேறுபட்டு, நேரடியாகப் பேசுபவையாக ‘படிப்பு’ குறைவானவர் நடையில் இருந்தன. சில பாடல்கள் அவர்கள் எழுதியதாகச் சொல்லப்பட்டிருந்தன.

கிருஷ்ணாவுக்குள் இருந்த கவிதைப் பேராசிரியர் முழுமையாக விழித்திருந்தார். சாந்தா அருகில் இல்லாமல் அவருக்குத் தூக்கம் வராது. அது ஒரு பொருட்டில்லை; அதைவிட அவருக்குக்

கூட்டாளிகள் உடன் இருந்தனர். ஒவ்வொரு இரவும், படுக்கையில் தனியே படுத்திருக்கையில் அவரது தலைக்குள் கண்ணதேவாவை ஒரு படச்சுருள் போலப் பார்த்துக்கொண்டிருந்தார்.

வாழ்வின் இறுதிக் காலத்தில் கண்ணதேவா அசைந்து அசைந்து ஒளிவீசும் எண்ணெய் விளக்கருகில் இரவிரவாக அமர்ந்திருக்கிறார். மந்திரங்கள் அல்லது பக்திப் பாடல்கள் எழுதப் பயன்படுத்தும் பதப்படுத்தப்பட்ட சிவப்பு நிற ஓலைச் சுவடிக்கட்டு ஒன்றுடன் உட்கார்ந்திருக்கிறார். ஒவ்வொரு எழுத்தாக தன் எழுத்தாணி கொண்டு சுவடியில் பொறிக்கிறார். திருத்துவதோ அடித்தெழுதுவதோ சாத்தியம் இல்லை என்பதால், தவறேதும் வந்துவிடாமல் மிகக் கவனத்துடன் எழுதவேண்டும். அருகில் இருந்த பெட்டியில் இருந்த கரித்தூளை எடுத்து ஓலையின் மேல் தடவுகிறார். எளிதாக வாசிக்க வசதியாக எழுத்துக்கள் இருக்குமாறு பார்த்துக் கொள்கிறார். சுவடித் தாள்களின் அகலமான விளிம்பில் துளைகள் இடுகிறார்; அல்லது அவற்றில் ஏற்கனவே துளைகள் போடப்பட்டிருக்கலாம். கண்ணதேவா பட்டுக்கயிறு ஒன்றைத் துளைகளில் கோத்து, சுவடிகளை ஒரு நூலாகக் கட்டினார். மெல்லிய மரத்தாலான கட்டைகளை மேல், கீழ் புறங்களில் வைத்து, சுவடிகள் கசங்காமல் இருக்கக் கட்டியிருக்கலாம். கண்ணதேவாவின் நூலாக அவர் தயார் செய்திருக்கும் இந்தப் படி தலைமுறைகளுக்குக் கையளிக்கப்படும்; அல்லது மறைக்கப்பட்டு, விற்கப்பட்டு, வாங்கப்பட்டு, தொலைந்துபோய் கண்டுபிடிக்கப்படும்.

கண்ணதேவாவின் நூல். உண்மையில் அது பலரால் எழுதப்பட்ட நூல். கண்ணதேவாவாக மாறிய கண்ணப்பா, அவர் தாய் மகாதேவி, தந்தை சிக்கையா, மற்றும் பலரது நூல். அனைவரும் ஆனந்தகிராமத்தால் பிணைக்கப்பட்டவர்கள்.

பனையோலை வழியே கசிந்து தன் சருமத்துள் புகுந்த கண்ணதேவாவின் பாடல் ஒன்றை கிருஷ்ணா நினைவு கூர்ந்தார். அதில் இருக்கும் பேரிழப்பின் சோகம் வழக்கமாக ஒளிந்துகொள்ளும் அணியிலக்கணங்களை மீறி தெள்ளியதாகப் புலப்பட்டது. கண்ணதேவா எடுத்தெழுதிய வரிகள் ஆழம் மிகுந்தவையாக, அவரது சொற்களை விடவும் கூட உறவாடுவதாக இருந்ததை உணர்ந்தாரோ? உழைப்பைக் கோரும் கடும் மண்ணிற்குள் அவரை இழுத்து, வாழ்தலில் பொருள் காணும்படி சவால் விட்ட பாடலை ஒரு புது ஓலைச்சுவடியில் எடுத்தெழுதும்போது கண்ணதேவா எப்படி உணர்ந்தார்?

அவர் நெடுந்தொலைவு நோக்கியபடி
இதென்ன இப்படி ஒரு ரகசியம்? என்று கேட்கிறார்.
இவரோ தன் தொப்பூழில் வாழ்வைத் தேடுகிறார்.

இதென்ன மாயம்?

நெல்மணிக் குவியல் ஒன்றைக் காண்
ஒவ்வொரு மணியின் தவிடையும் உரித்தெடு.

அந்த மீன்:
அதன் மெல்லிய எலும்புகளை நீக்கு.

கண்ணாமூச்சி விளையாடும் கடவுள்
அவனை உன் நண்பனாக்கு.

நெல்லும் மீனும் வளர்ப்போம்; பிடிப்போம்
சமைப்போம்
குழந்தைகளுக்கு ஊட்டுவோம்.
நண்பர்களின் நண்பனை
நெருக்கத்தில் இருத்துவோம்.

அதோ
நெய்யப்பட வேண்டிய துணியில்
விதைக்க வேண்டிய நிலத்தில்
கொல்லப்படவேண்டிய ஆடுகளில்
தோலுரிக்கப்பட வேண்டிய மாடுகளில்
பிடிக்கப்பட வேண்டிய எலிகளில்
அள்ளப்பட வேண்டிய மலக்குவியலில்
காதல் செய்ய வேண்டிய உடல்களில்
பாடப்பட வேண்டிய பாட்டுகளில்
சொல்லப்பட வேண்டிய கதைகளில்

அங்கு காண்பாய்
உன் ரகசியத்தை.
அங்கு காண்பாய்
என் இறைவனின் மாயத்தை.

அன்றாட வாழ்க்கையில் இருந்து பிறக்கும் இந்த மனைசார் ஞானம், கல்வித் தேர்ச்சி மிக்க கண்ணதேவாவுக்கு எப்படிப் பட்டிருக்கும்! பேராசிரியர் கிருஷ்ணாவை இந்த அம்பு எப்படித்

தைத்தது! கண்ணதேவாவுக்கும் கிருஷ்ணாவுக்குமான தொடர்பு இது மட்டுமில்லை. இன்னொரு வேதனை மிக்க பிணைப்பும் உண்டு.

ஆனந்தகிராமம் ஏன் உருவாக வேண்டி வந்தது? மீனவர், மாட்டுத் தோல் உரிப்பவர், எலி பிடிப்பவர், மலம் அள்ளுவோர் போன்ற கீழிலும் கீழானவர்களாகக் கருதப்படும் மக்கள் ஒன்றுசேர்ந்து இருக்க வேண்டிய சூழல் ஒன்று தேவைப்பட்டிருக்க வேண்டும். ஏன் ஆனந்தகிராமம் அழிக்கப்படவேண்டும்? மக்களின் ஒன்றுபட்ட வலிமையை ஏன் அதிகார பலத்தால் அடக்க வேண்டும்? அவர்களது தன்மானம், அவர்களும் மனிதர்கள்தான் என்று நிறுவிய அழுத்தம், அதிகாரத்தைக் கைக்குள் வைத்திருப்போருக்குப் பெரிய அச்சுறுத்தலாக இருந்திருக்க வேண்டும்.

பல நூற்றாண்டுகள் கடந்தபின், இன்றும் ஏதாவது மாற்றம் ஏற்பட்டுள்ளதா? கிருஷ்ணா இப்போது அரசியல் அமைப்புச் சட்டம் அமலில் உள்ள காலத்தில் வசிக்கிறார்; குடிமக்கள் அனைவருக்கும் சம உரிமை வழங்கும், சமத்துவம் அனைவருக்கும் உரித்தானது என்று உறுதி அளிக்கும் நாட்டில் வசிக்கிறார். ஆனால், மாட்டுத் தோல் உரிப்பவர்களும், மலம் அள்ளுவோரும் அந்த வேலைகளைச் செய்ய நிர்ப்பந்திக்கப்படுகிறார்கள்; அவற்றைச் செய்வதற்காக வெறுக்கப்படுகிறார்கள். மாற்றம் ஏதுமின்றி அப்படியே இருக்கும் இந்தியாவை நினைத்து கிருஷ்ணாவின் மனதில் அடர்சினம் பொங்கியது.

திடீரென, இதையெல்லாம் விட்டு விலக வேண்டும்போல் பட்டது: இந்த எழுத்துப் பிரதிகள், கண்ணதேவாவின் பனையோலைச் சுவடிகள், அவரெடுத்த காகிதப் பிரதிகள் எல்லாமே. திரு சேஷாத்ரி, இந்த நிறுவனம் எல்லாவற்றையும் விட்டு ஓட வேண்டும் போலிருந்தது. அவர் இந்தச் சொற்களைக் கேட்க வேண்டும்; அவற்றைப் பாடிக் கேட்க வேண்டும்.

தொலைபேசி எண் குறித்திருந்த துண்டுக் காகிதத்தைத் தேடி எடுத்து கங்கையாவை அழைத்தார்.

அவரது அழைப்பை எதிர்பார்த்துக் காத்திருந்தவர் போல் கங்கையா பேசினார்: ‘உங்களுக்காக விசாரிச்சேன்... சைதன்யா பகுதிலேர்ந்து சில பாடகர்கள் வந்திருக்காங்க. அந்த இடம் இங்கேயிருந்து சில மணி தூரத்துல இருக்கு. பெரிய ஆறு ஓட்ற இடம். அங்கயும் நீங்க

போய் பாக்கணும். ஆனா, முதல்ல இவங்க பாட்டைக் கேளுங்க. நான் சொன்ன அந்த வயசான பெரியவர் இங்க இருக்காரு.'

கிருஷ்ணா குறும்புத்தனம் மிக்க பள்ளி மாணவன் போல ஓலைச்சுவடிகள் பற்றி நினைத்தார். ஆனால், கங்கையாவின் அழைப்பை ஏற்றுக் கொண்டார்.

'நாளைக்கு ராத்திரி பாக்கலாமா? நிச்சயமா வந்ததுக்கு வருத்தப்படமாட்டீங்க!' என்றார் கங்கையா.

குளிர்ச்சியான, இதமான காற்று வருடும் இரவு அருமையானதாக அமைந்தது. மையச் சாலை அருகே இருந்த வயற்காட்டில் உள்ள குடிசையின் வெளியே சிறு நெருப்பு ஒன்று இருந்தது. நான்கு பாடகர்கள் கூடியிருந்தனர். அவர்கள் ஏதோ வகையில் ஒருவருக்கொருவர் உறவினராக இருந்தனர். நால்வரில் இளையவர் அங்கிருந்த மூத்த கலைஞருக்குப் பேரன். அதுமட்டும் கிருஷ்ணாவுக்கு உறுதியாகத் தெரிந்தது. அந்த முதியவரின் முகம் வரலாற்றின் படிமமாக இருந்தது. அவரது முகச்சுருக்கம் ஒவ்வொன்றும் ஒவ்வொரு வரி பாடும்போதும் அருகில் இருந்த தீயில் சுடர்ந்தது. அவ்வப்போது பீடியைப் பற்றவைத்துக் கொண்டார். இருமினார். மற்றவர்கள் பாடினர். அவர் காது கொடுத்துக் கேட்டார். ஆமோதிப்பில் அவ்வப்போது தலையை அசைத்தார்.

அவர்கள் சற்று அமைதியான போது கங்கையா அவர் அருகில் போய் இரகசியமாக முணுமுணுத்தார்: 'பேராசிரியர், கண்ணதேவா பற்றிக் கேட்டார். அன்னைக்கு பாடினீங்களே... நாங்கூடக் கேட்டேனே... அதப் பாடறீங்களா மறுபடி?'

பெரியவர் மௌனமானார். பீடியை நெருப்பில் எறிந்துவிட்டு பறையைக் கேட்டார். அவரது பேரன் பறையை தாத்தாவின் கழுத்தில் மெதுவாக மாட்டிவிட்டுக் கையில் இரண்டு குச்சிகளையும் கொடுத்தான்.

மெல்லிய, நிதானமான தாளம் தொடங்கியது. வியப்பளிக்கும் வகையில் தெளிவான குரலில் பாடத் தொடங்கினார்.

அமைதியின் தூதுவன், கண்ணதேவா
எல்லாவற்றையும் விட்டுச் சென்றாய்.

ஆசை, நினைவு
ஆற்றைப் பாடிய அப்பா

உனக்கான பெயர்
உன்னுடைய வீடு
பாட்டுகளில் பேசிக் கொண்ட வீடு.
மகாதேவி, புட்டண்ணா, குண்டண்ணா, சித்தா,
அண்ணாக்கள், அக்கா தங்கைமார்
மக்களின் குரல்களில் பொங்கியதொரு புது உலகம்!

கண்ணதேவா, அமைதியின் தூதனே
வெற்றிடமான உன் மனம்தான் எத்தனை கனம்?

கண்ணதேவா, கண்ணப்பா!
உன் வீடு இல்லாமல் போனது.
ஆனந்தகிராமம் அழிந்தது.
மீண்டும் எப்படிக் காண்பாய் அதை?
எப்படிப் போவாய் அங்கு?

கண்ணதேவா, கலங்காதே.
கண்ணப்பா, கலங்காதே.
ஆறு நினைவில் வைத்திருக்கும்
ஆயிரம் முகம் கொண்ட அந்த ஆறு.

அமைதியின் துயரம் மிக்க தூதன் ஆறு
அது பொங்கி ஓடும் மக்களின் ஆறு.

கிருஷ்ணா அதைக் கேட்டார். பின்னர் அவர் கண்ணதேவாவின் கதைப்பாடல் என்று முடிவுசெய்ய உதவிய அப்பாடலைக் கேட்டார்.

பெரியவர் பறையை மற்றவர்களிடம் கொடுத்துவிட்டு பீடியைப் பற்ற வைத்தார். கிருஷ்ணாவிடமும் நீட்டினார். கிருஷ்ணா புகைப்பது இல்லை. ஆனால் மறுப்பது முறையற்றதாகப்பட்டது. பீடி அவர் நாக்கு, தொண்டையில் கிச்சுக்கிச்சு மூட்டியது. கிருஷ்ணா இருமினார். முதியவர் 'இனி நாம் சகோதரர்கள்' என்பதுபோல் புன்னகைத்தார். சந்திக்க வேண்டிய இருவரை ஒன்றுசேர்த்த திருப்தி கங்கையாவிடம்.

கண்ணப்பா பற்றி, அவரது பெற்றோர், பாட்டில் வந்த ஆட்கள் பற்றி வேறென்ன தெரியும் என்று கிருஷ்ணா பெரியவரிடம் கேட்டார்.

அவர் பதில் இரத்தினச் சுருக்கமாக வந்தது: 'அந்தப் பாட்டு தெரியும். கண்ணதேவா பாட்டு. பழைய பாட்டு அது.'

கிருஷ்ணா விடவில்லை. கங்கையா முன்பு காட்டிய சமாதி பற்றி அவருக்கு ஏதாவது தெரியுமா என்று கேட்டார்.

‘சைதன்யாவுக்குப் போங்கள். அங்க ஒரு பைத்தியம் இருக்கு. எல்லாம் முட்டாள்தனம். வெறும் பித்து’, என்று சொல்லி இருமி, எரியும் தீயில் எச்சில் உமிழ்ந்தார் பெரியவர்.

கங்கையாவின் முகம் தொங்கிப்போனது.

‘எங்கப்பா சொல்லுவாரு... ஒருத்தர் எப்படிச் செத்தாருங்கிறது இல்ல முக்கியம். எப்படி வாழ்ந்தாரு; அவங்க வார்த்தை கண்ணதேவாவோட வார்த்தைங்க. அது பல சித்தாறுங்க பெரு நதில கலக்கறமாதிரி, ஒரு இடத்தில சங்கமம் ஆகும். அந்தச் சங்கமம்தான் அவங்க வாய். அது பேசும். வாழும் மொழி, பேசும் வாய். உங்க இங்கிலீசு, இல்ல சம்ஸ்கிருதம் போல இல்ல.’

அவர் மறுபடி காறி உமிழ்ந்தார். இனி துப்புவதற்கு ஒன்றும் இல்லை என்பது போல உமிழ்ந்தார். ‘உங்க சம்ஸ்கிருதம் இருக்கே, அது வாழ மறுக்குது. அதுனாலதான் அது செத்த மொழி’ என்று கிருஷ்ணாவைக் குற்றம் சாட்டுவதுபோல் சொன்னார்.

சொல்லவேண்டியதைச் சொல்லிவிட்டுப் பெரியவர் அமைதியானார். அதன்பின் கிருஷ்ணாவால் அவர் வாயில் இருந்து ஒரு சொல் கூடப் பெற முடியவில்லை.

சேஷாத்ரியின் நிறுவனத்தில் கண்ணதேவாவின் ஓலைச்சுவடிகளைப் பார்த்து முடித்துவிட்டுத்தான் அவரால் சைதன்யா ஆற்றை அடைய முடிந்தது. அதுவும் அவரது காலை நடைப்பயிற்சி நண்பர் நட்ராஜ் அந்த ஆற்றைப் பற்றித் தகவல் கொடுக்காமல் இருந்திருந்தால் நடந்திருக்காது.

நியூஸ் நட்ராஜ் அவரைத் தொலைபேசியில் அழைத்து, வழக்கம் போல மூச்சுவிடாமல் பேசினார்: ‘கிருஷ்ணா, நீங்க இப்ப இருக்கற இடத்திலேர்ந்து சைதன்யா ஆறு அதிக தூரம் இல்ல. அங்க நடந்திருக்கிற சம்பவத்த நீங்க கேக்கணும்...’

‘மாதா நிக்கிலான்னு ஒரு துறவி இருக்காங்க. அவங்க சைதன்யா ஆறு உயிருள்ள மனிதராக அறிவிக்கப்படணும்னு கேக்கறாங்க. இதோ இருங்க... எழுதி வச்சிருக்கேன் “உயிருள்ள சட்டபூர்வமான உரிமைகள், மதிப்புகள் கொண்ட ஜீவியாக” அப்படீங்கறாங்க. அதுக்கு அரசாங்கமும் பதில் சொல்லிருக்கு. இருங்க இருங்க ஆ...இதோ. “இந்துக்கள் அனைவருக்கும் புராதன ஆறான சைதன்யாவின் புனிதத்தில்

ஆழ்ந்த நம்பிக்கை இருக்கிறது. அந்த ஆற்றுடன் அவர்களுக்கு உள்ள உறவு பல தலைமுறைகள் கண்டது; அதன் தண்ணீர் அந்தச் சமூகத்தின் பொருளாயத, ஆன்மீக நல்வாழ்வுக்கு முக்கிய ஆதாரம். சொல்லப்போனால், ஒட்டுமொத்த இந்திய மக்களுக்கும் இந்த ஆறு புனிதமானது''. '

உயிருள்ள சைதன்யா! 'உயிருள்ள' என்ற சொல்தான் எப்படியெல்லாம் பயன்படுத்தக்கூடியதாக உள்ளது! புதிதாகக் கண்டுபிடித்த நண்பர் சிக்கையா அவரது பிரியமான ஆறு அரசால், நீதிமன்றத்தால் உயிருள்ள பிறவியாக அறிவிக்கப்படுவதைப் பற்றி என்ன நினைப்பார்? சிக்கையாவின் வரிகளை அவர் சமீபத்தில் கண்ணதேவாவின் சுவடிகளில் கண்டிருந்தார்:

> எப்போதும் எனது ஆற்றுக்குப் பெரிய மனசு
> 'கலகல'வென்று சிரிக்கும்.
> அனுதினமும் வியர்வையில் தோய்பவர்களுக்குத்தான் தெரியும்
> நண்பா
> மூழ்கிக் களித்தலின் அருமை!

மக்களின் அன்றாட வாழ்வின் பகுதியாக அவர்களின் வேலை, உணவு, குடிநீர் உள்ள ஆறு, மலை, வயல் ஆகியவை, அவற்றோடு அவர்களுக்கு உள்ள நெருக்கம் முற்றிலும் வேறு வகையான உயிரோட்டம் மிக்க 'பருப்பொருள்' ஆகும். அந்த நெருக்கம் நுட்பமானது- கொஞ்சம் நட்பு, உடன்பிறப்பு, காதலர், கடவுள் எல்லாமும் ஆனது. சிக்கையாவின் பாடல்கள் அந்த உயிரோட்டமான வாழ்வனுபவத்தைச் சொல்கின்றன. கிருஷ்ணா தன் பொருட்களை மூட்டைகட்டினார். சாந்தாவைக் கூப்பிட்டு விரைவில் வீடு திரும்புவேன் என்று சொன்னார். அதற்குமுன், ஒரு சிறிய பயணம் முடிக்க வேண்டும்.

இரைச்சலிட்டு ஓடும் அந்த ஆறு பெரிய பெயர் கொண்டது: சைதன்யா.

பதினாறாம் நூற்றாண்டில் வசித்த பக்தி இயக்கத்தைச் சேர்ந்த ஒரு ஆன்மீகத் தலைவரின் பெயர் அது. அவருடைய குட்டிப் பேரன் பெயர் சித்து, சைதன்யா, உள்ளோர்மை. ப்ரபஞ்ச ஜீவி அல்லது ஆத்மா. உள்ளொளி. புத்தி. சக்தி. ஆர்வம். உணர்வெழுச்சி. உயிர்ச்சக்தி, தீ, அறிவு, உயிர் வலு, வாழ்வு. சைதன்யா என்ற சொல்லின் அத்தனை பொருளையும் ஒரு ஆறு தாங்குமா?

ஆறு இன்னும் அவருடன் பேசவில்லை. ஆனால் அதன் இரைச்சலைக் கேட்டால் அதற்கு நிறையப் பேச இருப்பதுபோல் பட்டது. இந்த ஆற்றின் கரையில் சிக்கையா துணி வெளுக்கும் வண்ணாராக இருந்திருப்பார் என்று கற்பனை செய்து பார்க்க அவர் மனம் விரும்பியது. அவரது மனைவி மகாதேவி, உடன் உதவியிருக்கலாம்; அவரது குழந்தைகள் அவர்களுக்கு இடையே ஓடி விளையாடி இருக்கலாம். இங்குதான் அவர்கள் மகன் கண்ணப்பா மதிப்பிற்குரிய கண்ணதேவாவாகத் திரும்பி இருக்கலாம். தொலைந்துபோன தன் குடும்பம் மூலம், கேள்வி கேட்பதுதான் மிகச் சிறந்த பண்பு என உணர்ந்து முனிவராக இருக்க மனம் இன்றி இங்கு வந்திருக்கலாம்.

நிகழ்காலக் குப்பைகள் இறைந்து கிடக்கும் கரையில் நடந்துகொண்டு, வாழும் கடந்த காலத்தைக் காண்பது எளிதல்ல. கிருஷ்ணா மிதிபடும் குப்பைகளை விட்டு ஒதுங்கி நடக்கிறார்: காலி பிஸ்லேரி பாட்டில்கள், பளபளக்கும் காலி வறுவல் பாக்கெட்டுகள் (மாஜிக் மசாலா, சவர் க்ரீம், அனியன் ருசி கொண்ட வறுவல்), எரிந்த சிகரெட் துண்டுகள், பயன்படுத்தப்பட்ட ஆணுறைகள், நாய்ப் பீ, அவ்விடத்தின் புனிதத் தன்மையைப் பறைசாற்றும் புத்தம்புது மற்றும் உலர்ந்த சாணி.

கடந்த காலம் கற்பனையோ, நிசமோ கைக்கெட்டாமல் இருந்தது.

ஆனால், ஆறுக்குத் தன்மீது கவனத்தை ஈர்க்கும் வழிகள் உண்டு.

பகல் நேரமாக இருந்தபோதிலும் திடீரென வானம், சூரியனின் ஸ்விட்சை யாரோ அணைத்துவிட்டதுபோல், இருண்டது. ஆற்று நீரின் மீது மேகம் கவிந்தது; ஆறு சவாலை ஏற்கத் தயாராக உயர்ந்தது.

இடியோசை; வேகமான, ஒளிவீசும் மின்னல் ஒன்று நீரில் பாய்ந்தது.

ஆறு எல்லா திசைகளிலும் விரிந்தது. அலைகள் கடுமையாகக் கரையைத் தாக்கின. ஆற்றின் சினம் பெருக்கெடுத்தது; காற்றில் ஓங்கி உயர்ந்தது.

பெருக்கெடுக்கும் ஆறு, மின்னும் வானம், அவர்களின் பழமை வாய்ந்த காதல் நடனம், ஊடல்கள் பழங்கால மக்களைச் செய்தது போலவே கிருஷ்ணாவையும் பணியவைத்தது. அண்டவெளி தன் வலிமையைக் காட்ட கிளர்ந்தெழும்போது, வாழும் அல்லது மறைந்த ஆறுகள் பற்றிய சண்டை, சித்தர்கள் அல்லது மக்கள் கவிஞர்கள் பற்றிய விவாதம் ஆகியவற்றுக்குப் பொருளேதும் உண்டோ?

3

இப்போது சிக்கா செத்த மிருகங்களின் தோலை உரிப்பவன் அல்ல; வண்ணார் சிக்கையா.

எப்போதாவது ஒரு முறை இன்னமும் நகரத்திற்குள் போவதுண்டு. புட்டண்ணா தெருக்களைக் காட்டிவிட்டார்; அவருக்கு வேண்டிய இடங்களை எல்லாம் காட்டியுள்ளார். எனவே நகரம் அச்சுறுத்தாமல், வினோதமாகத் தெரியாமல் பழகிப்போனது. ஆனால், சிக்கையா அரண்மனை அருகே போவதில்லை. 'அது வலியப் போய் வாங்கிக் கட்டுவது... அந்தத் தேவ்டியாப் பசங்க...' என்று வேகமாகத் தொடங்கிய புட்டண்ணா கொஞ்சம் தயங்கி நிறுத்திக்கொண்டார். ஆனந்தகிராமத்தில் தஞ்சம் அடைந்த சில விலைமாதர்கள் அவருக்கு நினைவில் வந்தார்கள். அவர்கள் எல்லாருமே அவரைப் போன்றே நல்ல மனிதர்கள்.

சிக்கையாவுக்கு அரண்மனை ஒரு பொருட்டே இல்லை. அவர்தான் தனது திறந்தவெளி அரண்மனையைக் கண்டுபிடித்துவிட்டாரே! பிரபுக்களின், பணக்கார வணிகர்களின் மாளிகைகள், பார்ப்பனர்கள் மற்றும் இராணுவ அதிகாரிகளின் நடுத்தரத் தோற்றம் கொண்ட, ஆனாலும் பெரிதான வீடுகளை சிக்கையா அறிவார். தூரத்தில் நின்றபடி அவற்றைப் பார்த்திருக்கிறார். பெரிய கோயில், பிற பெரிய கோவில்களையும் அவர் அறிவார். அத்தெருக்களில் மாடுகள்

சுதந்திரமாகத் திரியும்; அவற்றின் கழுத்தில் சாமந்திப்பூ, சுற்றப்பட்ட இலைகள் கட்டிய மாலைகள் ஆடும். தினம் கோயில் பின்புறம் விழும் குப்பைக் குவியலை அந்தப் புனித மாடுகள் தின்று களிக்கும். பசுமையான அல்லது வாடிய பூக்கள், ஊற்றப்பட்ட நெய், பால், இனிப்புப் பிரசாதங்கள், சாணி, விபூதி, சாம்பிராணி மணக்கும் அந்த வீதிகளைச் சிக்கையா கவனமாகத் தவிர்ப்பார்.

நகரத்திற்குள் நுழைந்ததும் சிக்கையா நேராக ஆனந்த கிராமத்திற்குத்தான் செல்ல விரும்புவார். அங்கு சொல்லப்படுவதைக் கேட்க விரும்புவார். அண்ணாவின் அமைதியான மென்குரலைக் கேட்பது அவருக்கு விருப்பம். அங்கு இருப்பவரில் மிகுந்த ஞானம் மிக்க பிரபு சொல்வதை முழுக்க விளங்காவிட்டாலும் செவிமடுப்பார். தன் அறிவு போதவில்லையோ என்னவோ! அதேபோல வேகமான எழுச்சிப் பேச்சுகளைக் கேட்பதிலும் சிக்கையாவுக்கு ஈடுபாடு உண்டு. அறிவார்ந்த, எழுச்சியூட்டும், இரண்டும் கலந்த எந்த உரையானாலும் உச்சரிக்கப்படும் அந்தச் சொல் அவருக்குப் பிடித்தமானது - சமத்துவம். எத்தனை முறை கேட்டாலும் அலுக்காத சொல் சமத்துவம். அது இப்போது நன்கு விளங்குவது போலப் பட்டது அவருக்கு. அச்சொல் தனக்குரியது என்று நம்பினார்.

ஆனந்தகிராமத்தில் இருக்கும்போதும், புட்டண்ணா மற்றும் நண்பர்கள் சித்தா, சென்னா, குண்டண்ணா ஆகியோரோடு இருக்கும்போதும் சிக்கையாவுக்கு அதிகம் சொல்வதற்கு எதுவும் இருக்காது. கொஞ்சம் கொஞ்சமாக அவருள் கொதித்துக்கொண்டிருந்த சொற்கள் மேலெழும்பின. தன் வார்த்தைகளை அவர் கண்டுபிடிக்கிறார். அச்சொற்கள் ஒன்றாகத் திரண்டு வரும்போது பொருள் பொதிந்ததாக ஆகின்றன.

சிக்கையா ஆற்றங்கரையில் வேலை செய்யும்போது சொற்கள் திரண்டு வருகின்றன: துணியைக் கல்லில் கும்முகையில், நீரில் அலசுகையில், ஓங்கி அடிக்கையில், மீண்டும் அலசிக் காய்வதற்காக விரிக்கையில் அவை வருகின்றன. சில துணிகளை அவர் மரங்களுக்கிடையே கட்டியுள்ள கயிற்றில் தொங்கவிடுவார். பெரும்பாலும் வெள்ளை, சில ஆரஞ்சு, அரக்கு, மஞ்சள், பச்சை வண்ணத்துணிகள் போடும் வரைபடம் காற்றில் ஆடும், அல்லது அவற்றின் ஓய்விடமான கல்லைக் கவ்விப் பற்றிக்கிடக்கும். அவை அவரை மென்மையாக முணுமுணுப்பாகப் பாட வைக்கும்; சில சமயம் வாய்விட்டும் பாடவைக்கும். அவர்

சமீபத்தில் ஆனந்தகிராமத்தில் கற்றுக்கொண்டது, அல்லது புட்டண்ணா, நண்பர்களிடம் படித்ததைப் பாடுவார்.

ஆனால், இரவில் தனித்து ஆற்றின் கரையில் இருக்கையில் இந்தப் பாடல்கள் போதாது. ஆறு அவருள் கிளர்த்துவதை, ஆற்றின் கரையில் இரவுகள் அவருள் கிளப்புவதைச் சொல்ல அந்தப் பாடல்கள் போதாது. சில நாட்களில், சிவப்பு நிறத்தில் முழுநிலா தொங்கும் வானத்தில் வரும்போது பலப்பல குறிப்புகள் தோன்றும். நிலா, வானம், எப்போதும் ஓடும் ஆறு ஆகியவை அவருக்கு மட்டுமேயானதாகத் தோன்றும். அவை அவரது ஆசிரியர்கள், பெற்றோர்கள். அந்த நேரங்களில் சிக்கையாவுக்கு சிக்கா நினைவு வரும். எந்தவித சோகமும் இன்றி அவனை நினைப்பார்.

அந்தப் பழைய பறை சில சமயம் அவர் அருகில் அமர்ந்து துணையாக இருக்கும். அப்படியான சில இரவுகளில் அவரது அப்பா மறுபடி அவரிடம் வருவார்.

தான் அப்பாவோடு இருப்பதைப் பார்ப்பார்.

சிக்கா அந்தச் சிறிய குடிசை மூலையில் பிணங்கியபடி உட்கார்ந்து இருக்கிறான். அக்கம்பக்கத்தவர் தோள்களில் சுமந்துவந்த செத்த கன்றுக்குட்டியின் தோலை உரிக்க அப்பாவோடு போக மறுத்து உட்கார்ந்திருந்தான். அப்பா கத்துகிறார்: ‘வேலை செய்யலன்னா, சோறு யாரு போடுவா? வேறென்ன உன்னால் செய்ய முடியும்? எனக்குத்தான் வேறென்ன தெரியும்? உன் அம்மா பெத்துப் போட்டுட்டு செத்துட்டா. நீயா சோறு தேட்ற வரை, உனக்குச் சோறு கொடுத்திட்டேன். இப்ப, நான் செய்றத செய்ய உனக்கு நோவுது? இதத்தானே நாம காலத்துக்கும் செஞ்சிருக்கோம்? நன்னி கெட்ட, கூதிப்பய மவனே எளுந்திருடா. வந்து கைகொடுடான்னா!’.

சிக்கா அசையவில்லை.

‘நம்ம பங்கு இறச்சி கெடைக்கும்போது வருவேல்ல? பசிக்கும்போது எங்கள்ல ஒத்தனா ஆயிடுவ, இல்ல?’

அப்பாவின் வாயை அடைக்க முயன்றான் சிக்கா. ஆனால், அவரது முட்டாள் வாய் உமிழ்நீரால் நிறைந்தது. அப்பா வேகமாக வெளியேறுகிறார். சிக்காவின் வயிறு உறுமுகிறது. அவன் தோற்றுப் போனவனாய் எழும்புகிறான்.

அவர்கள் சாப்பிட்டு முடித்ததும், நசுங்கிய லோட்டாவில் முடிந்தவரை குடித்து முடித்ததும் அப்பா வேற பாட்டைப் பாடுகிறார். 'அந்த மோசமான புண்டைங்க... அவங்களுக்கு நம்ம மேல வெறுப்பு. அவங்க மாடுங்க மேல அலாதி ஆச. நம்மள மாதிரி யாரால மாட்டை விரும்ப முடியும்? அது செத்தப்பறம் அதோட ஒவ்வொரு பாகத்தையும் பயன்படுத்தறவங்க நாம... நாம இன்னும் கொஞ்ச நாள் உயிர்வாழ அதுதான் உதவுது'. பேசியபடி, அப்பா தன் பறையை எடுக்கிறார். அதை அடிக்கக் குச்சியை எடுக்கிறார்.

அவருக்குத் தெரிந்த அனைத்தையும் தேக்கி வைத்திருப்பது போல் பறையை அடிக்கிறார் பசி, இழிவு, தினந்தினம் தொடரும் அதே நிலை! பிறகு, குச்சியைத் தூர எறிந்துவிட்டு, பறையை சோகமாய் மார்போடு அணைத்துக்கொண்டார். பறையைக் களிப்பூட்டுவது போல் மென்மையாக வருடினார். பிறகு மெதுவாகத் தட்டியபடி 'எங்கே அந்த நிலம்...' என்ற பாடலைத் தொடங்கினார். அனுதினமும் பதிலற்ற கேள்வியாக அவர் கேட்டுக்கொண்டே இருந்தார்.

ஆனால், ஒரு நாள் இரவு, முதல் வரி பாடியபின் நிறுத்திவிட்டு 'சிக்கா... நீ சொல்வது சரிதான். இதைச் செய்யாதே. வேற எதையாவது பண்ணு. ஒரு ஆறைக் கண்டுபிடி, இல்லே, கடலுக்குப் போ. ஒரு மீனவனாக ஆகு' என்று இரகசியக் குரலில் சொன்னார். அப்புறம், சுவரில் சாய்ந்தபடி தோல்வியில் துவண்டார். விட்டுவிட்டுத் தூங்குவதுதான் ஒரே தப்பிக்கும் வழி.

சிக்கையா கவனமாக அந்தப் பழைய காயங்களை நினைத்துப் பார்க்கிறார். அவை இன்னமும் நொய்ம்மையாக இருக்குமா?

'அப்பா, இங்க இருக்கு. ஓடும் ஆறு. தண்ணீர். என் இறை; என் தோழன். இதோ இங்கிருக்குப்பா. உன் பறையும் இங்க இருக்கு. என்னோடு இருந்திரு' என்று ஆற்றிடம் முணுமுணுத்தார் சிக்கையா.

பறையைக் கையிலெடுத்து ஏதோ தட்டத் தொடங்கினார். சமீபத்தில் கற்ற பாடலொன்றை ஆற்றுக்குப் பாடத் தொடங்கினார்:

> இந்த நீர் புனிதம்
> இதோ இதோ...
> வேற்று மொழியில் முணங்குகிறார்கள்,
> கோவிலில் உள்ள கற்சிலை மேல்
> சில துளிகள் தெறிக்கிறார்கள்.

அவர்கள் வீட்டுத் தரையிலும்
வெளியிலும் தெளிக்கிறார்கள்.

இந்த மனிதர்கள்
தம் மீதும் நீரைத் தெளித்துக்கொண்டு
அவர்கள் மீளப் பிறந்தோர் என்கிறார்கள்

ஆனந்தகிராமத்தில் கேட்ட இந்தப் பாடலில் இன்னும் சேர்க்க விரும்புகிறார் சிக்கையா. இரவு வானம் தந்த சில சொற்களைச் சேர்க்கிறார்; சலசலக்கும் ஆறு அவருக்குத் தந்த வரிகளைச் சேர்க்கிறார்:

எப்போதும் எனது ஆறுக்கு பெரிய மனசு
கலகலவென்று சிரிக்கும்
அனுதினமும் வியர்வையில் தோய்பவர்களுக்குத்தான்
தெரியும் நண்பா -
மூழ்கிக் களித்தலின் அருமை

ஆற்றின் உள்ளும் வெளியும் வாழ்க்கை பல்கிப் பெருகுகிறது. சிக்கையா தனியாக இருக்கும் போதும், தனிமை உணர்வதில்லை. ஆற்றின் நீர் அடங்கி மெதுவாக ஓடும்போது மட்டும் தனிமை தன்னை வெளிப்படுத்திக்கொள்ளும். மீன்கள் உண்டு; பாறைப் பிளவுகளில் உள்ள நூற்றுக்கணக்கான துளைகள் ஊடே, ஏதோ மெல்லிய மரத்தால் ஆன இடம் போல, ஓடித் திரியும் சிறு நண்டுகள் உண்டு; கறுப்புக் குச்சிகள் மேல் படரும் வெள்ளை இறக்கைகளோடு நாரைகள் பாறைகள் நடுவே கிடக்கும் ஆழமற்ற நீரில் நடைபோடும்; அதில் ஒன்று மேலெழும்பி தண்ணீர் மீது பறக்கும்; பல வண்ணங்கள் எடுக்கும் மரங்கள் உண்டு; அவற்றில் பலப்பல நிறங்கள் கொண்டவை வசித்தன; அவற்றுள் சில சிக்கையா போன்று கன்னங்கரேலென்று இருக்கும்.

இந்தக் காகம்தான் எத்தனை கறுப்பு!
ஒவ்வொரு இறகும் இருளில் பாதுகாப்பாய்
அப்பும் கறுப்பு!

கிளையில் மௌனமாக அமர்ந்திருக்கும்
இந்தக் காகம்தான் எத்தனை கறுப்பு.

ஆனால், அதன் சாம்பல் நிற அலகு எத்தனை கூர்மை;
அதன் சிவப்பு நிறக் கண்கள் எப்படிப் பார்க்கின்றன!

ஆயிரம் முகம் கொண்ட ஆறே!

சிக்கையாதான் அந்தக் காகத்தைக் கூர்ந்து பார்த்துக்கொண்டே இருப்பவர்; ஆயிரம் முகம் கொண்ட தனது ஆறு, இறை, நண்பனைப் பார்த்தபடி இருப்பவர். இந்த ஆற்றின் ஆழத்தில் அவரது அப்பாவின் சினம், அவரது நினைவுகள், சோகம் அனைத்தும் நம்பிக்கையாக மாறும். மரணமும் வாழ்வாகும். ஆறு அதை எப்படிச் செய்வது என்று அவரிடம் சொல்லலாம்; இல்லை, கட்டாயம் சொல்லும்.

நான் இங்கேயே இருக்கவா?
உன்னைக் கண்டு வணங்கவா?
அல்லது உன்னிடம் வந்துவிடவா?

என்ன செய்வதெனச் சொல்
ஆயிரம் முகம் கொண்ட ஆறே!

சில சமயம் சிக்கையா வயல் நடுவே உள்ள குடிசைக்குப் போய் ரங்கையாவுடன் சில மணி நேரம் கழிப்பார். அவருக்குக் கூடை முடைய உதவி செய்வார். பேசிக்கொண்டிருப்பார். பர்வதம்மா வயலில் இருந்து திரும்பியதும், வழக்கம் போல, 'மகாதேவி, சிக்கையாவுக்குச் சாப்பிட ஏதாவது கொடு' என்பார். மகாதேவியும் அப்படியே தருவார். ஆனால், அவள் அம்மா பார்க்காமல் இருக்கும்போது சிக்காவைப் பார்த்துக் குறும்பாகச் சிரிப்பாள். நாக்கை நீட்டியபடி உதட்டைச் சுழிக்கும் சிரிப்பு அது.

ஒருமுறை மகாதேவி ஒரு மூட்டைத் துணியைத் தோளில் சுமந்தபடி ஆற்றுக் கரைக்கு வந்தாள். சின்னச் சின்ன இளஞ்சிவப்புப் பூக்கள் படர்ந்த, அடர்ந்த கொடிகளால் ஆன சுவரை அவள் அடைந்தாள். மரங்களில் இருந்து தொங்கும் சரடைப் போன்ற விழுதுகள், அடர் கொடிகள் தாண்டினால், ஒரு உயர்ந்த சேற்றாலான இறக்கம் இருக்கும். அந்த இறக்கத்தில் அவள் எப்போதும் ஓடுவாள். அந்த இறக்கத்தின் ஓட்டம் அவளுள் மிக்க உற்சாகத்தைக் கிளர்த்தும். அதோடு, ஆறு கண்ணில் தென்படும் பரவசமும் கிடைக்கும். அன்று அவள் இறக்கத்தில் கால் வைக்கும் முன், குரல் ஒன்று கேட்டது. ஒரு ஆண் பாடும் குரல். அக்குரல் மெல்லிய காற்றாக உயர்ந்து காற்றை நிறைக்கிறது. மகாதேவி, கொடிகளாலான திரைச்சீலையின் பின்னால் நின்றபடி, அதைக் கேட்டாள்.

குயவன் சுழலும் சக்கரத்துடன் பாடலை முணுமுணுக்கிறார்
செருப்புத் தைப்பவர் ஒவ்வொரு ஆணியை அடிக்கையிலும் இசைக்கிறார்

மகாதேவி அடி மேல் அடி எடுத்து வைக்கிறார். சகதி நிறைந்த இறக்கத்தைக் கவனமாக கடக்கிறார். ஏதாவது சத்தம் கேட்டால், அவள் மூச்சுச் சத்தம் கேட்டால் கூட, அவனது பாட்டு நின்றுவிடுமோ என அஞ்சுகிறாள். இறக்கத்தின் அடியில் குத்திட்டு நிற்கும் புதர் ஒன்றைப் பார்க்கிறாள். அதன் பின்னால் ஒளிந்தபடிப் பார்க்கிறாள்.

சிக்கையா குனிந்தபடி ஒவ்வொரு துணியாகப் பிழிந்தபடி இருக்கிறார். அவர் அருகில் உள்ள கல் ஒன்றில் முறுக்கிப் பிழியப் பட்ட துணிகள் கயிறு போல் சுருண்டு கிடக்கின்றன. அவற்றைப் பிரித்து உலர்த்த வேண்டும். சற்று தொலைவில் வேறு சிலரும் இருந்தனர். ஆனால், சிக்கையா உலகில் தான் மட்டும் இருப்பது போல, ஆற்றைத் தவிரப் பேச யாரும் இல்லாதது போல் இருந்தார்.

மகாதேவியின் உடல் நடுங்குகிறது. பிறகு அவர் குரல் மீண்டும் கேட்கிறது. அவள் அசைவற்றுப் பார்க்கிறாள். அந்த முதுகு, தோள்கள், கைகள் ஆகியவற்றைப் பார்த்தால், அவளுக்கு நன்கு கேட்க முடிகிறது. சூரிய ஒளியில் அவை ஈரக் கருப்பாய் மின்னுகின்றன. இத்தனை தூரத்தில் இருந்தபடி, அவரது தசை நார்கள் எழுந்து அடங்குவதைப் பார்க்க முடியுமா? அல்லது வியர்வை முத்து ஒன்று முதுகில் வெள்ளியாக மினுங்குவதைக் காண முடியுமா? அவரது தொண்டை, முகம் ஆகியவற்றைப் பார்க்க முடிந்தால், எப்படி இருக்கும்? அவர் திரும்பினால், அந்தப் பாடும் வாயைப் பார்க்க முடியுமே! ஆனால், அவர் திரும்பவில்லை. நிமிர்ந்தும் பார்க்கவில்லை. இன்னொரு பொதியைப் பிரித்து மேலும் சில துணிகளை எடுத்தார். அவர் தனக்குள் பாடுகிறார்; அல்லது ஆற்றுக்குப் பாடுகிறார். கல்லின் மீது துணியை அடிக்கும் ஒவ்வொரு அடியும், தேர்ந்த மேளத்தின் அடியாக விழுகிறது.

குயவன் சுழலும் சக்கரத்துடன் பாடலை முணுமுணுக்கிறார்
செருப்பு தைப்பவர் ஒவ்வொரு ஆணியை அடிக்கையிலும் இசைக்கிறார்
நெசவாளியின் பாடல் நூலிழையோடு பின்னிப் பிணையும்
கல்லில் துணியை அடிக்கையில் நானும் பாடுகிறேன்.

ஆனால், நீ? உன் குரலை உயர்த்தவில்லை.

என் இறையே, நண்பா:
பாட்டும் நீயே
பாடலும் நீயே,
ஆயிரம் முகம் கொண்ட ஆறே!

சிக்கையா எழுந்து சிறிய துணிகளைப் பாறைகள், கற்களில் உலர்த்துகிறார். பிறகு, பல அடி நீளம் கொண்ட சிவப்புத் துணியை விரித்து இரு மரங்களுக்கிடையே கட்டப்பட்டுள்ள கயிற்றில் காயவைக்கிறார். சிக்கையா பாட்டை முணுமுணுக்கையில் அந்தச் சிவப்புத் திரை படபடக்கிறது.

பாட்டும் நீயே
பாடலும் நீயே,
ஆயிரம் முகம் கொண்ட ஆறே!

மகாதேவி அவர் அங்கிருந்து நடந்து போகும் வரை காத்திருக்கிறாள். பிறகு வேகமாக ஓடிப் போய், தன் துணி மூட்டையைத் துணிகள் காயவைக்கப்பட்டிருந்த கல்லின் அருகில் போட்டுவிட்டு மேலே ஏறி ஓடிவிடுகிறாள். அவர் அவளைப் பார்த்துவிடுவாரோ, இவ்வளவு நேரம் அங்கேயே நின்றுகொண்டு அவரது பாட்டைக் கேட்டதைத் தெரிந்துகொண்டுவிடுவாரோ என்று அஞ்சினாள்.

சிக்கையா அந்த மூட்டையைப் பார்த்ததும் புன்னகை செய்தார். புதருக்குப் பின்னால் யாரோ இருந்தார்கள் என்பதை அவர் அறிவார். அங்கு போய் என்ன நடந்தது என அறியப் போனார். ஒரு சிறு மஞ்சள் நிறத் துணி தரையில் வீசப்பட்டுக் கிடப்பதைக் கண்டார். அது மகாதேவியுடையது என்பதை அறிந்துகொண்டார். அவருள் தாகம் தவித்தது. அத்துணியை எடுத்துத் தன் தொண்டையில் வைத்துக் கொண்டார். அவரது வியர்வை குளிர்ந்தது. சூரிய ஒளிபோல் பளிச்சென்று இருந்த ஒரு சிறு துணி அவரது தாகத்தை இத்தனை எளிதாகத் தணிக்கும் என்று யாருக்குத் தெரியும்?

ஆறு எப்போதும் பாடல்கள், இறை வாழ்த்துகள், கதைகள் எனக் கொடுத்துக்கொண்டே இருக்கும். ஆனால், இப்போதைக்கு சிக்கையாவுக்கு ஒரு சின்ன மனுஷி பற்றிய கதை மட்டுமே காதில் விழுகிறது. அவர் ரெங்கையாவின் குடிசையை நோக்கி, துவைத்த

துணிப் பொதியை கைகளில் தொட்டில் கட்டி மாட்டிக்கொண்டு செல்கிறார்.

ரெங்கையா- பர்வதம்மாவை அவருக்கு மிகவும் பிடிக்கும். இன்றோ, மகாதேவி குடிசைக்கு வெளியில் இருந்ததைக் கண்டு மகிழ்ந்தார். ரெங்கையாவுடன் அமரும் முன் மகாதேவியைப் பேசலாம். பார்க்கலாம்.

மகாதேவி அவள் வைத்துள்ள பாத்தியில் வேலை செய்து கொண்டிருக்கிறாள். அங்குமிங்கும் ஓடும் கோழி, இரண்டு புது கோழிக் குஞ்சுகள் ஆகியவற்றை அதட்டுகிறாள். சிரித்தபடியே, அவற்றை விரட்டுகிறாள். மீண்டும் தன் பாத்தியைப் பராமரிக்க உட்காருகிறாள். கோழிக்குஞ்சுகளுக்கு அவளது அதட்டல் கொஞ்சலின் பகுதி எனப் புரிகிறது. மறுபடி வந்து செடிகளுக்கு நடுவே உருண்டு புரள்கின்றன. அவளும் மீண்டும் சிரித்தபடி அவற்றை விரட்டுகிறாள். கடைசியாக, நிமிர்ந்து அவர் கையில் துணியோடு நின்றுகொண்டு அவளை உற்றுப் பார்ப்பதை, அப்போதுதான் பார்ப்பவள் போலப் பார்க்கிறாள்.

'நீங்கள் பாடியதைக் கேட்டேன்' என்று பாயும் அம்பு போல் நேரடியாகச் சொன்னாள்.

'தெரியும்'. அவர் குரல் எங்கே போயிற்று? ஏன் இப்படி இரகசியம் பேசுபவர் போல முணுமுணுக்கிறார்?

'என்னிடமும்... உனக்குக் கொடுக்க எங்கிட்ட ஒண்ணு இருக்கு.'

'ஒண்ணா?' எதிரொலி போல அவள் சொல்வதையே திருப்பிச் சொல்வதற்காகத் தலையில் அடித்துக்கொள்ளவேண்டும் போலிருந்தது சிக்கையாவுக்கு.

'உம்... ஒரு பாட்டு' என்றபடி, களையைப் பிடுங்கி வீசினாள்.

'பாடிக் காமி', அவரது குரல் வந்துவிட்டது. நல்லவேளை, அவள் அவரை முட்டாள் என நினைக்கமாட்டாள்.

'எனக்குப் பாட வராது' என்று சொல்லிவிட்டு, ஒரு கோழிக்குஞ்சை எடுத்துத் தடவிக்கொடுத்தாள். இன்னொரு குஞ்சுக்குக் கவனிக்கப்படாமல் இருப்பது நல்லதாகப்பட்டது. பாத்தியில் உள்ள நாற்றுகளைக் கொத்தத் தொடங்கியது.

'இதுதான் எங்கிட்ட இருக்கு உனக்குத் தர' என்று இழுத்தபடி பேசினாள்.

வித்து மண்ணைத் துளைத்து
அதன் இதயத்தில் நுழைகிறது.

(அவள் கையில் இருந்த கோழிக்குஞ்சு திமிறுகிறது. அவள் விடாமல் அதைப் பிடித்து வைக்கிறாள்).

அங்குதான் அது துளிர்க்கிறது,
இறைவனின் பச்சைச் சிதறல்.

(கோழிக்குஞ்சை முத்தமிட்டுக் கீழே விடுகிறாள். அது பாத்திக்குள் விரைகிறது).

மகாதேவி சிக்கையாவைப் பார்த்து, 'ஆயிரம் முகம் கொண்ட இறையே!' என்று பொருள் பொதிந்த வகையில் முடிக்கிறாள்.

'ஆறும், அந்த வரியும் எனக்கு மட்டுமானதல்ல. உனக்கும் உரியதுதான்' என்றார் சிக்கையா.

ஆற்றில் எல்லா நிறமும் அடங்கும். ஆறு மொத்தமும் வண்ணங்கள்தான். சிக்கையா மிகுந்த வேட்கையோடு அடித்துத் துவைத்து, இதயம் படபடக்கப் பிழிந்து, விரித்துப் பரத்தும் துணிகளிலும் பல வண்ணங்கள் அடக்கம். அரக்கு நிறத் திரையில், வெந்தய நிறக் கோடுகள் போட்ட கரை; வானைப் பிரதிபலிக்கும் ஆழ் நீல வண்ணம். இதோ, இங்கே இருப்பது மகாதேவியின் துணி நாற்று விடப்படும் செடியின் நிறத்தில். அது ஒரு வயல். இல்லையில்லை ஒரு பச்சை வண்ண ஆறு. அது நிலமும் அல்ல, நீரும் அல்ல. அது மகாதேவி. தொங்கிக் கொண்டிருக்கும் துணி அருகில் போகிறார். கண்கள் மூடி அத்துணி அவரது முகம், வயிறு, தொடையில் படபடப்பதை உள்வாங்குகிறார். அது அவள் மீது சுற்றியுள்ளதை மனதால் பார்க்கிறார். இல்லையில்லை... அது மெதுவாக நழுவுகிறது. அவள் தோள்களில் இருந்து வழுக்குகிறது; முதலில் அவளது கழுத்து, பிறகு திரண்ட குன்றுகள், உந்தி... அங்கே சற்று நிதானிக்கிறது. அதற்கு எப்படித் திறக்கவேண்டும் என்பது தெரியும். இந்தத் துணியை, நிலத்தை, சேற்றை விலக்கி உள்ளிருக்கும் தோலைக் காட்டுவதெப்படி என்பது தெரியும். சருமம் இத்தனை மென்மையாக இருக்க முடியுமா? இப்படிப் பளபளக்க முடியுமா? ஆழ்பழுப்பு நிற நிலம் அணுஅணுவாக அவர் கண்டறியக் காத்துக் கிடக்கிறது. அவளது சரும நிலம். சரும நதி. அதன் அடியாழத்தில் ஆயிரம் விளக்குகள் ஒளிர்கின்றன.

ஈரத்துணியைக்
காற்றில் இறுக்கப் பரப்பி
படுப்பதற்கான
வயல்வெளியாக
விரிப்பாயே

அப்போது நீ செய்வதை
மீண்டும் செய்வாயா?

சிக்கையா ஆற்றுக்கு ஓடி, அதன் கரங்களில் தாவுகிறார். தன் உயிருக்காக நீந்துவது போல் கடும் நீச்சல் அடித்தார்.

யாரிடமாவது பேச வேண்டும். ஞானிகளிடம் அல்ல; நிச்சயம் பெரிய அண்ணாவிடம் பேசமுடியாது. அவர் சிக்கையாவுக்கு மிகவும் பிடித்த நபர். ஆனால், தன் சில்லறைச் சிரமங்களால் அந்த அன்பைப் பரிசோதிக்க அவர் விரும்பவில்லை. ஒவ்வொரு மரம், பானை, ஈட்டி, உடல் அனைத்திலும் உயிர்த்துவம் காணும் விட்டு விடுதலையான மனம் கொண்ட ஆண்களிடம், எப்படி அவர் மகாதேவி பற்றிப் பேசமுடியும்? மனம் முழுதும் அவள் முழுமையாக அடைத்துக் கொண்டிருப்பதைச் சொல்ல முடியும்?

சிக்கையா புட்டண்ணாவைத் தேடிப் போகிறார். முட்ட குடித்திருப்பவர் போல் சாபங்கள் விட்டு, காறி உமிழ்ந்து, கடவுளைப் பூசிக்கும் மண்ணில் காலூன்றிய புட்டண்ணாவைத் தேடினார்.

‘அண்ணா, என்னால் சரியாக யோசிக்க முடில. அவளை எல்லா எடத்திலயும் பாக்கறேன்; எல்லா துணி, கல்லு, வயல், ஆற்றின் மொகம்... எல்லாத்திலயும். நா... நானு அவளோட தோல், தோல் மட்டும் தெரியறத, அது எனக்காகக் காத்துக்கிட்டு இருக்கிறத... பாக்கறெ. இது தப்பா? இதிலேர்ந்து எப்படி மீள்றது அண்ணா’ என்று தாழ்ந்த குரலில், தலையைத் தொங்கவிட்டபடி சொன்னார். புட்டண்ணா அமைதியாக இருந்தார்.

பிறகு, அவன் தோள் மீது கை வைத்தார். அவரது வியர்வை நெடியை சிக்கையாவால் உணர முடிந்தது. மனதை ஆசுவாசப்படுத்தும் வியர்வை மணம் அது.

‘தப்பில்ல, சிக்கையா. தப்பே இல்ல,’ என்றார் புட்டண்ணா.

சிக்கையா தன்னை விடுவித்துக்கொள்ள முயன்றார். என்ன எதிர்பார்த்து வந்தார் என்பது தெரியாமலே, அவருக்கு ஏமாற்றமாக இருந்தது.

புட்டண்ணா அவரை விடுவதாக இல்லை. 'இங்க வா. கெட்டியா புடிச்சுக்கோ. தப்பே இல்ல, தம்பி, தப்பு இல்லவே இல்ல. தோல் உடுப்போட இருந்தாலும் வெறுமனே இருந்தாலும், இளமை, அழகு, களிப்பு... வேட்கை, உடலுறவு எல்லாமே ஒரே விஷயத்தோட பகுதிதான். அதெப்படி தப்பா இருக்க முடியும்? மகிழ்ச்சி, அன்பு, நட்பு மட்டுமே தரும் ஒண்ணு எப்படித் தப்பா இருக்க முடியும்? உம்?'

நிம்மதியில் சிக்கையாவுக்கு அழுகை வந்துவிட்டது. ஆனால் அவர் சிரிக்கிறார். புட்டண்ணாவும் அதே நிலையில் இருக்கிறார். இருவரும் ஆற்றை நோக்கி நடந்தனர். அப்போதுதான் இறங்கிய சூரியனின் நினைவில் நீர் மர்மம் மிக்க இளஞ்சிவப்பு நிறத்தில் ஒளிர்கிறது. இருவரும் தண்ணீரில் குதித்துக் குழந்தைகள் போல நீரை வாரி இறைத்துக் குதூகலிக்கின்றனர்.

'ஏ... எஏ... தோலு தோல்...' என்று கேலிசெய்தபடி புட்டண்ணா தண்ணீரை சிக்கையா மீது வீசுகிறார். சிக்கையாவின் முகத்தின் இருபுறமும் அது விழுகிறது.

'ஆமாமாம்' என்று கத்தியபடி சிக்கையா புட்டண்ணாவின் தலையைப் பிடித்து நீருக்குள் முக்கி, மேலிழுத்து, அவரின் நீர் ஒழுகும் முகத்தை முத்தமிடுகிறார். 'ஆமா, புட்டண்ணா, எனதருமை மக்குப்பயலே, தோலு' என்று தொடங்கிய சிக்கையா நிதானப்படுத்திக்கொண்டு 'மகாதேவி' என்று பூசை செய்வது போல் அடிக்குரலில் சொன்னார். அதைக் கேட்ட புட்டண்ணாவும் அமைதியடைந்தார். அவனை இறுக்க அணைத்துக்கொண்டார். ஆறு இருவரையும் பாசத்துடன் பார்த்தது. ஆண், பெண், மற்றும் அனைத்துக் கூட்டுக்காரரையும் நேசத்துடன் பார்ப்பது போல இவர்களையும் பார்த்தது.

> உன் ஈர உடல் மீது படரும் கிளைகள்
> உன்னை நெடுங்காலமாய் உற்று நோக்குகின்றன.
> அவை கீழ் நோக்கி இறங்குமா?
> மிதக்க, நீந்த
> புரண்டோட
> அசைய விரும்புமா?
> ஆயிரம் முகம் கொண்ட ஆறே!

தன் முகத்தில் பரவும் ஒளியைச் சிக்கையாவால் உணரமுடிகிறது. அவர் மார்பில் ஒரு கரம் மென்மையாகப் படர்ந்துள்ளது. அருகில் உள்ள மென்கூட்டை அவரால் உணர முடிகிறது. உறுதியான, செதுக்கப்பட்ட மென்கூடு. அதன் பெயர் மகாதேவி. கண்களைத் திறக்கும் முன்னரே அன்றைய தினம் எதைத் தரும் என்பது சிக்கையாவுக்குத் தெரியும்: புதுப்பிறவி ஒன்றின் நீர்மை காயாத பசும் இலை போன்ற நாள் அது. கணவனும் மனைவியுமாய் ஒரு தினம். மகாதேவி அவரது இணையர். அவர் அவள் கணவன். சிக்கையா கண்களை அகல விரிக்கிறார். அவள் இன்னும் உறங்கிக்கொண்டிருக்கிறாள். ஏன் என்னை எழுப்பவில்லை என்று அப்புறம் கடிந்துகொள்வாள். ஆனால், எப்படி எழுப்ப முடியும் அவளை? உப்பி உயரும் தன் வயிற்றில் அமைதியாகச் சுருண்டு கிடக்கும் குழந்தையைப் பற்றிக் கனவு காண்பவள் போல் உறங்குகிறாள். அவளது வயிற்றில் ஒரு முத்தமிட்டு, மெதுவாக அவள் தழுவலில் இருந்து கழற்றிக்கொள்கிறார்.

ரெங்கையாவின் குடிசைக்குப் போய் ஏதாவது காலைப் பணிகள் இருக்கிறதா என்று பார்த்துவிட்டு, துணிகள் சேகரிக்கப் புறப்படுகிறார். குடிசைக்கு வெளியே பர்வதம்மா தன் வேலையைத் தொடங்கி இருந்தார். அவள் கரத்தில் இருந்த துடைப்பத்தை சிக்கையா வாங்கிக் கொள்கிறார். அவரும் தலையசைக்கிறார். மகாதேவி சிக்கையாவை மணம் முடிக்கும் கருத்தை உள்வாங்க பர்வதம்மாளுக்குச் சற்று காலம் பிடித்தது. ஆனால், ரெங்கையாவிற்கு முதலில் இருந்தே எந்த அய்யமும் இருக்கவில்லை. புட்டண்ணா, சிக்கையா பற்றிப் பேசியபோதே அவருக்கு மன நிறைவுதான். சொர்க்கத்திற்கு நெருக்கமாகச் செல்ல இன்னும் ஒரு தேர்வில் தேர்ச்சி பெற்றுவிட்டதாக உணர்ந்தார். பர்வதம்மா சிக்கையாவின் குடும்பம், அவர் விட்டு வந்த கிராமம், அவரது உறவினர்கள் பற்றியெல்லாம் கேட்க விரும்பினார். ரெங்கையா அவரைத் தடுத்து நிறுத்திவிட்டார். ‘நாம்தான் அவர் உறவு. நாம் அனைவரும் ஆனந்தகிராமத்தைச் சேர்ந்தவர்கள். வேறு யார் வேணும் நமக்கு?’ என்றார்.

எல்லாம் அவ்வளவு சுலபமாக இருந்தது. ஆற்றுக்கரையில் துணி வெளுக்கும் வண்ணான், ஆனந்தகிராமத்தில் தொடர்ந்து உறவு கொண்டவர், குடும்பத் தொடர்ச்சியை உருவாக்குபவர், எளிமையான பாடல்களை இசைப்பவர், அவரது அப்பாவின் பறையைப் பாதுகாப்பவராக இருந்த சிக்கையா இப்போது மருமகன் ஆகிவிட்டார்.

மகாதேவியும் அவரும் அவளது பெற்றோர் குடிசைக்கு வெகு அருகிலோ, தொலைவிலோ இல்லாதபடியான ஒரு இடத்தில் ஒரு தனிக் குடிசை போட்டுக் கொண்டனர். சிக்கையாவின் பறை புதிய நான்கு அடிகள் கொண்ட தாளம் இசைத்தது ம/கா/தே/வி. பறை அந்தத் தாளத்தில் தங்கிப்போயிருக்கலாம். ஆனால் மகாதேவியும், சிக்கையாவும் புதுத் தாளம், சொற்கள், கருத்துகள் ஆகியவற்றைக் கற்றுக்கொண்டிருந்தனர்.

செம்போத்துப் பறவை
அதே ஒற்றை வார்த்தையைத்
திருப்பித் திருப்பி ஒலிக்கிறது.

இரவின் ஈரம் மிக்க
பசிய, பழுத்த இலைகள்
ஒரே கணத்தில் ஒளியைக் காண்கின்றன.

மென்னொளி வானம்
ஈதனைத்தும் முன்பே பார்த்தும்
கேட்டும் உள்ளது.

இருப்பினும்,
விடியல் புதிது.
அனுதினமும் முதற்காலை புதிது.

ஆயிரம் முகம் கொண்ட ஆறே!

ஆயிரம் முகம் கொண்ட ஆறு

1

ரமேஷாவும் ரவியும் பீம் சக்தி கூட்டத்தில் இருக்கிறார்கள். பல மாணவர்கள் ஆற்றும் உரைகளைக் கேட்கிறார்கள். ரவியை மிகவும் கவர்ந்தவர் இளம் ஆசிரியர் செந்தில். அவர் இயற்பியல் துறையில் ஆசிரியர். ஆனால், எல்லோரும் அவரை 'பேராசிரியர்' என்று அழைப்பதில்லை. பேர் சொல்லிதான் கூப்பிடுகிறார்கள். கறுப்பு நிறம், நல்ல உயரம், அநியாயத்திற்கு ஒல்லியான தேகம். செந்தில் பேசுகையில் அவரது குரல்வளை ஏறி இறங்குவது தெரிந்தது. அவரது குரல் உரத்து ஒலிக்கவில்லை; ஆனால் ஒவ்வொரு சொல்லும் தெளிவாக இருந்தது. 'நாம் யாருடைய கருணையாலோ, சாமியாலோ, ஏதோ ஒரு ஒதுக்கீட்டினாலோ இங்கு இல்லை. நமக்கு இங்கு இருப்பதற்கான உரிமை இருப்பதால் இருக்கிறோம்.'

ரவிக்கு தன்னுள் மகிழ்ச்சி பெருக்கெடுப்பதை உணர முடிந்தது. சரியான இடத்தில்தான் இருக்கிறோம் என்ற உணர்வு கிடைத்தது.

'நம்மைப் போன்ற மனிதர்களுக்கு, சூத்திரர்களுக்கு, பள்ளிக்குச் செல்வது கூட எவ்வளவு சிரமமாக இருந்தது என்பதை நினைவில் கொள்ளுங்கள். இப்போது நாம் இங்கு கல்லூரிகள், பல்கலைக் கழகங்கள், வேறு பல பணிகளில் இருக்கிறோம். ஆனால், பாபா சாகேப் அம்பேத்கர் நமக்குச் சொன்ன கடமைகளை மறக்க முடியுமா? கற்பி, போராடு, ஒன்றுசேர்'.

சூத்திரன் என்ற சொல்: அது ‘தலித்’ என்பதைவிடப் பெரிதாகப் பட்டது. அது எத்தனை மனிதர்களை உள்ளடக்கும் என்பது ரவிக்குத் தெரியவில்லை. அவன் அதைப் பற்றி முழுமையாகப் படித்து அறிந்து கொள்ளப் போகிறான்.

கூட்ட முடிவில், செந்தில் மீண்டும் மேடைக்கு வருகிறார். இம்முறை அவர் பேசவில்லை. பாடுகிறார்.

> நேத்துதான் உம்ம வரலாறு படிச்சேன்
> நாங்க காணவேயில்ல- அங்க
>
> நைந்த வேட்டி கட்டின எம்பாட்டன்
> மண்டியிட்டு வேலை செய்யும் என் அம்மா
> அடிச்சே கொல்லப்பட்ட என் அண்ணன்
> காணவேயில்ல - அங்க
> அவங்க காணவேயில்ல
> நாங் கண்டதெல்லாம் - மதிலா(க) மறிக்கும் வார்த்தைங்கதா.
>
> இன்னைக்கு நா உனக்கு சொல்வேன்:
> ஒன் வரலாறுல தொலஞ்சு போன மக்கள் நெறைய.
> என் சொற்கள், என் வரலாறு ஒம் மதில உடைக்கும்.
> என் மக்கள் உங்க சுவரைத் தகர்ப்பாங்க.

செந்திலுக்குப் பேசவும் தெரியும்; கூடவே பாடவும் தெரியும். ரவி சொக்கிப் போனான். பாடி முடித்ததும் செந்தில் தன் கை முஷ்டியை கொடி போல் உயர்த்தி ‘ஜெய் பீம்’ என்று முழக்கமிட்டார். எல்லாரும் அந்த அறைகூவலை எதிரொலித்தனர். அறை நிறைந்தது; பல குரல்கள் எதிரொலித்தன; ரவிக்கு அது ஒரு பெரிய குரலாகப் பட்டது.

இரவில் ரவி கொட்டக் கொட்ட முழித்தபடி படுக்கையில் படுத்திருக்கிறான். அந்தச் சொற்களும் கருத்துகளும் அவனுள் கோபத்தை விட புத்துணர்ச்சியை கிளர்த்தின. நல்லதொரு உணர்வாக இருந்தது. செந்தில் பாடிய பாடல் மண்டைக்குள் ஓடியபடி இருந்தது; அது அவனை விழிப்பாகவும் தயாராகவும் இருக்க வைத்தது.

திடீரென அவனுக்குத் தங்கள் மூவரில் கவிதை எழுதும் சத்யாவின் நினைவு வந்தது. சத்யா கவிஞன்; மருத்தவக் கல்வி மாணவன். கடந்த சில மாதங்களாக, ரவி, சத்யா மீது பொறாமை கொள்ள வேண்டும் என்று ஆசைப்பட்டான். ஆனால், சத்யாவைத் தெரிந்தவர்களுக்கு, அவனை எப்படிப் பிடிக்காமல் போகும்? எப்படிப் பெருமைப்படாமல்

இருக்க முடியும்? ரவி தன் கைபேசியை எடுத்து, சத்யாவுக்குப் பாட்டை மின்னஞ்சல் செய்யத் தொடங்கினான்.

மங்கலான வெளிச்சம் சன்னல் வழியே வெட்கத்துடன் நுழைந்தது. கருக்கல் பறவையொன்று க்ரீச்சிட்டது: இன்றைக்கு உடற்கூறியல் வகுப்பு. வெறும் வகுப்பு அல்ல; தேர்வு. சத்யா வேகமாக எழுந்து தன் துண்டு, பற்பசை, பிரஷ், சோப் ஆகியவற்றை எடுத்தான். இன்னும் விடியக்கூட இல்லை. ஆனால் பொதுக் குளியலறைக்கு முன்பு காத்திருந்து, காதில் ஏதாவது குதர்க்கமான சொல் 'உம்ம்... எஸ் சி ஆட்கள் தினம் குளிக்க ஆரம்பிச்சிட்டாங்க இப்ப...' என்று வரிசையில் நிற்கும்போது கேட்பதை விட, இதுவே நல்லது.

உலகத்தில் அவன் மட்டும்தான் விழித்திருக்க வேண்டும். ராகுல் இன்னும் முண்டக்கூட இல்லை. இரவில், படுக்கை முழுதும் சுற்றியவன் இப்போது ஆழ்ந்து உறங்குகிறான். படுக்கையின் குறுக்கு மறுக்காக படுத்துக் கிடக்கிறான். அவன் முகமும் உடலும் மெல்லிய போர்வையால் மூடப்பட்டுள்ளது.

குளித்து, உடை மாற்றி தன் மேசைக்கருகில் அமர்ந்து தேர்வுப் பாடத்தை மீண்டும் நினைவுபடுத்திப் பார்க்கிறான். முகத்தின் ஒவ்வொரு தசைப் பகுதியையும் தொட்டுப் பார்க்கிறான். நேற்று இரவு அவன் ஒவ்வொரு சொல்லையும் படித்துவிட்டான். டாக்டர் ஷர்மாவிடம் அவன் எந்த சாக்குப்போக்கும் கொடுக்க விரும்பவில்லை. சத்யா உட்காரும் இடத்தை காலியிடம் இருப்பது போல் கருதுபவர் அவர்.

அரைமணி நேரம் கடந்தது. சத்யாவுக்கு இருப்புக் கொள்ளவில்லை. சன்னலுக்கு வெளியில் ஒரு புதிய நாள் மெல்ல மெல்லப் பிறக்கிறது. அவன் சன்னல் அருகே போக மறுத்தாலும், தரையில் விழும் ஒளிக்கீற்றின் ஆட்டம் அவனைச் சீண்டிப் பார்த்தது. பறவைகள் ஒன்றையொன்று அழைப்பதைக் கேட்க முடிந்தது. சத்யாவிற்குத் தாங்க முடியவில்லை. அவனுள் அபரிதமான சக்தி நிறைந்தது. அவன் இதயம் வாழச் சொல்லித் துடித்தது. வாழ். அவன் எழுந்து கீழே விரைந்தான். சைக்கிள் பூட்டைத் திறந்து சாலையில் மிதக்கத் தொடங்கினான்.

சத்யா குளத்தை வந்தடைந்தான். வழக்கம் போல அங்கு வேறு யாரும் இருக்கவில்லை. வெள்ளைக் கோழிகள் மட்டும் ஓரத்தில் கொத்திக் கொண்டு இருந்தன. சத்யா சைக்கிளைத் தரையில் கிடத்தி, அருகில்

படுக்கிறான். மேகங்களற்ற வானத்தை உற்றுப் பார்த்தபடி கிடக்கிறான். எத்தனை தெளிவான வானம்! நீல நிற வெறுமைத் தொப்பி! எங்கோ சேவல் ஒன்று கூவியது. அவனுக்கும் இந்த உலகத்தில் ஒரு இடம் கொடுக்குமளவு இது பரந்த உலகம் என்பதை அந்த ஒலி அவனுக்குச் சொன்னது. ஆனால், முதலில் இன்றைக்குத் தேர்வை நன்றாகச் செய்ய வேண்டும்; டாக்டர் ஷர்மா அவன் பாதையில் இறைக்கும் தடைகளைத் தாண்ட வேண்டும்; வரும் நடுப்பருவத் தேர்வில் எல்லா தாள்களிலும் உடற்கூறியல் உட்பட தேர்ச்சி பெற வேண்டும்.

அவனால் முடியும். அவனுக்காகப் பொறுமையுடன் காத்திருக்கும் இடத்தைப் பெற முடியும். சத்யா எழுந்து சைக்கிளை நிமிர்த்தினான். மெல்லிய காற்று இலைகளை வருடியது, குளத்து நீரை அசைத்தது. சத்யா அதைக் கடைசியாக ஒரு முறை பார்த்தான். பிறகு, தன் வாழ்வே அதில் தங்கி இருப்பது போல் சைக்கிளை வேகமாக உருட்டினான். அவனால் முடியும். அவன் செய்வான்.

வகுப்பில் இந்த உணர்வைக் கையில் பிடித்தபடி கேள்விகளுக்கு பதில் எழுதினான். நல்லவேளை அவன் பேச வேண்டி இருக்கவில்லை. அவன் எழுதினால் போதும். நீண்ட ஆங்கில, இலத்தீன் சொற்கள், மருத்துவச் சொற்கள் அவனுக்கு எழுத வருகின்றன. டாக்டர் ஷர்மாவின் உணர்ச்சியற்ற பார்வை அவன் மீது அடிக்கடி படுவதை கவனிக்கின்றான். தேர்வு எழுதிக் கொண்டிருக்கும்போது பாதியில் அவர் சத்யாவின் மேசைக்கு வருகிறார். ‘உனக்கு இது சரியான இடம் இல்லை’ என்கிறார். அவர் எப்போதும் சத்யாவை நீ அல்லது அவன் என்றுதான் குறிப்பிடுவார். பெயரைச் சொல்ல மாட்டார். ‘பின் வரிசைக்குப் போ. காலியாக இருக்கு. அங்கு உட்கார்ந்தால் காப்பியடிப்பதற்கு வாய்ப்பு இல்லை’ எங்கிறார். சத்யாவின் முகம் கோபத்தில் சிவக்கிறது. ஆனால், அவமான உணர்வோ டாக்டர் ஷர்மாவோ தேர்வு எழுதுவதைத் தடுக்க அவன் அனுமதிக்கப் போவதில்லை. அவன் தன் தாள்களை நோக்கிக் கவிந்து கொள்கிறான்.

மறு நாள், அவன் முயற்சிகள் எல்லாம் தோற்றதைப் பார்க்கிறான். தன் தேர்வுத்தாளை வாங்கச் சென்றபோது, டாக்டர் ஷர்மா பெருமிதச் சிரிப்பு சிரித்தபடி, ‘உனக்கு மூளை இருக்கிறதா நினைக்கலாம்’ என்று சொல்லும் பார்வையை வீசுகிறார். ‘எனக்குத் தெரியும். இந்த முறை தேர்ச்சி எல்லையைத் தொட்டு விட்டாய். அடுத்த முறை தோற்றுப் போவாய்’ என்றது அந்தப் பார்வை.

இப்போது அவனால் என்ன செய்ய முடியும்? யாரிடம் பேச முடியும்? சத்யா தன் கைபேசியை எடுத்து ரவியின் பெயரை அழுத்துகிறான். ரவியின் நம்பிக்கை ஊட்டும் உற்சாகமான குரல் ‘நீ இதைப் புகார் செய்யலாம். சண்டை போடாமல் நமக்கு எதுவும் கிடைக்கப் போவதில்லை’ என்று சொல்வதைக் கேட்க விரும்பினான். ஆனால், ரவிக்கு இங்குள்ள நிலைமை தெரியாது. தப்பான இடத்தில் புகுந்து விட்டாய் என்று பல விதங்களில் சொல்லப்படுவதைக் கேட்பது உருவாக்கும் உணர்வுகள் அவனுக்குப் புரியாது.

சத்யா ஃபோனை வைத்துவிட்டு, நூலகத்திற்குச் செல்கிறான்.

ரவி, ஆஷாவிடம் சொல்ல அவனிடம் சொற்கள் இல்லை. அப்படியில்லை...அவனிடம் சொற்கள் உள்ளன. தேவைக்கும் அதிகமான சொற்கள் இருக்கின்றன. ஆனால், அவன் பாடப் புத்தகங்களில் இருந்து வராத அந்தச் சொற்கள், திரண்டு வரும்போது பெரும் பாரமாக கனக்கின்றன. அச்சுமையைத் தன் தோள்களில் இருந்து மாற்றி இன்னொருவரிடம் எப்படிக் கொடுக்க முடியும்? அதுவும், அவன் மீது அக்கறை கொண்டவரிடம் எப்படிச் சுமத்த முடியும்? அவர்களுக்கும் பேசமுடியாத சொற்சுமைகள் இருக்கக் கூடும்.

எடுத்துக்காட்டாக, டாக்டர் (பேராசிரியர்) ஷர்மாவை எப்படி வர்ணிப்பது? துர்க்கனவுகள் இரவில் நம் மனம் ஆபத்தான இடங்களுக்குச் செல்லும்போது மட்டும் வருவதில்லை என்பதை ரவியிடமும், ஆஷாவிடமும் விளக்க வேண்டும். டாக்டர் ஷர்மா, சத்யாவின் பகல் பொழுதுகளைப் பின்தொடர்கிறார். உடற்கூறியல் வகுப்புக்கு உள்ளும், வெளியேயும் பின்தொடர்கிறார். சத்யாவின் கொடூரக் கனவு அந்த மெல்லிய உதடு கொண்ட மனிதன்; அவ்வப்போது அவர் தன்னைச் சுற்றி அசுத்தமாக இருப்பது போலவும், அதனால் கிருமிகளின் தாக்கம் அவருக்கு ஏற்படுவது போலவும், உதட்டை இறுக மூடிக்கொள்வார். அச்சமயங்களில் அவர் உதடுகளற்ற மனிதர் போலிருப்பார்.

சத்யா, டாக்டர் ஷர்மாவைப் பற்றி ரவி, ஆஷாவிடம் வர்ணிக்க முடியாது. ஆனால், ஆஷா கொடுத்த நாட்குறிப்பில் எழுதலாம். சத்யாவுக்கு யாரிடமாவது பேசியாக வேண்டும். அன்று மாலை, அவன் தன் நாட்குறிப்பில் புதிய பக்கத்தில் எழுதத் தொடங்கினான்:

முகத்தில் உள்ள தசைகள் தனித்துவமானவை. மற்ற தசைகள்

எலும்போடு தொடர்பு கொண்டவை. எலும்புகளை அசைப்பவை. ஆனால், முகத்தசைகள் எலும்பைத் தோலுடன் இணைப்பவை. ஸைகொமடிகுஸ் மேஜர். ஆர்பிகுலாரிஸ் ஓரிஸ் (*Zygomaticus major. Orbicularis oris.* (இந்தப் பெயர்களில் கண்டறியப்படாத கவிதை இருக்கிறது.) இந்தத் தசைகள் தோலைப் பிடித்து இழுக்கும்போது எண்ணற்ற முகபாவங்கள் உருவாக்க முடியும்.

டாக்டர் ஷர்மாவின் தசைகள் முகத்தசைகள் என் முகத்தைப் பார்க்கும்போது என்ன செய்கின்றன? அவரது லெவாடர் லபீ சுபீரியோரிஸ் அலேக் நஸி (*levator labii superioris alaeque nasi*) என்ன செய்கிறது? அவரது மேலுதட்டை உயர்த்துகிறது. அவரது நாசித்துவாரங்களில் நீர் கசிய வைக்கிறது. நான் வகுப்பில் கேள்விக்குப் பதில் அளிக்கும்போது அல்லது அவர் எனது திட்டக் கட்டுரையை வாசிக்கும்போது அவரது லெவாடர் அங்குலி ஓரிஸ் (*levator anguli oris*) இயங்கத் தொடங்குகிறது. அவரது நேசோலேபியல் (*nasolabial*) சுருங்கி அவரது மூக்கின் பக்கவாட்டில் இருந்து மேலுதடு வரை ஆழமான பள்ளம் உருவாகிறது. அப்போதுதான் அவர் முகத்தில் என்னால் அலட்சியத்தைப் பார்க்க முடிகிறது.; வெறுப்பு. அவர் வாய் திறந்து சொல்ல வேண்டியதில்லை, 'நீ எப்படி எம். பி. பி.எஸ் பட்டம் வாங்குகிறாய் என்று பார்க்கிறேன்.'

ரவி இப்போதைக்கு அவனுக்குக் கிடைக்காத எம். பி. பி. எஸ், கையில் இருக்கும் விலங்கியல், இரண்டையும் மறந்துவிட்டான். ஆங்கில அகராதியை வைத்துக்கொண்டு தீவிரமாகப் படிக்கிறான். அவன் அவ்வளவு கவனமாகப் படிப்பது இயற்பியல் பேராசிரியர் செந்தில் படிக்கச் சொன்ன நூல்.

1950 இல் அமலுக்கு வந்த இந்திய அரசியல் அமைப்புச் சட்டம் பெரும்பாலும் மரபாக விளிம்பு நிலைக்குத் தள்ளப்பட்ட இந்திய மக்கள்தொகையினரில் பெரும்பாலான பிரிவுகளின் தேவைகளைக் கணக்கில் எடுத்தது. அரசியல் அமைப்பு இவர்களைப் பட்டியல் சாதி (எஸ். சி), பட்டியல் இனம் (எஸ்.டி) என்று குறிப்பிட்டது. 1935 காலனீய இந்தியா சட்டம் விவரித்த பட்டியல்களில் இச்சமூகத்தினர் குறிக்கப்பட்டதில் இருந்து இச்சொற்கள் எடுக்கப்பட்டன.

அவன் பிறக்கும் முன்பே பிறந்தது அவனது சாதிப்பெயர் என்பது வினோதமாக இருந்தது. ரவியால் இதைச் செரிக்க முடியவில்லை.

அரசியல் அமைப்புச் சட்டம் தீண்டாமையை ஒழித்துக் கட்டியது. இந்தச் சமூகங்களைச் சேர்ந்தவர்களைப் பாதுகாக்கவும் மேம்படுத்தவும் பல திட்டங்களை உருவாக்கியது. அதில் ஒன்றுதான் பட்டியல் சாதி இனத்தவருக்கான இட ஒதுக்கீடு. அரசு உதவி பெறும் கல்வி நிறுவனங்களிலும், அரசாங்கப் பணிகளிலும் அவர்களுக்கு வாய்ப்புகளை உறுதி செய்வது.

ரவியின் கவனம் சிதறுகிறது. பக்கங்களைப் புரட்டுகிறான். சாதியை அழித்தொழிப்பது கட்டுரையிலிருந்து ஒரு மேற்கோள் அவன் கவனத்தை ஈர்த்தது. 'எந்தத் திசையில் திரும்பினாலும் சாதி வழிமறிக்கும். சாதி எனும் கோர அரக்கனை அழிக்கும் மட்டும் அரசியல், பொருளாதாரச் சீர்திருத்தங்கள் எதையும் நடைமுறைப்படுத்த முடியாது.

அரக்கன். ரவி, சத்யா, ஆஷா போன்ற ஆயிரக்கணக்கானோரைக் குடியிருப்புகள், காலனிகள், இட ஒதுக்கீடு, 'மரபுத்' தொழில்கள் ஆகியவற்றுக்குள் அடைப்பது; அவர்களது வாழ்க்கையில் இருந்து புறந்தள்ளுவது. இதைப் பற்றிப் பேசுவது, இதனைப் பெயரிட்டு அழைப்பது ரவிக்கு புதியதொரு உற்சாகமான குஷி தருகிறது. சாதி ஒரு அரக்கன், ஆம். அது எவ்வளவு அவலட்சணமானது, வன்மம் கொண்டது, சூது நிறைந்தது என்பதை அவன் அறிவான். ஆனால், அதைப் பற்றி முழுதும் அறிந்துகொண்டால், அதனை எதிர்க்கும்போது அவன் தெளிவான போராளியாக இருக்கலாம், இல்லையா?

ரவி புத்தகத்திற்குத் திரும்புகிறான்.

மறுநாளே அவனுக்குப் போரிட வேண்டி வருகிறது. சமூக ஊடகங்களில் செந்திலின் பேராசிரியர் தகுதி பற்றி கீழ்மைப்படுத்தும் சில கருத்துகள் வெளிவந்திருந்தன. முதல் செய்தி பல்கலைக்கழக மாணவர் எழுதியது:

பேராசிரியர் எனப்படும் செந்தில் இயற்பியல் தவிர வேறு எல்லா வேலைகளும் செய்கிறார். அவர் இயற்பியலில் முனைவர் பட்டம் பெற்றவராம். எப்படி அந்தப் பட்டம் பெற்றார்? லஞ்சம் கொடுத்தா? வேறு குசும்புகள் செய்தா? இட ஒதுக்கீட்டைத் தவறாகப் பயன்படுத்தியா? தகுதி என்பது செத்துவருவதைக் காட்டுகிறது. நம் வேலைகள் பறிபோகின்றன.

இந்த மாணவனின் பதிவு உடனே ஷங்கர்@இந்துதேசப்பற்றாளன் என்பவரால் பகிரப்படுகிறது. அவரும் தன் பங்குக்கு இழிசொற்களைச் சேர்த்தார்:

சாதீயத் தாயோளி செந்தில் எப்போதும் சாதி பற்றியே பேசுகிறான்; அல்லது இந்துக்களைக் குறைகூறுகிறான். கற்பிக்க வேண்டிய இயற்பியல் பற்றிய அறிவீனத்தை மறைக்கத்தான் இது. சாதியைப் பற்றிப் பேசி, இந்துமதக் குடும்பத்தைக் குலைப்பது.

இதை எதிர்த்து ஒரு கூட்டம் நடக்க உள்ளது; பேரணியும் நடக்கலாம். ரவிக்கு இந்த இயக்கம் எல்லாம் புதிது. முழக்க அட்டைகள் எழுதுவது, சமூக தளங்களில் செய்திகள் இடுவது மட்டும்தான் செய்ய முடிகிறது. ஆனால், இதுதான் பறையைக் கையில் எடுக்க நல்ல தருணம்.

கட்டிலுக்கு அடியில் இருந்து தன் சூட்கெஸை வெளியில் இழுத்தான். அதில் இருந்து ஒரு நீண்ட, மற்றும் சிறிய குச்சிகள் ஆகியவற்றோடு, அவனது கொள்ளுத்தாத்தாவுக்குச் சொந்தமான உறுதியான பறையையும் எடுத்தான்.

ரவிக்கு தாத்தா மூச்சிரைக்கும் குரலில் சொன்னது நினைவுக்கு வந்தது: ‘எங்க அப்பா ஏதாவது சாவுக்குக் கூப்டாங்கன்னா இதத் தூக்கிட்டுப் போயிடுவாரு. நம்ம ஆட்கள்தான் சாவுக்கு மோளம் அடிக்கணும்’, என்று சொல்லி இருமத் தொடங்கினார். அவருக்கு உடல் நலம் சரியில்லை என்று ரவிக்குத் தெரியும். பொறுமையாக அவர் சொல்வதைக் கேட்கக் காத்திருந்தான். ‘பாரு... உன் கைக்கிடையே இப்படிப் புடிச்சிக்கணும். அப்படியே இடது கையில சாத்திக்கலாம். அடிச்சுப் பாக்கிறியா?’

ரவிக்கு பறை பிடித்துப் போனது. மாட்டுத் தோலால் செய்யப்பட்ட பறையில் குச்சி மோதியதும் பிறந்த உரத்த ஒலியில் மயங்கினான். தாத்தா அவனைப் பார்த்துச் சிரித்தார். ‘இது உனக்கு வேணுமா? நாஞ் செத்தப்பறம் நீ எடுத்துக்கலாம்.’

ரவி குதூகலித்தான்.

‘ஆனா, இந்தப் பற நம்ம யாருங்கறத தீர்மானிக்கல. எங்கப்பா செஞ்சத நா செய்ய மாட்டேன்டே. கல்லுடைக்கறது, கழுத மாதிரி அத சுமக்கறது இப்படி எத வேண்ணா செய்யத் தயாரா இருந்தேன். பறையடிக்க மாத்திரம் நான் தயாரில்ல. என் அப்பா ஒண்ணும் சொல்லல. ஆனா, வருத்தப்பட்டிருப்பாரு. இப்ப நாஞ் சொல்லலாம்: பறைல எந்தக் கோளாறும் இல்ல. இத நெனச்சு அவமானப்பட வேண்டியதில்ல. பறையடிச்சு வயல்ல பறவங்கள விரட்டலாம்; வேலைய உற்சாகமா வேகமா செய்யலாம். இத அடிச்சு மக்கள

ஒண்ணுசேரக் கூப்பிடலாம்.'

தாத்தா ரவிக்கு பறை இசைக்கக் கற்றுக்கொடுத்தார். அவர் சொற்படி அவர் இறந்தபின்பு, பறை ரவிக்குரியது ஆயிற்று.

ரவி பறையைக் கவனமாகத் துடைத்துவிட்டு, இரண்டு குச்சிகளால் தட்டுகிறான். நினைவிலிருப்பதைப் போலவே ஒலி எழுப்பியது. அவன் வேகத்தோடு அடிக்காத போதும் பறை தெளிவாகப் பேசிற்று. அதன் குரல் வலிது. அது அவமானத்தைச் சொல்லவில்லை; சக்தியைச் சொன்னது.

அன்று முழுதும் ஆஷா மன சஞ்சலத்துடன் இருந்தாள். தேவையில்லாமல் அவளாக கற்பனை செய்து கொள்கிறாளா? திருமதி குமாரி சுகாதார இணைப்பகம் என்று குறிப்பிடும் இடத்தைச் சுத்தம் செய்ய ஏன் தேர்ந்தெடுக்க வேண்டும்? வகுப்பில் வேறு யாரையும் சொல்லாமல், இவளை மட்டும் சொன்னது ஏன்?

வகுப்பு அலுப்பூட்டும் நீண்ட குறிப்புகளை எடுக்கத் தயாராகக் காத்து இருந்தது. ஆனால், திருமதி குமாரி வேறு திட்டங்களுடன் வந்திருந்தார். 'தாதிப் பணியின் அடிப்படைகளை வெறுமனே பேசிக்கொண்டிருக்காமல் செய்முறையாகச் செய்து பார்ப்போம். இன்றைக்கு. பத்துப் பேரைத் தேர்ந்தெடுக்கப்போகிறேன். நீங்கள் என்னோட வார்டுக்கு வாங்க. மத்தவங்க அடுத்த இயல் பாடத்தைப் படிங்க. நாளைக்கு உங்க முறை வரும்' என்றார்.

வார்டுக்குச் சென்றதும் ஆஷா தவிர மற்ற ஒன்பது பேரை மூன்று பேர் கொண்ட குழுக்களாகப் பிரித்தார். 'ஒவ்வொரு பெண்ணுக்கும் சுத்தம் செய்யும் கலை கைவந்திருக்க வேண்டும். வீட்டைச் சுத்தமாக வைக்கத் தெரிந்திருக்க வேண்டும். அதேபோல், ஒவ்வொரு தாதிக்கும் தனது வார்டைச் சுத்தமாக வைக்கத் தெரிய வேண்டும். நடைமுறையில் செய்து பார்த்து அதை எப்படிச் சரிவரச் செய்வது என அறிந்து கொள்வோம்' என்றார்.

மூன்று குழுக்களுக்கும் வேலைகளைப் பிரித்துக் கொடுத்தார். 'நீங்க மூன்று பேரும் படுக்கை விரிப்புகளைப் பரிசோதிச்சுப் பாருங்க. நீங்க மூணு பேரும் சமையல் அறையைப் போய்ப் பாருங்க. கடைசி மூணு பேர், வார்டை சுத்தம் பண்ணுங்க.' எல்லப் பெண்களும் கலைந்து சென்றார்கள். திருமதி குமாரி கடைசியாக நின்றுகொண்டிருந்த ஆஷாவைப் பார்த்தார். அவளைப் பார்த்து வியப்படைந்தது போல்

இருந்தார். பிறகு மெல்லிய குரலில், 'சுகாதார இணைப்பகத்தைப் பராமரிப்பது மிக முக்கிய வேலை. எல்லா படுக்கை மலத்தட்டு, சிறு நீர்க் கிண்ணம் எல்லாத்தையும் நல்லா சுத்தம் பண்ணு. குளியலறைச் சுவர்கள், தரை எல்லாம் சுத்தம் பண்ணு.'

ஆஷா தன்னந்தனியாக மணிக்கணக்கில் வேலை செய்தாள். மலத்தட்டுகளும், சிறுநீர்க் கிண்ணங்களும் எத்தனைதான் சுத்தம் செய்தாலும் நாற்றம் அடித்தன. சுத்தம் செய்வதைப் பற்றி ஆஷாவுக்கு எந்தத் தயக்கமும் இல்லை. ஏன் அவள் அந்த வேலையைத் தனியே செய்ய வேண்டும்? இருப்பதிலேயே அசுத்தமான வேலை ஏன் அவளுக்குத் தரப்பட வேண்டும்? கருணைச் சகோதரிகள் இடத்திலும் சாதி வாழ்கிறது என்பதை அமைதியாக அவளுக்கு உணர்த்தும் வழியா?

மறுபடி விடுதி அறைக்குத் திரும்பியபோது, அவள் அமைதியாகத் தனித்து இருக்க விரும்பினாள். பிரியா, இப்போதெல்லாம் செய்வது போல, வழக்கம் போல, வேறு ஏதாவது அறையில் இருக்க வேண்டும் என விரும்பினாள்.

ஆனால் அறைக்குள் நுழைந்தபோது பிரியா படுக்கையில் இழுத்து மூடிக்கொண்டு படுத்திருந்தாள். அவள் தன் வேலையைப் பார்த்துக் கொண்டு போக வேண்டுமா? கொஞ்சம் தயக்கத்துடன், அவள் படுக்கையருகே சென்று பார்வையை மென்மையாகத் தூக்கினாள். பிரியா விழித்திருக்கிறாள். அவள் ஏதும் சொல்லாமலே ஆஷாவுக்கு அவள் சிரமப்படுவது புரிந்தது. பிரியா நடுக்கத்தைத் தடுக்க முயற்சிப்பதை ஆஷா உணர்ந்தாள்.

'உன் கார்டியனக் கூப்பிடவா?' ஆஷா, பிரியாவைக் கேட்டாள்.

'இல்ல. நான் அங்க போக விரும்பல.'

ஆஷா தயங்கி நின்றாள். நோய்வாய்ப்பட்டிருக்கும்போது அந்த வசதியான குடியிருப்பில் இல்லாமல், விடுதி அறையில் ஏன் இருக்க வேண்டும்?

'அந்த தாத்தா, அத்தையோட மாமனார், என்னை ஒரு மாதிரி பாக்கறாரு. என்னைத் தாண்டிப் போகும்போதெல்லாம் எங்கையை அல்லது தோளைத் தொட்டுட்டுப் போறாரு. எனக்கு பயமா இருக்கு,' என்றாள்.

ஆஷா, பிரியாவுடன் காப்பாளர் வீட்டுக்குப் போனபோது, எந்தச் சாதி என்று கேட்டது இதே ஆள்தான்.

மீதம் இருந்த மாலை முழுதும் ஆஷாவின் தாதிப் பணி செய்முறை தொடர்ந்தது. பிரியாவின் நெற்றியில் குளிர்ந்த நீரில் தோய்த்த துண்டை ஒற்றி எடுத்தாள்; சுரம் குறைந்ததும், பிரியாவின் வேர்வை படிந்த இரவு உடையைக் கழற்றி, புதிய உடுப்பை அணிவித்தாள். ஒரு கட்டத்தில், பிரியா ஆஷாவின் கையைப் பிடித்துக் கொண்டு, 'ஆஷா, நா... அவள் யார் என்பதெல்லாம் தெரியாது. ஆனால், அவள் கண்கள் மௌனமாக ஓரிரு சொற்கள் பேசுகின்றன.

'தூங்குப்பா. ஏதாவது வேணுன்னா, நா இருக்கே' என்றாள் ஆஷா. பிரியா தலையை அசைத்து கண்ணீர் மல்கச் சிரித்தாள்.

இது ஒரு மோசமான நாள். ஆஷா தன் படுக்கையில் கால் நீட்டிப் படுத்த போது, வீட்டை விட்டு வெளியே இருக்கும் போதும் அவள் தனிமையாக இல்லை என்ற உணர்வு தோன்றியது அவளுக்கே வியப்பளித்தது.

2

ஓராண்டுக்கு முன்பு சிறு பக்திக் கவிஞராக இருந்த கண்ணதேவா திடீரெனப் பெரிதாக வளர்ந்து விட்டார். அது இன்னும் கூடிக்கொண்டு போக வாய்ப்பு அதிகம். குறிப்பாக, அவரது சித்தர் தன்மை பெரிதாக வளர்ந்து, சாதாரண வாழ்க்கையை விட அதீதமாக்கப்படக் கூடும்.

கிருஷ்ணா கண்ணதேவா பற்றிக் கருத்தரங்கம், மாநாடு, பல்கலைக்கழகம், 'பொதுக் கூட்டங்கள்' என அங்குமிங்குமாகப் பேசிக்கொண்டிருந்தார். பக்திப் பண்பாட்டு நிறுவனத்தில் அவர் மேற்கொண்ட ஆய்வு முடிவுகளைக் குறுநூலாக எழுதி முடித்துவிட்டார். ஓரிரு வாரத்தில் அதை அவரது நூல்களை வெளியிடும் நிறுவனத்திற்கு அனுப்பி விடலாம்.

'பி.எஸ். கிருஷ்ணா போன்ற இந்து எதிர்ப்பாளர்களிடம்' இருந்து, இந்து மத சித்தர்களைக் காப்பாற்றுவதற்காக உருவாக்கப்பட்ட கண்ணதேவா வலைப்பக்கம், செவ்வனே வளர்ந்து வருகிறது. கண்ணதேவாவின் 900 வது பிறந்த நாள் என நம்பப்படும் தினத்தைக் கொண்டாட அழைப்பு விட்டுள்ளது.

சாகரா ஏரியில் சிலை வைக்கும் சிக்கல் புதிய திருப்பம் பெற்றுள்ளது. தேவபுரா இந்து சேனா, நடை பயில்வோர் பாதையில் ராஜா ஸ்ரீராமதேவா சிலை வைக்க முடிவு செய்துள்ளது. ஏரியின் மையத்தில்

வைப்பதற்கான சிலை திட்டம் இப்போது மாறிவிட்டது. நீரில் இருந்து எழும்பும் கண்ணதேவா சிலை வைக்கத் திட்டம் தீட்டப்பட்டுள்ளது. நகராட்சி அலுவலகம் அவர்களின் எசமானர்களைத் திருப்திப்படுத்த விரும்பி 18.5 கோடி நிதி ஒதுக்கீட்டிற்கு அடிபோட்டுள்ளன. சிலை நிறுவுவதற்கான மேடை கட்ட நிதி ஒதுக்கப்பட்டுவிட்டது.

சுப்பையா, ஹசனோடு நடை பயின்று கொண்டிருந்த போது, 'சித்தருக்கு நல்ல வாழ்வுதான்', என்று நட்ராஜ், கிருஷ்ணாவிடம் சொன்னார்.

ஆனால், கிருஷ்ணா மீளுயிர்ப்பு செய்துள்ள கண்ணதேவாவிற்கு எளிதாக அங்கீகாரம் கிடைக்கவில்லை. பல ஆண்டுகளாக கிருஷ்ணாவின் நூல்களை வெளியிடும் பதிப்பக உரிமையாளர், கிருஷ்ணாவின் மாணவராக இருந்தவர். அவர் இப்போது கிருஷ்ணாவை வீட்டில் சந்தித்து, தயக்கத்துடன், 'புரொபசர், இந்தப் புத்தகம் போட்றதுல சிக்கல் இருக்கும் போலிருக்கு' என்று கிருஷ்ணாவின் கண்களைச் சந்திக்க அஞ்சியபடி சொன்னார். கையில் இருக்கும் காப்பியைக் குடிக்கும் முன்பு நன்கு பரிசோதிப்பவர் போல பாவனை செய்து கொண்டு பேசினார்.

'உம்ம் சிக்கலா?' என்றபடி மோசமான தகவலைக் கேட்க மனதைத் தயார்படுத்தியபடி கேட்டார் கிருஷ்ணா. நேரடியாகக் கேட்டபோது, எந்தத் தயாரிப்பும் உதவவில்லை.

'இதை வெளியிடுவதை இப்போதைக்கு நிறுத்தி வைக்கும்படி சொல்கிறார்கள்' என்றார் அவர். யாரிடம் இருந்து இந்த ஆலோசனை வருகிறது என்று சொல்லவில்லை.

'இப்போதைக்கா...? அப்ப, சில மாசங்கள் கழிச்சுப் போடுவீங்களா? இந்தப் பைத்தியக்காரத்தனம் எல்லாம் எப்ப முடிவுக்கு வரும்?'

அந்த இளைஞர் காப்பியைக் குடித்து முடித்துவிட்டார். நிமிர்ந்து பார்க்க வேண்டிய கட்டாயம். பார்க்கப் பரிதாபமாக இருந்தார். சில கணங்களில் கண்ணில் நீர் வழியத் தொடங்கிவிடும் போல இருந்தது அவர் முகம். 'தெரியல... பாக்கணும்' என்று இழுத்தார்.

இந்த ஆளிடம் கோபப்பட்டு பயனில்லை. 'என்னோட சின்ன புத்தகத்தில என்ன ஆபத்து இருக்கு? ஏன் இவ்ளோ பயப்படற...' என்று இவரிடம் கேட்டு என்ன பயன்?

சுப்பையா, ஹஸன், நட்ராஜ் எல்லோரும் இப்போது சிலைகள் பற்றி மறந்துவிட்டார்கள். ராஜா சிலையானால் என்ன, சித்தர் சிலையானால் என்ன! கிருஷ்ணாவுடன் அவர்களது காலை நடைப் பயிற்சி செயல்திட்டம் வகுப்பதற்கான கூட்டங்களாயிற்று. ஹஸன் எளிமையான தீர்வு ஒன்றைச் சொன்னார்: 'நாமே சொந்தமாக வெளியிடுவோம். நம்மை யார் தடுக்க முட்யும்?' என்றார்.

அவர் சொன்ன 'நாம்' என்ற சொல் கிருஷ்ணாவின் மனதை நெகிழ வைக்கிறது. ஹஸனை அன்பு சுரக்க நோக்கினார். ஹசன் சிரித்தபடி நட்ராஜைச் சுட்டிக்காடி, 'நம்ம அச்சக, வெளியீட்டுச் சக்கரவர்த்தியை மறந்திட்டீங்களா?' என்றார்.

தனக்கு ஏன் முதலில் இந்த யோசனை தோன்றவில்லை என்று நட்ராஜ் எரிச்சல் பட்டார். அதைச் சரிசெய்ய, எல்லா விஷயங்களையும் நுணுக்கமாகப் பேச ஆரம்பித்தார். சின்னஞ்சிறிய விவரங்கள் குறித்துப் பேசத் தொடங்கினார். தன் கைபேசியில் எழுத்துரு, பக்க வரைகலை எல்லாம் காட்டி, கிருஷ்ணாவிடம் தேர்ந்தெடுக்கச் சொன்னார்.

நடைப்பயிற்சி முடித்து ஆசுவாசத்திற்காக பச்சை நிற பெஞ்சில் உட்கார்வதற்கு முன் எல்லாம் முடிவெடுக்கப்பட்டுவிட்டது. ஒரு விஷயம் மட்டும் மீதம் இருந்தது. நல்ல வேளையாக நட்ராஜ் அதைக் கிளப்பினார். செலவுகளை யார் ஏற்பது?

கிருஷ்ணா ஏற்கனவே அதைப் பற்றிச் சிந்தித்திருந்தார். ஓய்வு பெற்ற பின் கிடைக்கும் ஆயுட்கால சேமிப்பான வைப்பு நிதி இப்போதுதான் கைக்கு வந்திருந்தது.

சாந்தா அதை ஏற்கவில்லை. 'உங்க வைப்பு நிதி, என்னுடையதை விட அதிகம். நீங்க என்னை விட கூட வருஷம் வேலை செய்திருக்கீங்க. அதை சேமிப்பில வச்சு, என் பணத்தைப் பயன்படுத்தலாம். உங்க புத்தகத்துக்கு நான் பக்க பலமா இருக்க விரும்பறேன். முறையா, அதில என் பங்கு இருக்கணும்' என்றாள்.

கிருஷ்ணாவின் எந்த வாதத்தையும் ஏற்க சாந்தா தயாராக இல்லை. 'போய் வேலையப் பாருங்க. நட்ராஜுக்கு அனுப்பும் முன் கடைசியா ஒரு தடவ பிரதிய பாருங்க' என்றார். இருவருமே, இதைப் பற்றிக் குழந்தைகளிடம், குறிப்பாக ராமிடம், விவாதிக்க வேண்டாம் என முடிவு செய்தனர்.

கிருஷ்ணா தன் நூலை மறுபடி படித்துப் பார்க்கிறார். வழக்கம்போல், பாடல்கள்தான் அவருக்கு இன்பம் ஊட்டுகின்றன. பலரது குரல்கள். ஆனந்தகிராமம் கனவு கண்ட சாதியற்ற சமூகம் என்ற சட்டகத்தில் வைத்து விவாதிக்கும் போது அவருக்குக் கண்களில் நீர் மல்கியது. அவற்றின் இலக்கிய நேர்த்தி அல்லது போதாமைகள் பொருளற்றதாகப் பட்டது. உணர்வுப்பெருக்கும், நம்பிக்கையும், சொற்கள், வரிகள், குரல்களை ஒன்றிணைக்கும்போது வேறு விளக்கம் எதுவும் தேவையா?

மகாதேவியின் எச்சரிக்கையான கவிதை ஒன்றில் அவர் கவனம் செலுத்துகிறார். அவர் ஏற்றாக வேண்டிய ஒரு கூர்மையான கேள்வியை அது முன்வைக்கிறது. அதற்கும் இலக்கிய மதிப்பிற்கும் தொடர்பில்லை.

இது மின்மினிப் பூச்சிகளின் பருவம்.
இன்னும் ஓரிரு வாரத்தில்
அம்மணமான பூமியில் புழுக்கள் நெளியும்.

ஆனால், என் இறையே! பார்
என் தோழனே பார்!

இந்தக் குழந்தைகள்
பறக்கும் விண்மீன்களை விரட்டி,
குதித்து, அங்குமிங்கும் ஓடித் திரிந்து,
காற்றை கைப்பிடிக்குள் அடக்குகின்றனர்.
ஆயிரம் முகம் கொண்ட ஆறே!

கிருஷ்ணாவும் அந்தக் குழந்தைகளைப் போல் கைப்பிடியில் காற்றை அடைக்கிறாரா? அவரது நெருங்கிய நண்பர்கள், சாந்தா தொடங்கி, எல்லோரும், அவர் எதைச் செய்தாலும் ஆதரிப்பார்கள். ஒரு வகையில் இறுதி முடிவு அவர்தான் எடுக்க வேண்டும் என்பது கடினமான ஒன்று. அவரது முடிவு. எல்லா இழைகளையும் அவரால் இனியும் பிரித்துப் பார்த்தல் இயலாது என்பதுதான் உண்மை. அவை ஒன்றுடன் ஒன்று ஒட்டிக்கொண்டு இருப்பதால் பிரிப்பது சிரமம் ஆகிறது. சிக்கையா, மகாதேவி, கண்ணதேவா ஆகிய அனைவரும் ஆனந்தகிராமக் கவிஞர்கள். கிருஷ்ணாவின் சிறிய நூல் வரும். இந்துக்கள் அனைவரின் சித்தர்கள், கவிஞர்கள் அனைவரது பாதுகாவலராகத் தம்மைத்தாமே நியமித்துக் கொண்டுள்ள மனிதர்கள் என்ன செய்வார்கள் என்ற கிருஷ்ணாவின் பயம்; இனி கவிதைகள் வாசிப்பது, எழுதுவது, கற்றுத் தருவது சாத்தியம் அல்ல என்று கிருஷ்ணாவிற்கு உறுதியாகத் தெரிகிறது.

அவர்கள் அனைவரும் அவரது மாணவர்கள், சக ஆசிரியர்கள், நண்பர்கள், குழந்தைகள், பேரப் பிள்ளைகள். எப்போது அமைதி காக்க வேண்டும், பேச வேண்டும், என்ன சொல்ல வேண்டும் என்று கட்டளை பிறப்பிக்கும் நாட்டில் வாழ இயலாது என்பதில் அவர் உறுதியாக இருந்தார்.

கைப்பிடியில் காற்றைப் பிடிப்பது தவிர, வேறென்ன செய்ய முடியும்?

கிருஷ்ணா முதல் பக்கத்திற்குப் போகிறார். கைப்பிரதியைக் கவனமாகப் படிக்கிறார்; அச்சுப் பிழைகள், தொடர்ச்சி, இசைவு, வறட்டு வாதங்கள், தொடர்புகள், ஊகங்கள் குறித்த மிகைத் தன்மைகள் ஆகியவற்றைப் பரிசீலிக்கிறார்.

வேறு யாரோ ஒருவரும் கண்ணதேவாவின் நூல் பற்றிய துணுக்குகள், தகவல்களைச் சேகரித்துக் கொண்டிருக்கிறார். அவர் ஓலைச் சுவடிகள், 'மூலப் பனுவல்' ஆகியவற்றை எடுக்கவில்லை. கிருஷ்ணா கருத்தரங்கம், சொற்பொழிவுகள் ஆகியவற்றில் கூறும் கருத்துகளைச் சேகரிக்கிறார்.

குரு (ஸ்ரீஸ்ரீஸ்ரீ) சந்தோஷ் கோபமும் உற்சாகமும் சம அளவில் உள்ள மனநிலையில் இருக்கிறார். கிருஷ்ணாவிற்கு எதிரான குற்றச்சாட்டுகள் தெளிவானவை. பேராசிரியர் என அழைக்கப்படும் அவர், கண்ணதேவாவின் சீரிய ஜலசமாதியைத் தற்கொலை என்கிறார். அவர் கண்டுபிடித்த ஓலைச் சுவடிகள் குறித்து கிருஷ்ணா சொல்லும் கருத்துகளுடன் ஒப்பிடுகையில், இந்தக் கருத்து சிறிய தவறுதான். கண்ணதேவா தன் இளம் வயதில் கண்ணப்பா என்று அழைக்கப் பட்டதாகவும், அவர் ஒரு வண்ணாரின் மகன் என்றும், அந்த வண்ணாரின் தந்தை மாட்டுத் தோல் உரிப்பவர் என்றும் சொல்கிறார். சந்தோஷின் வயிறு கடமுடா என்கிறது. ஞானிகளின் வாழ்வைச் சிதைப்பதற்கு எல்லையே இல்லையா? இந்துமத வரலாற்றை எப்படியும் திரிக்கலாமா? இந்து எதிர்ப்பாளர்களின் இந்தத் திமிர்! பெருமை மிகு இந்து தேசத்தின் சிறப்பைக் குலைக்க இந்தப் பாதிரிகளும், முல்லாக்களும் எதைவேண்டுமானாலும் செய்வார்கள் என்பது தெரிந்ததுதான். அதைச் சொல்ல வேண்டியது இல்லை. ஆனால் இந்த வீட்டெலிகள், இந்து மதத்திற்குள் உள்ள பொந்தெலிகள் - இருப்பதில் படு மோசமானவர்கள். அந்த ஆளின் பெயர் கிருஷ்ணா. அவர் மகாபாரதம் போன்ற காப்பியங்களைப் படிக்கிறவர்; பகவத் கீதையில் உள்ள ஆத்ம ஞானத்தைப் போதிப்பவர். இதை இப்படி அசுத்தம் செய்வதில் அவருக்கு வெட்கம் இல்லையா? அவரது வீட்டின்

புனிதமான அறையில் பீ கழிவாரா?

இது ஒரு வெளிப்படையான சவால். சந்தோஷ், பலருக்கு ஆசானாக, குருவாக இருப்பவர், இதனைப் புறக்கணிக்க முடியாது. ஒரு படிப்பினையை உருவாக்க இது ஒரு வாய்ப்பு. துரோகிகள், அரக்கர்களைப் போலவே, உரிய முறையில் தண்டிக்கப்படவேண்டும்.

சந்தோஷ் நம்பிக்கையான கூட்டாளிகளின் பட்டியலை மனதிற்குள் நினைத்துப் பார்க்கிறார். ப்ரமோத் அல்லது ரிஷிகாந்த்தைக் கூப்பிடலாமா? இருவரும் பயிற்சி முகாம்கள் நடத்துவதில் ஈடுபடுபவர்கள். இந்த வட்டத்தில் வேறு யாராவது? இதைச் சிந்தித்தவாறே, சந்தோஷ் இணையத்தில் தேடுகிறார். அவர் மனதில் நினைத்த ஒரு குழுவின் முக்கிய நபர் எழுதிய கண்ணதேவாவின் பாடல்கள் பற்றிய கட்டுரை காண்கிறார். வரிக்கு வரி கண்ணதேவாவின் பாடல்களை விவாதித்து, அவர் எளிமையான, உயர்சாதிக் குடும்பத்தில் பிறந்து, ஏழை பார்ப்பனர்கள் பசி தீர்த்து, பசுக்களைப் பூசித்து வந்தவர் என்று காட்டுகிறார்.

சந்தோஷின் நாசித்துவாரங்கள் விடைக்கின்றன. கட்டுரை எழுதுவது சரி. ஆனால், அது மட்டும் போதுமா? பாடல்களைப் பகுத்தாய்வது, அவற்றின் உண்மைகளைத் தெளிவது இதெல்லாம் போதாது. வேறு கூட்டாளிகளைத் தேட வேண்டும். இந்தப் பேச்சுக்காரர்கள் சரியான சூழலை உருவாக்க உதவுவார்கள். அவர்கள் கூச்சல் போட்டுக் கொண்டு இருக்கட்டும். அது அடிப்படைக் கள வேலை. இந்து தேச உருவாக்கத்தை நோக்கி மேலும் ஒரு அடி நெருங்க உண்மையான சேவை தேவை - சொல், கவிதை பாடல் ஆகியவை போதாது.

ஆழமாக மூச்செடுக்கிறார் சந்தோஷ். அவரது வயிற்றுத் தசைகள் இறுகுவதை உணர்கிறார். கண்ணதேவா - கிருஷ்ணா சிக்கல் அவர் பல காலமாகச் சொல்லிவருவதை நிரூபிக்கிறது. இந்து மனிதன் மெதுமெதுவாக மென்மையாகிக்கொண்டு இருக்கிறான்; பெட்டைத்தனமானவனாக மாறிக்கொண்டிருக்கிறான். செயல்பட வேண்டிய நேரத்தில், பேசிக்கொண்டிருக்கிறான்.

இப்போதைக்கு சந்தோஷ் தன் நினைப்பைத் தனக்குள் வைத்துக் கொள்ளவேண்டும். அவர்தான் மூளை; சரியான உடம்பைக் கண்டறிதல் சிரமமா? முடுக்கிவிடலாம்.

அவர் விதைப்பார். அவரது சேவக்குகள், சீடர்கள், கூட்டாளிகள் பெயர் அறிந்த, அறியப்படாதோர் மற்றவற்றைக் கவனித்துக் கொள்வார்கள். இந்த வேலையை முடிக்க ஒரே ஒரு சேவக் இருந்தால் போதும்.

முதலில் அவரைப் பார்க்கக் காத்துக்கொண்டிருக்கும் ஆசிரியர் குழுவைச் சந்திக்க வேண்டும். மடிக் கணினிகளோடு கூட்ட மேசையில் இருந்த நான்கு இளைஞர்களுடன் சேர்ந்துகொள்கிறார் சந்தோஷ். அவர் வந்தவுடன் அவர்கள் எழுந்து, தலைகுனிந்து நின்றனர்; ஒவ்வொருவராக அவரது பாதங்களைத் தொட்டு வணங்கினர். அதில் ஒருவர், மேசையின் மையத்தில் இருந்த உயர்ந்த நாற்காலியை வெளியே இழுத்தார்.

அன்றைய வேலைகளுக்கு வந்தனர். எல்லோருடைய கணினிகளும் இந்து ராஷ்டிர சபாவின் பக்கத்தில் திறந்து வைக்கப்பட்டிருந்தன. குருவிடம் சபாவின் வலிமை, அவரது பலம் ஆகியவற்றை நிரூபிக்க வேண்டும். அதற்குப் பின்பே அவர்கள் மனதில் உள்ள புதிய பதிவேற்றங்களுக்கு அனுமதி பெற முடியும். அவர்கள் நேற்றைய தினம் பதிவேற்றம் செய்திருந்த புதிய புகைப்படம் ஒன்றை அவரிடம் காட்டினர். அதன் தலைப்பு ‘சுவாமி சிவகங்கா புனித குருஜி (ஸ்ரீஸ்ரீஸ்ரீ) சந்தோஷ் அவர்களுக்கு பூச்சொரிதல்’ என்பதாகும்.

அந்தப் படம்: ஈரமான ஆரஞ்சு வண்ணத் திலகம் சந்தோஷின் நெற்றியை இரண்டாகப் பிரிக்கிறது. அவரது தலை வழுக்கை விழுவது ஒரு வருத்தமான விஷயம். ஃபோட்டோஷாப் ஓரளவிற்குத்தான் சரி செய்யும். இருக்கும் முடிக் கற்றை கறுப்பு மை பூசப்பட்டு, துணிச்சலோடு பின் நோக்கி வாரப்பட்டிருந்தது. அவரது தலையில் ஒரு மெல்லிய பாலம் போல அம்முடிக்கற்றை இருந்தது. (காற்று வீசினால் அது பறக்கும். எனவேதான் குருஜியின் வரவேற்பறையில் மின்விசிறிகள் தடைசெய்யப்பட்டுள்ளன). நேற்று எடுத்த புகைப்படத்தில் குருஜி ஒரு நாற்காலியில் அமர்ந்திருந்தார். யோகாவின் பலங்கள் பற்றி அவர் தொடர்ந்து எழுதி வந்தாலும், அவரது முழங்கால்கள் அவரைத் தரையில் அமர அனுமதிப்பதில்லை. அவரது தலை அடக்கத்துடன் (பணிவாக அல்ல) சற்றே சாய்ந்து இருந்தது; அவரது கரங்கள் நமஸ்தே சொல்லக் குவிந்திருந்தன. கழுத்தில் மல்லிகையும் சிவப்பு ரோஜாவும் கலந்த மாலை; ஒரு சீடன் அவரது தலையில் சிவப்பு, வெள்ளை, மஞ்சள் பூவிதழ்களைத் தொடர்ந்து தூவியபடி இருந்தான்.

குழுவின் கலை இயக்குனர் மற்றுமொரு புதிய பிம்பத்திற்கான தனது கருத்தை வர்ணிக்கத் தொடங்கினார். கற்பனை கலந்த அந்தப் படம்

அப்போதுதான் வந்துள்ள கட்டுரையோடு போனால் நன்றாக இருக்கும் எனக் கருதினார். 'குருஜி! ஆற்றங்கரையில் இளஞ்சிவப்பு காலை ஒளியில் மதிப்புமிக்க தாங்கள் நிற்பது போன்ற படம் வேண்டும்' என்றார்.

'எந்த ஆறு?' சந்தோஷுக்கு நுணுக்கங்களைக் கவனிப்பதில் அதி நம்பிக்கை.

'ஆறாக இருக்க வேண்டும் என்றில்லை. அதுவல்ல முக்கியம். ஆனால், தண்ணீர் இருப்பது போன்ற தோற்றம், உங்களுக்குப் பின்புறம் உள்ள வானத்திற்கு இணையாக இருந்தால், உங்கள் பராமரிப்பில் பெரும் பிரபஞ்சம் இருக்கும் தோற்றம் கிடைக்கும்' என்றார்.

சந்தோஷ் தலையசைத்து ஆமோதிக்கிறார். அவருக்கு வளமான கற்பனை. விவரிக்கப்படுவதைப் புரிவது சிரமம் அல்ல. கலை இயக்குனர் அவரது ஊக்குவிப்பில் மகிழ்ந்து, 'உங்கள் மேல் ஒரு ஒளிக்கற்றை வீசும். அதில் பூக்கள் மிதக்கும். வானில் உள்ள தெய்வங்கள், தேவதைகள் கரங்களில் இருந்து அப்பூக்கள் உங்கள் மீது விழும்,' எனத் தொடர்ந்தார்.

சந்தோஷ் மீண்டும் ஆமோதித்தார். 'நான்கு கடவுளர், இரண்டு பெண் தெய்வங்கள். மொத்தம் ஆறு ஆக்கிவிடுங்கள். இந்தப் படத்துடன் வரப்போகும் கட்டுரை?'

ஆசிரியர் குரு (ஸ்ரீ ஸ்ரீ ஸ்ரீ) சந்தோஷ் அவர்களின் நல்ல இந்து வாழ்க்கையின் ஐந்து மையக் கொள்கைகள் என்று தலைப்பு கொண்ட கட்டுரையை உரக்க வாசிக்கிறார்.

'*1. அனுதினமும் உண்மையாக வாழுங்கள். உண்மை எங்கு உள்ளது? வேதங்களில். அதனைக் கண்டறிய யார் சொல்லித்தருவார்கள்? குருதான். வேதங்கள் உண்மை. குரு உண்மை.*

'*2. பிரபஞ்சத்தின் மையத்துடன் நெருக்கமாக இருங்கள். புவியில் நிலமும் நீரும் இருப்பது உண்மையானால், கடவுளரும் புனிதர்களும் நிலம் நீரைத் தமது விதிகளால் சூழ்வதும் உண்மையானால், அதன் மையமாக இருப்பது குரு (ஸ்ரீ ஸ்ரீ ஸ்ரீ) சந்தோஷ். அவர் நிலம், நீருக்கு மத்தியில் இருப்பது உண்மை.*

'*3. ஆக்க சக்தி, அழிவு சக்தியைத் தோற்கடிப்பதை உறுதி செய்யுங்கள். உண்மையான இந்து வாழ்வின் ஆக்க சக்தியை எவ்வாறு வெளிக்*

கொணருவது? தெய்வங்களை வணங்கி, தொடர்ச்சியாக பூசைகளைச் செய்து, கோயில்களுக்கு நன்கொடைகள் வழங்கி, தூய்மையாக இருப்பதன் மூலம் அது சாத்தியப்படும். கடவுளர், துறவிகள், ஆச்சாரியார்களை அவமதிக்கும் அசுத்தமான இந்துக்கள்; அல்லா, ஏசு கிறிஸ்துவை வழிபடுவோர் ஆகியோர் பயங்கரமான அழிவுச் சக்தியை கட்டவிழ்த்து விடுவார்கள். குருவின் ஆக்க சக்தி மூலம் பெறும் வலுவினால் இவற்றை விரட்டுவது ஒவ்வொரு இந்துவின் புனிதப் பணி.

'4. ஆக்க சக்தியின் போரிடும் வலுவைக் கற்றுத் தேருங்கள். குரு இந்து சக்தியின் அவதாரம். அவரது மூச்சில் ஆக்க சக்தி நிறைந்துள்ளது. அழிவுச் சக்திகளோடு எவ்வாறு போரிடுவது என்று அறிந்த ஞான ஊற்று குரு.

'5. சீர்மிகுந்த இந்து தேசத்தின் பாதையில் வரும் தடைகள் மீது உங்கள் ஆன்மீக முயற்சிகளைக் குவியுங்கள். ஆக்க சக்தி பற்றிய ஆன்மீக அதிகாரம் மிக்கவரான குரு (ஸ்ரீ ஸ்ரீ ஸ்ரீ) சந்தோஷ் இப்பூமியில் நமது நோக்கம் இந்து ராஷ்டிரம் என்பதை நிரூபித்து விட்டார். குருஜி இந்து ராஷ்டிரத்தை எல்லைக்கோடுகள் அற்ற நிலமாக, அனைத்துப் பகைவர்களையும் வெல்லும் ஆன்மீக அனுபவமாக, இந்தியா மட்டுமின்றி உலகெங்கும் உள்ள நிலம், நீர் அனைத்தையும் கையிலெடுக்கும் சக்தியாக விவரிக்கிறார். ஒவ்வொரு இந்துவும் இந்தப் பெருமைமிகு இந்து தேசம் நோக்கி, என்றும் மாறாத உண்மை வழங்கும் வேதங்கள், குருவின் வழிநடத்த நடைபோட வேண்டும்.'

'நல்ல இந்து ஆண்கள், பெண்கள், குழந்தைகள் படங்கள் வர வேண்டும்' என்றார் சந்தோஷ்.

'கட்டாயம், குருஜி,' என்றபடி கலை இயக்குனர் படுவேகமாக குறிப்புகளைக் கணினியில் தட்டிக் கொண்டிருந்தார்.

சந்தோஷின் பணி நாள் முழுதும் தொடரும். அவரது பழைய, புதிய சீடர்கள் தமது நோக்கத்திற்கான முழுமையான சேவகர்களாக உருப்பெறும் வரை அவரது தொடர்ந்த வழிகாட்டுதல் தேவை; இந்து ராஷ்டிரத்தின் உண்மையான சேவகர்களாக மாறுவார்கள். நிறைய வேலைகள் செய்யக் கிடக்கின்றன. சந்தோஷ் பெருமூச்சு விடுகிறார்; ஆனால், இந்த உழைப்பு தரும் பலன்களை நினைத்துப்

பார்க்கிறார். ஒரு நொடியில் சந்தோஷ் குருஜியாகி, மீண்டும் ஸ்ரீஸ்ரீஸ்ரீ ஆகிவிடுகிறார். அவரது சேவக்குகளுக்கு, அவர்கள் தினம் தினம் நெருங்கும் சீர்மிகு தேசத்திற்கு வேண்டிய அனைத்தையும் அவரால் செய்து முடிக்க முடியாதுதான்.

அவர் அறியும் முன்னரே மாலையாகிவிடுகிறது. சன்னல் வழியே பொழியும் ஒளி பகலும் இரவும் அற்ற நேரத்தைக் காட்டுகிறது. எதுவும் சாத்தியம் எனச் சொல்லும் ஒளி. தங்கள் அர்ப்பணிப்பை நிரூபித்த சிறு சேவக் குழுவுடன் அமர்ந்திருக்கிறார் சந்தோஷ். அவரது கண்கள் ஒவ்வொருவராய் மெதுவாகப் பார்க்கிறது. இறுதியாக, முதல் வரிசையில் உள்ள ஸ்ரீகுமார் மீது பதிகிறது.

ஸ்ரீகுமார் அப்பழுக்கற்ற வெள்ளை குர்தா, பைஜாமா அணிந்திருக்கிறான். அவனது உடம்பு முழுதும் மூடியிருந்தபோதிலும், சந்தோஷ் அவனது தட்டையான, உறுதியான வயிறு, நிமிர்ந்த முதுகு, பரந்த தோள்கள், மேற்புறக் கைகள் மற்றும் தொடைகளில் இருந்த ஆரோக்கியமான தசைகள் ஆகியவற்றைப் பார்க்க முடிந்தது. அவனுக்கு 29 அல்லது 30 வயசிருக்குமா? ஒரு மனிதன் பார்க்க இப்படித்தான் இருக்க வேண்டும். இப்படித்தான் ஒரு உடல் இருக்க வேண்டும். இறுக்க சுருண்டு கிடக்கும் பாம்பு போல, நேரம் வரும்போது நீண்டு சீறத் தயாராக இருக்க வேண்டும். அதில் வலிமை இருக்கிறதா? கட்டுப்பாடு? அடுத்த கட்ட சேவைக்குக் கூட்டிச் செல்லலாமா?

குரு சீடன் உறவு பற்றி இன்று பேசலாம் என்று சந்தோஷ் நினைத்தார். 'மாணவனுக்கும் சீடனுக்கும் உள்ள வேறுபாடு என்ன?' என்றார்.

ஸ்ரீகுமார் உன்னிப்பாகக் கேட்டான்.

'மாணவன் என்பவன் தன் கட்டணத்தைச் செலுத்திவிட்டு, ஆசிரியரிடம் இருந்து விலகித் தன் வாழ்வைத் தொடங்குகிறான். குரு என்பவர் ஆசிரியரை விட மேலானவர். குரு பெற்றோரைப் போன்றவர். அவர் மேம்பட்டவர். இந்த வாழ்விலோ, மறு வாழ்விலோ அவருக்குக் கட்டணம் செலுத்த முடியாது. ஒரு சீடன் குருவிற்கு அன்போடு சேவை புரிகிறான். இருந்தாலும், அது மட்டும் போதாது. அவன் இன்னும் செய்ய வேண்டும்; கூட, இன்னும் கூட செய்ய வேண்டும்.'

இன்னும் என்ற சொல்லை சந்தோஷ் மீண்டும் மீண்டும் சொல்லச் சொல்ல, அறையில் இருந்த சீடர்கள் மெய்மறந்துபோகின்றனர். ஸ்ரீகுமார்

தன் அடிமுதுகில் ஒரு படபடப்பு வந்து போவதை உணர்கிறான். இன்னும் நேராக நிமிர்ந்து அமர்கிறான். அவன் குரு சொல்வதெல்லாம் செய்வான்; இன்னும்கூட செய்வான்.

'மிகப் புனிதமான உறவு என்பது எது? உலகில் இருக்கும் ஒரே ஒரு உண்மையான உறவு எது?' சந்தோஷ் மௌனமாக உள்ள சீடர்களை ஒவ்வொருவராகப் பார்க்கிறார். ஸ்ரீகுமாரைக் கடைசியாகப் பார்த்தார்.

சந்தோஷ் காத்திருக்கிறார்.

ஸ்ரீகுமார் அமைதியாகத் தன்னைக் கேட்டதில் இதயம் படபடவென்று அடித்துக்கொண்டபோதிலும் 'குரு சீடன் உறவு' என்கிறான். அந்தச் சொற்கள் அவர்கள் இருவர் மத்தியில் படர்கிறது; ஒரு முழு உரையாடல், ஆன்மீகப் பரிமாற்றம், வாழ்நாள் பெறுமதிமிக்க எழுச்சி சாத்தியமாகிறது.

'என்னருகே வா மகனே' எங்கிறார் சந்தோஷ்.

ஸ்ரீகுமார் எழுந்து அவர் அருகில் செல்கிறான். குனிந்து அவர் காலடியில் விழுகிறான்.

இன்னொரு காலடிக்கு அருகில் தரையில் சாஷ்டாங்கமாக வீழ்ந்து கிடக்கையில் இவ்வளவு பெருமையாக உணர்வது வினோதமாக இருந்தது ஸ்ரீகுமாருக்கு. நேர்த்தியான வடிவம் கொண்ட பாதங்களை அவன் உள்வாங்குகிறான். அதன் வளைவுகள், கட்டைவிரலில் உள்ள ஓரிரு முடிகள் அனைத்தையும் பார்க்கிறான். அவனது கண்கள் நுட்பமான விவரங்களைக் காண்பதில் எப்போதும் தேர்ச்சி மிக்கவை. பிறகு அவன் காதில் குருவின் குரல் கேட்கிறது. இரகசியம் சொல்வது போன்ற குரல் சன்னமாகக் கேட்கிறது. 'உன் வலிமையைப் பேணிக் காத்து வீறுநடை போடுவாயாக!' என்று குரு அவனை மென்மையாக ஆசிர்வதிக்கிறார். அச்சொற்கள் மிக மென்மையாக, அவர்கள் இருவருக்குமான ரகசியம் போல ஒலித்தன.

3

சிக்கையா குழந்தை சந்திராவைத் தூக்கிக் கொள்கிறான். மகாதேவிக்கும் அவருக்குமான துண்டு நிலா, அவர்களது முதல் குழந்தை. அந்த அதிர்ஷ்டத்தை அவரால் நம்பவே முடியவில்லை. யாருக்காவது இப்படி ஒரு பேறு கிடைக்குமா? இத்தனை குதூகலத்தைத் தாங்கிக் கொள்ளமுடியுமா?

நாள் முழுதும் வேலை; நிறைய வேலைகள். துணி துவைத்தல், தோட்ட வேலையில் உதவி, சந்திராவுக்கு முழு உலகத்தையும் காட்டுதல்... அவரும் மகாதேவியும் சந்திராவுக்குக் காட்ட ஒரு பேரணியே வைத்திருந்தார்கள். பாரு! இதப் பாரு! உனக்கான உலகம் ஒவ்வொரு விதையும், முளையும்; ஒவ்வொரு நட்சத்திரமும், வான் மேகமும்; நெடிதுயர்ந்த மரம், பறவைகள், மாடுகள், நாய்கள், பன்றிகள், தட்டாம்பூச்சிகள், குன்றுகளுக்கு இடையே தாமே வைத்துக் கொள்ளும் பந்தயத்தில் ஓடும் சிவப்பு, கருப்பு நிற எறும்புகள், ஒவ்வொரு புல்லிதழையும் எண்ணிக்கொண்டு செல்லும் பூச்சிகள் எல்லாம் வைத்திருந்தார்கள். பறை. ஆறு. அவர்களது இறை. தோழன். சொற்கள்: முணுமுணுக்கப்பட்ட, மந்திரமாய் ஒலிக்கப்பட்ட, மறுபடி மறுபடி சொல்லப்பட்ட, பாடப்பட்ட சொற்கள். சிக்கையாவின் சொற்கள், மகாதேவியின் சொற்கள். சந்திரா கால்கள் பாவி நடக்கும் முன்பே அசைந்து ஆடத் தொடங்கியதில் வியப்பேதும் இல்லை.

அவர்களின் துண்டு நிலாவிற்குத் தனக்கென கூட நடனமாட கூட்டாளி தேவைப்பட்டது. சிக்கையாவும் மகாதேவியும் அந்த ஆசையை நிறைவு செய்கிறார்கள். அவளைப் போலவே கொழு கொழு கால்களோடு எந்த நேரமும் அசைய, தவழ, நடக்க, ஓட, ஆடத் தயாராக ஒரு தம்பியைக் கொடுத்தார்கள். அவன் கண்ணப்பா.

அவர்களது சொந்த ஆனந்தகிராமம் முழுமையானது. மகாதேவி எல்லோருக்கும் பாட்டு கட்டுவாள். சிக்கையா பகலில் வேலை செய்யும்போது பாடுவார்; இரவில் தன் பறை சகிதம் பாடுவார். அவரது பாடல்களில் சில சொற்கள் அவருடையவை; சில மகாதேவியுடையவை. எது யாருடையது என்று அவருக்குத் தெரியாமல் போனது. அவர்கள் இருவரும் எல்லா நேரமும் ஒருவர் வரியை மற்றவர் முடிப்பார்கள். அன்றாடச் செய்திகள் பேசும்போதும், சந்திரா, கண்ணப்பாவைக் கொஞ்சும்போதும் கூட அப்படித்தான்.

குழந்தைகளுக்கு நீச்சல் அடிக்கக் கற்றுத்தரும்போது, மகாதேவி கைகளில் துள்ளும் சந்திரா அல்லது கண்ணப்பாவிடம், ‘அங்க ஒரு நிலா இருக்கு, செல்லம்! தண்ணீருக்குள் ஒளிந்து விளையாடும் வெள்ளி முகம் ஒன்று இருக்கு’ என்பாள். சிக்கையா அவள் கையில் இருந்து குழந்தையை வாங்கி தன் கையால் அந்தச் சின்ன உடலுக்குக் கீழ் தெப்பம் செய்து மெல்லிய குரலில் பாட்டிசைப்பார்: ‘நீதான் அந்த நிலா, செல்லமே. ஆறு எனக்குத் தந்த நிலா நீதான்’, என முடிப்பார்.

வேலைகளை விட்டுவிட்டுப் போகக்கூடிய நாட்களில் சிக்கையா, மகாதேவி, சின்னக்குட்டி சந்திரா, குழந்தை கண்ணப்பா, பாட்டன் - பாட்டி ரெங்கையா, பர்வதம்மா, பெருமை பேசும் மாமா புட்டண்ணா, மற்றும் பயங்கர ஐவர் சித்தா, சென்னா, குண்டண்ணா ஆகியோர் ஆனந்தகிராமத்திற்குச் சென்று அவர்களது சகோதர சகோதரிகளைக் கண்டு வருவார்கள். பேசுவார்கள். விவாதங்கள், பாடல், கவிதை, சிலசமயம் பட்டிமன்றம் ஆகியவற்றைக் கேட்பார்கள். ஒன்றாகச் சமைத்து உண்பார்கள்.

ஒருமுறை பழங்காலத்து சாதித் தருக்கு குறையாத மாஜி பிராமணன் ஒருவர் அவர்களை உற்றுப் பார்ப்பதைக் கண்டார் சிக்கையா. இவர்களின் கண்கூடான மகிழ்ச்சியில் அவரது ஒரு புருவம் உயர்ந்தது. அன்றிரவு சிக்கையாவிற்கு ஒரு கனவு வந்தது: ஆறு அமைதியாக இருந்தது, அலாதியான அமைதி. தூங்கிக் கொண்டிருந்தது; ஓடுவதை நிறுத்திவிட்டுத் தூங்கத் தொடங்கியது. அப்போது, சலனமற்ற நீரில்

இருந்து ஒரு ஈட்டி பாய்ந்தது. நீண்ட, பயங்கர ஈட்டி; முடிவற்று, உயர்ந்து நின்ற ஈட்டி. அதன் கூர்முனை சிவப்பு நிறத்தில் ஜொலித்தது. அச்சிவப்பு கசிந்தது. அது நிச்சயம் ரத்தமாகத்தான் இருக்கும் எனக் கனவில் நினைத்தார் சிக்கையா. இந்த ஈட்டி யாரோ ஒருவரைத் தாக்கியுள்ளது. யாரை? அது யாருடைய ரத்தம்? அவருக்கு விழிப்பு வந்து விட்டது. நடுநிசிக் காற்று நிச்சலனமாக இருந்தது. உறக்கம் அற்ற காகம் தூரத்தில் கரைந்தது. மகாதேவி அவர் பக்கம் திரும்பிப் படுத்திருந்தாள். அவள் முகம் கவலையற்று சாதுவாக இருந்தது. சந்திரா அம்மாவின் முதுகில் ஒட்டிக்கொண்டு இருந்தாள். கண்ணப்பா இருவருக்கும் இடையில் தவளை போல் முழங்கால்களை மடித்து ஒரு வளைவு போல் சுருண்டு கைகளை அகல விரித்துக் கிடந்தான். எல்லாம் சரியாக உள்ளது. சிக்கையா மீண்டும் உறக்கத்தில் ஆழ்ந்தார்.

நாள் முழுதும் வேலை. உழைப்பு, பாட்டு, இறை வணக்கம், பேச்சு, ஆனந்தகிராமத்துப் பேச்சு எனக் கழிந்தது. தாத்தா ரெங்கையாவும் பாட்டி பர்வதம்மாவும் இருந்தார்கள்தான். ஆனால், பல நாட்கள் சிக்கையா, மகாதேவி, சந்திரா, கண்ணப்பா, நிலம், மரங்கள், ஆறு என்பது ஒரு முழுமையான பிரபஞ்சமாக அமைந்தது. ரகசியம் பேசும், சலசலக்கும் பிரபஞ்சம்; அதில் மௌனம் இருக்காது; சலனமின்மையும் இருக்காது. ஒரு ஜோடி இருவாச்சிக் குருவி தங்கள் கனத்த சிறகுகளை அடித்தபடி மரத்திற்கு மரம் தாவும்; அவை எப்போதும் ஒன்றாகவே பறக்கும். உயர்ந்து வளர்ந்த புற்களுக்கு இடையே பார்க்க பெருத்த எலி போலத் தோன்றும் கீரிப்பிள்ளை படு அசத்தலாகப் போகும். பாம்புகள் நெளியும்; ஆமைகள் எச்சரிக்கையாக நகரும். பொங்கும் இந்த வாழ்க்கையில் எதுவும் அமைதியாக இருக்காது. சொல்வதற்கு அவற்றிடம் நிறைய உண்டு: உருண்டு விழும் அருவியின் ஒலி; செம்போத்துப் பறவை அதன் வால் போல நீண்டு ஒலிக்கும் கூவல்; தவளைகள், சில்வண்டுகளின் சேர்ந்திசை; திடீரென்று தரையில் விழும் தேங்காய் ஒன்றின் தடால் ஓசை.

வாழ்க்கை, உயிரோட்டம் என்று ஒவ்வொரு மூச்சிலும் சொல்லும் இந்த இடம், மற்றும் காலத்தில் அவர்கள் அனைவரும் அந்த மேகங்களற்ற நாளை மறக்க முடியாது. சிக்கையா, மகாதேவி கட்டாயம் நினைவு வைத்திருப்பார்கள். ஏழு வயதான கண்ணப்பாவும் நினைவில் வைத்திருக்கலாம். அந்த நாளை அடுத்து வந்த வாரத்தோடு சேர்த்துதான் நினைவில் கொள்ள முடியும்.

மாரிக்காலம் ஆனபோதும் அன்று மேகமூட்டம் இல்லை. கதிரவன் அமைதியாக இருந்தான். அதிக வெப்பம் அற்ற லேசான ஒளி, ஆறு, சேறு நிறைந்த கரை, தென்னை, மாமரங்கள், இளஞ்சிவப்பு மந்தாரை மலர்களில் பரவுகிறது. மழை நிற்பதற்காகக் காத்துக்கொண்டிருந்த துணிகளை சிக்கையாவும் மகாதேவியும் உலர்த்துகிறார்கள். சந்திராவும் கண்ணப்பாவும் அவர்களைச் சுற்றிச் சுற்றி ஓடிக்கொண்டிருக்கிறார்கள். துரத்திவிட்டால் கத்திச் சிரித்தபடி ஆற்றங்கரைக்கு ஓடினார்கள்.

சிக்கையா, மகாதேவிக்கு அவர்கள் குரல் கேட்க முடிந்தது. சந்திரா ஆனந்தகிராமத்துப் பெண்கள் போல வரிகளை ஓதுவாள்; மகாதேவி போலப் பாட முடியும், சிக்கையா போல பறை வாசிக்க முடியும் என்று காட்டிக்கொண்டிருக்கிறாள். காற்றில் ஒரு கற்பனைப் பறையை அடிக்கிறாள். ‘ஓ ஆறே! ஆயிரம் முகம் கொண்ட ஆறே!’ என்று கத்துகிறாள். கண்ணப்பா வால் போல அவளைப் பின்தொடர்கிறான். அவளை விட்டு விட்டுப் போகக் கூடாது. ‘முகங்கள் முகங்கள், ஆயிரம் முகங்கள்’ என்று கத்துகிறான். அந்த ஒரு வரியை மறுபடி மறுபடி சொல்வது ஒரு விளையாட்டாகிறது. யாரால் அதிக முறை, வேகமாகச் சொல்ல முடியும் என்கிற போட்டியாகிறது. சந்திரா ‘ஓ ஆயிரம் முகம் கொண்ட ஆறே ஆயிரம் முகம் கொண்ட ஆறே’ என்றபடி தட்டாமாலை சுற்றுகிறாள். சந்திராவின் ‘ஓஆயிரம் முகம்கொண்ட ஆறே, ஓ ஆயிரம் முகம்கொண்டஆறே’ குரலில், மரங்கள், பெருக்கெடுக்கும் ஆறு, கண்ணப்பா, மகாதேவி, சிக்கையா எல்லாம் மின்னல் போல விரைவாக மறைகின்றன.

கண்ணப்ப வால் அப்படிச் செய்ய முடியவில்லை. அவன் அழுதபடி மகாதேவியிடம் ஓடுகிறான்.

மறுநாள் வானில் மேகங்கள் திரண்டன. அடைமழை. சந்திராவுக்குக் காய்ச்சல் தகிக்கிறது. ஜுரம் தன் வேலையைப் படுவேகமாகச் செய்கிறது. அவளை எழுந்திருக்க விடவில்லை. உறங்கவிடவில்லை. சாப்பிடவிடவில்லை. ஒரு வாரத்தில் அவளால் ஒரு சொல்கூடச் சொல்ல முடியவில்லை. எப்படி ஓ ஆயிரம் முகம் கொண்ட ஆறே என்று மெதுவாகவோ வேகமாகவோ சொல்ல முடியும்?

ஒரே வாரம்தான். விடாது பெய்யும் மழையால் அவர்கள் குடிசையைச் சுற்றிச் சூழ்ந்து இருக்கும் தண்ணீர் உயர்ந்துகொண்டே இருந்தது; புதியதொரு தோழமையற்ற ஆறை அந்த நீர் அவர்களிடம் கொண்டு

வந்தது. சிக்கையா குடிசையை விட்டு வெளிச்செல்லவில்லை. சந்திராவின் அருகிலேயே உட்கார்ந்து, ஒருவேளை கண் விழித்து ஏதாவது கேட்பாளோ எனக் காத்திருந்தார். அவள் கேட்பதைக் கொடுத்தால் சற்று நலமாக உணர்வாள் என நம்பினார்.

ஏழாம் நாள் மாலை சந்திரா மறைந்துவிட்டாள். மாலை மயங்கி இரவுக்குள் நுழையும் நேரத்தில் அவள் போய்விட்டாள். அடைமழை காரணமாக மதியம், மாலை, இரவு எல்லாமே ஒன்றுபோல் இருந்தது. எல்லாம் இரவாக, புயலிரவாக இருந்தது.

'தூங்கிட்டிருக்காளா?' கண்ணப்பா ரகசியமாகக் கேட்டான்.

'இல்லை' என்றபடி மகாதேவி வறண்ட கண்களுடன், அயர்வோடு கண்ணப்பாவைத் தூக்கி மடியில் வைத்துக்கொண்டாள்.

இயல்புக்கு மாறாக சலனமற்று இருக்கும் சந்திராவின் அருகில் இரவெல்லாம் உட்கார சிக்கையாவுக்கு மனம் இடம் கொடுக்கவில்லை. இருவரும் பார்வையைப் பரிமாறிக்கொண்டனர். பேச்செதுவும் இல்லாமல் சந்திராவை ஒரு துணியில் சுற்றிக்கொண்டனர். வெளியில் தண்ணீர், மழை, சகதி எல்லாம் சேர்ந்து அவர்கள் அதிக தூரம் போகவிடாமல் செய்தன. சிக்கையா சந்திராவை சுமந்தார்; மகாதேவியும் கண்ணப்பாவும் கைகோத்தபடி பின்தொடர்ந்தனர். சேற்றில் தட்டுத் தடுமாறி நடந்தனர். மந்தாரை மரத்தை அடையும் முன் அவர்கள் தொப்பலாக நனைந்து விட்டனர். மழை, கண்ணீர் இரண்டும் ஒன்றுதான். மகாதேவி தொய்ந்துபோன அவள் துண்டு நிலாவை கடைசி முறையாக ஒரு முறை கையில் ஏந்தினாள்; சிக்கையா கல்லறைக் குழி தோண்டினார். ஆழமற்ற கல்லறை. மழை நின்றவுடன் சந்திரா வானத்தையும் சூரியனையும் பார்க்கலாமே! மந்தாரை மலர்கள் மறுபடி பூக்கும்போது அதன் இளஞ்சிவப்புப் பூக்களை அவள் பார்க்க வேண்டும் என நினைத்தார்.

மறுநாள் காலை மழை நிற்கிறது; மென்மையான தூறலாக மரியாதைக்கு உரியதாகத் தூறுகிறது. சிக்கையாவும் மகாதேவியும் மௌனமாக இருக்கிறார்கள். அவர்கள் அமைதி கண்ணப்பாவைப் பேச விடாமல் பயமுறுத்துகிறது. சொற்களை உரக்கச் சொல்லி என்ன பலன், சந்திராவுக்குக் கேட்குமா என்ன? பல வாரங்கள், புட்டண்ணாவின் பல சந்திப்புகள், ரெங்கையா, பர்வதம்மாவின் ஆறுதல்கள், ஆனந்தகிராமத்திற்குப் பயணங்கள் சென்றபின்

பேசுவதற்கான வார்த்தைகள் திரும்பி வருகின்றன. முதலில் அவை அவர்கள் மனதிற்குள் மட்டுமே பேசப்பட்டன.

இரவின் அமைதியில் சிக்கையா ஆற்றின் கரையில் உட்கார்ந்து இருக்கிறார்; அவர் அருகில் மௌனமாக பறையும். கடந்த காலம் மனதில் பெருக்கெடுக்கிறது. சமீபத்திய கடந்த காலம் அல்ல அது ரணமாக இருந்தது. அவர் முன் பரந்த ஆறு, அருகில் அன்புப் பறை. அவை வெகு காலத்திற்குப் பின்நோக்கி எடுத்துச் செல்கின்றன. ரொம்ப முன்னால்.

கடந்த காலத்தில் நான் தீண்டத்தகாதவனாக இருந்தேன்.
கடந்த காலத்தில் என் நிழலை முகர்ந்தாலே ஓடினர்.

அன்று நான் அழுகிய கறி சாப்பிட்டேன்.
தேங்கிய குட்டையில் குளித்தேன்.

அது அன்று.
அங்கே மறுபடி போகாதபடி என்னைக் கட்டிப் பிணை.

என்னை இங்கேயே வைத்துக் கொள், ஓடும் சுழலில்,
ஓ ஆயிரம் முகம் கொண்ட ஆறே!

மகாதேவி நிகழ்காலத்தில் இருக்கிறாள். அவள் வாழ்வு முழுதும் இங்குதான் இருக்கிறது. இப்போது அதில் ஒரு நிரப்ப முடியாத பெரும் பள்ளம் உள்ளது. அவள் தினம் மந்தாரை மரத்தைக் கடந்து போகிறாள். ஒவ்வொரு நாளும் காலையில் சதைப்பற்று மிக்க ஊதா - சிவப்புக் குழாய் போல் உள்ள புதிய மலரைப் பார்க்கிறாள்; மதியம் பிசுபிசுப்போடு அது விரிகிறது; அந்தி மாலையில் பெரிய வண்ணத்துப்பூச்சி போல, அதன் இதழ் நுனிகள் மெல்லச் சாயும்படி பலவிதக் கனவுகளைத் தருகிறது. நாளைக் காலை அது இருக்குமா? மண்ணில் உயிரற்றுக் கிடக்குமா?

மகாதேவி கூடுதலாக வானத்தையும் மரங்களையும் பார்க்கிறாள். ஆற்றைப் பற்றிப் பாடுகிறாள். ஆனால் அதனருகே நேரம் செலவழிப்பதில்லை. சந்திராவின் மந்தாரை மரத்திற்கு அருகில் ஒரு தேக்கும், மாமரமும் உள்ளன. பருவம் மாற மாற அவை மாறுவதை மகாதேவி கவனிக்கிறாள். தேக்கின் இலைகள் மெல்லச் சாகின்றன. அந்தப் பெரிய இலைகள் பழுப்பாகின்றன; இடையிடையே தோல் இழக்கின்றன; பகலில் அவை நோய்வாய்ப்பட்டவைபோல

அழகற்றுத் தோன்றுகின்றன; ஆனால், இரவில் கருநீல வானில், அவை சல்லாத்துணி போலத் தெரிகின்றன; பிடிவாதமாக வாழ்வின் கடைசி முணுமுணுப்பையும் அழகாகப் பற்றிக்கொள்கின்றன; விழும்போது, மண்ணை மெதுவாகத் தட்டுகின்றன; காற்று அதனை உதைக்கும்போது சரசரக்கின்றன; மகாதேவியின் கால்களில் மிதிபடும்போது நொறுங்குகின்றன.

இதே சமயம், அருகில் உள்ள மாமரம் தழைக்கிறது. காய்கள் பழுக்கின்றன; மரம் அமர்த்தலாக இருக்கிறது. ஆனால், கருநீல வண்டுகள் விடாமல் பறந்துகொண்டு, இறக்கைகளை அடித்தபடி, விடாது ரீங்காரம் செய்துகொண்டிருந்தன. அவை மரத்தில் துளைகள் இட்டு, அதன் ஆயுளைக் குறைக்கின்றன. அத்தருணத்தில் மகாதேவி கண்ணப்பாவிற்காக ஒரு புதிய பாடலை இசைக்கிறாள்:

இது மின்மினிப் பூச்சிகளின் பருவம்.
இன்னும் ஓரிரு வாரத்தில்
அம்மணமான பூமியில் புழுக்கள் நெளியும்.

ஆனால், என் இறையே! பார்
என் தோழனே பார்!

இந்தக் குழந்தைகள்
பறக்கும் விண்மீன்களை விரட்டி,
குதித்து, அங்குமிங்கும் ஓடித் திரிந்து,
காற்றை கைப்பிடிக்குள் அடக்குகின்றனர்.
ஆயிரம் முகம் கொண்ட ஆறே!

கைப்பிடி காற்றைப் பிடித்தல்

1

கண்ணப்பா வளர்ந்துவிட்டான். வயதைவிட முதிர்ச்சியோடு தெரிகிறான். வயதானவர் முகத்தோடு இருக்கும் குழந்தையாக இருக்கிறான். அவன் வயதுக்கு மிகவும் தீவிர கவனம் கொண்டவனாக இருக்கிறான். ஆனால், மகாதேவியின் மென்மையான நடத்தைகளும் அவனிடம் உள்ளன. பாட்டி பர்வதம்மா நோய்வாய்ப்பட்டதும், கண்ணப்பா அவரது தாதியாகிறான். தாத்தா, பாட்டி குடிசையில் தங்கத் தொடங்குகிறான். பர்வதம்மாவுடன்தான் படுத்துக்கொள்வேன் என்று பிடிவாதம் பிடிக்கிறான். தூங்காமல், அவர் அருகில் உட்கார்ந்து ஜுரவேகத்தைக் குறைக்க ஈரத்துணியை நெற்றியில் பற்றுப் போட்டபடி இருக்கிறான். பாட்டியின் கடைசி மூச்சைத் தன் கையில் தாங்குகிறான். அவரது இறுதிச் சடங்குகளைச் செய்கிறான். ரெங்கையா, சிக்கையா, மகாதேவி மூவரும் கண்ணீர் பெருக்குகிறார்கள். கண்ணப்பாவின் கண்கள் உலர்ந்து இருக்கின்றன. அவன் அவர்களை மயானத்திற்கு மரணத்தின் தூதுவனாகக் கூட்டிச் செல்கிறான். திரும்பும்போது அவன் பெரியவர்களை ஆறுதல் படுத்துகிறான். அவன் பெரியவன் போலவும், அவர்கள் குழந்தைகள் போலவும் தேற்றுகிறான்.

கண்ணப்பாவுக்கு உதவிகள் செய்யப் பிடிக்கிறது. ரெங்கையாவின் கூடை முடைதல், மகாதேவியின் வயல் வேலை, சிக்கையாவின் ஆற்றருகே துணி துவைத்தல் அனைத்திலும் உதவி செய்கிறான். ஆனால், கண்ணப்பாவுக்கு அந்த வேலைகளிலோ, அல்லது தினம் அவற்றைச் செய்யும் மனிதர்களிடமோ நெருக்கம் ஏதும் இல்லை. அவன் ஒரு விருந்தாளி போலவும், அவர்களைப் பார்க்க வந்தவன் போலவும்தான் படுகிறது.

கண்ணப்பாவிற்குப் பிரியமானவை சொற்கள். சொற்களைச் சேகரித்து, சேமித்து, பரிசீலனை செய்து, அவற்றின் ஒலிகள், பலவித அர்த்தங்கள் ஆகியவற்றுக்குள் ஆழ்கிறான். கூச்ச சுபாவம் கொண்ட கண்ணப்பா, சில சமயம் சிக்கையா தான் கட்டிய பாடல்களின் வரிகளை மறக்கும்போது நினைவுபடுத்தி அவர்களை வியப்பில் ஆழ்த்துவான். அற்புதமான நினைவாற்றல் மட்டுமல்ல. சிக்கையா அல்லது மகாதேவியின் ஒரு சொல், தொடரை எடுத்துக்கொண்டு கருத்துப் பொதிந்த பத்து வரிகளாக விரித்துச் சொல்லுவான். அவர்களது எளிமையான பாடல்களை வைத்துப் புதிர்கள் போடுவான்; அவற்றைக் கொண்டு அவர்களுக்கே புரியக் கடினமாக இருக்கும் கவிதைகள் புனைவான்.

சிக்கையாவும் மகாதேவியும் அன்பைப் பொழிந்தார்கள். அவர்கள் உருவாக்கிய இந்த அதிசயத்துடன் கொண்ட அன்புக்கு ஒரு எல்லையும் இருந்தது. இப்போது அவர்கள் ஏந்தும் நிலாத்துண்டு அல்ல அவன். அவர்கள் குளிப்பாட்டி, கட்டிப்பிடித்து, கொஞ்சக் கூடியவன் அல்ல. மறைந்த முதல் நிலாத்துண்டு மந்தாரை மரத்திற்கு உரமாகி, மந்தாரை மலராகி விட்டாள். கண்ணப்பா இனி துண்டு நிலா அல்ல; முழு நிலா. வானில் உள்ள நிலா போல கண்ணப்பாவை அவன் பெற்றோர்கள் தொலைவில் இருந்து பார்க்கத்தான் முடிந்தது.

அவர்கள் என்ன செய்ய வேண்டும்? அவர்களைவிட மேலானவனாய், கண்ணப்பா அவனுக்கு ஏற்றபடி வாழ என்ன செய்வது?

வழக்கம் போல் சிக்கையா புட்டண்ணாவை அணுகினார்.

புட்டண்ணாவிற்கு நரைக்கத் தொடங்கிவிட்டது. எப்போதும் போல் வலுவாக இருந்தார்; சத்தமாகப் பேசினார். ஆனால், சில நேரம் இருமல், பெருமூச்சு எல்லாம் வந்தது. அவர் பார்க்காமல் இருந்த சமயத்தில் பழைய புட்டண்ணா அவரை விட்டுப் போய்விட்டாற்போல் இருந்தது. மகாதேவி தட்டு நிறையச் சோறு போட்டு, மெல்லிய கரைசலான மீன் குழம்பு ஊற்றி, அருகில் ஒரு குவளைத் தண்ணீர் வைக்கிறாள்.

‘புட்டண்ணா, மகாதேவிக்கும் எனக்கும் உங்க ஆலோசனை தேவைப்படுது’ என்றார் சிக்கையா.

‘ஆலோசனையா?’ என்று மகிழ்ச்சியோடு கனைத்தார் புட்டண்ணா. சோற்று உருண்டையை உருட்டியபடியே ‘அது ரொம்ப மலிவு. லேசு. சும்மா கேளு. எந்தச் சிக்கலும் இல்லாம தரேன்’ என்றார்.

சிக்கையா தயங்கியபடி, 'எங்களுக்கு ஒரு ஆசை இருக்கு... கண்ணப்பா பத்தி' என்று இழுத்தார்.

புட்டண்ணா உள்ளங்கையை நக்கியபடி, புறங்கையில் ஏதாவது ஒட்டியிருக்கா எனப் பார்த்தபடி, 'ஓ, கனவா? என்ன வேணுமாம் இப்போ அந்தப் பையனுக்கு? பயப்படாம சொல்லு. எனக்குக் கனவு பத்தி நல்லா தெரியும்,' என்றார்.

'அவன் எழுதப் படிக்கக் கத்துக்கணும்னு ஆசைப்படறோம்' என்று இடைமறித்தாள் மகாதேவி.

சிக்கையாவும் தலையாட்டுகிறார். அவருடைய மகன், எவ்வளவு புத்திசாலியாக இருந்தாலும் எழுதப் படிக்க முடியும் என்றுதான் நம்ப வேண்டும் என்பது போல் சற்று அதிர்ச்சியோடு இருந்தது சிக்கையாவின் தோற்றம்.

'ஆமாம். அவன் வளந்துட்டான் இல்ல! மடத்துல மத்த பிள்ளைகளவிட கொஞ்சம் வயசு கூட ஆயிடிச்சு. ஆனா, அவங் கற்பூரம். புடிச்சுப்பான். ஒண்ணு ரெண்டு வாரம் கொடுங்க,' என்று சொல்லி உற்சாகமாக ஏப்பம் விட்டார் புட்டண்ணா. 'மகாதேவி, உன்ன மாறி யாரும் எனக்குச் சோறு போட்றதில்லம்மா,' என்றார்.

மூன்று வாரங்கள் உருண்டோடின. அவர் மறந்துவிட்டார் என நினைத்தனர். ஆனால், புட்டண்ணா அவர்களை எப்போதாவது விட்டுக்கொடுத்திருக்கிறாரா? இருப்பதிலேயே சூதான எலியைக் கூடப் பிடிக்கும் வேட்டைக்காரர் அல்லவா புட்டண்ணா! அவருக்குத் தெரியாதவர் உண்டா? அவரால் ஏதோ மாயாஜாலமாகப் பலன் பெற்ற, அவருக்குத் திருப்பி உதவ வேண்டிய பொறுப்பில்லாதவர் யாரேனும் உண்டோ? அவரால் யாரிடமும் பேச முடியும்; அவர்களுக்குத் தான் சமம் என நம்ப வைக்க முடியும். அவர் மறுபடி வந்தபோது, அவர்களை ஆற்றை நோக்கி வருமாறு சொன்னார். சிக்கையா, மகாதேவி, கண்ணப்பா மூவரும் பின்தொடர்ந்தனர். ஆற்றுக் கரையில் யார், எதற்காகக் காத்துக்கொண்டிருக்கிறார் என்று புட்டண்ணா சொல்லவில்லை. ஆனால், ஏதோ ஒரு பெரிய மாற்றம் நிகழப் போகிறது என்று அவர்கள் உணர்ந்துகொண்டனர். ஒருவருக்கொருவர் ஆறுதலாகக் கைகோத்துக் கொண்டனர்.

அங்கு ஒரு உயரமான மனிதர் காத்துக்கொண்டிருந்தார். புட்டண்ணா அவரைக் கைகூப்பி வணங்கினார். புட்டண்ணா அருகில் நிற்கையில்

அந்த மனிதர் வெளிறியவர் போல் தெரிந்தார். கல்விக்காகப் பல மணி நேரங்களை அறைக்குள் செலவிடுவதாலும் அப்படித் தெரியலாம். அல்லது அவரது அறிவுத் தேர்ச்சி கண்டு சூரியனும் அவரைத் தொட அஞ்சுகிறதோ! உயர்சாதிக்காரர் போலத் தெரிகிறார்; ஆனால், அவர் மார்பில் நூல் இல்லை. சிக்கையா நிம்மதியடைகிறார்; ஆனால், முட்டாளாக இருக்கக் கூடாது என்று தனக்குத் தானே நினைத்துக் கொள்கிறார். நூல் அணிந்தாலும், அணியாவிட்டாலும் அவர் உயர் சாதிக்காரர்தான். கண்ணப்பாவுக்கு ஒரு செருப்பு தைப்பவரா எழுதப் படிக்கச் சொல்லித்தர முடியும்?

அந்த நெடிதுயர்ந்த மனிதர் கண்ணப்பாவைச் சற்றுத் தொலைவில் இருந்த பாறையருகே அழைத்துச் சென்று சில கேள்விகள் கேட்டார். குழந்தை பதில் சொன்னான். அவன் குரல் குழல் இசைப்பது போல மென்மையாக இருந்தது. மகாதேவி, புட்டண்ணாவுடன் தூரத்தில் அமர்ந்திருந்த சிக்கையாவிற்கு அவர்கள் பேசுவது முழுதும் காதில் விழவில்லை. காதில் விழுந்த ஓரிரு சொற்களும் ஒன்றோடொன்று கலந்து பொருளற்றுக் கேட்டன. ஆனால், கண்ணப்பா நம்பிக்கையோடு பதில் சொல்கிறான் என்பதை உணர முடிந்தது. கண்ணப்பா அந்தப் பெரிய மனிதரின் முகம் பார்த்து, அவர் வைக்கும் எந்தத் தேர்விலும் வெற்றி பெற்றுவிடுவான். அப்புறம் ஏன் சிக்கையாவுக்கு வருத்தமாக உள்ளது? மகாதேவியின் தோள்கள் சரிகின்றன?

அந்த உயர்ந்த மனிதர் அவர்களை அழைக்கிறார்: கண்ணப்பாவைச் சுட்டிக் காட்டி 'அவனுடைய மூட்டையைத் தயார் பண்ணுங்கள். நாளை விடிகாலை புட்டண்ணா அவனை என்னிடம் கூட்டிவருவார்' என்றார்.

சிக்கையாவும் மகாதேவியும் அவருக்குப் பணிவுடன் நன்றி தெரிவித்தனர். நன்றியைத் தவிர கொடுக்க அவர்களிடம் ஏதுமில்லை. கண்ணப்பாவின் அதிவேக பதில்கள், சொற்களை நினைவில் இருத்தும் அதீத ஆற்றல், நற்செயல்கள் புரிவதில் அவன் காட்டும் ஈடுபாடு ஆகியவைதான் குருதட்சிணையாக அமைய வேண்டும். (புட்டண்ணா அவருக்கு குரு தட்சிணை கொடுத்ததாகப் பின்னர் அவர்களுக்குத் தெரிய வருகிறது. அது என்னவென்று சொல்ல அவர் மறுத்துவிடுகிறார். அவர்களின் கேள்விகளைச் சிரித்து மழுப்பிவிடுகிறார்.)

அன்றிரவு புட்டண்ணா மட்டும்தான் உறங்கினார். சிக்கையாவும் மகாதேவியும் குடிசைக்கு வெளியில் இருந்து கேட்ட புட்டண்ணாவின்

குறட்டை ஒலியைக் கேட்டவாறு விழித்திருந்தனர். இதற்கு முன் பலமுறை இந்தப் பல்லோசை தாலாட்டைக் கேட்டிருக்கிறார்கள். அது அவர்களைப் பாதித்ததில்லை. ஆனால், இன்று அது அவர்களை உறங்க விடாமல் செய்கிறது. குறட்டை சற்று ஓயும்போது, அது மீண்டும் கிளம்புவதை எண்ணிக் காத்திருந்தார்கள். அதுதான் புட்டண்ணா அங்கு இருக்கிறார், மறுநாள் காலை விடியும், கண்ணப்பா விரும்பியது கிடைக்கும், அவர்கள் அவனுக்காக விரும்புவது கிடைக்கும் என்பதை உறுதிப்படுத்தும் ஒலி.

கண்ணப்பாவுக்கு உற்சாகமிகுதியால் உறக்கம் வரவில்லை. பெற்றோருக்கு இடையில் படுத்துக்கிடக்கிறான். ஆனாலும் கட்டிக்கொண்டு படுப்பதை மறந்துவிட்டான். அம்மாவின் கரங்கள் அவனைத் தொட்டுப் பார்க்க நீளும்போது அவன் நெளிகிறான். கொஞ்ச நேரம் அவன் அசந்திருக்க வேண்டும். மகாதேவி அவனது மூட்டையைக் கட்டி முடிக்கையில், கண்ணப்பா ஆழ்ந்த உறக்கத்தில் இருக்கிறான். அவள் அவனை உசுப்பி எழுப்புகிறாள். தன் கையால் ஊட்டிவிட்டு, கடைசியாக ஒரு முறை அவனைக் குழந்தையாக பாவிக்கிறாள். சிக்கையாவுக்கு என்ன செய்வதென்று புரியாமல் போகிறது. அங்கேயே உட்கார்ந்து அவர்களைப் பார்த்துக் கொண்டிருக்கிறார்.

அவர்கள் மீண்டும் ஆற்றை அடைகிறார்கள். புட்டண்ணா, சிக்கையா, மகாதேவி, கண்ணப்பா. கண்ணப்பாவின் மூட்டை சிறியதாக இருந்தாலும், ஒருவரால் சுமக்க முடியாதது போல முறை வைத்துத் தூக்குகிறார்கள். சிக்கையாவும் மகாதேவியும் அவர்களுக்கு மிகவும் பரிச்சயமான கரைக்குப் போகிறார்கள்: அவளது சரிவு, அவரது கற்கள், வரிசையான கயிறுகளால் காலத்துக்கும் மணம் செய்விக்கப்பட்ட அவரது மரங்கள் உள்ள ஆற்றங்கரை.

இன்று அங்கு ஒரு படகும், படகோட்டியும் இருக்கிறார்கள். சிக்கையாவிற்கு வெகுகாலம் முன்பு அவனை ஏற்றிய பெட்டி நினைவுக்கு வந்தார். கண்ணப்பாவை அறியாத உலகிற்கு ஓட்டிச் செல்ல பெட்டி இப்போது இருந்திருந்தால்... பெரிய அண்ணாவும் படகில் இருந்து, கண்ணப்பாவிற்குப் பாடல் பாடி, அவனது முதல் ஆற்றைக் கடக்க உடன் இருந்தால்...! இந்தப் படகோட்டி புதியவர். அவர் படகில் அமர்ந்து, தன் பொறுமையின்மையைக் காட்டிக் கொள்ளாமல், அவர்களது வழியனுப்புதல்கள் முடிய காத்துக் கொண்டிருந்தார்.

இரவு முழுதும் பொறுமையற்றுப் புரண்டுகொண்டிருந்த கண்ணப்பா திடீரென படகில் ஏறுவதற்கு முரண்டு செய்ய ஆரம்பித்தான். மகாதேவியின் பின்னால் ஒளிந்துகொண்டு படகோட்டி கண்ணில் படாமல் நின்றான்.

புட்டண்ணா, மகாதேவியின் பின்புறம் சென்று கண்ணப்பாவின் முகத்தை உற்றுநோக்கினார். 'என்ன ஆச்சுடா? எழுதப் படிக்கக் கத்துக்கணுமா வேணாமா?' என்று பொய்க் கோபத்தோடு கேட்டார்.

'வேணும்' கண்ணப்பா முனங்கினான். புட்டண்ணா கைகளைக் காற்றில் வீசி, வேணுமாம் என்று ஒலிபரப்பினார். அப்பா, அம்மா, மகன் மூவரும் இருந்த இடத்தில் உட்கார்ந்தார்கள். புட்டண்ணா மூவரையும் பார்த்து போலி எரிச்சலோடு, கண்ணப்பாவைப் பார்த்துப் 'அப்ப, நீ அம்மாவ விட்டுப் போகமாட்ட...?' என்றார்.

குழந்தையின் கண்கள் பெருக்கெடுத்தன. புட்டண்ணாவிற்கு என்ன செய்வதென்று தெரியவில்லை.

மகாதேவிதான் இனி நேரம் இல்லை என முடிவு செய்கிறாள்.

கண்ணப்பாவைத் தன்னிடம் இருந்து மென்மையாகத் தள்ளி விடுகிறாள். அவள் கண்களிலும் ஈரம். ஆனால், குரல் உறுதியாக இருந்தது. 'கண்ணப்பா, என் மவனே, போ. முடிஞ்சவரை படி. நாங்க உனக்குச் சொல்லித்தர முடியாத எல்லாம் கத்துக்கோ'. அவள் குரல் கொஞ்சலாக மாறியது: ' எழுதறது. படிக்கிறது! ஒன் அப்பா, நானு, உங்க தாத்தா, பாட்டி, இங்க இருக்கற புட்டண்ணா யாருக்கும் தெரியாத அதிசயம் அது. அப்பா பாட்டையெல்லாம் ஒருவேளை நீ எழுதலாம்; என்னோடதையும் எழுதலாம். எங்க வார்த்தங்க, எங்க பாட்டு. அதச் சத்தம் போட்டுப் படிச்சா, நீ தனியா இருக்க மாட்ட. ஒன் பாட்ட எழுதி எங்களுக்கு அனுப்ப முடியலாம். யாராவது எங்களுக்குப் படிச்சுக் காட்டுவாங்க. நாம தூர தூரமா இருந்தாலும் ஒத்தருக்கு ஒத்தர் பாடிட்டு இருக்கலாம்' என்றாள்.

கண்ணப்பா விசும்பியபடியே, அவளிடம் இருந்து விலகுகிறான். சிக்கையா, புட்டண்ணாவைக் கண்டுகொள்ளவில்லை. நேரே போய் படகில் புது மனிதனோடு ஏறுகிறான். அவன் திரும்பிப் பார்க்கவில்லை.

2

எல்லா பக்கங்களையும் கவனமாகப் பார்த்தாயிற்று. நூல் தயார். அதற்குத் தலைப்பு இல்லாமல் இருந்தது இன்றுவரை. கிருஷ்ணா சாந்தாவிடமும் நடைபயில் குழுவிடமும் கேட்டுக்கொண்டிருந்தார். தெரிவு செய்த இரண்டு தலைப்புகளில் எதைத் தேர்ந்தெடுக்கலாம் என்று ஊசலாடிக்கொண்டு இருந்தார்: மக்கள் குரல்: ஆனந்தகிராமத்தின் பாடகர்கள், கண்ணதேவாவின் குடும்பம்: ஆனந்தகிராமக் கவிஞர்கள். இறுதியில், இரண்டாவது தலைப்பு ஆய்வுத் தலைப்பாக இல்லை என முடிவு செய்தார். சாந்தா சித்துவுக்கு நன்கு செழித்து வளர்ந்திருந்த ஈச்ச மரத்தை வேறு ஒரு சட்டிக்கு மாற்றக் கற்றுக்கொடுப்பதைப் பார்த்துக்கொண்டிருந்தார். அதன் வேர்கள் ஆழப் பரவி பழைய சட்டியை விரிசல்படுத்திவிட்டன. சாந்தா மண்ணுக்குப் பொறுப்பு; சித்து மணலுக்கு. சித்து தீவிர கவனத்தோடு தன் முறை வரக் காத்திருந்தான். கையால் மணலை அள்ளி விரல்கள் வழி உதிரவிட்டான். கிருஷ்ணாவுக்குப் பதில் கிடைத்தது போல் பட்டது. கண்ணதேவா அவரது குடும்பத்தை எட்டாமல் 'மக்களை' அடைய முடியுமா? மக்கள் அவரது குடும்பம் அல்லவா?

தலைப்பு நூலை நிசமாக்கியது போலிருந்தது. சிக்கையாவையும் அவரது மண் சார்ந்த பாடல்களையும் கண்ணப்பா கண்ணதேவா மூலம் கிருஷ்ணாவின் காலத்திற்குக் கொண்டு வரும் தலைப்பாகத் தோன்றியது. வீடும், காலமும் கிருஷ்ணாவுடையது மட்டுமல்ல. துறையில் சிவா

எல்லா வேலைகளையும் ஒதுக்கிவைத்துவிட்டு, புரொஃபசருக்கு உதவக் காத்திருந்தார். சிவா ஏற்கனவே பல பதிப்புகளை அச்சேற்றி இருக்கிறார். அவற்றுள் சில கடினமானவையாக இருந்துள்ளன. கிருஷ்ணாவுக்குப் பல மொழிகள் தெரியும். அவற்றை அச்சேற்றியதன் மூலம் பேராசிரியரின் திட்டத்தின் ஒரு பகுதியாக உணர்ந்தார். நடைக் குழுவும் மிகுந்த ஈடுபாடும் உற்சாகமும் கொண்டிருந்தது. நியூஸ் நட்ராஜ், ஹஸன், சுப்பையா ஆகியோரையும் 'பதிப்புக் குழு' என்று குறிப்பிட்டார்.

பதிப்புக் குழுவின் காலை நடை இப்போது நடந்துகொண்டே கூட்டம் நடத்தும் வழியாயிற்று. நட்ராஜ் தொடர்ந்து பேசிக்கொண்டு நடப்பதால் மூச்சு இரைத்துக் கொண்டு நடந்தார். சுப்பையா அவரது வழக்கமான கரடுமுரடான வழியில் அவரை அமைதிப்படுத்த முயன்றார். 'இது தொடக்கம் மட்டுமே. இந்த நூல். நாம் இன்னும் போகவேண்டி இருக்கிறது' என்றார் சுப்பையா. அதற்கு என்ன பொருள் என்று யாருக்கும் விளங்கவில்லை. ஆனால், நட்ராஜ் அதைக் கேட்டு மேலும் குஷியானார்; ஹஸன் பதட்டம் அடைந்தார். நண்பர்களுக்கு அவர் ஹஸன் என்பது பெரிதாகப்படவில்லை. ஆனால் பிற குடிமக்கள் அதைக் கவனிப்பார்கள் என்று ஹஸனுக்குத் தெரியும். சாகரா ஏரியில் கடந்த இரு வாரங்களில் நடப்பதைக் கவனித்தாலே புரியும்.

ஏரியின் நடு மத்தியில் பெரும் பூதம் ஒன்று நீருக்குள் இருந்து கிளம்புகிறது. சாகரா சிமெண்ட் மேடை ஒன்றைப் பிரசவிக்கிறது. தேவபுரா இந்து சேனாவை அதிகாரிகள் அமைதிப்படுத்திவிட்டார்கள். செய்திக்குறிப்பு ஒன்று 'வெகுமக்களின் உணர்வுகளுக்கு மதிப்பளித்து' சாகரா ஏரி சிலைப் பிரச்சினைக்குத் தீர்வு காணப்பட்டுள்ளது என்றது. அரச உருவம் ஒன்று ஏரிக்கருகில் விரைவில் வந்துவிடும். இதற்கிடையில் முனிவர் கண்ணதேவா 'கடந்த காலத்தில்' இருந்த தமது முன்னோர் என சேனா சமீபத்தில் முன்னிருத்தும் சிலை சில மாதங்களில் குரலற்ற கற்சிலையாய் ஏரியில் முகிழ்க்கும். சிலையின் இருமருங்கிலும் நீரூற்றுகள் திட்டமிடப்பட்டுள்ளன; அதன் நீர் காவி நிறமாக ஒளியூட்டப்படும். இப்போதைக்கு சிலைக்கான மேடை மட்டும்தான் வரைகலை மற்றும் கட்டுமானக் குழுவால் முடிவு செய்யப்பட்டுள்ளது. இந்தப் பணி ஒப்படைக்கப்பட்டுள்ள சிற்பியும் அவரது உதவியாளர்களும் அவர்களுக்கு வழங்கப்பட்டுள்ள மாதிரிப் படங்களைப் புரிந்து கொள்ள முயன்றுகொண்டு இருக்கிறார்கள். எனவே சிலை உருவாக்கம் தாமதமாகிறது.

கிருஷ்ணாவின் கண்ணதேவாவுக்கு எதிரான இந்த கான்கிரீட் சாட்சியம் ஹஸனுக்குத் தொந்தரவாக இருக்கிறது. மற்றவர்கள் ஏன் ஏரியில் நடப்பதைக் கவனிக்காமல் இருக்கின்றனர்? கிருஷ்ணாவின் நூலில் அவர்கள் செய்யும் முயற்சியோடு ஏன் அதனைத் தொடர்புபடுத்திப் பார்க்காமல் இருக்கிறார்கள்? கிருஷ்ணா அவருக்கு அவ்வப்போது வரும் வெறுப்பைக் கக்கும் மின்னஞ்சல்கள், அச்சுறுத்தல்கள் பற்றிப் பகிர்ந்துகொண்டிருக்கிறார். ‘ஆய்வுக்கு உட்படாத விமரிசனங்கள்’ என்று அவற்றை அவர் புறந்தள்ளுவது கண்டு அவர்கள் வியந்து பாராட்டி இருக்கிறார்கள். (ஹஸனும் ஒரு சிறிய ‘சிறுபான்மையினர் கல்லூரியில்’ வேதியியல் ஆசிரியர். பெரும் எண்ணிக்கை கொண்ட முதலாண்டு மாணாக்கருக்கு வகுப்பெடுப்பவர். நல்லவேளையாக, ஆய்வுரீதியாகவோ, இல்லாமலோ மூலக்கூறுகள் எவ்வாறு உறவுகள் கொள்கின்றன அல்லது கலவைகள் உருவாகின்றன என்று யாரும் விமரிசிக்கவில்லை.) நட்ராஜ், சுப்பையா இருவரும் கிருஷ்ணாவின் புதிய மேம்பட்ட கண்ணதேவாவில் மூழ்கியிருந்தனர். ஏரியில் நடக்கும் புதிய வேலைகளின் சத்தத்தினால் எரிச்சல் அடைவது தவிர வேறெதெற்கும் அவர்கள் எதிர்வினை ஆற்றவில்லை. ஹஸன் ஏரியில் இருந்து தன் மனதைத் திருப்பி நியூஸ் நட்ராஜ் சொல்வதைக் கேட்க முயற்சித்தார்.

‘விடாமல் வேலை நடந்துகொண்டு இருக்கிறது’ என்று நட்ராஜ் அறிவிக்கிறார். அவர் தனது வாட்ஸ் ஆப் குழுக்கள் அனுப்பும் தகவல்களைப் பல வாரங்களாகக் கவனிக்கவில்லை. அவரது முழு கவனமும் செயல் திட்டத்தில்தான். சாந்தாவின் வைப்பு நிதிப் பணம் கிடைத்ததால் எல்லா பணமும் முன்னதாகவே கட்டியாயிற்று. ஓவியக் கலைஞர் அல்லது வரைகலை நிபுணர் வைக்கப் பணம் போதாது. எனவே நட்ராஜுக்குத் தெரிந்த அச்சுக் கலை மூலம் அட்டையில் கண்ணதேவாவின் குடும்பம் அழகுற வைப்பதில் திருப்தி அடைய வேண்டும்.

‘மெய்ப்புகள் எப்போது வேண்டுமானாலும் வந்துவிடும்’ என்று கிருஷ்ணாவிடம் சொன்னார் நட்ராஜ்.

குழந்தை போல் உற்சாகமானார் கிருஷ்ணா. ‘கவனமாகப் பார்த்துவிடுகிறேன். சாந்தாவும் ஒரு முறை பார்க்க விரும்புவாள்’ என்றார்.

மெய்ப்புகள் வந்து போகின்றன; பைண்டர் நூலைக் கட்டத் தொடங்குகிறார். ஹஸன் விநியோகம் செய்யும் ஒருவருடன் பேசி எங்கெல்லாம் நூல் விமரிசனத்திற்கு அனுப்ப வேண்டும் என ஒரு பட்டியல் போடுகிறார். விமரிசனங்கள் வரக் காலம் பிடிக்கும். இது சுடச் சுட விற்பனையாகும் புத்தகம் அல்லவே! நூல் 'வெளியீடு' நிகழ்ச்சி ஞாயிறு மதிய உணவு விருந்தோடு சேர்த்து தன் வீட்டிலேயே நடத்தலாம் என கிருஷ்ணா விரும்புகிறார். விருந்தினர் பட்டியல் மட்டும் வழக்கத்தை விடச் சற்றுப் பெரிதாக உள்ளது.

மறக்க முடியாத நிகழ்வாக நூல் வெளியீடு அமைந்தது. கிருஷ்ணாவின் மகள்களும், மருமகளும் உணவு தயாரிப்பில் தம்மையே விஞ்சி விட்டனர். பலவிதமான உரையாடல்கள் இடம் பெற்றன. கண்ணதேவாவுடன் தொடர்பு இல்லாத பல்கலைக்கழகச் செய்திகள் வாக்குவாதத் தொனியில் நடப்பதை லேசாகக் காதில் வாங்கியபோது கிருஷ்ணாவுக்கு மகிழ்ச்சியாக இருந்தது.

சாந்தாதான் கண்ணதேவாவை மீண்டும் விருந்திற்குள் கொண்டு வந்தார். கண்ணாப்பாவின் சிக்கையா, மகாதேவி ஆகியோரும் வந்தனர். வியப்பூட்டும் திடீர் நிகழ்வாக சாந்தா, கிருஷ்ணாவின் நூலில் இருந்து இரண்டு கவிதைகளைப் பாட்டாகப் பாடினார்: ஒன்று சிக்கையாவுடையது; மற்றது, மகாதேவியுடையது. இரண்டையும் கர்நாடக இசையில் பாடினார்: சிக்கையா கவிதை கல்யாணி ராகம்; மகாதேவி கவிதை கிருஷ்ணாவுக்குப் பிடித்த சகானா ராகம். சாந்தாவின் குரல் பார்ப்பன சமூகத்தோடு அடையாளப்படுத்தப்படும் இசையோடு, இன்னும் சற்று மேம்பட்ட, கூடுதலாகச் சமத்துவம் நிறைந்த சமூகத்திற்காக ஏங்கியவர்களின் சொற்கள் இணைந்தன! இந்த முயற்சி சற்று வினோதமாகவும், ஆனால் அதிசயமாகவும் இருப்பதைப் பற்றி கிருஷ்ணா சிந்தித்தார். சாந்தாவின் குரல் கடும் முயற்சியில் நடுங்குவதை கிருஷ்ணா மென்மையாகக் கண்டார். அந்தத் தொண்டைக்குழியில்தான் இம்மாதிரி மாயாஜாலம் நடக்க முடியும்; நட்பு, அன்பு குறித்துப் பாடித் தன் வேண்டுதலை முன்வைக்கும் தொண்டைக்குழி! சித்து கூட தன் மேளத்தைக் கீழே வைத்துவிட்டு பாட்டி மடியில் உட்கார முனைகிறான். கிருஷ்ணா குரல்வளை அடைத்ததை விழுங்கிவிட்டு, அவனைத் தன் மடியில் தூக்கி வைத்துக் கொண்டார்.

அன்று மாலை அவர்களது வழக்கமான டார்லிங் ஐஸ்க்ரீம் கடைக்குக்

கிளம்பும் முன் சாந்தா, கிருஷ்ணாவை அவரது படிப்பறைக்கு அழைத்துச் சென்று அவரிடம் நூலின் பிரதி ஒன்றைக் கொடுத்தார்.

'இதை இதயத்திற்கு அருகில் இறுக்கமா அணைத்துக்கோங்க' என்றார் சாந்தா.

கிருஷ்ணா பணிவோடு அந்தச் சிறு நூலைத் தன் உடம்போடு அணைத்துக்கொள்கிறார். அவரது மெல்லிய இதயத் துடிப்பு ஒரு கணம் நூலோடு கலக்கிறது.

'இப்ப அத விட்டுடுங்க' எங்கிறாள் சாந்தா.

அவர் நூலை மீண்டும் அலமாரியில் வைக்கிறார்.

'இப்ப, நாம மறுபடி நம்ம ரெண்டு பேர் மட்டும்தான்,' என்றபடி அவரைப் படிப்பறையில் இருந்து பால்கனிக்குக் கூட்டிப்போனாள். சித்து அங்கு இருக்கிறான். சுவரில் ஒழுங்குமுறையாக ஓடும் கறுப்பு எறும்புகளைக் கண்காணித்தபடி இருக்கிறான். கிருஷ்ணாவும் சாந்தாவும் வருவதைப் பார்த்ததும் சித்து குதித்தெழுந்து தன் சிவப்பு மேளத்தை எடுத்து வேகமாக அடிக்கிறான். அவர்கள் இருவரையும் இந்த உலகிற்குள் அந்த ஒலி வரவேற்றது.

கிருஷ்ணா பல்கலைக்கழகத்தில் தன் வழக்கமான வேலைகளில் ஈடுபடத் தொடங்குகிறார். ஒரு பந்தயம் அல்லது தேர்வு முடித்தவர் போன்ற உணர்வு அவருக்கு. விரைவில் அவர் சுற்றிலும் வியந்து பார்க்கும் கணத்திற்குள் வருகிறார். வியப்பூட்டக்கூடிய, புதிராகத் தோன்றக்கூடிய அல்லது முழுமையாக ஈடுபடக்கூடிய அடுத்த திட்டம், எழுத்தாளர், மொழி, புனைவு அல்லது புதிய ஆய்வு மாணவர் என்று காத்திருக்கத் தொடங்குகிறார். சின்ன சித்து தன் சிவப்பு மேளத்தோடு விளையாடி முடித்துவிட்டதுபோல கிருஷ்ணாவும் உணர்கிறார். சித்து அடித்த வேகத்தில் அந்த மேளத்தின் பிளாஸ்டிக் உள்வாங்கிக் கிடக்கிறது. ஆனாலும் சித்து கவலைப்படவில்லை. ஒரு தட்டும், கரண்டியும் சேர்ந்தால் உச்ச ஸ்தாயியில் ஒலி கிளம்புவதை அவன் கண்டுபிடித்துவிட்டான். பாட்டியின் சமையல் அறையில் தட்டுகளுக்கும் கரண்டிகளுக்கும் பஞ்சமில்லை.

ராம் மட்டும்தான் மகிழ்ச்சியாக இல்லை. சித்துவை இவ்வளவு சத்தம் எழுப்ப அனுமதிப்பதில் அவனுக்கு ஒப்புதல் இல்லைதான். ஆனால், அவன் நூலுக்கு வரும் எதிர்வினைகள் பற்றி வருத்தமாக

இருந்தான். ஹிந்து ராஷ்டிர சபாவின் இணையதளத்தை மீண்டும் பார்க்கிறான். அதில் ஒரு சிறிய, கலவரம் ஊட்டும் செய்தியைக் காண்கிறான். 'பி. எஸ். கிருஷ்ணா, சித்தர் கண்ணதேவாவின் ஆன்மீக வாழ்வில் சேறு பூசுகிறார். சாதியைக் கொண்டுவருவதன் மூலம் அவரது மகத்தான பணியில் கறைபடிய வைக்கிறார்'. 'சாதியை எதிர்ப்பதாகச் சொல்லிக்கொண்டு தமது நலனுக்காக அதனைப் பயன்படுத்தும் நபர்கள் போலத்தான் கிருஷ்ணாவும். கண்ணதேவாவின் தந்தை வண்ணார் என்றும், மாட்டுத் தோலை உரிப்பவராக இருந்தார் என்றும் சொல்வது அவரை அவமரியாதை செய்வது அல்லவா? கண்ணதேவாவின் மேன்மையான ஆன்மாவை, புனிதப் பசுவுக்குக் கொடுமை இழைக்கும் பணியோடு சேர்ப்பது சீண்டல்தானே?'

பல்கலைக்கழகத்தில் உள்ள ஓரிரு பேராசிரியர்கள் மூலம் சில பிஎச்.டி. ஆய்வு மாணவர்கள் தம் வழிகாட்டிகளை மாற்றக் கோரி விண்ணப்பித்திருப்பது ராமுக்குத் தெரியவந்தது. இது வேறெப்போதும் நடந்ததில்லை. கிருஷ்ணாவை வழிகாட்டியாகக் கொண்ட எந்த மாணவரும் தாமாகவே விலகுவதை ராம் கேள்விப்பட்டதே இல்லை.

ராம் கீழ்த்தளத்திற்குச் சென்று தன் பெற்றோரிடம் கடுமையாகப் பேசச் சென்றார்.

கிருஷ்ணாவும் சாந்தாவும் வயதான மாமா திட்டும்போது அமைதியாக, குறுகி உட்காரும் குழந்தைகள் போல மௌனமாக இருந்தனர். கிருஷ்ணா, ராமிடம் (சாந்தாவிடமும் கூட) தனக்குத் தொடர்ந்து வரும் தொலைபேசி அழைப்புகள் பற்றி இதுவரை பகிர்ந்துகொள்ளவில்லை. எனவே அவர் கூடுதல் தண்டனைக்கு உரியவராக உணர்ந்தார். அந்த அழைப்புகளின் போது, வழக்கமாக எதிர்ப்புறம் உள்ளவர் அமைதி காப்பார். ஒரு முறை, பல்கலைக்கழகத்தில் துறைக்கு வந்த அழைப்பில், மிரட்டும் குரல் ஒன்று, 'புரொஃபசர், எங்கள் இந்து மத சித்தர்களைத் தொடாதே... இல்லேன்னா...' என்றது. கிருஷ்ணா 'புரொஃபசர்' என்ற வார்த்தையை இத்தனை வெறுப்புடன் இவ்வளவு அசிங்கமாகத் தொனிக்க வைக்க முடியும் எனக் கருதியதில்லை. கிருஷ்ணா அழைப்பைத் துண்டித்து விட்டு சிவாவுடன் காப்பி குடிக்கப் போனார். அவரோடு தனியாக காப்பி குடிக்க அழைக்கப்பட்டதில் மிகுந்த உற்சாகத்துடன் சிவா வந்தார். ஆனால் நல்ல காலமாக, வித்தியாசமான திரௌபதி கதைப் பாடல் ஒன்று கிருஷ்ணாவின் கவனத்திற்கு வந்தது. அவர் நன்கு அறிந்த வாழ்விற்குத் திரும்பலாம் என்பதுதான் அதன் பொருள்.

ஸ்ரீகுமாரின் வாழ்க்கை முற்றிலுமாக மாறப்போகிறது. இன்றொரு அதிர்ஷ்ட நாள். குருஜியை நேரில் சந்திக்கத் தெரிந்தெடுக்கப்பட்ட வெகு சிலரில் அவனும் ஒருவன்.

அவன் நுழைந்ததும் சந்தோஷ் அவனை வழமை போல் காலடியில் உட்காரச் சொல்லவில்லை; எதிரில் இருந்த இருக்கையில் அமரச் சொன்னார். இருவரும் ஒருவரையொருவர் பார்த்தபடி மௌனமாக இருந்தனர்.

மௌனம் நீள்கிறது. குருஜியின் பார்வை அவன் முகத்தைவிட்டு அகலவில்லை. பளபளக்கும் குளங்கள் போன்ற அந்தக் கண்கள் கருவிழிகள் விரிந்து, அனைத்தையும் விழுங்குவது போல் மேலும் ஒளிவீசுகின்றன.

ஸ்ரீகுமார் பார்க்கிறார். உன்னிப்பாகப் பார்க்கப் பார்க்க அவர் துவண்டு போகிறார். அதற்குமேல் பார்க்க முடியவில்லை. உட்கார முடியவில்லை. எழுந்து குருவின் காலடிகளைத் தேடுகிறார்.

சந்தோஷ் தன் கால்களைப் பற்றியபடி கண்ணீர் உகுக்கும் மனிதனைக் குனிந்து பார்க்கிறார். குனிந்து ஸ்ரீகுமாரை மெதுவாகத் தூக்கி, அணைத்துக் கொள்கிறார். ‘நீ குருவுடன் ஒன்றிவிட்டாய். நீ குருவின் புனிதக் கரம்’ என்று அவன் காதில் ரகசியமாக முணுமுணுத்தார். அவனது உடல் நடுங்குவதை சந்தோஷ் உணர்கிறார். இறையை, ஒரு கணமேனும், உணர்ந்ததால் அவன் தொடுகைக்கு மென்மையாக இருக்கிறான். இதுமாதிரி தீவிர ஆன்மீக அனுபவத்தில் இருந்து மீளச் சிறிது நேரம் எடுக்கும்.

சந்தோஷ் அவனை விடுவிக்கிறார். ஸ்ரீகுமார் முற்றிலும் அமைதி அடைந்து தரையில் இருக்கிறான். அறிதுயில் கொண்டவனாக சந்தோஷ் முகத்தைப் பார்த்தபடி இருக்கிறான்.

‘ஒப்படை. உன் உடல், செல்வம், மனைவி, மக்கள், உயிர் அனைத்தையும் ஒப்படைத்துவிடு. பிறகு நீ எனது உண்மையான சீடனாக ஆவாய்’, என்று குருஜி சொல்வது ஸ்ரீகுமார் செவிகளில் விழுகிறது. குருஜி தன் இரு கரங்களை நீட்டியபடி பிட்சைக்காகக் காத்திருப்பது போல், ‘ஒப்படைத்து விடு’, என்கிறார்.

ஒப்படை. சேவை. சேவக். தர்மம். ஒப்படை. ஒப்படைத்துவிடு. இதென்ன அரிய பேறு! அவனது மனம் உடலில் இருந்து தனித்து

மிதந்து போய் குருஜியின் கரங்களைப் பிடிக்கிறது. அவரது திறந்த உள்ளங்கைகளில் சிறிது நேரம் தங்குகிறது. பிறகு அவனுக்குள் மீண்டு வந்து எப்போதும் இல்லாத புது வலுவோடு புத்தெழுச்சியுடன் அமர்கிறது.

‘நீ விடுதலை பெற்றவன் ஆனாய்’, எங்கிறார் சந்தோஷ். ஸ்ரீகுமார் வியப்புறுவதைக் கண்டு சிரிக்கிறார். ‘எனது கரங்களால் புது வாழ்வு பெற்றாய். பழைய ஸ்ரீகுமார், உன் அம்மா உயிர் கொடுத்தவன், உன் பெற்றோர் வளர்த்தவன் இனியில்லை. இப்போது நீ 100% ஹிந்து ராஷ்டிராவின் சேவக். நீ என் சீடன் என்பது வெறும் பெயருக்கு. நீ தயார். உன் போக்கில் போகலாம்,’ என்றார்.

எந்த உணர்வையும் வெளிக்காட்டாத முகத்தோடு சந்தோஷ் அவன் போவதைப் பார்க்கிறார். ஸ்ரீகுமார் அறையை விட்டு வெளியேறியதும் சந்தோஷின் மனம் நகரத் தொடங்குகிறது. ஸ்ரீகுமாரைப் பார்த்துக் கொள்ள ஸ்ரீகுமார், அவனது குறிக்கோள், அரக்கன்- இனி வேறு ஆட்கள் இருக்கின்றனர்.

3

அனுதினமும் சாதியின் நிழலில் வாழ்வது துயரம். ஆனால், அந்த நிழலோடு மோதும்போது அல்லது அதிலிருந்து மீளும் போது யாரேனும் கேலி செய்தால், அதனை எப்படிப் பொறுத்துக் கொள்ள முடியும்? செந்திலுக்கு நிகழும் அநீதி கல்லூரி பீம் சக்தி மாணவர்களுக்குப் பெரும் சினம் ஊட்டியது. நல்ல நாட்களிலேயே, 'அமைதியான' காலத்தில் கூட, சாதி அவர்களைப் பலவிதமான நிசப்தமான வழிகளில் சிறுமைப்படுத்துகிறது. இத்தகைய நாசூக்கான இழிவுகள் வெளிவந்தால், அனைவருக்கும் தெரிந்தால், மிகுந்த போராட்டங்களுக்குப் பிறகு ஓர் இடத்தை அடைந்த நபரை நோக்கி வெறுப்பைக் கக்குவதை நியாயப்படுத்தினால், கல்லூரிக்கு என்ன ஆகும்? அவர்களுக்கு எல்லாம் என்ன ஆகும்?

ரவியும் ரமேஷும் செந்திலோடு சூடான இனிப்புத் தேநீர் அருந்திக் கொண்டிருக்கும் மாணவர்களோடு அமர்ந்துள்ளனர். செந்திலை சமூக ஊடகத்தில் இழிவு செய்த மாணவனை எவ்வாறு தண்டிப்பது? கிச்சா என்ற இறுதியாண்டு மாணவர் அவர்களுக்குள் வாய் திறந்து பேசுபவர். கிச்சா பருமனான, அடர்த்தியான தலைமுடி, செழித்த மீசை, தாடி கொண்ட இளைஞன். அவரிடம் எல்லாமே- - முடி, உரத்த குரல், அணிந்திருக்கும் அரைக்கைச் சட்டையில் இருந்து திமிறும் திரண்ட தசைகள் - கொஞ்சம் அதீதம்.

‘எஸ்சி, எஸ்டிகளுக்கு எதிரான கொடுமைகள் தடுப்புச் சட்டத்தின் கீழ் அவனைக் கைது செய்யலாம், தெரியுமா?’ என்றார் கிச்சா.

‘அது எல்லா முறையும் சரிப்படாது’, என்று தீபக் அமைதியாகச் சொன்னான்.

கிச்சாவின் அருகில் இருந்த திவ்யா பேச எழுந்தாள். அவள் சொல்வதைக் கேட்பதற்காக, செந்தில் கிச்சாவை அமைதியாக இருக்கும்படி சொன்னார் செந்தில். அவள் குரல் மென்மையாக இருந்தது. ஆனால், தனக்கு என்ன வேண்டும் என்பது அவளுக்குத் தெரிந்திருந்தது. ‘பல்கலைக்கழகம் ஒரு விசாரணைக் குழு அமைத்துள்ளதால், அந்த மாணவரை வெளியேற்றும்படி கோரிக்கை வைக்கலாம்,’ என்றாள்.

செந்தில் தன் கோப்பையில் இருந்த கடைசி மிடறு தேநீரைக் குடித்து விட்டு, ‘நம் ஒவ்வொருவருக்கும் ஒரு கதை இருக்கு. நான் ஆய்வுக்காக ஒரு மேற்பார்வையாளரைக் கண்டுபிடிக்க எவ்வளவு சிரமப்பட்டேன் என எனக்குத் தெரியும். ஆனால், அதனால் மனம் கசந்து போவதை விரும்பவில்லை. ஒரு மாணவனின் பணியைக் குலைப்பது சிக்கலைத் தீர்க்க உதவாது,’ என்றார்.

‘நாம தெளிவான தகவல் கொடுக்க வேண்டாமா? முன்னாடியும் இப்படி நடந்திருக்கு. ஷங்கர்@ஹிண்டுபேட்ரியட் தளத்தில வர்ற தகவல்கள என்ன செய்யறது? அவன் மாணவன் இல்லை. அவன் யாரு, எங்க இருக்கான்னு நமக்குத் தெரியாது. கல்லூரி எப்படி அவனைத் தண்டிக்கும்?’ என்று வாதிட்டான் கிச்சா.

‘ஆமாம். கல்லூரிக்கு உள்ளேயும் வெளியேயும் சிக்கல் இருப்பது உண்மைதான். இந்த முறை இந்த வன்முறைக்குத் தலைமை தாங்குவது காவிக் கும்பல். அவங்க இந்துமதக் குடும்பம் என்று சொல்றாங்க. ஆனா, அவங்க உடம்புல இருக்க ஒவ்வொரு எலும்பிலயும், தசையிலயும் சாதி இருக்கு.’ செந்தில் ஒரு முறை கூடி இருந்தவர்களை எண்ணுவது போல் சுற்றிப் பார்த்தார். ‘நம் ரௌத்திரத்தை நன்கு பயன்படுத்துவோம். கல்லூரியில் தொடங்குவோம். நாம் ஒவ்வொருவரும் என்ன செய்வது என முடிவெடுப்போம். நாம் எல்லோரும் எப்படி ஒன்றாகப் பணியாற்றுவது என்றும் தீர்மானிப்போம்.’

ரவி தன் பார்வையை செந்திலிடம் இருந்து அகற்றவில்லை. இத்தனை அறிவுடன், கருணைக்குப் போதுமான இடம் நிறைந்த ஒரு முகத்தை

அவன் இதுவரை கண்டதில்லை. அது ரவியைப் பணிவடக்கம் மிக்கவனாக ஆக்கியது. அதே நேரம் ஏதாவது செய்ய வேண்டும் என்ற உறுதியும் தந்தது. ரவிக்குப் பேச வெட்கமாக இருந்தது; அங்கிருந்தவர்களுக்கு நிறையத் தெரிந்திருந்தது. இருந்தும் அவன், கிட்டத்தட்ட திவ்யாவைப் போல், மென்மையாகப் பேசினான். 'நான் தொடர்ந்து, தினம் தோறும், பீம் சக்தி முகநூல் பக்கத்தில் வேலை செய்யலாம்', என்றான். தன் தொண்டையை அடைக்கும் குழப்பமான கேள்விகளுக்குக் குரல் கொடுப்பதை ரவியால் கற்பனை செய்ய முடிந்தது. பிறகு, தன் பறையை எடுத்து, ஓங்கி அடித்து, அவர்கள் தெருவில் பேரணியாகச் சென்றபோது அந்தக் கேள்விகள் எல்லாம் ஒன்றிணைந்து ஒரு பெரிய, தெளிவான வினாக்குறி ஆயிற்று. ரவியின் குரல் உறுதியாக ஒலித்தது. 'நானும் ரமேஷாவும் முதலாண்டு அறிவியல் மாணவர்களைப் பேரணிக்குத் திரட்ட முடியும்'. ரமேஷா ஒப்புதல் சொல்லும் வகையில் தலையசைத்தான். அதிசயிக்கத்தக்க முறையில் அவன் அமைதியாக இருந்தாலும், நடப்பவற்றைக் கிரகிக்கவில்லை என்று சொல்ல முடியாது. ரவி, ஹர்ஷா ஆகியோரிடம் அவன் பகிர்ந்துகொள்ளாத ஒன்று அவன் வீட்டில் நடக்கிறதோ? அல்லது ஏதாவது பெண் பற்றிய நினைப்பா? ஆணும் பெண்ணுமாக இணைந்து நெருக்கமாக நடப்பதைப் பார்க்கும்போதெல்லாம், கல்லூரியில் அமைதியான இடங்களை நோக்கி அவர்கள் நடக்கும்போதெல்லாம் ரமேஷா ஏக்கத்தில் ஆழ்ந்துவிடுவான்.

செந்தில் அண்ணா ரவியைப் பார்த்துப் புன்னகைத்தபடி, 'நல்லது. நீ கடுமையாக உழைப்பாய் என்று எனக்குத் தெரியும்' என்றார். பிறகு ஒரே சமயத்தில் ஒன்றாகப் பேசும் பலரை நோக்கித் திரும்பினார்.

ரவி கூடுதல் நேரத்தை கணினி மையத்தில், அல்லது நூலகத்தில் செலவிடுகிறான். அவனுக்குக் கொடுக்கப்பட்டுள்ள நாலு கால் பிராணிகள் பற்றிய நூல் பட்டியலைப் படிப்பதற்காக அல்ல; கணினியில் வேலை செய்ய. அவனிடம், பிற மாணவர்கள் போல் மடிக் கணிணி கிடையாது; ரமேஷாவிடம் ஏற்கனவே பயன்படுத்தப்பட்ட ஒரு மடிக் கணினி இருக்கிறது. அவன் அதை ரவியுடன் பகிர்ந்து கொள்ளவும் தயார். ஆனால், ரவிக்கு தான் மட்டும் நூலகம் செல்வது வரவரப் பிடிக்கிறது. சிலவற்றை அவன் தனியாகப் படித்து அறிய வேண்டும் என அறிகிறான். சாதி எப்படி நமது மூச்சுக் காற்றாக ஆயிற்று? எப்போது இப்படி ஆயிற்று? ரவிதான் எப்படி இன்றுள்ளபடி

ஆனோம் என்பதை விளக்கக்கூடிய ஒரு தாள், அதற்கான பாடத்திட்டம் ஆகியவற்றை உருவாக்கிக் கொண்டிருக்கிறான்.

நூல்கள் சொல்பவற்றைப் புரிந்துகொள்ள ரவி கடுமையாகச் சிரமப்படுகிறான். செந்தில் அவற்றை விளக்கும்போது எளிதாகப் புரிகிறது. தான் வீட்டுப் பாடங்களை முறையாகச் செய்வதை செந்திலிடம் காட்ட விரும்புகிறான் ரவி. ஒவ்வொரு முறையும் நூலகத்திலிருந்தும் செந்திலிடம் இருந்தும் ஒரு நூல் கடனாகப் பெறுகிறான்; அறையில் தனியாக இருக்கும் நேரத்தில் அதைப் புரிந்துகொள்வதற்காக வாய்விட்டுப் படிக்கிறான்.

இடைக்காலத்தில் சாதி முழு அடக்குமுறைக்கான கருவியாக இருந்தது. வாழ்வின் அனைத்துக் கூறுகளையும் சாதி வழி நடத்தியது. எங்கும் நீக்கமற நிறைந்திருந்த இந்து சமயக் கொள்கைகளுக்குச் சவால் விடுவது பற்றி நினைத்துக் கூடப் பார்க்க முடியாததாக இருந்தது.

ரவி 'நீக்கமற நிறைந்த' என்ற தொடரில் தடுமாறி நின்றான். அதன் பொருள் என்னவாக இருக்கும் எனச் சிந்திக்கத் தொடங்கினான். செந்தில் சொன்ன பல நுணுக்கமான தகவல்களை அவன் கேட்டிருக்கிறான்; கூடவே அவன் தாத்தா, அவரது புகையிலை மெல்லும் நண்பர்கள் சொல்வதையும் கேட்டிருக்கிறான். அவர்களது தொழில் ஏற்கனவே முடிவு செய்யப்பட்டு இருந்தது; ஆதிக்க சாதியினர் செய்ய விரும்பாத அசுத்தமான வேலைகள் இவர்களுக்கு வழங்கப்பட்டன. 'செத்த பிராணிகள், அவற்றின் தோல், தோல் பொருட்கள் செய்தல்; மலம் சுமத்தல்; எலி பிடித்தல்; கூடை முடைதல்; வேட்டையாடுதல்.' வயலில் வேலை செய்தால், அது எப்போதும் அவர்களது நிலங்களாக இருந்ததில்லை. எப்போதும் அவர்கள் பணி தீட்டானது; அது அம்மாவிடமிருந்தும் அப்பாவிடமிருந்தும் குழந்தைக்குத் தப்பிக்க முடியாத மரபாகக் கையளிக்கப்பட்டது. அவர்கள் வேலை செய்ய வேண்டும்; ஆனால், அது கண்ணுக்குத் தென்படக் கூடாது. தீண்டத்தகாதவர் காலனியில் இருந்து யாரேனும் வெளியே வந்தால், ஒரு மணியை அடித்தபடி வர வேண்டும். அவரைப் பார்த்து விட்டாலோ, தெருவில் கடந்து சென்றாலோ தீட்டுப்பட்டுவிடும் என்பதன் எச்சரிக்கை மணி அது.

இருந்தாலும் மாட்டுத் தோல் உரிப்பவர்கள், செருப்பு தைப்பவர்கள், எலி பிடிப்பவர்கள், செத்த உடல்களைப் புதைப்பவர்கள் அல்லது

எரித்தவர்கள், மலம், இரும்பு உலோகம், கயிறு, மாமிசம் ஆகியவற்றுடன் வேலை செய்தவர்களில் சிலர் ஆண்கள், பெண்கள்- இந்த நரக வாழ்வான அமைப்புக்குச் சவால் விட்டனர் என்று செந்தில் ரவியிடம் சொல்லியிருந்தார். வேறுவிதமான கடவுள், கடவுள்- பக்தர் இடையே வேறுவகையான உறவை அனுமதித்த சமயம் மூலம் அவர்கள் அதனைச் சாதித்தனர். ரவிக்கு இது புதிராகத் தோன்றியது. அவனுக்கு எல்லா சாமிகள் மீதும் அய்யம்; அவனுக்கு அதிகம் சொல்லப்பட்ட கடவுள் மக்களின் கடந்த பிறவிப் பாவங்கள் அவர்களை இந்தப் பிறவியில் எதிர்கொள்ளும் என்று சொல்லியது.

தென்னிந்தியாவில் இடைக்காலத்தில், ஏழில் இருந்து பனிரெண்டாம் நூற்றாண்டு வரை பல இயக்கங்கள் இருந்தன என்று ரவி படிக்கிறான். அவை கடவுள் தொடர்பானதாக இருந்ததால், அவை பக்தி இயக்கங்கள் எனப்பட்டன. ஆனால், அவர்கள் சாமிகள் வித்தியாசமானவை; பூசாரிகள், பார்ப்பனர்கள் போன்ற இடைத் தரகர்கள் அந்த தெய்வங்களுக்குத் தேவைப்படவில்லை. அக்கடவுள்கள் கோவில்களில் பூட்டி வைக்கப்படவும் இல்லை. அல்லது, பக்தர்கள்தான் வேறுபட்டவர்களாக இருந்தார்களோ என்னவோ! கோவில், சடங்குகளை மறுத்தல், சக மனிதர்கள் என்பதால் ஆண், பெண் அனைவர் பாலும் அக்கறை கொண்டவர்களாக இருத்தல், ஆகியவற்றால் அவர்களால் தம்மைக் கீழான மனிதராக ஆக்கும் இரும்பு வலையை உருக்கிவிட முடியாதா என்ன?

செந்தில் அண்ணா இந்த மக்களைச் சித்தர்கள் என்று குறிப்பிட்டார். ரவிக்கு அதைப் புரிந்துகொள்வது சிரமமாக இருந்தது. சித்தர், சூஃபி ஆகிய சொற்கள் ஏதோ ஒரு தொன்ம கதை அல்லது கனவு போல் இருந்தது ரவிக்கு. ஆனால், அவன் எதுவும் சொல்லாமல், செந்தில் கொடுத்த நூல்களை மரியாதையோடு வாங்கிக் கொண்டான். படித்ததைப் புரிந்துகொள்ள பெருமுயற்சி செய்தான். சாதிய அடக்குமுறை, பார்ப்பன பூசாரிகளின் அதீத சடங்குத்தனம் ஆகியவற்றை எதிர்த்தல். கடவுளின் பார்வையில் பொதுவான சமத்துவம். சடங்கு ஆச்சாரங்கள் அற்ற, பழம் மரபு களைந்த இடைக்கால பக்தி பரபு. சாதியச் சழக்குகள், அவற்றின் சர்வாதிகாரத்தை விட்டு அகன்ற வாழ்முறை.

துணிச்சலாக செந்தில் அண்ணாவைக் கேட்கலாம் என ரவி முடிவு செய்கிறான். அவர்கள் என்ன மாற்றத்தைச் சாதித்தார்கள்? சாதி அரக்கர்கள் இந்தக் கடவுள், அன்பு, ஆன்மீகம் ஆகியவற்றைப் புரிந்து

கொண்டனரா? அவர்கள் தம் அதிகாரத்தைக் கைவிட்டு சமத்துவம் பேசத் தயாராக இருந்தார்களா?

ஆஷா உணவகத்தில் தனியாக உட்கார்ந்திருக்கிறாள். கையில் ஒரு குவளை காப்பியோடு இருக்கிறாள். சில மேசைகள் தள்ளி அமர்ந்திருக்கும் மூன்று மாணவிகளைப் பார்த்துப் புன்முறுவல் செய்கிறாள். அவர்கள் மூவரும் பட்டியல் சாதியினர். ஆனாலும், ஆஷா தனியே அமர்கிறாள். அவளது வெள்ளைக் கோட்டிலிருந்து ஃபோனை வெளியே எடுக்கிறாள். முகநூலில் பீம் சக்தி மாணவர் சங்கம் பக்கத்தைத் தொடரக் கோரும் ஒரு அழைப்பிதழ் ரவியிடம் இருந்து வந்திருக்கிறது. அதைத் தட்டி சில பதிவேற்றங்களை மேலாகப் பார்க்கிறாள். அவளது முகநூல் பக்கம் பல நாட்களாகப் புறக்கணிக்கப்பட்டுள்ளதை நினைத்துச் சிறிது குற்ற உணர்வு தோன்றுகிறது. எப்படியும் அதில் அவள் பூக்கள், அழகான மிருகங்களின் ஒளிப்படங்களைத்தான் பகிர்ந்துகொண்டிருந்தாள். அவள் அம்மாவின் குரல் அயர்வாக ஒலித்தது; அவர் எப்போதுமே களைப்புடன்தான் இருப்பார்; ஆனால், வழக்கத்தைவிடக் கூடுதல் களைப்புடன் இருந்ததாகப்பட்டது. ஆஷா பருவ இடைத் தேர்வுகள் நடக்க உள்ள நாட்களை எண்ணிக்கொண்டிருந்தாள். அது முடிந்ததும் வீட்டுக்குப் போய் அம்மாவைப் பார்க்கலாம். அதற்கிடையில் ஆஷா எதையும் செய்ய விரும்பவில்லை. ரவி, சத்யாவிடம் துரத்தித் துரத்திச் செய்திகள் கேட்கக்கூட முனைப்புடன் இல்லை.

கைபேசியை வைத்துவிட்டு, சூடான காப்பியை ஒரு துளி அருந்திவிட்டுக் கண்களை மூடிக்கொண்டாள் ஆஷா.

‘தூக்கமா?’ அருகிலிருந்து உரத்த குரல் கேட்டது. தூக்கிவாரிப் போட, ஆஷா காப்பியை மேலே கொட்டிக்கொள்ளவிருந்தாள். தள்ளி இருந்த மேசையில் ஒன்றாக இருந்த மூன்று பெண்களும் இவளருகில் நின்றுகொண்டு சிரித்தபடி இருந்தனர்.

‘தூக்கமான்னு கேட்டேன்’, அந்தப் பெண் மறுபடி கேட்டாள்.

‘இல்லல்ல... பிடிச்ச பையனப் பத்திக் கனவு கண்டிட்டு இருக்கா’ என்றாள் இன்னொருத்தி.

‘படம் பாக்கப் போறோம். எங்களோட வாயேன்.’

ஆஷா அவர்களோடு சமீபத்தில் வந்த காதல் சினிமா பார்க்கப் போகிறாள். ஒரு பொறியியல் கல்லூரியில் நடக்கும் அந்தக் கதையில் இரண்டு

வாலிபர்கள் ஒரே பெண்ணைக் காதலிக்கிறார்கள். கல்லூரியில் 'பாடப் புத்தகம்' என்ற பேர் சூட்டப்பட்ட அந்தப் பெண், பாடப்புத்தகம், தேர்வு, வேலைவாய்ப்பு எல்லாவற்றையும் விட காதல் முக்கியமானது எனப் புரிந்துகொள்ளவேண்டும். பதினைந்து நிமிடங்களுக்கு ஒருமுறை எல்லோரும் பாட்டு, நடனம் தொடங்கினார்கள். ஆஷா இதுவரை பார்த்தறியாத ஆடைகளை உடுத்தினார்கள். ஆனாலும், அவளுக்குப் படம் பிடித்திருந்தது. இருட்டில் கும்பலோடு கும்பலாக, பிற பெண்களோடு சிரித்தபடி இருப்பது பெரிய ஆசுவாசமாக இருந்தது. ஆனால், அரங்கத்தை விட்டு வெளியே வந்ததும் அவள் மனதில் கேள்வி ஒன்று அரிக்கத்தொடங்கியது. அவளுக்கு காதலன் என்று யாரும் இல்லை. அவள் அறிந்தவரை, இரண்டு பையன்களைச் சிறந்த நண்பர்களாகக் கொண்ட பெண் இவளைத் தவிர யாரையும் பார்த்ததில்லை. அதற்கென்ன பொருள்? எப்போதோ திருமணம் செய்துகொள்ள வேண்டும் என்று அவள் அறிவாள். அதற்குமுன் செய்ய எவ்வளவு இருக்கின்றது! ஆஷா இதுவரை திரையில் வரும் கற்பனைகளைத் தன் நிசவாழ்வோடு ஒப்பிட்டுப் பார்த்ததில்லை. படுக்கையில் படுத்தபடி இரவில் சிந்திக்கிறாள்: யாரைத் திருமணம் செய்துகொள்வாள்? ரவி? கிண்டலடிக்கும், சிரிக்கும், பறை வாசிக்கும் ரவியையா? தனக்குள் சிரித்துக்கொள்கிறாள். வினோதமாக இருக்கிறது. அப்ப, சத்யா? எதனாலோ, அவள் சிரிப்பு மறைந்து கண்ணீர் பெருகுகிறது. சத்யாவுடன் வாழ்தல் என நினைத்ததும் ஏன் சோகமாக இருக்கிறது? அவர்கள் இருவரும் இணைந்த எதிர்காலம் அமையக் கூடாதா?

ஏதோ ஒரு நாள் காதல் கதையின் பாத்திரமாக இருக்கக்கூடும் என்பதை அறியாமல் சத்யா நூலகத்துக்குச் சென்றுகொண்டிருந்தான். இப்போதைக்கு இதுதான் அவன் காதல். தரையில் இருந்து மேற்கூரை வரை வரிசை வரிசையாக உள்ள புத்தக அலமாரிகள் அவனுக்குப் பிடித்தமானவை. வரிசையாக மேசைகள், அவற்றின் மேல் கணினிகள் காத்திருக்கின்றன; திறக்கக் காத்திருக்கும் பரிசுப் பொருட்கள் போல, வெளியே பார்க்க வைக்கும் சன்னல்கள் போல, கல்லூரியில் இருந்து தொலைவில் உள்ள இடங்களைக் கண்டறியக் காத்திருந்தன. அங்கு, சத்யா, எல்லாரையும் போலத் தன்னையும் ஒரு மாணவனாக நம்ப முடியும். அல்லது ஒரு தேடலில் உள்ளவனாக உணரலாம். அன்று படிக்க வேண்டிய நூல்களை எடுக்கும் முன், சத்யா ஒரு கணினியைத்

திறந்து க்ரோம் செயலி மூலம் தன் மின்னஞ்சலைத் திறந்தான். முகநூலில் பீம் சக்தி பக்கத்தை விரும்பக் கோரும் ரவியின் அழைப்பிதழ் இருந்தது. சத்யாவிற்கு அந்தப் பக்கம் உண்டனடியாகப் பிடித்துப் போனது. சமீபத்திய செய்தியைப் படிக்க ஆரம்பித்தான்:

தேசிய அறிவியல் கல்லூரி சமூக வலைதளங்களில் ஒரு தலித் பேராசிரியருக்கு எதிராக வெளியான வன்முறைச் செய்திகளைப் பற்றிய விசாரணைக் குழுவின் முடிவுகளைத் தொடர்பு ஊடகங்களுக்கு செய்தி அறிக்கை ஒன்றின் மூலம் வெளியிட்டது. அந்த மாணவன் எச்சரிக்கை செய்யப்பட்டு உரிய தண்டத்தொகை செலுத்தினான். கல்லூரியைச் சார்ந்த எவருக்கும் வன்முறை இழைக்கப்படுவதை உடல் ரீதியாகவோ, வேறு ரீதியாகவோ சகித்துக்கொள்ள முடியாது எனக் கல்லூரி தெளிவுபடுத்தியது.

ஊடகச் செய்திக் குறிப்பு மாணவர் பெயர், காழ்ப்புணர்வு காட்டிய முறை, அவரது அரசியல் இணைப்பு ஆகியவற்றை வெளியிடவில்லை. அதில் சொல்லப்படும் தலித் பேராசிரியர் முனைவர் செந்தில். இயற்பியல் துறையைச் சேர்ந்தவர். பொதுவாக மாணவர்களுக்கு, குறிப்பாக தலித் மற்றும் தம் சாதி, சமூகப் பின்னணி காரணமாக கல்லூரியில் விளிம்பு நிலையில் இருக்கும் மாணவர்களுக்கு, ஆதரவாகச் செயல்படுபவர். மாணவர் பெயர் வெங்கட் ராவ். பேராசிரியர் செந்தில் அவர்களின் முனைவர் தகுதி, ஆசிரியப் பணித் தகுதி குறித்து அவர் முகநூலில் காழ்ப்புடன் தூற்றினார்.

அந்தச் செய்தி பலரால் பகிரப்பட்டது. அதில் பெரும்பாலோர் மாணவர்கள் அல்ல. ஆனால், அனைவரும் ஒரே அரசியல் இணைப்பில் இருப்பவர்கள். எடுத்துக்காட்டாக ஷங்கர்@ஹிந்துபேட்ரியட் தனது செய்திக் குறிப்பில், 'இந்தச் சாதீய தேவ்டியாப் பய செந்தில் எல்லா நேரமும் சாதி பற்றிப் பேசிக்கொண்டோ அல்லது இந்து மதத்தைப் பழி தூற்றிக்கொண்டோ இருப்பவர். அவர் கற்பிக்க வேண்டிய இயற்பியலில் தனக்குள்ள அறியாமையை மறைக்க, எப்போதும் சாதி பற்றிப் பேசுகிறார். இந்துக் குடும்பத்தைப் பிரிக்கிறார்.'

இதுபோன்ற தூற்றுதல்களை எஸ் சி,, எஸ் டி., வன்முறைக்கு எதிரான தடைச் சட்டம் (1989) இன் கீழ் வழக்குத் தொடுக்கலாம். ஆனால், மாணவர் வெங்கட் ராவ் பெற்ற தண்டனை பற்றி பேராசிரியர் செந்தில் அவர்களிடம் கேட்டபோது அவர், 'ஒரு மாணவனின் வேலை

வாய்ப்பு மற்றும் வருங்காலத்தை நான் கெடுக்க விரும்பவில்லை. இது படுமோசமான தீவிரக் குற்றம் என்பதில் எந்த அய்யமும் இல்லை. கல்விப்புலத்தில் உள்ள பிற தலித்துகள் பற்றிய அவரது கணிப்பும் கண்டனத்திற்குரியவை; சாதியின் பெயரால் மக்களைப் பிரிக்கச் செய்யும் சூழ்ச்சியையும் பொறுத்துக்கொள்ள முடியாது. கல்லூரி வளாகத்தில் அவர் வலதுசாரிக் குழுக்களைச் சேர்ந்தவராக அவர் இருப்பது எனக்கு வியப்பு அளிக்கவில்லை,' என்றார்.

பீம் சக்தி குழு கல்லூரி நிர்வாகம் எமது நடவடிக்கைக்கான கோரிக்கைக்கு செவி மடுத்தது குறித்து தனது நன்றியைத் தெரிவித்துக்கொள்கிறது. அதே சமயம், அந்த மாணவர் இடைநீக்கம் செய்யப்பட்டிருக்க வேண்டும். ஷங்கர்@ஹிந்துபேட்ரியட் என்று தன்னை அழைத்துக் கொள்ளும் நபர் தன் முகநூலில் வெளியிடும் வெறுப்பு கக்கும் செய்திகளை எமது குழு வன்மையாகக் கண்டிக்கிறது. அன்னாரின் நாட்டுப்பற்று தீமை பயக்கும், சனநாயகமற்ற கருத்தாக்கம் என்பது எங்களுக்குத் தெளிவாகத் தெரிகிறது.

சத்யா நூலகத்தில் தொங்கும் பெரிய கடிகாரத்தைப் பார்க்கிறான். கடிகாரம், காலத்திற்குப் பணிந்துபோவதில் எந்தச் சமரசமும் செய்வதில்லை. முகநூல் பக்கத்தை விட்டு வெளியேற மனமின்றி எழுந்திருக்கின்றான். ஒரு கணம், வெகு சில மக்கள் மட்டும் வசிக்கும் அவன் வாழும் இடத்தைப் போல உலகம் சுருங்கிவிடவில்லை எனப்பட்டது: மனிதர்களுக்கு இடமளிக்காத கல்வித் தளம். பாட நூல்கள், அகராதிகள்; வகுப்பு, நூலகம், அறை, சன்னல், அரசமரம், அதன் ஜீவராசிகள் மட்டுமாக இல்லை.

சத்யா முதல் அலமாரிக்குச் செல்கிறான். ஆங்கில எழுத்து A, அனாடமி. உடற்கூறியல் என்று தொடங்கியது. ரவியின் பீம் சக்தி இன்னும் அவனோடு இருந்தது; சத்யா பேராசிரியர் ஷர்மாவிற்குத் தன்னால் எவ்வளவு சாதிக்க முடியும் எனக் காட்டப்போகிறான். க்ரேயின் மாணவர்களுக்கான உடற்கூற்றியல் என்ற பருத்த புத்தகத்தை எடுத்தான். தனக்கென சொந்தப் பிரதி ஒன்று வாங்க சத்யாவுக்கு ஆசை. ஆனால் சுருக்கப்பட்ட கையடக்கப் பிரதி கூட சுமார் 2000/- ரூபாய் விலையாக இருந்தது. சத்யா அந்த நூலை எடுத்துக்கொண்டு மேசையருகில் சென்றான். தண்டுவடம் பற்றிய முன்னுரையின் முதல் பக்கத்தைத் திறந்தான்.

சத்யா அந்தப் பகுதியை ஆழ்ந்து படித்துக் கொண்டிருந்தான். க்ரேயின் நூல், அகராதி, அவனது குறிப்புகள் ஆகியவற்றுக்கிடையே மாறிமாறிப் போய் வந்தான். சொற்களை எழுதிப் பார்ப்பது அவனுக்கு உதவியாக இருந்தது. குறிப்பாக ரயில் போல நீண்ட சொற்கள், வாய்க்குள் அடக்க முடியாமல் இருக்கும்போது எழுதுதல் நல்லது.

அதே மேசையில் இன்னொரு மாணவனும் க்ரேயின் நூலில் தலை கவிழ்ந்து மூழ்கியபடி இருந்தான். அவர்கள் வகுப்பைச் சேர்ந்த மாலினி நல்ல அழகான பெண். எதிர்ப்புறம் உள்ள மேசையில் அமர்ந்திருந்தாள். அவள் பார்வை இவர்களது மேசையை நோக்கி இருந்தது; பொறுமையற்ற பார்வை. நூலுக்காகக் காத்திருக்கிறாளா? அவளைக் கேட்பது அவனுக்கு சிரமமாக இருந்தது. அவர்கள் வகுப்பில் எந்தப் பெண்ணிடமும் அவன் பேசியதில்லை; ஆண்களிடமும் பெரிதாகப் பேசியதில்லைதான். கவனத்தைச் சிரமப்பட்டு ஒருநிலைப்படுத்தினான் சத்யா. ஒரு மணி நேரம் கழிந்தது. அவன் நூலை மூடிவிட்டு எழுந்தான். நேராக அந்தப் பெண்ணிடம் போய், ‘நான் இந்த நூலைப் படித்து முடித்துவிட்டேன். நீங்கள் அதற்காகக் காத்துக்கொண்டு இருக்கிறீர்களா?’ என்றான். அவள் அவன் கண்களை நிமிர்ந்து பார்க்கவில்லை. அவன் முகத்தில் இருந்து ஓரிரு விரற்கடை தூரத்தில் காற்றை நோக்கியபடி, ‘இன்னொரு பிரதி இருக்கு. அவன் முடிக்கட்டும். காத்திருக்கிறேன்’ என்றாள். இதைச் சொல்லிவிட்டு சத்யா அங்கிருந்து மறைந்துவிட்டதைப் போல் வேறுபுறம் திரும்பிக்கொண்டாள்.

ஒரு நாள் கழிந்ததும், சத்யாவிற்கு ஒரு அழைப்பாணை வந்தது. டாக்டர் ஷர்மா அவனைத் தனது அறையில் சந்திக்க விரும்பினார்.

சத்யா தடுத்து நிறுத்தும் மூடிய அறை முன் உள்ள பெயர்ப் பலகையைப் பார்க்கிறான்.: டாக்டர் ஷர்மா, எம் பி பிஎஸ், எம் டி (லண்டன்). ஆழ்ந்து மூச்சை உள்ளெடுத்து, கதவைத் தட்டிவிட்டுப் பிறகு திறக்கிறான்.

சத்யா நாற்காலி அருகில் நின்றுகொண்டு, உட்காரச் சொல்வதற்காகக் காத்திருக்கிறான். மேசையின் எதிர்ப்புறம், டாக்டர் ஷர்மா சில நிமிடங்கள் அவன் நிற்பதைப் புறக்கணிக்கிறார்; சத்யாவின் சமீபத்திய தேர்வுத் தாளை மறுபடி வாசிக்கிறார். அது கட்டு நிறைய இருந்த தேர்வுத் தாள்கள். உடற்கூற்றியல் தேர்வுத் தாளாக மட்டும் இருக்க

வாய்ப்பில்லை. அவர் கையில் எப்படி எல்லா தாள்களும் கிடைத்தன? சத்யா காலை மாற்றி மாற்றி நிற்கிறான். பிறகு அவனுக்குப் புரிகிறது: மூர்த்தி. அலுவலகத்தில் இருக்கும் அவரால் எல்லாவற்றையும் வருகைப் பதிவேட்டில் இருந்து தேர்வுத் தாள்கள் வரை பெற முடியும்.

டாக்டர் ஷர்மா ஒருவழியாக நிமிர்ந்து பார்க்கிறார். ஏதோ அவர் சத்யாவைக் கூப்பிடாதவர் போல அவர் முகம் எவ்வித உணர்வும் இன்றி இருக்கிறது. ‘உம்ம், என்ன?’

‘சார், புரொஃபஸர்... நீங்க - உங்களைப் பாக்கச் சொல்லிக் கூப்டீங்க.’ சத்யாவுக்குத் தன் குரல் இப்படித் திக்குவது பிடிக்காது. தன் குரல் என்று அவனால் இனம் காண முடியாத குரல் அது.

டாக்டர் ஷர்மாவின் முகத்தில் ‘பாவ’மற்ற தன்மை மாறியது. கேலியான வியப்பு அதில் நிறைகிறது. ‘ஆமாமாம், இப்பதான் நினைவு வருகிறது. எனக்குச் சிலது புரியல. நீ விளக்கிச் சொல்லு.’

‘புரொஃபஸர்? விளக்கவா? எத விளக்கணும் சார்?’

‘மத்த தாள்ல நீ வாங்கி இருக்க மார்க். அனாடமில நீ எவ்ளோ மோசமா பண்ணிருக்கேன்னு எனக்குத் தெரியும்’. வியப்படைந்தது போலக் காட்டிக் கொள்வது ஷர்மாவிற்கு சிரமமாக இருந்தது. நக்கல் சிரிப்பு ஒன்று நடுநடுவே தலை நீட்டியது.

‘ஆமாம் புரொஃபஸர், போன தேர்வு பற்றி நானும் உங்ககிட்ட பேச நினைச்சேன். புத்தகத்துல இருக்கிறதோட, அந்தப் பதிலெல்லாம் ஒப்பிட்டுப் பாத்தேன்.’

ஷர்மா அவன் சொல்வதைப் பொருட்படுத்தவில்லை. மாறாக, சிந்தனையில் ஆழ்ந்தவராக, ‘மற்ற தாள்கள்ல எப்படி ஒன் மார்க் திடீர்னு ஏறிச்சு? யாரும் நீ காப்பியடிக்கறத கவனிக்கலயா?’

சத்யா அதிர்ந்துபோகிறான். அவன் ஏதும் சொல்லும் முன்பே, ஷர்மா உடலை முன்னே சாய்த்தவாறு மிகவும் சாதாரணமான தொனியில், ‘இந்தச் சிரமம் எல்லாம் எதுக்காக? உனக்கு எம் பி பி எஸ் பட்டம் கிடைத்தால்... இங்கிருந்து உன்னால பட்டம் வாங்க முடிஞ்சா (இங்க வை அழுத்தமாகச் சொல்கிறார்) எவ்வளவு பேர் நீ கொடுக்கிற சிகிச்சையை ஏத்துக்குவாங்க?’

ஷர்மாவின் முகம் இறுகுகிறது; அவரது கண்கள் சத்யாவின் முகத்தைத் துளைக்கின்றன. அவர் விளையாடுவதை நிறுத்தினார். வலது கையை உயர்த்தி, உள்ளங்கையை முஷ்டியாக மடக்குகிறார். அவரது கைமுஷ்டி இறுக்கமானதாக இருக்கிறது; அதற்குள் உள்ள காலி இடம் அனைத்தும் காற்றுபுக முடியாத இறுக்கம். 'இந்த மடக்கிய முஷ்டியைப் பாக்கிறியா? நல்லா பாத்துக்க. ஒன் எதிர்காலம் அதிலதான் இருக்கு.'

எங்கே என் கதை, எனது வரலாறு?

1

சத்யா வியர்வையில் நனைந்தவனாய் விழிக்கிறான். சுற்றிலும் அரக்கப்பரக்கப் பார்க்கிறான். பிறகுதான், எங்கு இருக்கிறான் என்பது நினைவுக்கு வருகிறது. அப்பாடா ராகுலுடன் அவன் பகிர்ந்துகொள்ளும் விடுதி அறையில் இருக்கிறான்; மருத்துவக் கல்லூரியில், தன்னாட்சி பெற்ற தனியார் மருத்துவக் கல்லூரியில், உதவித் தொகையுடன் இருக்கிறான். ரவி, ஆஷா, அவன் மூவரும் நுழைவுத் தேர்வுக்குத் தயாரித்துக்கொண்டிருந்த காலத்தில் இல்லை. அவனது அம்மாவும், அண்ணனும் எல்லா முயற்சிகள் செய்த பின்பும், கைக்காசு இன்றி இருந்த கணத்தில் இல்லை. புத்தகங்களுக்கு ரவி, ஆஷாவைத்தான் சார்ந்திருந்தான். பதிலுக்கு அவன் நிறையச் செய்தான்; மூன்று பேருக்கும் குறிப்புகள் எடுத்தான். நீல நிற மையால் எழுதப்பட்ட, முக்கியமானவை, சிவப்பால் அடிக்கோடிடப்பட்ட குறிப்புகள். அவனுக்கு இடமும் கிடைத்தது. இந்த அறை, வகுப்பு, நூலகம் நோக்கிய அவனது பயணம் தொடங்கியது. வட்டிக் கடைக்காரர் இதுவரை அவனுக்கும் அவன் அம்மாவுக்கும் கூட்டாளியாக இருந்துள்ளார். அவர் இன்னும் அவர்களுடன் இருக்கிறார். அவரது பசி அனுதினமும் கூடுகிறது. அவர்களின் இரத்தத்தையும் சதையையும் உறிஞ்சியபின்தான் அவர் பசி அடங்கும் போலிருக்கிறது.

சத்யாவால் மீண்டும் தூங்க முடியவில்லை. ஆனால், கட்டாயம் தூங்க வேண்டும். நாளைக்கு வகுப்பில், குறிப்பாக டாக்டர் ஷர்மாவின் வகுப்பில், தூங்கி வழிய முடியாது. விளக்கைப் போட்டுவிட்டு

ராகுல் விழிக்கிறானா என்று பார்க்கிறான் சத்யா. இருவரும் இரவு வெகு நேரம் படித்துக்கொண்டிருந்தார்கள். விளக்கொளியில் ராகுல் மல்லாந்து படுத்துக்கிடப்பதைப் பார்த்தான்; அவன் வாய் சற்று திறந்து இறந்தது. கைகள் தலைக்குமேல் சரணாகதியடைவது போல் கிடந்தன. சத்யா அவன் படுக்கை அருகில் இருந்த மேசையிலிருந்து தன் நாட்குறிப்பை எடுத்து, பேனாவைத் தேடினான்.

நீ எந்த இடத்திற்கும் பொருந்தாதவன் போல் உட்காராதே என்று அம்மா என்னிடம் அடிக்கடி சொல்வாள். நான் ஏதோ ஒரு இடத்திற்கு உரியவன் என அவள் எப்போதும் நம்பினாள். அவள் உறுதியாக நம்பினாள், இன்னும் நம்புகிறாள்- நான் அந்த இடத்தை அடைவேன் என. இல்லையென்றால் அவள் ஏன் இப்படி உழைக்கவேண்டும்? கருக்கலில் சூரியனுக்கு முன் எழுந்து, இரவில் அனைவரும் உறங்கியபின் தன் பாயை விரிக்க வேண்டும்?

சத்யாவால் அன்று இரவு அவன் அம்மாவைப் பற்றி எழுத முடியவில்லை. சொற்கள் காட்டுவது அவள் முகத்தை அல்ல; வட்டிக்கடைக்காரர் முகத்தைத்தான்.

அவன் சன்னல் அருகில் போகிறான். அரச மரம் எந்த அக்கறையும் காட்டாத, உணர்வுகள் அற்றபடி அவனைப் பார்க்கிறது. பகல்வேளையில், அதன் கிளைகளில் அணில்களும் பறவைகளும் உயிர்ப்போடு திரிகையில் அந்த மரத்திற்கு சத்யாவைக் கிட்டத்தட்ட நன்றாகவே தெரியும். ஆனால், இருளில் எந்த மரமும் பறவையும் வயலும் வானமும் சத்யாவிற்கு எந்த ஆறுதலும் வழங்க முடியாது. அவன் தீண்டத்தகாதவனாக இருப்பதற்கும் இவற்றுக்கும் என்ன தொடர்பு? சத்யா நாட்குறிப்பை எடுத்து மறுபடி எழுதத் தொடங்குகிறான்.

நாம் சாதியைக் கடந்து சென்றுவிட்டோம், என்கிறான் ஒருவன்.

இன்னொருவன், நாம் பின்நோக்கிப் பார்ப்பதைத் தவிர்க்க வேண்டும். சாதி வரலாறாகிவிட்ட ஒன்று என்கிறான் இன்னொருவன்.

அவர்களில் நல்லவன் சொல்கிறான்: மனிதர்கள் அனைவரும் சமம்; நாம் உயர்வு தாழ்வு சொல்வது தவறு என்பதை நான் ஏற்கிறேன். ஆனால், சாதி பல பல ஆண்டுகளாக இருக்கிறது. ஒரே இரவில் அதை மாற்ற முடியாது, அல்லவா?

சத்யாவால் பட்டியலைத் தொடர முடியவில்லை. ‘அவர்கள்’ சொல்வது.

அவர்கள் நிறையச் சொல்கிறார்கள்தான். எப்போதும் அவன் அவற்றைக் கேட்டாக வேண்டும். இந்தப் புத்தகம் அவனுக்கு மட்டுமானது; அவனது சொற்களுக்கானது. அவை அவனைப் பக்கத்தின் இறுதிவரை கூட்டிச் செல்ல, ஒரு நீரோடை போல் ஓட, அவன் அனுமதிக்க வேண்டும்.

சாதி என்ற சொல்லை நானோ, என்னைப் போன்றவர்களோவா கண்டுபிடித்தோம்? நானும் சாதி என்ற சொல்லை வெறுக்கிறேன். அதில் இருந்து விடுதலை பெற விரும்புகிறேன். அச்சொல் என் சருமத்தின் ஒரு பகுதியாகிவிட்டது; என் ரத்தமாகிவிட்டது. ஆனால், எப்போது நான் அதைக் கண்டு பயப்படுவதை நிறுத்தமுடியும்? அதைப் பற்றிச் சிந்திக்காமலேயே இருக்கமுடியும்? எப்போது நான், நான்தான், சத்யா; தலித் அல்ல என்று சொல்ல முடியும்? அது என் கையில் இல்லை; அதுதான் கொடுமை.

கடைசி வரி அவனது பேனாவை திடீரென நிறுத்தியது. சொற்கள், வார்த்தைகள். உரைநடை, கவிதை, கோபம், மனம் நோகும் வருத்தம், என்ன பலன்? சத்யா நாட்குறிப்பைப் படுக்கைக்கடியில் தள்ளி, விளக்கை அணைத்துவிட்டு கண்களை இறுக மூடுகிறான்.

ரவி விழித்துக்கொண்டிருக்கிறான். ஒரு நொடி கூட வீணாக்க அவனுக்கு நேரமில்லை. இரண்டாவது சிறந்த தேர்வு என அவன் தேர்ந்தெடுத்த இந்தக் கல்லூரி அவனது வீடாகிக்கொண்டிருக்கிறது. வீடு என்பது தினம் தினம் குரலை உயர்த்தி, உன் இருப்பைக் காட்ட வேண்டிய இடம் எனக் கொண்டால், இது வீடுதான். அவனுக்கானதாய் உருவாக்கிக் கொண்டிருக்கும் இந்த இடத்தை சத்யா, ஆஷாவிடம் பகிர வேண்டும் என விரும்புகிறான். எப்படி என்றுதான் ரவிக்குப் புரியவில்லை. சத்யாவை ஒரு நாள் விடுப்பு எடுத்துக் கொண்டு வரச் சொல்லியிருக்கிறான். சத்யாவும் இந்த வாரக் கடைசியில் வருவதாக உறுதியளித்து இருக்கிறான்.

ரவி தனது முடியை ஈரப்படுத்தி, நன்கு படியச் சீவுகிறான். கட்டை முடியானதால், அது அவ்வளவு எளிதல்ல. மெல்லிய தன் அரும்பு மீசையையும் சீவி விடுகிறான். தன் முகத்தைக் கண்ணாடியில் பார்த்து அழகு காட்டுகிறான். அவனை அழைத்திருக்கும் செந்தில் அண்ணா முன் முடிந்தவரை நாகரிகமாகத் தோன்ற முடிவு செய்கிறான்.

ரவி இப்போது பேராசிரியர் செந்திலை அண்ணா என்று அழைக்கிறான். அவன் நெஞ்சு பெருமிதத்தில் பூரிக்கிறது. ஒரு இயற்பியல் பேராசிரியரை, ஒரு தலித் பேராசிரியரை செந்தில் அண்ணா என்று அழைப்பதில் எத்தனை பெருமை! செந்தில் அவனுக்குப் படிக்க நிறையத் தந்துள்ளார்: ரவி விலங்கியலுடன், மானுட அறிவியலையும் ரவி சேர்த்துப் படிப்பதற்கு அவருக்குத்தான் நன்றிக்கடன் பட்டுள்ளான்.

செந்தில் அண்ணாவின் இடத்திற்கு அவன் அழைக்கப்படுவது இதுவே முதல் முறை. அவரிடம் திருப்பித் தரவேண்டிய நூல்களைத் தன் முதுகுப் பையில் வைக்கிறான். ஒரு உள்ளுணர்வு தூண்ட, வழியில் ஒரு சாக்லெட் வாங்க நிறுத்துகிறான். செந்திலுக்குக் குழந்தை இருக்கிறது எனக் கேள்விப்பட்டு இருக்கிறான்.

நிறைய ஆசிரியர்கள் கல்லூரி வளாகத்திற்குள் வசிக்கிறார்கள். ஆனால், செந்தில் அண்ணா நகரத்தின் நெரிசலான பகுதியில் வசிக்கிறார். ரவி கூகிள் வரைபடம் உதவியுடன் அந்தப் பகுதியை அடைகிறான். இன்னும் மூன்று நிமிடத்தில் இடத்தை அடையலாம் என்று அது காட்டிய சமயம், ரவி வழியைத் தொலைத்துவிட்டான். செந்தில் அண்ணா வசிக்கும் இந்த இடம், ரவியின் வீடு இருக்கும் காலனியை விட மேலானது. ஆனால், அவன் காலனி போலவே, இதுவும் நெரிசலான இடம். சிறு சிறு வீடுகள் தடுப்புகள் போடப்பட்டு அடுக்கு வீடுகள் போன்ற தோற்றம் கொடுத்தன. அடைக்கப்படாத சில பால்கனிகளில் பலவிதமான பொருட்கள் பொங்கி வழிகின்றன: சைக்கிள், வாளிகள், காயப்போட்டுள்ள துணிகள், உயிர் வாழப் போராடிக்கொண்டிருக்கும் உற்சாகமற்ற சில தொட்டிச் செடிகள். ரவி வழக்கமாக நீல சூட் உடையில், கையில் அரசியல் அமைப்புச் சட்டத்தை உருவாக்க உதவியவர் என்பதை நினைவுபடுத்தும் புத்தகத்தோடு காணப்படும் அம்பேத்கர் சிலையைத் தேடுகிறான். அரசியலமைப்பு, நூல், அம்பேத்கர் எதையும் காணமுடியவில்லை; செந்தில் வீட்டையும் கண்டுபிடிக்கவில்லை.

வெளியில் உட்கார்ந்திருக்கும் ஒருவரிடம் ரவி 7 வது குறுக்குத் தெரு எங்கே என்று கேட்கிறான். ‘அங்க வலக்கை பக்கம் திரும்பு’, என்று கையை நீட்டிச் சுட்டுகிறார். ‘யார் வீட்டத் தேட்றீங்க?’

‘பேராசிரியர் செந்தில்’ என்றான் ரவி.

அவர் அவனை உற்றுப் பார்த்துவிட்டு, ‘என்ன வேணும்? யாரு நீ?’

என்று கடுமையாகக் கேட்டார்.

‘நா அவரு மாணவன், வீட்டுக்கு வரச் சொல்லி இருக்காரு’ என்று இக்கேள்விகளால் தயங்கியபடி சொன்னான் ரவி.

‘என்ன சாதி?’ என்றார் அவர். ரவி வியப்படைந்தான். ஆனால், நெஞ்சை நிமிர்த்தி, ‘நான் தலித். அதில் எனக்குப் பெருமை’ என்றான்.

அந்த மனிதர் நிம்மதியடைந்து மகிழ்ச்சியுற்றார். ‘அப்ப சரி. செந்தில் கல்யாணம் பண்ணி சில வருஷங்கள் ஆயிடிச்சு. இருந்தாலும் நாங்க கொஞ்சம் பாதுகாப்பா இருக்கோம். அவன் பொஞ்சாதி தலித் இல்லல்ல, அதான்...’ என்றார்.

‘அவங்க ஒசந்த சாதியா?’ ரவி கட்டுப்படுத்திக்கொள்வதற்கு முன்பு சொற்கள் வெளிவந்துவிட்டன. அவனுக்குப் பெரும் வியப்பு. அலுத்துப் போன பழைய கதையை மறுபடி கேட்கப்போகிறானா? அந்த மாதிரிக் கதைக் கூற்று நெடுங்காலமாக இருக்கிறது அல்லது அந்தப் போராட்டம் நீண்டகாலமாக இருக்கிறது. காதல் செய்வதற்கான மனித உணர்வுக்கும் சாதிகளைப் பிரித்து வைப்பதற்கும், தீண்டத்தகாதவர்களை ஒதுக்குவதற்கும் இடையே உள்ள துவந்த யுத்தம்.

ஆனால், அவர் ‘இல்ல. நல்லவேளை அது இன்னும் மோசமா இருந்திருக்கும். நமக்கு, பிற கீழ்ச் சாதிகளும் மேல் சாதிதானே? வா. நான் உன்னை அவங்க வீட்டுக்குக் கூட்டிட்டுப் போறேன்,’ என்றார்.

ஞாயிற்றுக்கிழமை சீக்கிரமே வந்தது; ரவி பேருந்து நிலையத்தில் சத்யாவிற்காகாக் காத்திருந்தான். சத்யா அவனைப் பார்க்கும் முன்பு ரவி அவனைப் பார்த்துவிட்டான். சத்யா எவ்வளவு களைத்திருக்கிறான்! இந்தச் சில மாதங்களில் அவன் முதுகு கூனி, தோள்கள் சுருங்கினாற்போல இருந்தன. சத்யா ரவியைப் பார்த்துவிடுகிறான். பழைய ஒளிர்விடும் புன்முறுவல் அவன் முகத்தில் தோன்றியது. ஒழுங்கான வெண்மையான பற்களைக் காட்டியபடி சிரித்தான்.

டீக்கடை நோக்கிச் சென்றார்கள். உடனே சத்யாவைத் தன் அறைக்குக் கூட்டிச் செல்ல ரவி விரும்பவில்லை; அவனைக் கொஞ்ச நேரம் தனக்கு மட்டுமாக வைத்துக் கொள்ள விரும்பினான். இரண்டு வடை, ஒரு கப் டீ சத்யாவை ஏதோ தொந்தரவு செய்கிறது என்பதைப் புரிந்து கொள்ள அந்த நேரம் போதுமானதாக இருந்தது. ஆஷாவும் உடன் இருந்தால் நன்றாக இருக்கும் என ரவி நினைத்தான். அவள்

சத்யாவைத் தன்னைப் பற்றிப் பேச வைப்பதில் கைதேர்ந்தவள். ஆனால் கடந்த சில வாரங்களாக ஆஷா அவர்களிடம் - ரவி, சத்யா இருவரிடமும்- அதிகம் ஏதும் சொல்வதில்லை. அவளது அறை சினேகிதி பிரியா வின் செல்ஃபீ மோகம் ஆஷாவையும் தொற்றிக்கொண்டது போல இருந்தது. விடுதி அறையில் இருக்கும் புகைப்படங்களை அவர்களுக்கு அனுப்பிக்கொண்டிருந்தாள். ஒரு படம் வார்டில்; மற்றது கடற்கரையில். அதில் நினைவிருக்கா? நாம அடுத்தது எப்ப பாக்கப் போறோம்? என்று கேட்டிருந்தாள். ரவியும் சத்யாவும் அதற்குப் பதில் எதுவும் போடவில்லை. சத்யாவை இன்றைக்கு இங்கு வரவழைப்பதே கடினமாக இருந்தது என ரவி நினைத்துக்கொண்டான்.

ரவியின் விடுதிக்கு நடந்து போவதற்குள் சத்யா கொஞ்சம் இளகினான். ‘ஒன்னோட நண்பர்கள் எல்லோரையும் பாக்கணும். பீம் சக்தி பற்றி எல்லாம் தெரிஞ்சிக்கணும்’ என்றான். ரவி அவனுக்குக் கல்லூரி, விடுதி அறை, புதிய நண்பர்கள், புதிய கருத்துகள் எல்லாவற்றையும் காட்டினான். ஆகச் சிறந்த பரிசையும் சத்யாவிற்குக் கொடுக்க முடிந்தால்... சத்யா செந்தில் அண்ணாவைச் சந்திக்க வேண்டும் என்று ரவி பெரிதும் விரும்பினான். ஆனால், அவர் இரண்டு நாட்கள் ஊரில் இல்லை. அவரைப் பார்ப்பதற்குப் பதிலாக, செந்தில் அண்ணா கொடுத்த புதிய நூல்களைப் படுக்கையில் பரத்தினான் ரவி. ஒரு மெல்லிய புத்தகத்தைக் கையில் எடுத்து, ‘இது ஒரு தலித் கவிஞரைப் பற்றியது. சாதியை எதிர்த்த பல பாடகர்கள் பற்றியது’ என்றான். ‘நான் இன்னும் இதப் படிக்கல. சும்மா புரட்டிப் பார்த்தேன். நீ படிச்சிட்டு எனக்குத் திருப்பி அனுப்பலாம். செந்தில் அண்ணா எதுவும் சொல்ல மாட்டார். உன்னைப் பத்தி அவரிட்ட சொல்லியிருக்கேன். நீ கவிதை எழுதறதெல்லாம் சொல்லியிருக்கேன்’ என்றான்.

‘நான் எழுதறது கவிதையான்னு எனக்குத் தெரியாது,’ சிரித்தபடி சொன்னான் சத்யா.

‘நீ கவிதைன்னு நெனச்சா, அது கவிதைதான்’ என்று மகிழ்ச்சியாகச் சொன்னான் ரவி. ‘நாம நினைக்கறத, உணர்வத எப்படி எழுதணும்னு யாரு நமக்குச் சொல்ல முடியும்?’ இலக்கிய மேதாவிகள் அனைவரையும் கையசைவில் புறந்தள்ளினான் ரவி. பிறகு எந்த எச்சரிக்கையும் செய்யாமல் திடீரென, ‘சத்யா, என்ன நடக்குது. நீ நல்லா இருக்கற மாதிரித் தெரியலயே’ என்றான்.

எதிர்பாராத அந்தக் கேள்வியால் சற்று நிலைகுலைந்த சத்யா, 'எல்லாம் வழக்கமானதுதான். பணச்சிக்கல். வேறென்ன? இன்னும் உதவித் தொகை வரல. அம்மாக்குப் பணம் அனுப்பணும்,' என்றான்.

ரவி பேசாமல் காத்திருந்தான். இன்னும் ஏதோ இருக்கு.

'அப்புறம், ஒரு புரொஃபஸர் இருக்காரு. அவரோட பேப்பர பாஸ் பண்ண முடியுமான்னு கவலையா இருக்கு,' என்றான்.

உன்னிப்பாக அவனைப் பார்த்த ரவி, 'சாதியா?' எனக் கேட்டான். சத்யா ஆம் என்று தலையசைத்தான். அந்தச் சொல் ஒரு சுருக்கெழுத்துப் போல. அது போதும் அவர்கள் ஒருவரை ஒருவர் புரிந்துகொள்ள. மற்றவை வெறும் நுணுக்கங்கள்தான்.

அறிவுரை சொல்ல ரவி தன் மூளையைக் கசக்கிக்கொள்கிறான். சில நேரங்களில் தான் ஒரு செயல்பாட்டாளராக உருவாகிக் கொண்டிருப்பதாக ரவி உணர்கிறான். ஆனால், சத்யாவை நேருக்கு நேர் பார்க்கும்போது, அவன் படித்தது, கேட்டது, செந்தில் அண்ணாவிடம் கற்றுக்கொண்டது எல்லாமே கரைந்துபோனது. என்ன சொல்வது என்று அவனுக்குப் புரியவில்லை. சத்யாவின் கல்லூரியில் மாணவர் அமைப்பு இல்லை. இருந்தால், அது சத்யாவுக்கு ஆதரவாய் நிற்கும். 'நீ அத எதிர்த்தாகணும்' என்றான் முடிவாக. சொல்லும்போதே அது போதுமான சொற்கள் அல்ல என்பது அவனுக்குப் புரிந்தது. பிறகு குரலைச் சற்றுக் கீழிறக்கி, 'நாங்க இங்க இருந்து என்ன செய்ய முடியும் என்று செந்தில் அண்ணாவிடம் கேக்கறேன்' என்றான்.

ரவி புதிய தகவல்களைப் பதிவேற்றுகிறான், பகிர்கிறான், நண்பர்களை அதில் கோர்க்கிறான். பீம் சக்தி முகநூல் பக்கத்தில் அவன் சற்று முன் எழுதியதை மீண்டும் வாசிக்கிறான். சில மாதங்களாக செய்தித்தாள் தலைப்புச் செய்திகளில் வந்தவற்றைத் தொகுத்து வெளியிட்ட பட்டியல் அது. அதில் இழிவுபடுத்தல் முதல் அநீதி, கொடுமைகள் வரை இடம் பெற்றுள்ளன. ஆனால், அது முழுமையானது அன்று.

உத்திரப்பிரதேசம்: 21 வயதான தலித் பெண் மரணம்.

ஆந்திரப்பிரதேசம்: தலித் பெண் தாக்கப்பட்டு நிர்வாணப் படுத்தப்பட்டார்.

பீகார்: தலித் தம்பதியர் கொல்லப்பட்டனர்; மகள் காயம்.

மகாராஷ்டிரா: தலித் இளைஞர் கொல்லப்பட்ட வழக்கில் குற்றம் சாட்டப்பட்ட ஒன்பது பேரும் விடுவிக்கப்பட்டனர்.

குஜராத்: தலித் பெண், அவரது மூன்று குழந்தைகள் குத்திக் கொலை.

உத்திரப்பிரதேசம்: ஆதிக்க சாதிப் பெண்ணின் வாளியைத் தொட்டதற்காக, கருவுற்றிருந்த தலித் பெண் கொல்லப்பட்டார்.

குஜராத்: கார்பா நடன நிகழ்வில் பங்கேற்றதற்காக தலித் ஆண் ஒருவர் அடித்துக் கொலை.

குஜராத்: சட்டம் பயிலும் மாணவன் தன் மீசையைக் காட்டியபடி நடந்ததால் அடிக்கப்பட்டார்.

கேரளா: தலித் பாதிரியார் குத்தப்பட்டார்.

தெலுங்கானா: தலித் செயற்பாட்டாளர் தாக்குதலில் இருந்து தப்பினார்.

குஜராத்: 24 வயது இளைஞன் மீசையை முறுக்கி நடந்ததால் அடிக்கப்பட்டார்.

பஞ்சாப்: தலித் பெண்கள், ஆதிக்க சாதி ஆண்கள் அவர்களை அடித்துப் புடைத்ததாகப் புகார் செய்தனர்.

மத்தியப்பிரதேசம்: பருப்பு திருடியதாகப் பொய்க் குற்றம் சாட்டப்பட்ட தலித் ஆண் ஒருவர் அடித்துக் கொல்லப்பட்டார்.

உத்திரப்பிரதேசம்: தாகுர்கள் மிரட்டலால் தலித்துக்கள் வீடுகளை விட்டு ஓடினர்.

பஞ்சாப்: விசிறியைத் திருடியதற்காக தலித் ஒருவர் மரத்தில் கட்டப்பட்டு நிலப்பிரபுவால் அடிக்கப்பட்டார்.

கர்னாடகா: தலித்துகள் பயன்படுத்தும் குடிநீரில் விஷம் கலக்கப்பட்டது.

ஒடிஷா: தலித் குடும்பம் கிராமத்தில் இருந்து ஒதுக்கிவைக்கப்பட்டது.

உத்திரப்பிரதேசம்: தலித்துகள் கோயில்களில் நுழைய அனுமதி இல்லை.

மத்தியப்பிரதேசம்: ஆதிக்க சாதியினரால், மலம் அள்ள கட்டாயப்படுத்தப்பட்ட தலித் சிறுமி.

மத்தியப்பிரதேசம்: தலித் பெண்ணின் மூக்கு அறுக்கப்பட்டது.

குஜராத்: 24 வயது தலித் ஆண் அடிக்கப்பட்டார்.

ராஜஸ்தான்: தலித் பெண் ஒருவர் சூனியக்காரி என முத்திரையிடப்பட்டு, நிர்வாணமாக்கப்பட்டு அடிக்கப்பட்டார்.

குஜராத்: ஒரு தலித்தும் அவரது தாயும் செத்த மாட்டின் தோலை உரித்ததனால் அடிக்கப்பட்டனர்.

உத்திரப்பிரதேசம்: ஆக்ராவில் தலித் பெண் ஒருவர் விசாரணை இன்றித் தாக்கப்பட்டார்.

கர்நாடகா: ஆதிக்க சாதியினர் தலித்துகள் வழிபாடு நடத்துவதைத் தடுத்து நிறுத்தினர்.

ஆந்திரப்பிரதேசம்: கிராமத்தில் தலித்துகள் புறக்கணிக்கப்பட்டனர்.

கேரளா: கேரளா-தமிழ்நாடு எல்லைப்புற கிராமம் ஒன்றில் தலித்துகள் தீண்டாமைக்கு ஆட்படுத்தப்படுவதாகக் கூறினர்.

உத்திரப்பிரதேசம்: பேரணி முடிந்ததும் தாகுர்களால் தலித்துகள் தாக்கப்பட்டனர்.

உத்திரப்பிரதேசம்: தலித் ஒருவர் கொல்லப்பட்டார்; 60 தலித் குடியிருப்புகள் கொளுத்தப்பட்டன.

மத்தியப்பிரதேசம்: ஆதிக்க சாதியினர் தலித்துகளின் கேணியில் மண்ணெண்ணெய் ஊற்றினர்.

ராஜஸ்தான்: தலித் மாப்பிள்ளை பெண்குதிரை மீதேறி பவனி வந்ததால் பீர் பாட்டில்களால் தாக்கப்பட்டார்.

ராஜஸ்தான்: தலித் எழுத்தாளர் அச்சுறுத்தல்.

கர்நாடகா: மூன்று தலித்துகள் மாட்டுக்கறி சாப்பிட்டார்கள் என்ற சந்தேகத்தில் தாக்கப்பட்டனர்.

உத்திரப்பிரதேசம்: ஒரு கன்றுக்குட்டியைக் கொன்றதற்காகத் தள்ளி வைக்கப்பட்ட தலித் தற்கொலை.

ராஜஸ்தான்: ராஜ்பூத் இனத்தவர் தலித் திருமணவிழாவில் தாக்குதல்; பெண்களை வன்கொடுமைக்கு ஆளாக்கினர்.

தமிழ்நாடு: ஆறு தலித்துகள் அடிக்கப்பட்டனர்.

குஜராத்: கிரிக்கெட் போட்டியின் போது எட்டு தலித்துகள் அடித்துப் புடைக்கப்பட்டனர்.

ஹரியானா: பெண்குதிரை மீது சவாரி செய்ததால் தலித் மாப்பிள்ளை அடிக்கப்பட்டார்.

தமிழ்நாடு: ஐந்து தலித் குடிசைகள் எரிக்கப்பட்டன.

ஜார்கண்ட்: உயர் சாதியினர் மீது ஹோலி வண்ணங்கள் பூசிய தலித், காவல்துறையினரால் அடித்துக் கொல்லப்பட்டான்.

கர்னாடகா: தலித்துகளுக்கு கிராமத்தில் முடிதிருத்த முடியாது.

ஹரியானா: மோதல்களில் ஆறு தலித்துகள் காயம்; நாற்பது குடும்பங்கள் ஊரில் இருந்து வெளியேற விருப்பம்.

உத்திரப்பிரதேசம்: 'ராம் ராம்' என்று சொல்லாததற்காக தலித் ஒருவர் அடிக்கப்பட்டார்; அவரது வீடு எரிக்கப்பட்டது.

குஜராத்: 17 வயதான இளைஞன் மீசையை முறுக்கியபடி நடந்ததால் தாக்கப்பட்டார்.

ரவி தன் மேலுதடைத் தொட்டுப் பார்க்கிறான். தன் அரும்பு மீசையை வளர்ப்பது என முடிவு செய்கிறான். இதோ, இங்கொரு தலித் தன் மீசையைப் பெருமையோடு முறுக்கியபடி, தன் ஆண்மையைப் பறைசாற்றுகிறான். நீங்கள் அதைப் பற்றி என்ன செய்ய முடியும்? ஆனால், பட்டியலில் உள்ள பிற செய்திகள் ரவிக்குச் சவாலாக இருக்கின்றன: முகத்தில் மீசை வளர்ப்பதால், ஏற்கனவே கொல்லப்பட்ட, தாக்கப்பட்ட, இழிவுபடுத்தப்பட்ட, அச்சத்தில் வாழ்பவர்களுக்கு என்ன இலாபம்? ரவியின் இதயம் வெறுமையாய் உணர்கிறது. இல்லையில்லை. அது நிறைகிறது; நிறைந்து வழிகிறது. அவனுக்குத் தெரியாத அந்த மனிதர்கள் எல்லோரும் அவன் இதயத்தில் இடம் பெற விரும்புகிறார்கள். ஏனெனில் அவர்கள் அவனது கூட்டுக் குடும்பம். இதெல்லாம்விட மிதமிஞ்சி இருக்கிறது இந்த அலைக்கழிப்புகள், இப்போராட்டத்தின் அளவு. அவன் ஒரு தனி மனிதன். ஒரு பையன். நெடுமூச்சு எடுக்கிறான்; மூச்சை வெளியே விடுகிறான்; மனிதர் கூட்டம் அவன் இதயத்தை விட்டு வெளியேறியது. ஆனாலும், அது இன்னும் அடைத்துக்கொண்டுள்ளது. அதில் ஒரே ஒருவர்தான் இருக்கிறார். அவனைப் போன்ற ஒரு பையன். ஆனால், அவன் போல் அல்லாது இனிமையான, வருத்தம் தோய்ந்த முகம் கொண்ட சத்யா.

ரவி, சத்யாவை மீண்டும் அழைத்தான். கைபேசி அடித்தது, அடித்தது; அடித்துக் கொண்டே இருந்தது. அல்லது ஒரு பதிவு செய்யப்பட்ட குரல், அவன் கவனிக்கவில்லை என்பது போல, இந்த எண் பதில் அளிக்கவில்லை என்றது. சத்யாவிற்குச் செய்தி அனுப்பினான். 'நீ ஓகே

வா?' 'கூப்பிடு அல்லது செய்தி அனுப்பு'. எதற்கும் இருக்கட்டும் என்று ஆஷாவுக்கும் செய்தி அனுப்பினான்: 'சத்யாவிடம் பேசினாயா? இங்கு வந்தபோது ரொம்ப அமைதியாகவும் கவலையோடும் இருந்தான்.'

ரவியுடன் கழித்த சில மணி நேரங்கள், புது ஆட்களைச் சந்தித்தல், பேசுதல் என எவ்வளவு விரைவில் சத்யா தனது தனிமையை உதறித் தள்ளினான். இப்போது, மீண்டும் அவன் அறையில் அவனுக்காகக் காத்திருந்த நிச வாழ்க்கை அவனை மீண்டும் வேகமாகச் சுற்றிக் கொண்டது. சத்யா எரிச்சலுடன் தன் தலையை வேகமாக அசைத்தான். குளத்திற்கு சைக்கிளில் போய்விட்டுத் தன் புத்தகங்களுக்குத் திரும்புகிறான். ராகுலுடன் உட்கார்ந்து இசை கேட்கிறான்; அதிகம் பேசிக்கொள்ளும் தேவை இல்லாததால், இசை கேட்பதை மட்டும் அவர்கள் இருவரும் சேர்ந்து செய்ய இயலும். பின், தன் நீல நோட்டுப் புத்தகத்தைக் கையில் எடுக்கிறான். ஆஷா, ரவி, சத்யாவின் அம்மா எல்லோரும் அதில் இருக்கிறார்கள். உண்மையான சத்யாவும் அதில் இருக்கிறான். டாக்டர் ஷர்மா...? சத்யாவுக்கும் ரவியின் செந்தில் போல ஒரு ஆசிரியர் கிடைத்திருந்தால்? டாக்டர் ஷர்மா பொறுத்துக் கொள்ளக் கூடியவராக ஆகியிருப்பாரா? ஆனால், இன்று ஷர்மாவைப் பற்றி நினைக்கப்போவதில்லை. ரவி கொடுத்த நூலைக் கையில் எடுக்கிறான். கன்னட மொழியில் எழுதப்பட்ட சிறு நூல் அது: கண்ணதேவாவின் குடும்பம்: ஆனந்தகிராமத்தின் கவிஞர்கள். அதைத் திறந்து படிக்கத் தொடங்குகிறான்.

சத்யா அவன் படிக்கப் படிக்க கால இயந்திரத்திற்குள் வைக்கப்பட்டவன் போல் உணர்கிறான். அந்த நூல் அவனது மூதாதையரை அவனுக்குக் காட்டுகிறது; அவர்களது உள்ளாழத்தில் ஒளித்துவைக்கப்பட்ட கனவுகள், நம்பிக்கைகள், பயங்கள் ஆகியவற்றை ரகசியமாகக் கேட்கவைத்தது. அவர்களது போராட்டங்கள். ஆனால் ஒரு நிமிடம் நிற்க: அந்தக் காலத்தையும், இந்தக் காலத்தையும் ஒன்றுபோலக் கருதக்கூடாது. சத்யாவிற்கு அவன் அம்மா ஒரு முறை அவள் பக்கத்து வீட்டுத் தோழி சுஜாவிடம் சொன்னது நினைவுக்கு வந்தது: நான் சின்னதா இருந்தப்ப, நம்ம ஆட்கள் ஒரு சில வருஷந்தான் பள்ளிக்கோடம் போவாங்க. இப்ப, நிறையப் பேரு பத்தாம் வகுப்பாவது முடிக்கிறாங்க. எஞ் சத்யா, அவனப் பாரு, பெரிசா ஏதாவது செய்யணும்னு சொல்றான். டாக்டராகணுமாம்! பேசும்போதே பொங்கிய கண்ணீரைத் தன் சேலை முந்தானையால் துடைத்துக்கொண்டாள் அம்மா. 'முட்டாள்தனமா

அழுவறேம் பாரு. அவன் கனவு பலிக்க, நான் என்ன வேண்ணாலும் செய்வேன், தெரியுமா?'

இல்லை. இந்தக் காலம் அந்தக் காலம் போல் இல்லை. ஆனால், இடையில் பல நூறு ஆண்டுகள் கடந்திருக்கின்றன. அவை இன்னும் கூடுதல் வேறுபாடுகளோடு இருக்க வேண்டாமா?

இரவு வெகு நேரம் ஆகிவிட்டது. சத்யா இன்னமும் படித்துக் கொண்டிருக்கிறான். நடுவில் விட முடியவில்லை. சத்யா தன் பாடப் புத்தகங்கள், நோட்டுகளை விட்டு வேறு ஏதோ படிப்பதைக் கண்டு ராகுல் வியப்படைகிறான். இன்று ஒரு நாள் சத்யா அடுத்த நாள் வகுப்பைப் பற்றிக் கவலைப்படவில்லை.

அந்த நூலில் நிறைய மனிதர்கள்; நிறைய குரல்கள். கவிஞர்கள். உழைக்கும் கவிஞர்கள். சத்யாவால் புரிந்துகொள்ளக்கூடிய துக்கத்தை அனுபவிப்பவர்கள். அடுத்தவர்கள் தம்மைக் கவிஞர்கள் என்று சொல்லவில்லையே என்று கவலைப்படாத கவிஞர்கள். சத்யாவுக்கு அந்த அம்சம் மிகவும் பிடித்துப்போனது. சில கவிதைகள் அவனுக்குப் புரியவில்லை; ஆனாலும் அவன் விடுவதாக இல்லை. அவற்றை மறுபடி படிக்கப்போகிறான். அதிலும் மிகச் சிறந்த விஷயம், சிக்கையா என்ற கவிஞரின் சொற்களைப் புரிந்துகொள்ள இரண்டாவது தடவை படிக்க வேண்டாம். அவரது ஒவ்வொரு சொல்லும் சத்யாவிடம் பேசியது. இதெப்படி சாத்தியம்? நீண்ட காலத்திற்கு முன்பு இருந்த, நிசமாக வாழ்ந்தவரா இல்லையா என்பது உறுதியாகத் தெரியாத சிக்கையா என்ற மனிதர் சொற்களை வரிகளாய்க் கோர்த்து சத்யாவுக்காக மட்டும் இசைப்பது எப்படி முடியும்?

'எங்கே அந்நிலம் கட்டற்று நீர் ஓடும் நிலம்?' அந்த வரி எப்படி சத்யாவைத் துளைக்கிறது? அவன் வலியைக் கிளறுகிறது? சிக்கையாவின் வாழ்க்கை பற்றிய எல்லா தகவல்களையும் இந்த நூல் தர முடியவில்லை. ஆனால், எந்த நூலாலும் அது முடியாது. ஆனால், சில கவிதைகள் போதும்; சிக்கையாவை அவற்றில் கேட்பது சத்யாவிற்குத் தன்னைத் தானே மீண்டும் தெரிந்துகொள்வதுபோல் இருந்தது.

சத்யா அந்தப் பக்கத்தை மறுபடி திறக்கிறான். அந்தப் பாடல் வரிகளைத் தன் நாட்குறிப்பில் எழுதிக்கொள்கிறான். வாய்விட்டுச் சொல்லியபடி அதை எழுதுகிறான்.

எங்கே அந்நிலம்

கட்டற்று நீர் ஓடும் நிலம்?

சொல்லு. சொல்லு

எங்கே அந்நிலம்

கட்டற்று நீர் ஓடும் நிலம்?

அதற்கான பதில்! அந்தப் பதில் துணிச்சலானதாக இருந்தாலும், கேள்வி இன்னும் கூர்மையாகத்தான் இருக்கிறது:

அந்த நிலம் இங்கும் அங்கும்
என்னுள் எங்கும்.
என்னுள் அந்நிலம்
கட்டற்று நீர் ஓடும் நிலம்.

இரண்டு புத்தகங்களையும் வைத்துவிட்டு சத்யா விளக்கணைக்கும் போது அதிகாலையாகி இருந்தது. அவன் கண்கள் மூடி இருந்தன; அவன் ஆழ்ந்த உறக்கத்தில் இருந்தான்; ஆனால் அந்தப் பாடல் அவனை விட்டு நீங்கவில்லை. அவனது கனவுகளில் அப்பாடல் தெளிவாகவும் உண்மையாகவும் ஒலிக்கிறது.

மறுநாள், உடற்கூற்றியல் வகுப்பு முடிந்து கிளம்பும் போது, டாக்டர் ஷர்மா அவனை நிற்குமாறு சைகை செய்கிறார். ‘உன்னோட வருகைப் பதிவு இருக்க வேண்டிய அளவு இல்லை’ என்றார்.

சத்யா அதிர்ச்சியுற்றான். ‘நான் ஒரு வகுப்பைக் கூட தவறவிடலயே, சார்,’ என்றான்.

டாக்டர் ஷர்மா தன் புருவங்களை உயர்த்தினார். ‘நீ அப்படிச் சொல்ற. ஆனா, என்னோட பதிவேடு வேற மாதிரி சொல்லுது. இந்த மாதிரிப் போனால், உன்னால் தேர்வு எழுத முடியுமான்னு சொல்ல முடியாது? ஆனா, அதுக்கு இன்னும் காலம் இருக்கு. நட்பு ரீதியான எச்சரிக்கையா இத வச்சுக்கங்க’. ‘நட்பு ரீதியான’ என்ற அச்சொல் இதை விட நட்பற்றதாக இதற்கு முன் தோன்றியதில்லை. ‘உன்னுடைய அட்டெண்டன்ஸ் மோசமா இருக்கிறதால, உன் உதவித் தொகையைப் பிடிச்சுக்க வேண்டி இருக்கும்னு, அலுவலகத்தில் இருக்கிற மூர்த்தி எங்கிட்ட சொன்னார். விதிகள் இருக்கு, தெரியுமில்ல. விதிகளில் இருந்து தப்பிக்க முடியாது.’

2

ஸ்ரீகுமார் தன் பைக்கை வழக்கமான இடத்தில் நிறுத்துகிறான். கடையில் இருந்து தெரியும் இடம் அது. கிட்டத்தட்ட தன் மொத்த சேமிப்பையும் போட்டு ஓரிரு மாதங்களுக்கு முன்பு அந்த வண்டியை வாங்கியிருந்தான். ஒன்றுவிட்ட சகோதரன் வினயிடம் கொஞ்சம் கடன் வாங்க வேண்டி வந்தது. ஆனாலும் இந்த வண்டிக்கு அது தகும். ஹோண்டா *CBR 25OR* பந்தய பைக்; மார்ஸ் ஆரஞ்சு வண்ணக் கோடுகள் போட்ட உலோகப் பளபளப்புமிக்க சாம்பல் நிற வண்டி; நான்கு ஸ்ட்ரோக் *249.60 cc* எஞ்சின் உள்ளது. ஸ்ரீகுமார் அந்த வண்டியின் மீது காதல் கொண்டுள்ளான்.

பைக்கைப் பூட்டிவிட்டு யாராவது கவனிக்கிறார்களா என்று சுற்றுமுற்றும் பார்த்தான். பிறகு கடையின் மடங்கு கதவின் பூட்டைத் திறந்து பாதி தூரம் உயர்த்தினான். இன்னும் கடை திறக்கும் நேரமாகவில்லை; இன்னும் ஒரு மணி நேரம் இருக்கிறது. அவனுக்குப் பிடித்த கனத்த ஒலியுடன் அந்தக் கதவு மேல் நோக்கிச் சுருள்கிறது. அவனது நாள் தொடங்கும் நேரம் இது. இந்த ஒரு மணி நேரம் அவன் மட்டும் தனியே இருப்பான். வீட்டிலோ, பின்பு கடையிலோ அந்த நேரம் வாய்க்கும் எனச் சொல்ல முடியாது.

ஸ்ரீகுமார் கல்லாப்பெட்டியைக் கடந்து, அதன் பின் உள்ள திரைச்சீலையைத் தாண்டி கடையின் பின்புறம் உள்ள சிறிய பகுதிக்குப் போனான். அது கிட்டத்தட்ட ஒரு அறை. அங்கிருந்த அலமாரிகளில் இருந்து அட்டைப்பெட்டிகள் நீட்டியபடி இடத்தை அடைத்தன. ஆனால், ஸ்ரீகுமார் தனது சுவர் என்று கருதும் இடத்தில் ஒரு பெரிய படம், சிறு அலமாரி, கொக்கி தவிர வேறு எதுவும் இல்லை. அந்த அறை சின்னதாக இருந்தாலும் எல்லாம் சுத்தமாக அதனதன் இடத்தில் இருந்தது. ஸ்ரீகுமார் சுத்தம் பார்ப்பவன். அதிலும் அந்த இடத்தைத் தூசிதட்டி, கூட்டுவதில் கவனம் எடுப்பான். ஒரு ஸ்விட்சைத் தட்டியதும் படத்துக்கு அணிவித்திருந்த சிறு மின் விளக்குகள் ஒளிர்ந்தன. அங்கிருந்த கொக்கியில் தன் முதுகுப் பையை மாட்டினான். சிறு அலமாரியில் உதிர்ந்திருந்த நிறைய தூசியைத் தட்டிவிட்டு, புதிய ஊதுபத்திகளைக் கொளுத்தினான். அதன் பின் சுவரில் ஒட்டப்பட்டிருந்த பளபள படத்தின் முன் தனது காலைச் சடங்குகளைத் தொடங்கினான்.

திரைச்சீலையை விரித்துவிட்டு, மேலுடைகளைக் களைந்து உள்ளாடையுடன் நின்றான். நேராக, 5.7" உயரம் கொண்ட உடலை நிமிர்த்தி மூச்சை ஆழமாக இழுத்தான். படத்தை உற்று நோக்கியபடியே, அதனுள் கவனம் செலுத்தி தன் மூச்சுப் பயிற்சியைச் செய்தான்.

அந்தப் படம்: ஒளிரும் எலுமிச்சை நிறம். இந்த அழுத்தமான பின்புலத்தில், இடது கீழ்ப் புறத்தில் இருந்து வலது மேற்புறம் நோக்கி ஒரு கருத்த உருவம் உயர்ந்தது. அது ஒரு ஆண் உருவம்; இளைஞன்; இடுப்பில் கட்டிய துண்டு தவிர உடலில் வேறு துணிகள் எதுவும் இல்லை. அரையிலும், மேற்கையிலும் மணிகள் கோர்த்த மாலை கட்டப்பட்டிருந்தன. கழுத்தில் நெளிந்துகொண்டிருக்கும் பாம்பு ஒன்று தலைகீழாகத் தொங்கிக்கொண்டிருந்தது; பாம்பின் நாக்கு அவரின் தொப்புள் அருகில் இருந்தது; வலது கரத்தில் வீரம் மிக்க திரிசூலம்; அதன் நுனி படத்தின் சட்டகத்தைக் குத்துவது போல் இருந்தது. இடது கரத்தில் சிறு உடுக்கை. ஒல்லியான அந்த உடல் தசைகளால் கட்டப்பட்டிருந்தது. கட்டுப்பாடு மிக்க அசைவுகள் அந்த பிம்பத்தை வீரியம் மிக்கதாக ஆக்கியது. அந்தக் கட்டுப்பாடு தீவிரம் மிக்கது. அந்த உருவம் அசைந்தது- தசைகள், திரிசூலம், தலையில் இருந்து பாம்புகள் போல் விரியும் தலைமுடிக் கற்றைகள், உடுக்கை ஒலி ஆகிய அனைத்தும் அவரது கட்டுப்பாட்டில் அசைந்தன. அக்கட்டுப்பாடு நிகழவிருக்கும் திட்டவட்டமான கணத்தைக் குறித்தது.

ஸ்ரீகுமார் மூச்சை உள்ளிழுத்து வெளிவிடுகிறான். உள்ளும் வெளியும் செல்லும் காற்று அவனது மார்பையும், வயிற்றையும் இறுக்கமாக வைக்கிறது. மென்மையான தொனியில், ஆனால் உறுதியான ஒரு குரல் அவனுக்குக் கேட்கிறது. "உன் மனதில் இந்த பிம்பம் என்றும் அழியாது இருக்கட்டும். முடிவான கணம் வருகிறது. ஒப்படைத்து, சரணடைந்து விடு. கவனி இப்போது, எந்த கணத்திலும், இவ்வுருவம் மஞ்சள் சட்டகத்தில் இருந்து வெளியே குதிக்கும்".

ஸ்ரீகுமார் அமைதியாக அக்குரலை எதிரொலிக்கிறான்: 'அவர் வருவார், உறுதியான தசையுடன், இன்னும் உறுதியான இரத்தத்துடன், எனக்குச் சவாலாக வருவார். சரணடை. நான் அவருக்காகத் தயாராக இருப்பேன். நான் தயார்."

காலை நேரப் பயிற்சிகள், பூசை, சுவரில் தொங்கும் படத்திற்கும் மூளைக்குள் அமர்ந்து இருக்கும் குருவிற்கும் தன் உறுதிமொழி ஆகியவற்றை முடித்தபின் ஸ்ரீகுமார் சராசரி கடைக்காரர் ஆகிவிடுவான். ராஜுவும், பையனும் வந்துவிட்டார்கள்; இப்போது கதவு முழுதும் திறந்தாயிற்று.

ஸ்ரீகுமார் கடையில் இரண்டு, இல்லையில்லை ஒன்றரை, உதவியாளர்கள் இருந்தனர். அந்த அரைக்குரியவன் பனிரெண்டு வயதுச் சிறுவன். அவனது அம்மா ஸ்ரீகுமாரைக் கெஞ்சி வேலை கொடுக்கச் சொன்னார். அவனுக்கு ஆறாப்பசி; சாப்பிடும் உணவு எங்கே போகிறதென்று தெரியாது. ஒல்லியான தேகம்; அதிகம் வாய் திறக்க மாட்டான். பத்து வாக்கியம் சொன்னால் ஒன்றுதான் அவனுக்குப் புரிந்தது போல் இருக்கும். ஆனால், முழுமையான பணிவு கொண்டவன். மூட்டைகள் தூக்குவான்; எடுத்து வரச் சொல்வதைக் கொண்டு வருவான்; எத்தனை தடவை வேண்டுமானாலும் உள்ளேயும் வெளியேயும், மறு பேச்சின்றிக் கூட்டிப் பெருக்குவான். பலமுறை ஸ்ரீகுமார் அவனைப் பெயரற்ற நாய் என நினைப்பான். நாய்கள் போலவே இவனும் கூட இருப்பதில் உதவிதான். மற்ற பணியாளர் ராஜு. அவர் முட்டாள் அல்ல. ஆனால் ஸ்ரீகுமார் மீது அவரது கடவுள் பக்தி, உடற்பயிற்சி, பைக் பிரியம், எப்போதாவது வரும் மறக்கமுடியாத கோபம் மீது அலாதி பயம் கொண்டவர்.

கடையில் பலவிதப் பொருட்கள் விற்பனை செய்யப்பட்டன. சந்தைத் தேவை, மொத்தப் பொருள் விற்பனை பொறுத்து அவை

அமையும். குழந்தைகள் நூல்கள், தள்ளுபடி விலையில் பழைய வீடியோ விளையாட்டுகள் சில ஆகியவை இருந்தன. ஒயர் இல்லாத ஃபோன், கைபேசிகள், பலவித ஆபரணங்கள் இருந்தன. அதே தெருவில் கைபேசி ரிப்பேர் கடை வைத்திருக்கும் ஒன்றுவிட்ட சகோதரன் வினயுடன் ஸ்ரீகுமார் ஒப்பந்தம் வைத்திருந்தார். இருவரும் வாடிக்கையாளர்களை ஒருவருக்கொருவர் வழிகாட்டுவார்கள். ஃபோன் சரிசெய்ய வேண்டுமா, புதிதாக வாங்க வேண்டுமா என்பதைப் பொறுத்து அதைச் செய்வார்கள். இன்று மாலை ஸ்ரீகுமார் வினயைச் சந்திக்க வேண்டும். பைக் கடன் திருப்பிக் கொடுக்கவோ, வணிக ஒப்பந்தம் பற்றிப் பேசவோ அல்ல; வேறு ஒரு முக்கியமான ஒன்றைப் பற்றிப் பேச வேண்டும்.

வினய் ஸ்ரீகுமாரை விடச் சில ஆண்டுகள் இளையவன். ஸ்ரீகுமாரைக் கதாநாயகனாக வழிபாடு செய்பவன். பத்தாம் வகுப்பில் தோல்வியடைந்தவன். ஸ்ரீகுமார் பள்ளிப் படிப்பு முடித்து, வணிகவியலில் இளங்கலைப் படிப்பு முடித்தவர். தன் சிந்தனைகளை அறிந்தவர்; தனக்கு என்ன தேவை என அறிந்து அதனை எப்படியாவது அடைய முயல்பவர். ஸ்ரீகுமாருடன் ஏதாவது பொருளைச் சரிசெய்யும் போதுதான்- கைபேசி, பைக், அல்லது அக்குவேறு ஆணிவேறாகப் பிரித்துச் சேர்க்க வேண்டிய ஏதோ பொருள்- அவருக்குச் சமமாக இருப்பதாக வினய் உணர்வான்.

இருவரும் எல்லா வகையிலும் சகோதரர்கள். சகோதரர்களைவிட நெருக்கமானவர்கள். வினய் சபா கூட்டங்களுக்கும் வருவான். முக்கிய வேலை எதையும் செய்யத் தன்னைத் தேர்ந்தெடுக்க மாட்டார்கள் என்று வினய் அறிவான். ஆனால், அது அவனுக்குப் பொருட்டல்ல. என்ன செய்ய வேண்டும் எனச் சொல்லக் கூடிய ஸ்ரீகுமார் போன்ற தலைவர்களைப் பின்பற்றி நடப்பது அவனுக்குப் பிடிக்கும். நல்ல தொண்டராக இருப்பதில் வினய்க்குப் பிடிப்பு. அது நல்லது கூட. ஸ்ரீகுமாருக்கு வழங்கப்படும் வேலையில் உதவி தேவைப்படும்- வாகன ஏற்பாடு, நன்கு பழுதுபார்க்கப்பட்ட மோட்டார்சைக்கிள், அல்லது பல சிம் கார்டுகள், கைபேசிகள் இப்படியாக ஏதாவது.

மறுநாள் மாலை ஸ்ரீகுமார் சேவக் கூட்டம் ஒன்றில் மீண்டும் இருக்கிறார். இம்முறை குருஜி இல்லை. அவர் பயணத்தில் இருக்கலாம்; அல்லது வேறு வேலையில் ஈடுபட்டிருக்கலாம். இரண்டாம் மட்ட தலைவர்களில் ஒருவரான விவேக் தேர்ந்தெடுக்கப்பட்ட நான்கு

சேவக்குகளை வழிநடத்துகிறார். இந்த அமர்வு அரக்கர்களைப் பற்றியது 'அரக்கர்களைத் தோற்கடிப்பது எப்படி?'

விவேக் விரைவில் எடுத்த பொருளுக்கு வருகிறார். 'டிரெய்னிங்க் பயிற்சி' என்கிறார். 'ட்ரை யினிங்க்' என்று 'ஆர்' ஒலியை முழுக்க உருட்டுகிறார். அதன் மூலம் இந்த முதல் கட்டம் எவ்வளவு முக்கியம் என்பதை வலியுறுத்துகிறார். 'உடலை ட்ரையின் செய்தல். அரக்கர்களை எதிர்க்கும் போராட்டத்தில் உனக்கு வேறெந்தக் கருவியும் இல்லாமல் போகலாம். ஆனால், உங்கள் உடல் எதற்கும் தயாராக இருக்க வேண்டும் என்பதை நினைவில் வைத்துக் கொள்ளுங்கள். முக்கியமான ஒரு கணத்தில் உடல் உங்களைக் காலைவாரி விட்டுவிடக் கூடாது.'

சேவக்குகள் உடலைப் பயிற்சி செய்யும் முறைகளை விவேக் பட்டியல் இடுகிறார். கூடவே, 'சேவக்கின் உடல் நன்கு உடற்பயிற்சி செய்யும் உடம்பு மட்டும் அல்ல. சிறப்பு மிக்க குறிக்கோளோடு ஒன்று சேரவும் வேண்டும்' என்றார். செய்யக்கூடிய / கூடாதவை பற்றிய நீண்ட, துல்லியமான பட்டியலும் கொடுத்தார். 'அதிகாலை சூரிய உதயத்திர்கு முன் வெதுவெதுப்பான நீரில் குளித்தல்; குளிக்கையில் ஸ்லோகங்களை ஓதியபடி குளிக்க வேண்டும். ஆற்றில் குளிப்பது நல்லது; அல்லது கிணறு, ஏதோ ஒரு ஓடும் நீரில் குளிக்கலாம்.'

(ஸ்ரீகுமார் விரக்தியடைகிறார். (அவர் ஆயுள் முழுதும் ஒரு வாளித் தண்ணீரில்தான் குளித்திருக்கிறார்).

விவேக் இன்னொரு எச்சரிக்கையும் செய்கிறார். 'வாந்தி எடுத்திருந்தாலோ, அல்லது முடிவெட்டுதல், கெட்ட கனவு காணுதல், பாலுறவு, மாதவிலக்குள்ள பெண்ணுடன் தொடர்பு, நாய், சவம், அரக்கன், மலம் அள்ளும் ஓட்டர் போன்ற தொடர்புகள் ஏற்பட்டிருந்தால் கட்டாயம் தலைகுளிக்க வேண்டும்.'

(இவற்றை ஸ்ரீகுமார் ஏற்கனவே அனுசரிக்கிறார். நல்லது என்றெண்ணி தன்னைச் சுதாரித்துக்கொள்கிறார்.)

'இரண்டாம் கட்டம் நமது நோக்கத்தில் நம்பிக்கை கொண்ட அனைவரிடமும் முழுமையான விசுவாசத்துடன் இருத்தல். 'இந்து ராஷ்டிரா' என்று மருத்துவர் மிகுந்த மரியாதையுடன் சொல்கிறார்.

அந்த இரண்டு சொற்களில் எப்படிப்பட்ட மந்திரம் இருக்கிறது! அதை உச்சரிக்கையில் ஒளிரும் இந்தியா, புனிதமான உலகம் வரும்

என்ற நம்பிக்கை வருகிறது. ஸ்ரீகுமாரால், அவனது கடைச் சுவரில் நியான் மஞ்சள் ஒளியில் செயலில் இறங்கக் காத்திருக்கும் மனிதனின் உருவம் போல் இந்தச் சொற்கள் காட்டும் உலகைக் காண முடிகிறது. இந்து ராஷ்டிரத்தில் மந்திரங்கள் முழங்க, காற்று சுத்தமாக இருக்கும். ஹோமகுண்டத்தில் வெடிக்கும் நெருப்பு, வாழைப்பழம், பால், தேன் கலந்த இனிப்பு பிரசாதம் மணக்கும். மீண்டும் புனிதமாக்கப்பட்ட ஆறுகள் கரை புரண்டோடும். பசுமாடுகள் மாலை அணிவிக்கப்பட்டு, நெற்றியில் மஞ்சள் குங்குமம் பூசப்பட்டு அனைத்து நாகரிகமான குடிமக்கள் மனதையும் மகிழ்விக்கும். குடிமக்கள், மக்களைப் பொறுத்தவரை, எல்லோரும், ஒருவர் விடாமல் ஒவ்வொருவரும், ஒரே குடும்பத்தைச் சேர்ந்தவர்களாய் இருப்பார்கள். அனைவரும் ஒன்றுபோல் இருப்பார்கள். அவ்வாறு இருக்கையில் அமைதி, புனிதம், இசைவு தவிர வேறென்ன இருக்கும்?

விவேக் தன் கரத்தை உயர்த்துகிறார். ஸ்ரீகுமார் எதிர்காலம் குறித்த இனிய கனவுகளில் இருந்து மீண்டு நிகழ்காலத்திற்கு வருகிறார்.

'மூன்றாம் கட்டம் மிகவும் முக்கியமானது. அதில்தான் நாம் அரக்கர்களை அழிப்போம். நமது கடவுளர் பூமிக்கு வந்து மனிதர்களுக்கு உதவுவதற்காக அரக்கர்களை அழித்தது போல் நாமும் செய்வோம். மறக்காதீர்கள்: அரக்கர்களை- அரக்கன் அல்லது அரக்கி- அழிக்காவிட்டால், ஒரு மனிதன் மனிதனல்ல; ஒரு கடவுள் கடவுளே அல்ல. அதை நினைவில் கொண்டு இப்புவியில் மனிதன் செய்யக் கூடிய முக்கிய கடமையைச் செய்ய வேண்டும். நம் தாயகத்தில் அரக்கர், அரக்கியரை அழித்தொழித்தல் என்பதுதான் அக்கடமை. நமது உன்னத நோக்கத்தைக் குலைப்பவர்களை வெட்டியெறிவோம். அவர்கள் நம் குறிக்கோளை எட்டத் தடையாக இருப்பவர்கள்.'

(ஸ்ரீகுமாருக்குத் தன் காலை பூசையில் இருப்பது போல இருந்தது. முஷ்டிகள் இறுகின. ஆனால், விவேக் அரக்கர்களுக்கு எதிரான குற்றச்சாட்டுகளை விளக்கத் தொடங்கிவிட்டார். ஸ்ரீகுமார் தன் உள்ளங்கைகளை இலகுவாக்கி, கவனமாகக் கேட்கத் தொடங்கினார்).

விவேக் இடியோசைபோல் முழங்கினார். 'அவர்கள் என்ன செய்கிறார்கள்? நம் கடவுளர் உண்மையல்ல என்கின்றனர். அவை கட்டுக்கதைகள், பழங்கதைகள், தொன்மங்கள் என்கின்றனர். அவர்கள் நமது வளமான வரலாற்றைத் திரித்து, நம் நாகரிகத்தின்

உருவாக்கத்தில் அறிவியல் மற்றும் பண்பாட்டில் உள்ள நமது சிறப்பு மிக்க சாதனைகளை ஒதுக்குகிறார்கள். நமக்கான அனைத்தையும் அவமதிக்கின்றனர். நம் அந்தணர்கள், சித்தர்கள் குறித்து பயங்கரமான பொய்களைப் பரப்புகின்றனர். முஸ்லிம்களும், கிறித்துவர்களும் நமது பெண்களைக் கடத்திச் செல்லவும், பாலியல் வன்கொடுமை செய்யவும் தூண்டி அதன் மூலம் நம் பெண்களும், குழந்தைகளும் தூயவர்களாக இருப்பதைத் தடுக்கின்றனர். சாதியைப் பற்றி மூச்சுவிடாமல் சொல்லிக் கொண்டே இருக்கிறார்கள்; உலகில் எங்காவது மனிதர்கள் சமமாகப் பிறக்கிறார்களா என்ன? மேலைத் தேய மருந்துகள், உடைகள், கருத்துகள் பின்னால் ஓடுகிறார்கள். நமது புனிதத் தாயான பசுவைக் கொன்று தின்கிறார்கள். பசு மாட்டின் இளங்கன்றைச் சாப்பிடுகிறார்கள். அனைத்து அசுத்தங்களையும் சாப்பிடுகிறார்கள்.'

விவேக்கிற்கு வியர்க்கிறது. ஆனாலும், இன்னும் ஒரு தொடரைச் சொல்லிவிட்டுத்தான் அவர் அடுத்த வேலையில் இறங்க முடியும். 'கடவுளரின் பகைவர்கள், கடவுளரை வழிபடும் தொண்டர்களின் பகைவர்களிடம் இருந்து இந்த உலகத்தை விடுதலை செய்வோம்.'

விவேக் சற்று நிறுத்தி, மூச்செடுக்கிறார். 'எதிரிகள் மீதான மன்னிக்க முடியாத குற்றங்கள் இவை. பட்டியல் இனியும் நீண்டது; அவர் தேர்ந்தெடுக்கப்பட்ட சிலவற்றை மட்டும்தான் சொல்லியிருக்கிறார். இதைத்தான் அவர்கள் எதிர்க்க வேண்டும். இந்தச் செய்தியின் முழு விளைவும் வலுவான ஊதுபத்திப் புகைபோல இந்த அறை முழுதும் பரவவேண்டும். அது சேவக்குகளின் நாசித்துவாரங்கள் வழி மூச்சுக்காற்றாய் உடலில் இறங்க வேண்டும்; அவர்களின் நுரையீரல், இதயம் அனைத்தும் இதில் பற்றி எரிய வேண்டும்.'

காற்று கனத்தது; அறை மௌனமாயிற்று.

மறுபடி விவேக்கின் கரம் உயர்ந்தது. அதனை முடிந்தவரை நீட்டினார்; அவரது வலது கை முஷ்டி உருவாயிற்று. ஆனால், அவர் குரல் சன்னமாக ரகசியம் போல் இருந்தது. குரல்வளை கம்மிய வலிமையான முணுமுணுப்பு: 'அரக்கர்கள் நம்மை நிறுத்த மாட்டார்கள்; நாம் அவர்களை நிறுத்துவோம் துப்பாக்கிக் குண்டினால்.'

ஸ்ரீகுமார் அந்த முஷ்டியைப் பார்க்கிறார்; காற்றில் அது உருவாக்கும் துளையைப் பார்க்கிறார். அரக்கர்களின் நாற்றம் இல்லாது இருக்கும் காற்று, இப்போதே கொஞ்சம் சுத்தமாகிவிட்டது போலிருந்தது. அவரது

நுரையீரல் கூடுதல் காற்றை இழுத்து விரிகிறது; இருதயம் வேகமாக அடிக்கிறது; நான் இங்கிருக்கிறேன், இருக்கிறேன் என்கிறது. ஒரு கணம் ஸ்ரீகுமார் மண்ணில் ஒரு கடவுளாக அல்லது தேவதையாக இருப்பது போல் உணர்கிறார். ஒரு குண்டு. அவ்வளவுதான். ஒன்று போதாதா? விவேக், ஸ்ரீகுமார் மனதில் நினைப்பதை அறிந்தவர் போல் மேலே சொல்கிறார்: ‘முதல் குண்டு எதிரியை உடனடியாகக் கொல்லாவிட்டால், அடுத்தது, அடுத்தது என வெடியுங்கள். செய்யும்போது எதிரியை முறியடிக்கும் மந்திரத்தை ஓதியபடி செய்யுங்கள்.’

விவேக் ‘தயாரிப்புகளை முடிவு செய்ய, ட்ரைனிங் எடுக்க’ இன்னும் சிறு குழுக் கூட்டங்கள், விவாதங்களை எதிர்பார்க்கும்படி சொல்லி முடிக்கிறார்.

‘உங்களுக்கான உதவிகள் கிடைக்கும். துணிவுடன் உங்கள் பணியை முடியுங்கள். நல்ல நாளில் பணியைத் தொடங்க மறக்காதீர்கள்.’

ஸ்ரீகுமார் கூட்டம் நடந்த இடத்தைக் கண்டு வியப்பில் ஆழ்ந்தார். அது ஒரு பிறந்த நாள் விழா.

பிறந்த நாள் கொண்டாடும் இரண்டு வயது சின்னப்பையனையோ, அவன் பெற்றோரையோ ஸ்ரீகுமாருக்குத் தெரியாது. அங்கிருந்து முட்டை கலக்காத கேக், சமோசா, வறுவல் எல்லாம் வயிறு முட்ட மொக்கிக் கொண்டிருக்கும் கூட்டத்தில் யாரையும் தெரியாது. தனது பரிசைக் கொடுத்துவிட்டு, ஒரு க்ளாஸ் கோக்கை உறிஞ்சியபடி தனியே உட்கார்ந்தார் ஸ்ரீகுமார். சுமார் ஒரு மணி நேரம் கழிந்திருக்கும். பிறந்த நாள் பையனின் தாத்தா அவர் அருகில் வந்து, மிகச் சாதாரணமாக ‘நாம மாடில இருக்கிற ரூமில பேசலாம்’ என்றார்.

அந்த அறையில் ஏற்கனவே இரண்டு பேர் இருந்தனர். ஸ்ரீகுமாரும், தாத்தாவும் நுழைந்ததும் அவர்கள் பேச்சை நிறுத்தினர். தாத்தா அவர்களை சிரீஷ் மாமா, டாக்டர் ராஜேஷ் என்று அறிமுகப்படுத்தினார். அவர்களுக்கு ஸ்ரீகுமாரைத் தெரிந்ததுபோல் இருந்தது; ஆனால், அவர்களை ஸ்ரீகுமார் இதுவரை பார்த்ததில்லை. தாத்தா இனிப்பு, காரம் இருந்த இரு பெட்டிகளை அவர் புறம் நகர்த்தினார். ஸ்ரீகுமார் இரண்டையும் பணிவாக மறுத்துவிட்டார். அறைக்கதவு மூடப்பட்டது. ஆனால், கீழே நடக்கும் கொண்டாட்ட சத்தங்கள் மேலே கேட்டன. குழந்தைகள் பார்சலை அடுத்தடுத்து நகர்த்தும் விளையாட்டில் ஈடுபட்டுக் கொண்டிருந்தனர். ஜெய் ஜகதீச ஹரே பாடல் விளையாட்டுக்கான இசையாக ஒலித்துக்கொண்டிருந்தது.

சிரீஷ் மாமாவைப் பார்க்கும்போது ஸ்ரீகுமாருக்கு ஏதோ ஒன்று இராணுவத் தளபதியை நினைவுபடுத்தியது. அவர் வேகம் நிறைந்தவர்; அமைதியானவர். அவர் சொல்வது ஒரு வகை தந்தி மொழியில் இருந்தது. அவனுக்கு ரகசியச் செய்திகளைப் புரிந்துகொள்வதுபோல் இருந்தது. டாடர் ராஜேஷ் அவரது எதிரொலியாக இருந்தார். ஆனால், படுக்கை நாகரிகம் தெரிந்த நல்ல மருத்துவராக, மாமாவின் துண்டு துண்டாக வெடித்த செய்திகளுக்குப் பொருளும் விளக்கமும் அளித்தார். தாத்தா விருந்தோம்பல் செய்தார்.

சிரீஷ் மாமா, ‘திட்டம். தனித்தனி ஆளுமை பொறுத்தது. இந்து எதிர்ப்பாளரை ஒழித்தல்’ என்றார்.

டாக்டர் ராஜேஷ் எதிரொலித்தார். ‘நம்மிடம் ஏற்கனவே ஒரு தாக்குதல் பட்டியல் இருக்கிறது. இந்த ஆட்கள் நாம் குறிவைப்பவர்கள் தொடர்ந்து குற்றம் இழைப்பவர்கள்’. (ஒரு மனிதர், பெயர் எதையும் அவர் குறிப்பிடவில்லை. அவர் பயன்படுத்த விரும்பிய சொல் ‘ஆளுமை’). பிறகு அவர்களைப் பற்றி விவரிக்க ஆரம்பிக்கிறார். ‘இந்த ஆளுமைகள் கடைந்தெடுத்த இந்து மத விரோதிகள். அவர்கள் களச் செயல்பாட்டாளர்கள்; கம்யூனிஸ்டுகள். சொல்ல சங்கடமாக இருக்கிறது கவிஞர்கள், பாடகர்கள், ஆசிரியர்கள், பேராசிரியர்களாகக் கூட இருக்கிறார்கள்.’

சிரீஷ் மாமா, ‘எண் 5. ராக்ஷச கவி. தேவபுரா பல்கலைக்கழகம்’ என்கிறார்.

டாக்டர் ராஜேஷ் எதிரொலிக்கிறார்: ‘ பட்டியலில் உள்ள எண் 1-3, ஏற்கனவே திட்டம் தொடங்கிப் போய்க்கொண்டிருக்கிறது. எண் 4 மருத்துவமனையில் கீமோதெரபி சிகிச்சையில் இருக்கிறார். அங்கு நம் நேரத்தை வீணடிப்பதில் பயனில்லை. எனவே, இந்தத் திட்டம் எண் 5. உட்குறியீடு ராக்ஷச கவி. தேவபுரா பல்கலைக்கழகத்தில் உள்ள பேராசிரியர் பி. எஸ். கிருஷ்ணா. இனிமேல் குறியீட்டைப் பயன்படுத்தவும்.’

சிரீஷ் மாமா ஸ்ரீகுமாரைத் துருவிப் பார்க்கிறார். ‘பயிற்சி முடிந்துவிட்டதா என உறுதிப்படுத்தவும். நிசமான பயிற்சி. ஆன்மீகப் பயிற்சி அல்ல’.

ஸ்ரீகுமார் பதில் சொல்லும் முன்பே டாக்டர் ராஜேஷ் அவருக்காக உதவும் வகையில் ‘ஆமா... எல்லாம் முடிஞ்சது. நாம நினைச்சிருக்கும் கருவியப் பயன்படுத்தச் சொல்லிக் கொடுத்தாச்சு,’ என்றார்.

சிரீஷ் மாமா விட்ட இடத்தில் தொடர்ந்தார்: 'நிதி, கருவி, சிம், கைபேசி, குறிக்கான மின்னஞ்சல். உளவு பார்த்தல்.'

கீழே குழந்தைகள் பார்சல் நகர்த்தும் விளையாட்டை முடித்து சைமன் சொல்கிறான்... விளையாட்டைத் தொடங்கிவிட்டனர். (சங்கர் சொல்கிறான் என மாற்றிக்கொண்டுள்ளனர்). இதில் பாட்டு இல்லை; ஆனால், போதுமான அளவு சத்தம் இதிலும் இருந்தது. ஒரு குழந்தையின் அழுகை பின்னணியில் கேட்டது. அது தன் நுரையீரல் எவ்வளவு தாங்கும் எனக் காட்டுவது போல் இருந்தது.

டாக்டர் ராஜேஷ் பேராசிரியர் கிருஷ்ணா எப்படி சித்தர் கண்ணதேவாவை அவமதித்து வருகிறார் என விளக்கினார். 'அவர் சில பாடல்களைக் கண்டுபிடித்து "பகுத்தாய்வு" செய்துள்ளதாகச் சொல்கிறார். என்ன கண்டுபிடித்துள்ளார்? நமது சித்தர் தற்கொலை செய்துகொண்டார்; அவர் கீழ்ச் சாதி வண்ணானின் மகன்; அவர் தந்தை மாட்டுத் தோல் உரிக்கும் குடும்பத்தைச் சேர்ந்தவர் என்று கண்டுபிடித்துள்ளாராம்'.

சிரீஷ் மாமா பொறுமை இழந்த தொனியில் இடை மறிக்கிறார்: 'தேவபுராவில் வசிக்கிறார். ஞாயிறு தவிர பிற நாட்களில் பல்கலைக்கழகம் போகிறார். அன்றாடம் தொடரும் பழக்கங்கள் உண்டு. வயது 68. இப்போதைக்கு இது போதும்.'

ஆனால், டாக்டர் ராஜேஷ் ஸ்ரீகுமாருக்கு ராட்சசனை நெருக்கமாகக் காட்ட வேண்டிய பணி இருந்தது. 'அவர் பிடிவாதம் கொண்டவர். எனவே ஆபத்தானவர். நாம் கொடுத்த எச்சரிக்கைகளைக் கண்டு அஞ்சவில்லை. அத்துடன், பல்கலைக்கழகத்தில், அவரிடம் படித்துவிட்டு இப்போது நாடெங்கும் பரந்து இருக்கும் அவரது மாணவர்கள் அவர் சொல்வதைச் சிரத்தையாக எடுத்துக்கொள்கிறார்கள். அவரிடம் ஆலோசனைகள் கேட்கிறார்கள், மதிக்கிறார்கள், அன்பு வைத்திருக்கிறார்கள். புரிகிறதா, இதனால் அவர் எவ்வளவு ஆபத்தானவர் என்பது?'

ஸ்ரீகுமார் கீழே இறங்கும்போது கூட்டம் குறைந்துவிட்டது. மேல்வரை கேட்ட அழுகைக்குரிய பிறந்த நாள் குழந்தை சாந்தப்படுத்தப்பட்டு, பாட்டியின் மடியில் அமர்ந்து கட்டைவிரலைச் சூப்பிக்கொண்டிருக்கிறது. பாட்டி களைப்பாகத் தெரிந்தார். ஆனால் ஸ்ரீகுமாரைப் பார்த்துச் சிரித்தபடி குடும்பத்தாருக்குக் கொடுக்க கேக் எடுத்துக் கொண்டு போறீங்களா என்று கேட்டார்.

ஸ்ரீகுமார் தன் பைக்கை நோக்கிச் சென்றார். கேக்கைவிடச் சிறந்த பொருட்களுடன் அவர் போகிறார் பொருட்களுக்கான பணம், ஒரு திட்டம், ஒரு குறி. இப்போது அவர் நன்கு சிந்தித்து இடப்பட்ட திட்டத்தின் ஒரு பகுதி. காரணம், செயல் திட்டம், பட்டியல், தகவல்கள், ஆதரவு மற்றும் அமைப்புகளின் வலைப்பின்னல் ஆகியவை கொண்ட திட்டம். ஒரு வேலைத் திட்டம்.

ஒரு வாரம் கழித்து, ராட்சச கவித் திட்டம் அடுத்த கட்டத்தை அடைகிறது. ஸ்ரீகுமார் கடையில் மின்னஞ்சலைப் பார்த்துக் கொண்டிருந்தார். உட்பெட்டியில் புதிய செய்திகளைப் பார்த்தபடி கீழே உருட்டினார். அங்கே அவர் எதிர்பார்த்தது இருந்தது. சிரீஷ் மாமாவின் செய்தி. வழக்கம் போல் நறுக்கென்று. பார்க்க: கவி. குழந்தைகள் குறுநூல் தயார். பெற்றுக்கொள்ளலாம். சிறிய, இலேசான நூல். சேமிப்பது, அனுப்புவது, புரிந்துகொள்வது எளிது. நான்கு கவிதைகள். உங்கள் குழந்தையின் மனம் மகிழும்.

ஸ்ரீகுமார் சிரீஷ் மாமா சொல்லியிருந்த சிறு கவிதைகள் அடங்கிய நூலைக் கையில் ஏந்துகிறார். சிறிதாக இருந்தாலும் அது உறுதியானது. 7.65 மிமீ கைத்துப்பாக்கி. ஸ்ரீகுமாருக்கு கற்கள், கிரிக்கெட் மட்டையைப் பயன்படுத்தத் தெரியும்; அதற்குப் பின் துப்பாக்கியைப் பயன்படுத்த கற்றார். அதனால், அவரால் உடனடியாக இந்தக் கைத்துப்பாக்கி எல்லா விதங்களிலும் இலகுவானது என்பதைத் தெரிந்துகொள்ள முடிந்தது. கனமின்றி இருந்தது. ராக்ஷசர்களுக்கான கவிதைகளை அதனுள் எப்படி நிரப்புவது என்று கற்றுக்கொள்ள அதிக நேரம் எடுக்கவில்லை. நான்கு ரவைகள் இருந்தன. ஆனால், ஸ்ரீகுமார் தன் வேலையை ஒன்று, தப்பினால் இரண்டில், முடிக்க முடியும் என்று உறுதியாக இருந்தார். (இன்னும் எத்தனை ராக்ஷசர்கள் வரிசையில் இருக்கிறார்கள். அவர்கள் மரணப் பட்டியலில் இருப்பதை அறியாமல், அவர்கள் தீய வழிகளில் எழுதி, பேசி, உண்டு, உடுத்து, இந்துமதத்திற்கு ஒவ்வாத வாழ்க்கையை வாழ்ந்துகொண்டு இருக்கிறார்கள்).

அதைவிடச் சிறப்பு அந்தக் கைத்துப்பாக்கி மலிவானது; கிடைப்பதும் எளிதாக இருந்தது. ரவைகளும் கிடைத்தன. சிரீஷ் மாமா நல்ல வேலைக்காரர். ஸ்ரீகுமார் அவர் செய்வதைச் சரிவரச் செய்பவர் எனக் கருதினார். முதல்கட்டப் பணி முடிந்தது. அதனைக் கிட்டத்தட்ட தனியாக முடித்தாயிற்று.

வேறு ஒரு சேவக் மூலம் செய்தி வந்தது. ஸ்ரீகுமாருக்கு அவர் பெயர் தெரியாது. அவர் கடைக்கு வந்து இரண்டு வண்ணம் தீட்டும் புத்தகங்களை நிசமாகவே வாங்கினார். (அயோத்தியின் இளவரசன், புத்திசாலி பிராமணனும், முட்டாள் புலியும்). பிறகு கல்லாப்பெட்டி அருகில் இருந்த பேனா, நோட்டுப் புத்தகத்தைச் சுட்டிக் காட்டினார். ஒரு விலாசம், தேதி ஆகியவற்றைக் கொடுத்தார். ஸ்ரீகுமார் எழுதிக் கொண்ட விலாசத்தைப் பார்த்துத் தலையசைத்தார். ‘பத்து கொடுத்தால் போதும்; கூடக் கொடுத்து விடாதீர்கள்’. நான் என்ன முட்டாளா என்பது போல் சற்று எரிச்சலுடன் ஸ்ரீகுமார் அவரைப் பார்த்தார். ‘அவர் பயன்படுத்தும் பெயர் விஜய். அறியாதவர்களுக்கு அவர் விற்பதில்லை. நமது சார்பில் போகிறவர்களை அவர் நம்புகிறார். ஹரிஷ் என்பவரை எதிர்பார்க்கும்படி சொல்லியிருக்கிறது’.

ஸ்ரீகுமாருக்கு நெடுஞ்சாலையில் போட்டி போட்டுக்கொண்டு கார்கள், பஸ்களில் உள்ள முட்டாள்களைத் தாண்டி, உலகத்தில் மெதுவாக ஊர்ந்து செல்பவர்களைச் சுற்றியபடி, கடவுள் போல காற்றினும் கடிது விரைதல் மிக மிகப் பிடிக்கும். ஆனால், பைக்கை எடுத்துச் செல்ல வேண்டாம் என முடிவு செய்தார். இப்போது அவர் ஸ்ரீகுமார் மட்டும் அல்ல; ராக்ஷசக் கவித் திட்டத்தின் சேவக். கவனமாக இருக்க வேண்டும். புதிதும் இல்லாத, மிகவும் பழையதும் இல்லாத வெளிர் நீல முழுக்கைச் சட்டை அணிந்தார்; அலுவலகத்தில் பணியாற்றும் குமாஸ்தாக்கள் போல் சாதாரண காற்சட்டை போட்டார்; வழக்கமாக நெற்றியில் அணியும் ஆரஞ்சு வண்ணத் திலகப் பொட்டை அழித்தார்; நூற்றுக்கணக்கான இளைஞர்கள் எடுத்துச் செல்லும் முதுகுப்பையைத் தோளில் போட்டுக்கொண்டு புறப்பட்டார். சிவப்பு மஞ்சள் பஸ்சில் ஏறி அடக்கத்துடன் பின்புறம் சென்று அமைதியாக அமர்ந்தார். சக பயணிகள் எவரும் அவரை இரண்டாம் பார்வை கூடப் பார்க்கவில்லை. மாநில எல்லை கடந்ததும் பலகைகள், மைல் கற்களில் எழுத்துக்கள் வேறு மொழியில் வரத் தொடங்கிய நிறுத்தத்தில் இறங்கினார்.

வரலாற்று நினைவுச் சின்னங்களுக்குப் பெயர் போன ஒரு இடம் அது. வெகு காலம் முன்பு பள்ளி மாணவர் பயணம் ஒன்றில் இங்கு வந்தது நினைவுக்கு வந்தது. ஸ்ரீகுமார் அந்தப் பயணத்தை மகிழ்ச்சியோடு இரசித்தார். ஒரு இடத்தில் இருந்து இன்னொரு இடத்திற்குக் கூட்டமாக அவர்களை அழைத்துச்சென்ற போது ஆசிரியர் சொன்ன சில கதைகளையும் இரசித்தார். உண்மையில் முழு நேரமும்

இளஞ்சிவப்பு நிற உதடுகள் கொண்ட நல்ல நிறமான ஷாலினி என்ற பெண்ணைப் பார்ப்பதில் கழித்தார். திடீரென ஸ்ரீகுமாருக்கு வாய்விட்டுச் சிரிக்க வேண்டும் போல் தோன்றியது. அதோடு, அந்த ஆசிரியர் எவ்வளவு முட்டாள்தனமாக ஒவ்வொரு கட்டிடத்தையும் காட்டி அவர்தான் சொந்தக்காரர் போலப் பெருமையுடன் பேசிய மடமையையும் அப்போது அறியவில்லை. அவை எல்லாம் முஸ்லீம் மன்னர்கள் கட்டியவை.

ஸ்ரீகுமார் விலாசம் எழுதிய காகிதத்தைப் பார்த்துவிட்டு தாளைக் கிழித்து எறிந்தார். அந்த இடம் அதிக தூரத்தில் இல்லை. பஸ்சில் வந்தது நடக்க வேண்டும் போலிருந்தது. விலாசத்தில் இருந்த தெருவில் திரும்பியதும், சிவப்புக் கொடி பறந்த கோவில் ஒன்று தெரிந்தது. நல்ல சகுனம். விரைவில் ஆசிபெற்றுக்கொள்ளலாம்.

நெடிதுயர்ந்த கோவில். அடுத்து அசோக மரங்களின் வரிசைக்குள் மறைந்த ஒரு கட்டிடம். பல கடைகள் கொண்ட இன்னொரு கட்டிடம். பிறகு இடிந்த வீடு ஒன்று புல்லும் களைகளும் நிறைந்து, முன் சுவர் கிட்டத்தட்ட இடிந்த நிலையில். இடிபடாமல் இருந்த சுவரில் ஆனந்த் கூரியர் என்ற பலகை. இந்த இடம்தான். ஸ்ரீகுமார் கடைகள் உள்ள கட்டிடத்திற்கும், இடிந்த வீட்டிற்கும் இடையே உள்ள சந்தில் போக வேண்டும். குறுகலான சந்து. ரகசியங்களைப் பகிர விரும்பாத சந்து.

ஸ்ரீகுமார் துப்பாக்கி கடத்துபவர், இடைத்தரகர், விற்பனையாளர் யாரையும் இதுவரை பார்த்ததில்லை. பஸ்சில் கூட வந்த பலரைப் போல ஒரு மனிதர் அங்கு இருந்தார். முதல் முறையாக முகமாற்று இருப்பது நல்லது என நினைத்தார் ஸ்ரீகுமார். கடை கல்லாவில் உட்கார்ந்து தொலைக்காட்சியை ஒலியற்ற முறையில் பார்த்தபடி, முன்னால் மூன்று கைபேசிகள் இருக்க அமர்ந்திருந்த முகமற்ற மனிதரைப் பார்த்து ‘விஜய்தானே?’ என்றார்.

முகமற்ற விஜய் மூக்கை நோண்டுவதை நிறுத்தி, தொலைக்காட்சியில் இருந்து கண்களை எடுக்காமல், ‘நீங்க யாரு?’ என்றார்.

‘ஹரிஷ். ரவியோட மாமா நீங்கள் என்னை எதிர்பார்ப்பீர்கன்னு சொன்னார்’ என்று பதில் சொன்னார் ஸ்ரீகுமார்.

விஜய் ஹூம் என உறுமினார். பேசும்போது சங்கடமான முறையில் ஸ்ரீகுமாரை நேரே பார்க்காமல் பேசினார். தொலைக்காட்சியில் ஆறு பெண்கள் அவரை நோக்கி இடுப்பைக் காட்டியதைப் பார்த்தபடி, ‘பணம்’ என்றார். இசை இல்லாமல் அந்த நடனத்தைக் காண்பது கூடுதல் கவர்ச்சியான அர்த்தங்களைக் கொடுத்தது.

ஸ்ரீகுமார் தன் பையில் இருந்த பழுப்பு நிறக் கவரில் இருந்து ரப்பர் பேண்டு போட்ட நோட்டுகளை எடுத்தார். விஜய், அந்தக் கட்டைப் பிரிக்கக்கூட இல்லை. ஆறு பெண்களின் ஆட்டத்தைப் பார்த்தபடியே அவரது விரல்கள் ரூபாய் நோட்டுகளின் நுனியை எண்ணின.

‘பதினைந்து இல்லையா?’

‘ஸ்ரீகுமார் உறுதியாக ‘பத்து’ என்று அந்த மனிதரின் அமர்த்தலான பாணியில் பதில் சொன்னார். அது வேலை செய்தது. விஜயின் கண்கள் தொலைக்காட்சியில் இருந்து விலகி ஸ்ரீகுமாரின் முகத்தை அளவிடுவது போல் பார்த்தன. பிறகு அவர் எழுந்து திரைச்சீலைக்குப் பின் சென்றார். ஒரு இரும்பு அலமாரியைத் திறக்கும் சத்தம் கொஞ்சம் இழுவையோடு கேட்டது; பிறகு அது உலோக முனகலோடு மூடப்படுவதும் கேட்டது. விஜய் கோடுபோட்ட கைப்பை ஒன்றுடன் திரும்பினார். வீட்டில் பெண்கள் காய்கறி வாங்க எடுத்துச் செல்லும் பை போன்றது. அதற்குள் இன்னொரு ஒரு சிறு பை இருந்தது.

துப்பாக்கியை மேசை மீது வைத்ததும் விஜய் நன்கு பழக ஆரம்பித்தார். ஒலியற்ற தொலைக்காட்சியை மறந்துபோனார். திரையில் அந்த ஆறு பெண்கள் வாயை அகல விரித்துப் பாட்டுப் பாடிய ஒரு ஆணைச் சுற்றிச் சுழன்றுகொண்டிருந்தார்கள்.

‘எவ்வளவு சின்னஞ்சிறுசு பாருங்க. கக்கத்துல கூட மறைச்சுக்கலாம்’ என்று சைகையால் செய்து காட்டினார் விஜய்.

ஸ்ரீகுமார் தன் எரிச்சலை அடக்கிக்கொண்டார். அதை அவர் வாங்கியாயிற்று. இனி அது யார் கையிலும், அதிலும் கக்கத்தில் இருப்பதை ஸ்ரீகுமார் விரும்பவில்லை. ஆனால் விஜய் ஏற்கனவே பணத்தை உள்ளே வைத்துவிட்டாலும், ஸ்ரீகுமாரிடம் கொடுக்காமல் பொருளை ரசித்துக்கொண்டிருந்தார்.

‘ரவைகள் பொருந்த எப்படிப் பள்ளங்கள் போடப்பட்டுள்ளன பாருங்கள். ரவைகளும் எளிதில் கிடைக்கும். உள் நாட்டுத் தயாரிப்புதான்

சிறந்தது. கைத்துப்பாக்கி, சுழல் துப்பாக்கி போல இல்லை. இது உங்கள் குறியைத் தாக்கும்போது பெரிய ஓட்டை போடும்' என்று விளக்கினார்.

ஸ்ரீகுமார் அதனை - தனது துப்பாக்கியை - தன் பையில் வைத்ததும் விஜய் சற்று வருத்தப்பட்டார். பிறகு தொலைக்காட்சி பக்கம் திரும்பி விட்டார். அப்பெண்கள் ஆடுவதை நிறுத்தியிருந்ததைக் கண்டு வெறுப்படைந்தார். தொலைக்காட்சியில் வேறு சானல்களை மாற்றத் தொடங்கினார்.

3

காலம் எப்படி உருண்டோடிவிட்டது? சிக்கையாவும் மகாதேவியும் மீண்டும் தனித்து இருப்பது எப்படி எனக் கற்றுக் கொடுத்து விட்டது. சந்திரா மந்தாரை மரத்தடியில்; கண்ணப்பா தொலை தூரத்தில் ஒவ்வொரு நாளும் கல்வியில் வளர்ந்தபடி இருக்கிறான். ரெங்கையாவும் பர்வதம்மாவும் மண்ணுக்கடியில் எலும்பும் தூசுமாய். ஆறு மட்டும் இன்னும் அப்படியே இளமையோடும், பழமையோடும். அது எப்போதும் ஒரேபோல் இருப்பதில்லையே!

சில சமயம் மகாதேவி தூங்கி எழும்போது தனது வெறுமையான, வழவழப்பான கைகளைப் பார்த்து மிகுந்த சோகத்துக்கு ஆளாவாள். குழந்தையாக இருந்தபோது, கண்ணப்பா அவளது கைச் சதையைக் கிள்ளியபடிதான் தூங்குவான். தூக்கம் வரவர, வேகமாகக் கிள்ளுவான். மகாதேவிக்கு பயங்கர எரிச்சல் வரும். இப்போது அவளுக்கு அந்த அன்புக் காயங்கள் மறுபடி வேண்டும். கையில் அணியும் கங்கணம் போன்று நிறைய அன்புக்காயங்கள் கோர்க்கப்பட்ட நவரத்தினக் கற்களால் ஆன வளையலை அவள் அணிய வேண்டும். சந்திராவை அவள் எளிதாகப் போய்ப் பார்க்க முடியும்; விரும்பினால், தினமும் செழித்து நிற்கும் மந்தாரை மரத்தைப் பார்க்க முடியும். ஆனால், கண்ணப்பா?

எனது நிலா என்றேன்.
இப்போது அது என்னை வெறித்துப் பார்க்கிறது.
அல்லது தன் முழுமையைத் தண்ணீருடன் பகிர்கிறது.

எனது நிலா வெகு தொலைவில், பிரபு!
அது உடைந்து கிடக்கிறது, என் தோழா,
ஆயிரம் முகம் கொண்ட எனது ஆறே!

கண்ணப்பா எல்லா நேரமும் படித்துக்கொண்டு இருக்கிறான். சில நேரம் புட்டண்ணாவிடம் செய்தி அனுப்புவான்; சில நேரம், புட்டண்ணா செய்தி கொண்டு வருவார்: கண்ணப்பா கடுமையான வேலையில் இருப்பதால், அவனைத் தொந்தரவு செய்ய விரும்பவில்லை என்பார். 'எல்லோரையும் விட அவன்தான் சிறப்பா படிக்கிறான் எனக் கேள்வி. பாப்பாரப் பசங்களை எல்லாம் ஒண்ணும் இல்லாம ஆக்குறானாம்' என்று கேலிச் சிரிப்புடன் சொல்வார் புட்டண்ணா. நல்ல செய்தி மட்டுமே கொடுக்க வேண்டும் என்று அவர் உறுதி எடுத்திருந்தார். கண்ணப்பா பெரிய, தலைசிறந்த ஆளாக வருவான் என அவர் நம்பினார். அவன் ஆனந்தகிராமத்தைச் சேர்ந்தவனாக இருப்பான். ஆனால், செருப்பு தைப்பவனாகவோ, வண்ணானாகவோ, விவசாயியாகவோ இல்லை. தொடர்ந்து நான்காவது வாரமாகப் பள்ளி வாசலில் காத்துக் கிடந்து கண்ணப்பாவைப் பார்க்க முடியாமல் போனபோது, புட்டண்ணா தன்னைத் தானே உசுப்பிக்கொண்டார். 'சிக்கையாவும் நானும் அடைய முடியாத ஒன்றை அவன் பெற வேண்டும். அது எப்படி நடக்காமல் இருக்கும்?'

பழைய ஆறு இன்னமும் ஓடிக்கொண்டுதான் இருக்கிறது. ஆனால், அதன் குழந்தைத்தனமான அதிசயங்கள் இப்போது ஏதோ ஒரு பாட்டி வெகு காலம் முன்பு சிக்கையாவிற்கும் மகாதேவிக்கும் சொன்ன கதையின் நினைவுப் படிமம் போலப்பட்டது. அவர்களுக்கிடையில் அழிக்கமுடியாத பாலமாக அவர்களின் காதல் இருந்தது. ஆனால், கண்ணப்பா அங்கு இல்லாததால், அந்த அன்பு பேசப்படாமல் இருந்தது. ஒருவருக்கொருவர் அன்பைப் பகிரும் சொற்கள், சந்திரா, கண்ணப்பாவுக்கான அன்பு, என்றும் உண்மையுடன் உள்ள ஆற்றின் மீதான அன்பு ஆகியவற்றுக்கான சொற்கள் ஆழ்ந்த உறக்கத்தில் இருக்கும் போதுதான் அவர்களது உதடுகளுக்கு வந்தது; தொலைந்து போனவை உயிரோடு வாழும் அந்த இடத்தில்தான் அச்சொற்கள் வந்தன. சிக்கையா முழுமையான, தொடர்ச்சி கொண்ட தொடர்களைக் கனவு கண்டார்:

உனக்கு பச்சை எவ்வளவு பிடிக்கிறது, கடவுளே!
புதிதாக முளைவிடும் தாவரப் பச்சை
மல்லிகை இலையில் மரகதப் பச்சை
தொலைவு வரை குளிர்ச்சி பரப்பும் வாகைமரப் பச்சை
அனைத்தும் பச்சை நிறத் தைலமருந்து
ஆயிரம் முகம் கொண்ட ஆறே!

பழுத்த தென்னை ஓலை
தொங்குகிறது
ஆபத்தானதாய்.
நேரம் வந்துவிட்டதா? என்கடவுளே!

ஆனந்தகிராமம் எப்போதும் போல நிலைதடுமாறாமல் இருக்கிறது. ஆனால், அதில் இருப்போர் எண்ணிக்கை குறைந்து வருகிறது. அவர்களின் நண்பர்கள் சிலர் இறந்துவிட்டனர்; சிலர் மூப்பு அடைந்து விட்டனர். ஞானம் மிக்க பிரபு போய்விட்டார்; அவர்கள் அவரது அமைதியான இருப்பை இழந்தது பெரு வருத்தம். மூத்த அண்ணா எப்போதும் போலத் தெளிவான குரலுடன் இருக்கிறார்; ஆனால், வெகுவாகக் களைத்துப் போனார். அதிகம் பேசுவதில்லை. பேசும்போது முன்பு போல நிதானமாகச் சொல்கிறார்: 'நாம் சிறந்ததொரு வாழ்வைக் கனவு கண்டோம். உருவாக்கவும் செய்தோம். அதில் அனைவரும் ஒன்றாக உழைத்து, வணங்கி, மதிப்புடன் வாழ்ந்தோம். அதனை விட்டுக் கொடுக்க மாட்டோம். நாங்கள் நனவாக்கும் கனவை, எந்த அரசர், போர்வீரர் அல்லது பூசாரியும் சிதைக்க முடியாது.'

பகல் பொழுதுகளில் பணிகள் தொடர்கின்றன. உள்ளார்ந்த ரகசிய வலு அவர்களை கடும் கோடை நாட்கள், தோலைத் தைக்கும் ஓய்வற்ற அயர்வூட்டும் வேலை, பானைகள் செய்தல், செத்த விலங்குகளின் நாறும் தோலைப் பிரித்தெடுத்தல், அவர்களால் அணிய முடியாத பணக்கார உடைகளை நெய்தல் எனக் கழிக்க வைத்தது.

பெரிய அண்ணா வலுவற்று அவர்களைச் சந்திக்கவோ, பேசவோ முடியாத நாட்களில் அவர்கள் உற்சாகம் ஊட்டும் அவரது உணர்வை சிரமப்பட்டுத் தமக்குள் உருவாக்கிக் கொண்டனர். அந்த நாட்களில் கவனிக்காமல் இருக்க முடியாது: நகரத்தில் பலவித எதிர்பார்ப்புகள் காத்திருந்தன. அசைவற்ற காற்றில், கண்ணுக்குப் புலனாகாத நச்சுத் துகள்கள் நிறைந்த எதிர்பார்ப்புகள். ஏதோ ஒன்று தவறாக நடக்கப் போகிறது.

ஆனால், வேறு பல சகோதரர்கள், சகோதரிகள் மூத்தவர்களாகி விட்டனர். அவர்கள் அனைவரையும் ஒன்றாக வைத்திருப்பார்கள். இந்தப் புதிய மூத்தவர்கள், பெரிய அண்ணாவின் அறையில் இருந்து வெளியே வருவார்கள். அவர் அங்கு பேசுவதைக் குறைத்து, அதிகம் செவிமடுத்துக் கொண்டிருந்தார். புதிய மூத்தவர்கள் பழைய தலைவரின் எண்ணங்களைப் பகிர்ந்துகொண்டனர்; கூடவே, தம் சிந்தனைகளையும் சேர்த்துக்கொண்டனர். அவர்கள் தமது சோதனை முயற்சியைத் தொடர்வது, பரப்புவது குறித்து வாதிடும் நாட்களில், மீண்டும் எதையோ செய்வதைப் போன்ற உணர்வு தோன்றும். அவர்கள் அடிமைகள் அல்ல; தத்தம் வாழ்வின் அரசர்கள் எனப்படும்.

ஆனந்தகிராமம் இன்னும் இருக்கிறது; நகரத்தின் விளிம்பை அணைத்தபடி இருக்கிறது. ஆனால், நகரம் பரவிக்கொண்டே இருக்கிறது; அதன் கறைபடிந்த வாய் விளிம்புகளைக் கொஞ்சம் கொஞ்சமாக விழுங்கி வருகிறது. புரளிகள் தொடங்கிவிட்டன. முணுமுணுப்புகள் உரக்க ஒலிக்கின்றன.

‘மழை ஏன் பொய்த்துவிட்டது? அரசனின் பாட்டி ஒரு தாழ்த்தப்பட்ட சாதியைச் சேர்ந்த பணியாள். அதனால், அவர் புனிதம் அற்ற சாதிக்கலப்பைப் பொறுத்துக் கொண்டார். கலியுகத்தின் நிழல் பரவி, வானில் மழை மேகங்களை மூடுவதை அரசர் பார்க்கவில்லை.’

‘நம் கடவுளர் அனுமதிக்கவில்லை என்றால், எந்த ராஜாவும் அரசாள முடியாது. அரசவையை விடக் கோயில் முக்கியம். அதுதான் மரபு. அப்படித்தான் எல்லாக் காலத்திலும் இருந்துள்ளது.’

‘பழைய கடவுள்களுக்குத் தண்டிக்கத் தெரியும். அதனால்தான் மழையில்லை. வயல்கள் காய்கின்றன. ஆறுகள் சோம்பலுடன் ஓடுகின்றன. விவசாயிகள் வேலையின்றி நிற்கின்றனர்; அவர்களின் குழந்தைகள் பசியில் வாடுகின்றனர்.’

‘மக்களை மீண்டும் சுய நினைவுக்குக் கொண்டுவர சிறப்பு பூசை செய்ய வேண்டும். 200 கிலோ அரிசி, 35 குடம் பால், நெய், தயிர், சந்தனக் கட்டைகள் தாருங்கள். 500 பார்ப்பனர்களுக்கு உணவு வழங்கப்படும்.’

கோவில்களில் மணிகள், மந்திரங்கள் ஒலிக்கின்றன. போருக்கு அழைப்பு விடுக்கும் ஒலி அவை.

இன்னும் மழைக்கான அறிகுறி இல்லை.

புட்டண்ணாவின் அபத்தப் பாடல்கள் வற்றிவிட்டன. அவர் இன்னமும் சிக்கையா மகாதேவியைப் பார்க்க வருகிறார்; அவர்கள் ஆனந்தகிராமத்திற்கு நடந்துபோகிறார்கள்; புத்தம்புது ஊற்றில் குளித்தவர்போல் திரும்புகிறார்கள். ஆனால், புட்டண்ணாவும் சிக்கையாவும் இரவு நேரங்களில் ஆற்றின் அருகில் அமைதியாக அமர்வது கூடிக்கொண்டே வருகிறது. சொற்கள், பாடல்கள், பறை இசை ஆகியவற்றை இப்போதெல்லாம் ஆற்றின் மௌனமான சலசலப்பிலும், தத்தம் மண்டைக்குள்ளும்தான் கேட்கிறார்கள். மகாதேவி ஆற்றங்கரையில் அவர்களோடு சேர்ந்துகொள்வாள். ஆனால் அவளால் சலனமற்று இருக்க முடியாது. அவள் கரையோரமாக நடப்பாள். சிக்கையா அந்தச் சிறிய, மெல்லிய உருவம் அவனுக்கு முதுகைக் காட்டியபடி இருளில் மறைவதைப் பார்த்தபடி இருப்பான். ஒரு கணம் அவள் திரும்பி, தன்னை நோக்கி நடந்து வந்தால், அவளையும் அவளுள் இருக்கும் சந்திரா, கண்ணப்பாவையும் மறுபடி பார்க்க முடியும் என நினைப்பான்.

> ஒரு முறையாவது எனக்கு ஒரு வண்ணத்தை மட்டும்
> கொடு.
>
> இலைகளின் நடுநடுங்கும் பச்சை
> வானின் நீல நிற வாய்
> நீ கூட தளர்த்த முடியாத
> மரத் தண்டு, குச்சிகளின்
> ஆழ் பழுப்பு...
>
> இவற்றில் ஏதாவது ஒரு வண்ணத்தை மட்டும்
> ஒரு முறை எனக்குக் கொடு.
>
> இங்கும் அங்கும் எங்கும் என் கண்களைப் பாயவிடாதே!
> என் தோழனே, ஒரே ஒரு செய்தியை மட்டும் எனக்குக்
> கொடு.

நகரத்தில் புரளிகள் நோயாகிவிட்டன. அதன் சருமம் முழுதும், சீழ் கொண்ட தோல் வெடிப்புகள் ஒவ்வொரு அணுவிலும் பரவி விட்டன. எல்லா பகுதிகளில் உள்ளவர்களையும் பணக்காரர், ஏழை, சுத்தமானவர், அசுத்தமானவர் - அது பீடித்துவிட்டது. இந்த நகரம் எப்போதும் தன்னை ஒரு பணக்கார நகரம் என்று பெருமை பேசும் நகரம். கடவுளருக்கான நகரம் எனப் பெருமிதம் கொள்வது. இப்போது

அதன் சிறப்புக்கு குந்தகம் வந்து விட்டது. அதன் அரசன் பதட்டமாக உள்ளான்; பிரபுக்களும், பூசாரிகளும் சினம் கொண்டு உள்ளனர்; போர்வீரர்கள் அமைதியற்று உள்ளனர். சந்தைகள் வெறிச்சோடி, பசியுடன் இருக்கும் தோற்றம் பூண்டுள்ளது. கோவில்களில் உணவு இருக்கிறது. ஆனால், பசி கொண்டு அலைவதாகக் கூறும் மக்கள் கடவுளருக்கென சமைக்கப்பட்ட உணவைத் திருடுகிறார்கள்.

புரளிகள் மட்டும் போதாது. அவை கொதிநிலை அடைய வேண்டும். விரைவில், செயல்களுக்கான காலம் வரும். ஏதோ ஒரு வகையில். நிச ராணுவம் ஒன்று இருந்தது. ஆனால், கோவில் நிதியால் உருவாக்கப்பட்ட ராணுவம் ஒன்றும் ரகசியமாக வளர்ந்து வருகிறது. திசைமாறிப் போன பல பார்ப்பனர்கள் மறுபடி அவர்களுக்கு உரிய இடங்களுக்குத் திரும்புகின்றனர். அப்படித் திரும்புமாறு அவர்களில் பலர் அச்சுறுத்தப்பட்டுள்ளனர்; சிலர் நெய் மணக்கும் சொற்களால் கவரப்பட்டு வந்துள்ளனர்: மதிப்பையும், செல்வச் செழிப்பையும் தாங்கி நிற்கும் செங்கற்கள், கோபுரங்கள் நிறைந்த இடத்தில்தான் 'ஆனந்தம்' கிடைக்கும்; பாலாபிஷேகம் செய்யப்பட்ட சிலைகள், அவற்றைக் காக்கும் அந்தணப் பூசாரிகள் உள்ள இடத்தில்தான் இருக்கும் போன்ற சொற்கள் ஈர்த்தன.

இந்த அந்தணர்கள் எவ்வளவு சிறந்த பச்சோந்திகள்! கடவுளரின் பாதுகாவலர்களாக இருந்து, வெற்று மார்பில் பூணூல் பளபளக்க போர்வீரர்களை உசுப்பிவிடும் தளபதிகளாக உருமாறுகின்றனர்! சமய நம்பிக்கை உள்ளவர்கள், இல்லாதவர்கள் ஆகிய இருசாராரையும் நயமாகப் பேசியும், அச்சுறுத்தியும் வருகிறார்கள். 'பழங்கால ஞானத்தை மாற்றுவதற்கு இவர்கள் யார்? பல நூற்றாண்டுகளாக நம் பெரியோர்கள் திட்டமிட்ட, புனிதமான வேறுபாடுகளை ஏன் மாற்ற வேண்டும்? ஆனந்தகிராமம்! ஹூம்ம்... நெசவாளர், துப்புரவாளர், வணிகர், தச்சர், பார்ப்பனர் அனைவரும் ஒன்றுகூடி, இறைவணக்கம் பற்றியும் வாழ்முறை பற்றியும் அன்பு செய்வதைப் பற்றியும் பேசுகிறார்களாம்! எந்தக் கடவுள் இதனை ஏற்கும்? ஆண்களும் பெண்களும் ஒன்றாக உண்டு, வெட்கம் ஏதுமின்றிப் பேசும் இடம் அது. பழுத்த முலைகளும் மயிரடர்ந்த தொடைகளும் ஒன்றாகுமா? ரத்த ஓட்டமும் இதயத் துடிப்பும் ஆணைப் பெண்ணாகவும், பெண்ணை ஆணாகவும் மாற்றிவிடுமா!'

இளைஞன் ஒருவன் ஒவ்வொரு சொல்லையும் கவனமாகக் கேட்டு உள்வாங்கிக் கொண்டிருந்தான். அவற்றைச் செரித்துத் தனதாக்கிக் கொண்டு, தனக்கான செயல்களில் உதவக் கூடியவற்றைச் சிந்தித்துக் கொண்டிருந்தான். அவன் பெயர் முத்து. அப்பாவின் ஒப்பற்ற அன்புக்குரிய நல்முத்து அவன். கம்பு, கத்தி, ஈட்டி எதுவானாலும் முதலில் ஏந்தி, சரியாகக் குறிவைப்பவன் அவன். அவன் அப்பா அரசரின் ராணுவத்தில் இருந்தார். ஆனால், அவர் முத்து கோவில் ராணுவத்தில் சேரவேண்டும் என விரும்பினார். அதன்படியே நடந்தது. இப்போது, அவன் அப்பாவின் முத்து மட்டும் அல்ல, முத்துராஜா. அரச முத்து போலத் தலைசிறந்த வீரனாக நாட்டின் மிக முக்கிய கோவிலில் இடம் பெறுவான். இன்னும் அவனை யாருக்கும் தெரியாது. ஆனால், அவன் ஈட்டி அதனை மாற்றும் என்று முத்துராஜா உறுதியாக நம்பினான். கோவிலின் நண்பர்கள், நகரம், அரசவை அனைவரும் அவனை அறியும் நாள் வெகு தொலைவில் இல்லை.

முத்துராஜா கோழை பிராமணன் அல்ல; அவன் எப்போதும் சண்டைக்குத் தயார். ஆனால், அவன் சாதாரண போர்வீரன் மட்டும் அல்ல. இப்போது அவன் நகரின் பெரிய கோவிலைப் பாதுகாக்கும் சிறப்புப் படை உறுப்பினன். கள்ளர்கள், கீழ்சாதி ஆட்களிடம் இருந்து பாதுகாக்கப்பட வேண்டியவை நிறைய இருந்தன. அவர்களைத்தான் சிலர் மக்கள் என்று சொல்கிறார்கள். அரக்காலான உருவத்தில் பொன் இலைகளால் அலங்கரிக்கப்படும் கண்கள், நாசி, உதடுகள் கொண்ட மூர்த்தி; தங்கத்தில் வார்க்கப்பட்ட கனமான சிறு உருவிலான அம்மன், அவள் இடையைச் சுற்றி இருக்கும் பவள ஒட்டியாணம், மூக்கில் மின்னும் மரகத மூக்குத்தி; கல்லில் செதுக்கப்பட்ட கடவுள் சிலையின் கனம் பல கிலோகிராம் தங்கத்தைத் தாங்கக் கூடியது; முகத்தில் செதுக்கப்பட்ட புன்முறுவலோடு சுத்த தந்தத்தில் இழைக்கப்பட்ட குழந்தைக் கடவுள் என்று பாதுகாக்க நிறைய இருந்தன. அது தவிர ஆறு பேர் சுமந்து செல்ல வேண்டிய கனம் நிறைந்த பூசைப் பாத்திரங்கள்; பக்தர்களின் நன்கொடையைப் பெற மேற்புற வாய் பிளந்த பெரிய உண்டியல்கள்; மற்றும் அர்ச்சகர்கள், பார்ப்பனர்கள். அவர்கள் இல்லாவிட்டால் எல்லாம் போய்விடும்: பொன், கோவில், வழிபாடு, கடவுளரோடு உள்ள தொடர்பு, நம்பிக்கை, அரசன், சிம்மாதனம், நன்னடத்தை, விதிமுறை, மரபு, ஒழுங்கு எல்லாம். நகரம் முழுதும். நாகரிகம் முழுதும்.

கோவில் பாதுகாவலரின் தலைவர் முத்துராஜாவிற்குப் பயிற்சி அளிக்கிறார். ஆனால், எதையும் விட்டுவிட அவன் தயாராக இல்லை. தலைவரின் திறமை, நட்பு ஆகியவற்றையும் இழக்க விரும்பவில்லை. தினம் அதிகாலையில் எழுந்து, எண்ணெய் தேய்த்துக் கொண்டு, மல்யுத்தம் செய்து, உடலை உருக்காக வைத்துக்கொள்ள பல காதம் ஓடி, லிட்டர் கணக்கில் பால் குடித்து, அம்மா அனுப்பக்கூடிய முட்டைகள் அனைத்தையும் உண்டு வருகிறான். ஈட்டிப் பயிற்சி மட்டும் இன்றி, கதாயுதம், குறுவாள், கத்தி, கற்கள், வெறும் கைகளால் செய்யும் மல்யுத்தம் ஆகியவற்றில் அவன் பயிற்சி எடுத்து வருகிறான். அவன் வெறும் பலசாலியான முட்டாள் அல்ல. அவனுக்கு நகரத்தில் ஒற்றர் நண்பர்கள் உண்டு; கூட்டணி, சதித்திட்டம், துரோகம் ஆகிய செய்திகளை உடனுக்குடன் அறிந்துகொண்டிருந்தான்.

முத்துராஜா தயாராக இருக்கிறான். பொறுமையின்றிக் காத்திருக்கிறான். புரளிகள் பழுத்து, அந்தணர்கள் நீண்ட வாதப் பிரதிவாதங்களை முடித்து, நாசவேலைத் திட்டங்கள் முடிவானவுடன் அவன் தாக்குவான். ஈட்டியின் கூர்முனையில் ரத்தம் சொட்டும்போதுதான் முத்துராஜாவின் உண்மையான நாவன்மை வெளிப்படும். யாருடைய அசுத்தமான ரத்தம், எத்தனை கீழான பிறவிகளின் ரத்தம் தன் ஈட்டியைக் கறைபடுத்தும் என்று அவனுக்கு இன்னும் தெரியாது. ஆனால், அவனுக்கான பேச்சு, செயல், ரத்தத்திற்கான நேரம் வந்துவிட்டது. அவன் கோவிலில் தயாராகக் காத்திருக்கிறான்.

ரத்தம் சிந்தி சண்டையிடும் வழக்கம் இல்லாத ஆனந்தகிராமத்திலும் மக்கள் தயாராகிக்கொண்டுவருகிறார்கள். அது எளிதாக இருக்காது என அறிந்திருந்தார்கள். கிராமத்தின் தொகை குறைந்து வருகிறது. ஆனால் விசுவாசம் மிக்கவர்கள், எதிர்த் தரப்புப் போல சந்திக்கிறார்கள். அந்த ரகசியக் கூட்டங்கள் பெரும்பாலும் இரவில், குடிசைகளில், ஆற்றுக் கரையில் அல்லது காட்டில் நடந்தன. அவர்களுள் பலர் மனதில் அச்சம், தயக்கம், பாட்டன் பாட்டிமார் சொன்ன கதைகளின் பயங்கர நினைவுகள் அலைக்கழித்தன. ‘எப்போதும் இப்படித்தான் இருந்துள்ளது. உலகம் அப்படித்தான். அவர்கள் மேலே, நாம் கீழே. நாம் பணிய பிறந்தவர்கள், அடிமைத் தொழில் செய்யப் பிறந்தவர்கள். வேலை, வேலை, வேலை... தகுதி பெற்றவர்கள், தகுதியற்றவர்கள் எல்லாருக்கும் சேவை புரிந்து, நாய்கள் போலச் சாகப் பிறந்தவர்கள்.’

துணிச்சலான சொற்களும் அவர்கள் மத்தியில் புழங்கின. அவற்றை அவர்கள் கவனமாகக் கேட்டனர். அரை வயிற்றுப் பட்டினியில் தவிக்கும்போது அந்தச் சொற்கள்தான் அவர்களைக் காப்பாற்றின. 'நாம் முன்பு இருந்த நிலைக்குத் திரும்பிப் போவதை விடச் சாவதே மேல். அவர்கள் நம்மை மறுபடி தீண்டத்தகாதவராக ஆக்க முடியாது. கல்லாலான கடவுளர், வீரர்கள், அரசனைக் கொண்டு அவர்கள் எம்மை அச்சுறுத்த முடியாது.

பிறகு ஒரு இளைஞன் அதிர்ச்சியளிக்கும் கருத்தைத் தெரிவித்தான். 'அரசவை, போர்வீரர்கள் ஆகியோரை விடுங்கள். அரண்மனையில் அரசன் தொடை நடுங்கிக் கிடக்கிறார். அவர் விதிகளை இயற்றுவதில்லை; அவர் சொன்னதைச் செய்கிறார், அவ்வளவுதான். ராஜ உடையில் இருக்கும் கருவி அவர். நாம் மல்லுக்கட்ட வேண்டியது பெரிய கோவில்களைத்தான்.'

இந்தக் கருத்தைக் கேட்டு அதிர்ந்தார்கள்- புத்தம் புதியது, உவகையளிப்பது. பெரிய கோவில்களுக்குப் போதல்! அங்கு என்ன செய்வது? சண்டை போடுவதா? வழிபாடு செய்வதா? அவர்கள்தான் கல்லையும், களிமண்ணையும் கும்பிடுவதை விட்டுவிட்டார்களே!

'நாம் சண்டை போட அங்கு போக மாட்டோம். நாம் பாடுவோம்' என்றார் படுவேகமான முதியவள் ஒருவர்.

அந்த இளைஞன் மீண்டும் பேசினான். யுத்தத்தில் குறியீடுகள், சைகைகளுக்கு இருக்கும் முக்கியத்துவத்தை விரைவில் புரிந்து கொண்டான் அவன். 'அம்மா சொல்வது சரி. நகரத்தின் மையத்தில் இருக்கும் சிறப்பு வாய்ந்த பெரிய, கோவிலைத் தேர்ந்தெடுப்போம். அதன் முற்றத்தில் புயலென நுழைவோம். நம் பாடல்களைச் சேர்ந்து பாடுவோம். நம் மக்கள் வழிபாட்டின் வரிகளை ஓதுவோம்', என்றான்.

வேறு சில இளைஞர்களும் அவன் பின்னால் சூழ்ந்துகொண்டனர். அவர்களின் முகங்கள் ஒளிர்விட்டன. 'நாம் பாடுவோம்; தேவைப்பட்டால் சண்டையும் போடுவோம். நாம் கோழைகள் அல்ல. நம்மை நாம் பாதுகாத்துக்கொள்ளமுடியும். பானைத் தொந்திக்கார அந்தணர் எவனும் நம் ஒருவர் மீதும் கைவிரல் கூட வைக்க முடியாது.'

சில முதிய ஆடவர்களும் வேகம் அடைகிறார்கள். 'கிணறுகள்? நாம் கிணறுகளைக் கைப்பற்றுவோம். நம்ம மக்கள் தோண்டியவைதானே

அவை?' என்று வறண்டு வரும் கிணறுகளை எண்ணிக் கோபமுற்ற விவசாயி ஒருவர் கேட்டார்.

பெரிய அண்ணா உயர்சாதியினரின் கிணறுகளை முற்றுகையிடும் திட்டம் பற்றி என்ன நினைத்தார் என யாருக்கும் தெரியாது. அவர் பெரும்பாலான நாட்களை ஓய்வில் கழித்தார். ஆனால், புதிய மூத்தவர்கள் அவரது ஒப்புதலுடன் வந்தனர். பெரிய கோவிலைப் பாடல்களால் ஆக்கிரமிக்கும் திட்டத்துடன் வந்தனர்.

நகரம் சீர்குலைந்து வருகிறது. காலம் காலமாக மர்மங்களைக் கண்டறியும் கோவில் அந்தணர்கள் 'இந்த நோய் பற்றி எங்களுக்குத் தெரியும். உண்மையைச் சொல்வதாகக் கூறிக் கொண்டு மதமறுப்பைப் பேசும் சொற்கள். அந்தப் பாடல்கள், கவிதைகள், கல்வியறிவற்றவர்களின் பாட்டுகள், ஓதுதல்கள் நமது தூய்மையான காற்றைக் கீழான பொய்களால் நிறைக்கின்றன. எழுதப்படும் அந்தச் சொற்கள். குப்பை வார்த்தைகள் நிரம்பிய ஓலைச்சுவடிகளை எரிக்க வேண்டும். கவிஞர்கள், பாடகர்கள் என்று தம்மை அறிவித்துக்கொள்ளும் இந்த முடை நாற்றம் வீசும் கும்பல் எதிர்ப்புத் தெரிவித்தால், சிலவற்றை வெட்டி எறிவோம், படிப்பினையாக'.

சிக்கையா காத்திருக்கிறார். மகாதேவியும் காத்திருக்கிறாள். புட்டண்ணாவும்தான். எல்லோரும், எங்கு போனாலும், என்ன செய்தாலும், காத்திருக்கவும் வேண்டியுள்ளது. அவர்கள் ஒரு சமிக்ஞைக்காகக் காத்துக் கொண்டிருக்கின்றனர். அது எப்போது, எப்படி, எங்கு தோன்றும் எனத் தெரியாது இருந்தனர்.

எல்லா போருக்கான சமிக்ஞை போலவே, அவர்கள் பல வாரங்களாகக் காத்திருந்த போதும், அது வெகு விரைவில் வந்துவிட்டது.

புட்டண்ணா அவர்களைப் பார்க்க வருகிறார். ஒரு வார்த்தை கூடச் சொல்லாமல் சிக்கையா தயாரானார். அவரது ஒரே நிபந்தனை மகாதேவி வேறு சில பெண்களோடு வயல், ஆறு, நகரம் தாண்டி வெகு தொலைவு பயணம் செய்ய வேண்டும் என்பது மட்டும்தான். அமைதியின் புகலிடமாகத் திகழும் கண்ணப்பா கல்வி பயிலும் மடம் இருக்கும் இடத்திற்கு அருகில் போய்விட வேண்டும்.

மழை பிழைத்த நகரத்தில் நல்ல மதிய நேரம். அரண்மனை, கோவில், தெருக்கள் எதில் இருந்தாலும் எல்லாரும் அவிந்து, சுட்டு, வறுக்கப்

பட்டுக்கொண்டிருந்தார்கள். ஆத்திரம், திட்டங்கள், சதிகள், ஆயுதக் குவிப்பு, பாடல்கள், செய்யுள் வரிகள், பூசைகள், ஆயிரக்கணக்கான பத்ததிகள், அவற்றைச் சவாலுக்கு அழைக்கும் ஆயிரமாயிரம் முறைகள் எனக் கொதிநிலைக்கு உயர்ந்துகொண்டிருந்த பதட்டம் முத்தாய்ப்பு அடைந்தது. அழுத்தம் பீறிட வேண்டும். எந்தக் கணத்திலும். இப்போதே.

ஒரு கலப்பான குழு தெருக்களின் வழி நடந்து பெரிய கோவிலை நோக்கிச் சென்றது. முழுக்க கலப்பானது அல்ல. அவர்களுக்கெனப் பொதுவான காரணம், தலைவர்கள் இல்லாமல் இல்லை. அமைதியாக, ஒழுகாக, நான்கு நான்கு பேராகக் கைகளைக் கோர்த்தபடி நடந்தார்கள். இந்த நடை- ஒற்றுமையாக பல தொழில்கள் புரிவோர், பல்வேறு சாதிகளைச் சேர்ந்தோர், பலப்பல பெயர்கள், வரலாறு கொண்டோர், ஆண்களும் பெண்களுமாய் நடந்த நடை- பயமுறுத்தியிருக்க வேண்டும். வழிநெடுக, பெரும் வீடுகளுக்குள்ளிருந்து சன்னல்கள் வழியே வேடிக்கை பார்த்தவர்கள் மனதில் பயமும் பீதியும் கவ்வியது. அந்தப் பேரணி கோவிலைச் சென்றடைந்த நேரத்திற்குள், நகரத்தின் அனைத்து வீடுகளின் சன்னல்களும் கதவுகளும் அடைக்கப்பட்டன.

பெரிய கோவிலின் கனமான, அலங்காரங்கள் நிறைந்த கதவுகளுக்கு அருகில் கோவில் முற்றம் இருந்தது. அங்குதான் கர்ப்பகிருகத்தில் உள்ள கடவுளருக்குச் சந்தனம் அரைக்கப்படும்; கடவுளரின் கவனத்தை ஈர்க்க மணியோசை எழுப்பப்படும்; களிமண், கல், வெண்கலத்தால் செதுக்கப்பட்ட கடவுளரின் வாகனங்கள் எருது, மயில், சிம்மம், மூஞ்சூறு, மற்றும் பல, கடவுள் அல்லது அந்தணரின் ஆணைக்கு அணிவகுத்துக் காத்திருக்கும். அந்த முற்றத்தில் ஒரு கூட்டம், அதாவது மக்கள் படை, அனைத்தும் காலாட்படை, கோவில் கதவுகளைப் பார்த்தவாறு அரைவட்டமாகத் அணிவகுத்து நின்றது. முதல் வரிசையில் இருந்த ஆண்கள் தங்கள் மேளங்களை- தட்டையான தட்டு போன்றவை, நீண்ட சுரைக்காய் போன்றவை, இன்னும் வெவ்வேறு வகையிலான தாள ஒலி எழுப்புபவை- இசைக்கத் தொடங்கினர். சிலர் குச்சிகளால் வாசித்தனர்; சிலர் கைகளால் வாசித்தனர்.

சிக்கையா வெறுங்கையுடன் இருக்கிறார்; அவரது பறை மகாதேவியிடம். பரவாயில்லை அது பத்திரமாக பயணிக்கட்டும்; எப்படி அவனுடையதாக ஆனது என்பதை மறக்காமல் இருக்கட்டும். சமத்துவம் என்ற சொல்லைச் சந்திக்காத, ஓடும் ஆற்றைப் பார்க்காத,

ஆனந்தகிராமத்தின் பாடல்களை இசைக்காத அவர் அப்பாவின் தொடுகையை எப்போதும் நினைவில் கொள்ளட்டும்.

பிறகு, சிக்கையாவைச் சுற்றி இருந்த மக்கள் ஒவ்வொருவராக சமிக்ஞை கிடைத்தது போல், மாதக்கணக்கில் ஒத்திகை செய்தவர் போல் பாடத் தொடங்கினர். ஒரு குழு பாடலைத் தொடங்கியது; இன்னொரு குழு அதனைத் தொடர்ந்தது; பின் இன்னொரு குழுவிடம் ஒப்படைத்தது. ஓயாத அலையாக பாடலுக்குப் பின் பாடல் வந்தது. சில குரல்கள் முடிக்கும்போது புதிய குரல்கள் மேற்கிளம்பின. பாடல் குழுவின் இணைப்பு வரி ஒற்றுமையின் செவி பிளக்கும் ஒலியுடன் வெளிப்பட்டது; அவர்கள் அனைவரும் அதனைச் சேர்ந்து இசைத்தனர்.

சிக்கையா பாடுவதற்கான முறை வந்தபோது, அவர் தன்னை இங்கு அழைத்து வந்த ஆற்றைப் பற்றிப் பாடினார். குழுமியிருந்த அவரது சகோதர சகோதரிகள் அவர் தலைமையில் வாங்கிப் பாடினர். அவருக்குப் பின்னால் பயங்கர நால்வர் அவரது நேசத்திற்குரிய சகோதரர்கள் புட்டண்ணா, சித்தா, சென்னா, குண்டண்ணா உறுதியான பாறைகள் போல, ஆழ வேரோடிய மரங்கள் போல நின்றனர். அந்த ஐவரும் எப்படி தமது தனித்தனிக் குரல்களை ஒன்று சேர்க்கின்றனர்! அவர்களது கிளை நதிகளை ஒரே கடலில் சங்கமிக்க வைக்கின்றனர்! இருந்தும், ஒரு குரல் தன் கூட ஒலிப்பது கேட்கவில்லை. சிக்கையா அதற்காக ஏங்குகிறான். அவரது பாடலின் பெண் குரல் எங்கே? மகாதேவியின் குரல் இல்லாமல் அவரது பாட்டு எப்படி இருக்கும்? ஆனால் புட்டண்ணா பாடுகிறார்:

> இந்த நீர் புனிதமானது
> இது, இது,

அவர் சுருதி மிகவும் கீழ் ஸ்வரம்; அவ்வப்போது பொய்க் குரல் வேறு ஒலிக்கும். ஆனால் ஒவ்வொரு 'இது' விலும் எத்தனை எள்ளல்! கரகரத்த அவரது குரலில் வரும்போது அப்பாடல் புதிய பாடலாக உயிர் பெற்றது:

> இந்த நீர் புனிதமானது,
> அது, இது என
> புரியாத வேற்று மொழியில் முணுமுணுத்தபடி
> கோவிலில் உள்ள கல்லுருக்களின் மீது
> தெளிக்கிறார்கள்; வீட்டின் உட்தரையிலும்

வெளியிலும் தெளிக்கிறார்கள்.
அவர்கள் தம்மீதும் நீரைத் தெளித்துக்கொண்டு
மீளப் பிறந்த புனிதர்கள் எனச் சொல்லிக் கொள்கிறார்கள்.

குண்டடண்ணா உற்சாகமாக இருக்கிறார். இங்கு வரும் முன் கொஞ்சம் கள் ஏற்றிக் கொண்டு வந்திருக்கலாம். கோவிலின் மேல் ஒரு கண் வைத்தபடி பாடலின் சொற்களை நடித்தே காட்டுகிறார். அடுத்தவர் மகிழ்ச்சியைக் கெடுக்கும் அந்தத் தேவ்..யா பசங்க கேட்க வேண்டும் என எதிர்பார்த்தார்.

எப்போதும் போல் பரந்த மனதுடைய எனது ஆறு,
கலகலவென்று சிரித்தபடி ஓடுகிறது.

அனுதினமும் வியர்வையில் தோய்பவர்களுக்குத்தான் தெரியும்
நண்பா
மூழ்கிக் களித்தலின் அருமை.

இறுதி இரண்டு வரிகளும் உச்சஸ்தாயியைத் தொடுகின்றன. அது காற்றில் தோய்ந்து ஆனந்தகிராமத்தை கோவிலுக்குள் கொண்டுவருகின்றன. கோவில் சுற்றுப்புறத்தை அவர்களது ஆனந்தகிராமமாக மாற்றுகின்றன. சொற்களைவிடக் கூடுதலாக அந்த வரிகள் சொல்கின்றன. ‘உழைப்பு நிறைந்த எங்கள் வியர்வை ஞானத்தைக் கேளுங்கள்’ என்கின்றன.

‘எங்கள் உழைப்புதான் நிலத்தை எம் குழந்தை போல் அறிய வைக்கின்றது. ஆற்றை எம் சகோதரம் போல் புரிய வைக்கிறது. செத்த மிருகங்கள், அவற்றின் தோல், துடைப்பம், கல்லறைகள், வயல்கள் அனைத்தும் எமது தாய்மார். எங்கள் அம்மாக்களுக்காக நாங்கள் முதுகொடிய வேலை செய்கிறோம். அம்மாக்கள் எங்களை நேசிக்க எமக்குக் கற்றுத் தருகிறார்கள். அந்த அன்பும் உழைப்பும் எம்மை எவருக்கும் சமமானவர்களாக ஆக்கும் என அம்மாக்களுக்குத் தெரியும்.’ எளிய இந்த இரு வரிகள் எத்தனை பேசுகின்றன! எவ்வளவு வெளிகளை நிரப்புகின்றன:

அனுதினமும் வியர்வையில் தோய்பவர்களுக்குத்தான் தெரியும்
- நண்பா
மூழ்கிக் களித்தலின் அருமை.

வழிபாடு செய்யும் அந்தணர்களும், பார்ப்பன சமூகத் தலைவர்களும் கோவிலுக்குள் இருந்து கவனித்துக் கொண்டு இருக்கிறார்கள்.

மூத்த அர்ச்சகர் இடி போல் கர்ஜித்தார்: 'கலியுகம் வந்துடுத்து. இந்த நாள என் ஆயுசில பார்ப்பேன்னு நான் நெனக்கவே இல்ல, போ'. அம்மாதிரி ஒரு நாள் எதையெல்லாம் கொண்டுவரும் என்று அவர் விளக்கவில்லை; அது தேவைப்படவும் இல்லை. அந்த நாள் வந்துவிட்டது. நகரத்தின் குப்பை கூளம் - குளிக்காத, வெற்றுடம்புக் கூட்டம் - கோவிலுக்குள் பாடிக்கொண்டும், தீட்டுப்படுத்திக்கொண்டும் உள்ளனர். பாடுகிறார்களாம் பாட்டு!

முத்துராஜா பொறுமையிழந்து விட்டான். இந்த அந்தணர்கள் இன்னும் எதற்குக் காத்துக் கொண்டு இருக்கிறார்கள்? பாதுகாவல் படையின் தலைவர் ஏன் காத்துக் கொண்டிருக்கிறார்? நீண்ட பெருமூச்சு எடுத்து, முத்துராஜா காத்துக் கொண்டிருக்கிறான். அவன் இளைஞன்தான். ஆனால் நிலைமை பெரிதாக வேண்டும்; கோவில், அரண்மனைக்கான பொருட்சேத அபாயம் துலக்கமாகத் தெரிந்தால்தான் சட்டம் தலையிட முடியும். பிறகு அவர்கள் பாயலாம். கூட்டம் தம் பணியைச் செய்தோம் எனக் கருதும் போது, அவர்கள் சற்றும் எதிர்பார்க்காத தருணத்தில் திடீரெனக் கட்டவிழ்த்து விடலாம். இருந்தும், சிக்கலைப் பழுக்க வைக்க உதவலாம்தானே! ஒரு கல் போதும். முற்றத்தில் இருந்து கோவிலுக்குள் வீசப்பட்டதா, கோவிலுக்குள் இருந்து முற்றம் நோக்கி வீசப்பட்டதா என்று பின்னர் யாருக்கும் நினைவு இருக்கப் போவதில்லை.

ஒரே ஒரு கல் போதும்.

பாட்டு தொடர்கிறது, மேலும் தொடர்கின்றன. எங்கிருந்தோ ஒரு தீயமுனை கொண்ட கல் படுவேகமாக, வலுவோடு முதியவள் ஒருவரின் நெற்றியைத் தாக்குகிறது. அவள் பாட்டு சடக்கென்று நின்றது. அவர் கீழே விழுகிறார். அவள் தலைமுழுதும் ரத்தம் பரவுகிறது. கோப அலை கிளம்புகிறது. கொடூரமான இசையை நோக்கி நகர்கிறது. அடி, உதை தாளம் அமைக்கிறது. மெல்லிசை மரண ஓலங்களில் எழும்புகின்றன: மார்பைப் பிளக்கும் ஈட்டி ஓசை, கழுத்தை அறுக்கும் கோடரி ஓசை. குழுவின் ஓசையும் தொடர்ந்தது. ஓலங்கள், வசைகள், வேதனை முனகல்கள், அழுகைகள், அம்மா, தெய்வம், விண்ணுலகத்தை அழைக்கும் குரல்கள். வெவ்வேறு திரவங்கள் வீசப்பட்டு, வளைவுகள் போட்டு, பொங்கி, நிலத்தில் கொட்டும். மென்மையான ஓசை ஒன்று பின்னணியில் இருந்தது.

சிக்கையா, புட்டண்ணா, சித்தா, குண்டண்ணா நெருங்கி ஒன்றாக இருக்க முயற்சிக்கின்றனர். ஆனால் அது இயலாத ஒன்றாக இருந்தது. 'சித்தா, குழந்தைகள் முதியவர்கள், பெண்களைப் பார்த்துக்கொள்' என்று புட்டண்ணா கத்தினார். சித்தா கூட்டத்திற்குள் விரைந்தார். பெரிய அண்ணா விழுந்து கிடந்தார். அவர் ஏன் இங்கு வந்தார்? அவருக்குக் காயம் பட்டிருந்தது. ஆனால், சித்தாவால் அவரைச் சுமந்து செல்ல முடியும்; அவர் மிதிபடாமல் காக்க முடியும். குண்டண்ணா இந்தக் கலவரத்தில் குழந்தைகளைத் தேடுகிறார். அவர்களை ஒன்று சேர்த்து கோவில் முற்றத்திற்கு வெளியே அழைத்துச் செல்கிறார்.

பாதுகாவலர்கள் எங்கிருந்து வந்தார்கள்? இவ்வளவு நேரம் அவர்கள் மறைந்து இருந்திருக்க வேண்டும் என சிக்கையா ஊகிக்கிறார். கோவிலுக்குள்ளோ, பின்புறத்திலோ இருந்திருக்க வேண்டும். கோவிலைக் காக்கும் பெரிய மனிதர்கள் அதனால்தான் அச்சம் இன்றி உள்ளே இருந்திருக்கிறார்கள்! சிக்கையா புட்டண்ணாவைப் பார்த்துக் கத்த விரும்புகிறார்: 'ஓடுங்கள். அவர்களிடம் ஆயுதங்கள் இருக்கின்றன' என்று. ஆனால், புட்டண்ணாவை எங்கும் காணவில்லை. சிக்கையா யாரோ கீழே விட்ட கம்பை எடுத்துக் கொண்டு முன்னால் செல்கிறார்.

இதற்குள் முத்துராஜா இந்த அமளியில் கலந்துவிட்டான். இத்தனை ரத்தத்தை இதுவரை அவன் கண்டதில்லை. அவனது ஈட்டியும் தொலைந்து விட்டது. ஆனால் இம்மாதிரி நேரத்தில் ஆண்மையை மறந்து, வீரனுக்குப் பொருந்தாத எண்ணங்களை நினைப்பது சரியல்ல. கோவிலின் பொக்கிஷங்கள் கொள்ளை போகும் ஆபத்தில் இருக்கின்றன. அரண்மனையின் கௌரவம், பாதுகாப்பு அபாயத்தில் உள்ளது. அவனுக்கு முன்னால் ஒரு ஒல்லியான தேகம் கொண்ட கருநிற மனிதன் இளைஞனும் இல்லாத, முதியவரும் இல்லாத ஒருவன் பாடுவதைப் போல் வாயைத் திறந்தபடி, கையில் ஒரு வேலிக்கம்பை ஏந்தியபடி ஒரு பாதுகாவலனைத் துரத்துவதைக் கண்டான்.

முத்துராஜா தன்னை உறுதிப்படுத்திக் கொண்டான்; கால்களைப் பதிய வைத்து, உடலைச் சற்றே பின்னுக்கிழுத்து, குறிவைத்து எகிறினான்.

முத்துராஜா சிக்கையாவின் மீது பாய்ந்து அவரை வீழ்த்தினான். சிக்கையா வேகமாக முயன்று அவன் கால்களைப் பற்ற முயற்சித்தார். முத்துராஜா அவரது கழுத்தைப் பிடித்தான். சிக்கையா கடுமையாகப் போராடி தன் கழுத்தை விடுவித்துக் கொண்டார். அவரது கம்பு தொலைந்துவிட்டது. ஆனால் அவரால் முத்துராஜாவின் கால்களை

நோக்கி ஒரு உதை விட முடிந்தது. முத்துராஜா நீண்ட கத்தி ஒன்றை உருவுவதைக் கண்டார். அவ்வளவுதான் என சிக்கையா நினைத்தார். அதே கணத்தில் அவர் கீழே தள்ளிவிடப்பட்டார். பெரியதொரு, வீச்சமடிக்கும் உடல் ஒன்று சிக்கையா மீது விழுந்தது. அவர் கீழே கிடந்தார்; அந்த உடல் அவர் மீது, அவரை மூடியபடி கிடந்தது.

'அய்யோ!' என்று அலறியபடி சிக்கையா தன் மீது கிடந்த புட்டண்ணாவின் உடலை, தன் மேலிருந்து தள்ள முயற்சித்தார். கத்தியை உருவியபடி நிற்கும் பாதுகாவலனா, அன்பிற்குரிய புட்டண்ணாவா யார் எதிரி என்று சிக்கையாவிற்குத் தெரியவில்லை.

'புட்டண்ணா, வேண்டாம்!' என்று சிக்கையா கத்துவது அவருக்கே கேட்கவில்லை. தன் மேலிருந்து திருப்தியான ஒரு முனகல் மட்டுமே கேட்டது. தன் உடலெங்கும் சூடான ரத்தம் சொட்டுவதை உணர்ந்தார். அதன் பின் வெறும் பாரம். சிக்கையா அவ்வுடலைத் தள்ளிவிட்டு எழுந்து நின்றார். காயப்பட்ட மிருகம் போலக் கத்தியபடி காவலன் மீது தாவினார். முத்துராஜா இதற்காகவே காத்துக்கொண்டிருந்தான். ஒரு உடலில் கத்தியைச் செருக ஒரு கணம் கூடப் பிடிக்காது. இன்னும் ஒரு உடல். ஒரு கணத்தில், புட்டண்ணாவைக் கொன்ற கத்தி சிக்கையாவின் முதுகில் செருகி ஆழமாக இருதயத்தை நெருங்கி இதயத்துடிப்பை மெதுவாக்கியது.

சிக்கையா விழுந்தார்.

சிக்கையா விழுந்து விட்டார். முத்துராஜா அடுத்த குறியை நோக்கி நகர்ந்துவிட்டான்.

சிக்கையா அசைவற்றுக் குப்புறக் கவிழ்ந்து கிடக்கிறார். அவரால் எதையும் காணவோ கேட்கவோ முடியவில்லை. அவரைச் சுற்றிலும் கூட்டமாக இருக்க வேண்டும். சண்டை நடந்துகொண்டிருக்க வேண்டும். கனமான, கரடுமுரடான இரு பாதங்கள் அவரது முதுகின் மீது மிதித்து ஓடுவதை உணர்வது போலத் தோன்றுகிறது. சிக்கையா மண்ணோடு கலந்துவிட்டதாகப் பட்டது. இன்னும் நான் புதைக்கப்படவில்லை என நினைக்கிறார். என் சாவு என் அப்பாவின் சாவை விடச் சிறந்த சாவு என நினைக்கிறார். அப்பாவை விட மகன் முன்னேறியது அவருக்கு நிறைவளிக்கிறது.

பெரிய அண்ணனின் முகத்தை நினைவுக்குக் கொண்டுவருகிறார். கடைசியாகப் பார்த்தபோது இருந்த ரத்தம் தோய்ந்த முகம் அல்ல; பழைய அமைதியான முகம்; ஒரு பார்வையில் சிக்கையாவின் மனதைப் படிக்கும் முகம். ஆனால், பொறு. இது பெரிய அண்ணன் முகமல்ல. இது கண்ணப்பாவின் சிரித்த நிலாமுகம். நிலா நொடியில் மேகத்தில் மறைந்துவிடுகிறது. பரவாயில்லை. அவன் தூரத்தில் பாதுகாப்பாக இருக்கிறான். மகாதேவியும். மகளும் கூட. அதென்ன? இந்த வண்ணங்கள் பளிச்சென்று கண்களைக் குத்துகின்றன! ஆற்றங்கரையில் அவர் உலரவைத்த ஆடைகள் பேய் நடனம் ஆடுகின்றன. பரவாயில்லை: பழைய ஆறுதான். அப்பா அழைப்பது போல அவரைக் கூப்பிடுகின்றது. நெடுங்காலம் ஓடிக்கொண்டே இருப்பது கடினமாக இருக்கும்.

'தாகம் எடுக்கிறது', ஆறு சொல்வது அவருக்குக் கேட்கிறது. 'நான் இதோ வருகிறேன்' என சிக்கையா நினைக்கிறார். நீரில் ஆழமாக முழுகி ஆற்றைக் குணப்படுத்த வேண்டும். பயங்கரமாக வலித்தது.

பிறகு, வலியும் எண்ணங்களும் மங்கின, அன்பு முகங்கள் நழுவின. சிக்கையாவிடம் இருப்பது அவரது ரத்தம் மட்டும்தான். ஆற்றின் தாகத்தைத் தணிக்க வழிந்தோடும் ரத்தம்.

என் கடிதமே என் வாழ்வு

1

அவள் வாழ்வில் இதுதான் முதல் பயணம். மகாதேவி வழக்கமான வயல், ஆறு தவிர எங்கும் போனதில்ல. ஆனந்தகிராமம்தான் அவள் சென்றிருக்கும் நீண்ட தூரம். அருகில் உள்ள நகரத்தில் இருக்கும் இடம் ஆனந்தகிராமம். அந்த நகரத்தைவிட்டு இப்போது ஓடுகிறார்கள். பயணங்களின் மகிழ்ச்சி பற்றி பிறர் பேசிக் கேட்டிருக்கிறாள்: வழியில் உள்ள அற்புதமான இடங்கள், புது மக்களைச் சந்தித்தல், உற்சாகமான சாகசங்கள் ஆகியவற்றைக் கடந்து சேரும் இடத்தை அடையும் மகிழ்ச்சி. ஆனால் இந்தப் பயணம் இது அவளது கடைசிப் பயணமாக இருக்க வேண்டும் என விரும்புகிறாள். பல சமயம் அவளுக்கு அச்சம். பெரும்பாலும் அவளுக்குப் பசி, தாகம், அதிக வெப்பம், அதிகக் குளிர் என வாட்டுகிறது. சேரும் இடம் பெயர் இல்லாத, தெரியாத, இடம். அது வீடாக முடியுமா? இல்லை. முடியாது. இப்போதைக்கு அவளது சேரும் இடம் ஒரு ஊராக இருக்க முடியாது. அவள் கண்ணப்பாவின் குழந்தை முகம் நோக்கித்தான் போக முடியும். அது மட்டும்தான் இந்தப் பயணம், அதன் முடிவு பற்றி அவளுக்கு உறுதியாகத் தெரிந்த ஒன்று.

எல்லா நேரமும் அவள் உடன் வரும் சகோதர, சகோதரிகள் எதிரிகளிடம் இருந்து தப்பியவர்களாக இருந்தனர். கல்லெறியும், ஈட்டி பாய்ச்சும், தீ வைக்கும், கத்தியால் குத்தும் கொள்ளைக்கார போர்வீரர்கள் மற்றும் கொலைகாரர்களாக மாறிவிட்ட சக குடிமக்களிடம் இருந்து தப்பி

ஓடுபவர்கள். சிக்கையா பற்றிய நினைப்பை ஒதுக்க நினைக்கிறாள் மகாதேவி. சிக்கையா இருக்கிறானா? இறந்துவிட்டானா? மந்தாரை மரத்தின் அடியில் அம்மாவின் வருகைக்காகக் காத்திருக்கும் சந்திராவைப் பற்றியும் நினைக்காமல் இருக்க வேண்டும் எனக் கருதுகிறாள். மாறாக, கண்ணப்பாவைப் பற்றி நினைக்கத் தன்னைத்தானே உந்திக் கொள்கிறாள். இப்போது பற்றிக்கொள்ள அவளுக்கு எதிர்காலத்துக்கான முகம் ஒன்று வேண்டும்.

மகாதேவி கண்ணப்பாவைக் கண்டு பல ஆண்டுகள் ஆகிவிட்டன. அவ்வப்போது அவனைப் பற்றிக் கேள்விப்பட்டவை, துல்லியமாக அவள் நினைவில் இருக்கும் அவனது குழந்தை முகம், பல இரவுகள் அவள் தன் தோழமையோடு காடுகளில் நடக்கும் போது வெளிச்சம் காட்டியுள்ளன. பகல் வேளைகளில் அவர்கள் குகைகளில் ஒளிந்துகொண்டார்கள். குகைச் சுவர்களின் பள்ளம் மேடு படிந்த சுவர்கள், குகைகளின் உள் ஆழங்கள் அவளை அச்சுறுத்தின. அங்கு அருவருப்பான வௌவால்கள் இருக்கக் கூடும்; அவை எப்போதும் உலகைத் தலைகீழாகப் பார்த்துப் பழகியவை. கண்ணப்பாவின் ஒளிமிக்க முகம் இல்லையெனில் அவளால் இந்தக் குகைகளில் நாட்களைக் கழிக்க முடியாது.

சில நேரங்களில் பாதுகாப்பான குகை கிடைக்காவிட்டால், பகலிலும் நடக்க வேண்டி வரும். திருடர்கள் போல் வைக்கோல் போர்கள் பின்னல் ஒளிந்துகொள்ளும் சமயங்களில், படபடக்கும் அவள் இதயத்தை, கண்ணப்பாவின் முகம் நிதானப்படுத்தும். அவர்களிடமும் புதையல் ஒன்று உள்ளது; ஆனால் அது களவு போகவில்லை. அவர்களது பொக்கிஷம் துணிகளில் சுற்றப்பட்டுள்ள பனையோலைச் சுவடிகள்; சொற்களின் கனம் ஏந்திய ஓலைகள். இதுமாதிரியான பொக்கிஷத்தைப் பாதுகாக்க தன் முகம் உதவியது என அறிந்தால், கண்ணப்பா மகிழ்ச்சியடைவான்.

மகாதேவி தனக்குத் தானே சொல்லிக்கொண்டாள்: நம்பமுடியாத நகரத்தை விட்டுச் சென்றுவிட்டது போலின்றி, அமைதி விட்டகல முடியாத மடத்தை அடையும் வரை அவள் எதையும் யோசிக்க மாட்டாள்; அவளுக்கு என்ன இன்னும் மிச்சம் இருக்கிரது, எதையெல்லாம் இழந்துவிட்டாள், எவற்றையெல்லாம் இழக்கப் போகிறாள் என்று பிறகுதான் சிந்திக்க வேண்டும். என்ன செய்வாள்? எங்கு, எப்படி வாழ்வாள்? எப்படி சிக்கையாவுக்காகக் காத்திருப்பாள்

அல்லது காத்திருக்கமாட்டாள். அமைதியான இடத்தில் செய்திகளைப் பெறுவது நல்லது, அதிலும் கெட்ட செய்திகளை. மடம், பள்ளி இருக்கும் இடத்திற்கு அருகில் ஒரு சிறு கிராமம் இருக்கிறதாம். அதை நோக்கியே அவளும் சில கூட்டாளிகளும் போய்க்கொண்டிருக்கிறார்கள். கண்ணப்பாவின் நிஜ முகத்தைப் பார்த்தவுடன்- அவளது மனதில் தொங்கும் விளக்காக இருக்கும் முகம் அல்ல- அவள் மீண்டும் மகாதேவியாக ஆகிவிடுவாள். கண்ணப்பாவின் தாயாகிவிடுவாள். நிசக் குழந்தையின் நிச அம்மா. எல்லாரையும் போல் ஆகிவிடுவாள். பிறகு அகதி, கலகக்காரி, அல்லது நகரத்தின், அரண்மனையின், கோவிலின், கடவுளரின் எதிரியாக இருக்கமாட்டாள்.

(சிக்கையா? அவர் சந்திராவிடம் போகட்டும். அப்பாவும் மகளும் ஒருவருக்கொருவர் மரத்தினடியில், மண்ணில், ஆற்றில் பாதுகாப்பாக இருக்கட்டும். இல்லை அவர்களை இவ்வளவு விரைவில் நினைக்கக் கூடாது. மகாதேவி தன் முகத்திற்கு எதிரே கையால் காற்றை விரட்டுகிறாள்; தொந்தரவு செய்யும் எண்ணங்களைத் துரத்துகிறாள்.)

வயதான மூத்த ஆண்களும் பெண்களும் அவளுக்கு அறிவுரை செய்கிறார்கள்: ‘பொறுமை. எல்லா பயணத்திற்கும் முடிவுண்டு. நாம் கிட்ட வந்துவிட்டோம்.’

‘தூங்கும்மா. விடியும் பொழுது நல்ல பொழுதாக இருக்கும்’ என்று மீன்வாசம் வீசும் மூத்த பெண் சொல்கிறார். அவர் ஆற்றுக்குப் போய் மாதக்கணக்கில் ஆனாலும் மீன் கவிச்சி அவளை விட்டு அகலவில்லை. ஓய்வு நேரத்தில் மகாதேவி தாய்மை உடலில் வீசும் ஆற்றின் மணத்தை நினைவுபடுத்திக் கொள்வாள். ஆற்றுத் தாயின் அருகில் அவள் உறங்குவாள். உறக்கம் வராவிட்டால் மகாதேவி அவளருகில் அமைதியாகப் படுத்தபடி, தன் உடலின் எலும்புகள், தசைகள் சொல்லும் புகார்கள், புதுப்புது வலிகள் பற்றி உன்னிப்பாகக் கேட்பாள். காட்டுப்பாதையில் அவள் மிதித்துவிட்ட முள் குத்தி அவளது பாதத்தில் வேதனை கூடியபோது, எலும்புகளும், தசைகளும் சற்று அமைதியாகிவிடும். அமைதி குலைந்த சில இரவுகள், பகல்களில் அவள் பொறுமை இழக்கும் போது, முதியவளின் முடிச்சு விழுந்த கைகள் அவளைத் தட்டிக் கொடுப்பதை உணர்வாள். அந்தக் கைகள் சுள்ளிகள் போலிருக்கும். அது ஒரு சொற்களற்ற, நிதானமான தாலாட்டாக இருக்கும். அறிமுகம் அதிகம் இல்லாதவரிடம் இருந்து கிடைக்கும் எதிர்பாராத அன்புத் தாலாட்டு.

மகாதேவியின் பயணம் முடிவுக்கு வந்தது. அவள் இதுவரை கண்டதிலேயே மிகச் சிறிய, அபார அழகு கொண்ட கிராமம் அது. சொர்க்கத்தில் நுழையும் முன் உள்ள கடைசி நிறுத்தம் போல் இருந்தது. அக்கிராமம் தன்னைக் கடப்பவர்களை இனி வருபவற்றுக்குத் தயார் செய்தது; அதைத் தாண்டிச் செல்லும்போது வரும் கூடுதல் அழகு யாரையும் திக்குமுக்காட வைக்காமல் இருக்க உறுதிசெய்தது. அது புதியதொரு கிராமம். நெடுங்காலம் முன்பு ஆற்றின் கரையில் இருந்த மடத்தை ஒட்டிய எல்லைக் கிராமமாக இருந்தது. ஜயபுரா நகரத்தை ஒட்டி மகாதேவியின் வயல், ஆறு ஆகியவை எல்லைப்புறப் புகலிடங்களாக இருந்தது போல்தான் முன்பு இருந்தது. இப்போது அது வளர்ந்து வருகிறது. தப்பி வரும் மக்கள், அல்லது புது வாழ்வு தொடங்க வரும் மக்கள் பெருகப் பெருக கிராமமும் வளர்ந்தது. அங்கு வேர்விட விரும்பும் மக்கள், சற்று ஓய்வெடுத்துக் கொண்டு தொடர விரும்புவோர் எனப் பலர் இருந்தனர். மகாதேவியுடன் வந்தவர்களில் வித்தை காட்டும் குழுவினர் ஓய்வு எடுத்துவிட்டு, தோள்கள், கைகளை நிலைப்படுத்திக் கொண்டு தெருக்களில் செல்ல ஆரம்பித்தனர். கதையோடிகள் மீண்டு வரும் வேளையில் உள்ளூர்க் கதைகளைச் சேகரித்தனர். அவர்களும் சிறு, பெரு நகரங்களில் சுற்றிப் பழக்கம் உள்ளவர்கள். வேறு பலர்- விவசாயிகள், ஓவியர்கள், பாடகர்கள், இசைஞர்கள், படி எடுப்பவர்கள், மீனவர், குயவர், நெசவாளர்- தங்க முடிவு செய்தனர்.

அந்த இடம் வாழ்வதற்கு ஏற்றது. ஒரு புறம் உயரும் குன்றுகள். சற்று தொலைவில் மென்மையாக ஓடும் ஆறு. அதன் கரைகளில் மரங்களும் புதர்களும். ஆற்றில் நிறைய மீன்கள். அமைதியாகவும் தெளிவாகவும் உள்ளதால் மீன்பிடித்தல் எளிது. கிராமத்தின் அருகில் மீனோடும் மகிழ்ச்சியான நீரோடைகள், சிற்றாறுகள். மண் வளமானது. கிராமத்தின் உள்ளும் வெளியேயும், மலையடிவாரம் வரை நிலவெளி விரிந்து கிடந்தது. மலையோரத்தில் மடம் அமைதியாக, மறைவாக இருந்தது. மீனவர், குயவர், தறிகள், வண்ணம் தோய்க்கப்பட்டு காயவைக்கப்படும் நூல்கள், விதைப்பு நடத்த வயல்கள், கால்நடை மேய புல்வெளிகள் என்று அனைத்திற்கும் இடம் இருந்தது. (எலிகளும் இருக்கும். ஆனால், அவர்கள் மத்தியில் எலி பிடிப்பவர் இல்லை. புட்டண்ணாவிற்கு யாரும் பதிலி ஆக முடியாது). அதைவிட அமைதியான, பரந்த, திறந்தவெளிகள் இருந்தன. பாடல்களைப் பாடும் முன்பு, பாடல் கட்டிப் பார்க்க அவை பேருதவி.

மகாதேவி தன் இடத்தை அடைந்து விட்டாள். அவள் வாழ்வின் முதலும் கடைசியுமான பயணம் முடிந்து விட்டது. கண்ணப்பாவின் முகம் அவளை இங்கு அழைத்து வந்துவிட்டது. அதுதான் அவளைக் குகைகளின் கல்தரை, காடுகளின் ஈர இலைகள் நிறைந்த மண் எல்லாவிடத்திலும் ஒரு அடி எடுத்து வைத்து, பயமற்ற அடுத்த அடியை வைக்கத் தூண்டியது. இங்கு வந்தாயிற்று. இனி என்ன செய்வாள்? கண்ணப்பா மடம், பள்ளி, கல்வியை விட்டு வரமுடியாது; அவர்கள் இருவரும் ஒன்றாக வாழ முடியாது. ஆனால், கூப்பிடு தூரத்தில் அவன் இருப்பு, ஓரிரு மணி நேரத்தில் நடந்து போய் அவனைப் பார்க்கும் வாய்ப்பு - அது எப்படி இருக்கும்?

அவளால் முடிந்த சில இனிப்புகளைப் பொட்டலம் கட்டிக் கொள்கிறாள்: தேங்காய் சீனி போட்ட அடை, பாகில் உருட்டிய கடலை உருண்டை, எள்ளுடன் வெல்லம் கலந்த உருண்டை ஆகியவற்றைத்தான் அவளால் செய்ய முடிந்தது. ஒருவழியாக, அவள் கண்ணப்பாவைப் பார்த்தபோது, பயணத்தில் அவளுக்கு அரணாக இருந்த முகத்தின் சாயல் அவன் முகத்தில் தென்படவில்லை. சரியான முட்டாளாக இருந்திருக்கிறாள்; அல்லது அவளது நினைவு பெரும் முட்டாள். இனிப்பு தேடும் குட்டி கண்ணப்பாவைத்தான் அவள் ஞாபகம் வைத்துக்கொண்டிருக்கிறாள். இந்தக் கண்ணப்பா வெகு உயரம், மெல்லிய தேகம், அதி அமைதி. அவனது சுருட்டை முடி இல்லை; முடியே இல்லை. தலையை மொட்டை அடித்திருக்கிறான்.

அதில் ஒன்றும் சிக்கல் இல்லை. இந்தப் புதிய கண்ணப்பாவைத் தெரிந்துகொள்ள காலம் இருக்கிறது. அவள் கண்ணப்பாவின் கன்னம், நெற்றி, கைகளில் முத்தமிடுகிறாள். கண்ணப்பாவை யாரும் முத்தமிட்டு வெகு காலம் ஆகிறது; அவன் அவளது அணைப்பில் சங்கடமாய் நெளிகிறான். ஆனால், அவள் இரண்டடி பின்னால் சென்று அவனைப் பார்த்தபோது, அவளைவிட ஓரடி உயரமாய் இருப்பதைக் கண்டாள். அதோடு, அவனது புன்முறுவல் எவ்வளவு இனிமையானதாக, அமைதியானதாக இருந்தது!

அவர்கள் ஒருவரையொருவர் பார்த்துக் கொள்கிறார்கள்; சொல்வதற்கு நிறைய இருந்தது; ஆனால், சொல்ல வார்த்தைகள் இல்லை.

அவள் மௌனத்தைக் கலைக்கிறாள்.

‘உன் தாத்தா பாட்டி உன்னை இப்படிப் பாக்க சந்தோஷப்படுவாங்க. வளர்ந்த பெரிய ஆளா, படிச்ச ஆளா. உன் அப்பா...’ அவள் குரல் நடுங்குகிறது.

‘தகவல் ஏதும் வந்ததா?’

‘இல்லை. ஆனால், அதுக்கென்ன அர்த்தம்னு எங்களுக்குத் தெரியும். இனி நகரத்தில் இருந்து தாக்கல் வருவதற்கு அவசியம் இல்லை’ என்றாள் அவனை நேராகப் பார்த்தபடி.

கண்ணப்பா தலையசைத்து ஆமோதிக்கிறார். இருவரும் அமைதியாக அவரவர் எண்ணங்களில் மூழ்கியபடி அமர்கின்றனர்; அவர்கள் இருவரும் ஒன்றாகத் துக்கம் அனுசரிக்கின்றனர். மீண்டும் அம்மாவும் குழந்தையுமாக ஆகிவிட்டனர்.

அன்றிரவு பாயில் படுத்தபடி அவள் யோசிக்கிறாள்: தன் பையன், முழு மனிதனாக ஆவதை அவள் பார்த்திருந்தால், அவனது குரல் உடைந்து அடிக்குரல் ஆழமாவதைக் கேட்டிருந்தால், அவன் மேலுதட்டிலும், முகவாயிலும் முடி வளர்வதைக் கண்டிருந்தால் ... அவன் வாழ்க்கை மாற்றங்களை நேரடியாகப் பார்த்திருந்தால் சிக்கையாவும் அவளும் எப்படி இப்படி ஒரு மனிதனை உருவாக்கினார்கள்? அவன் முகம், அதில் இருந்த கனம் எதிர்பார்க்காதது. அந்த முகம்: புருவங்கள் அவளுடையதைப் போல் வளைந்து இருப்பவை. அது பழக்கமானதாகத் தோன்றியது. அடர்ந்த கண் இமைகள் சிக்கையாவைப் போன்றது. புருவம், இமை இவை மட்டும்தானா ஒரு மகன் பெற்றோருக்குத் தருபவை? அவளது துண்டு நிலா, முழு நிலா வானில் இருந்து அனைவரையும் பரிவோடு பார்க்கிறது. அதைத்தான் அவன் பயின்றிருக்கிறான். ஒரு சிலருக்கான தனிப்பட்ட நேசத்தை வெளிப்படுத்த அவன் கற்கவில்லை; அது அம்மாவாகவே இருந்தாலும். அன்பைத் தேடும் அம்மா. கண்ணப்பாவின் முன் நின்று அன்பை யாசிப்பது இயலாத ஒன்று. அவனைப் போன்ற மனிதன், அவளை உடலற்ற, மனதாலான, ஆன்மாவாலான ஒரு பிறவியாகத்தான் பார்க்க இயலுமோ? அவள் அவனை எண்ணிப் பெருமைப்படவேண்டும்; படுகிறாள். ஆனால், கொஞ்சம் பயப்படவும் செய்கிறாள்.

கிளம்பும் நேரம் வந்ததும், கண்ணப்பா அவளை அன்புடன் அணைத்தான். அவன் தொடுகை குளிர்ச்சியாக, அமைதிப்படுத்துவதாக இருந்தது; ஆனால் அது அவளது ஆறுதலுக்காக. அவனுக்காக அல்ல.

அவள் குழந்தை அவளைத் தேற்றி வாழ்த்துகிறது. வாய்விட்டுச் சொல்லவில்லை என்றாலும் அவளுக்கு அது கேட்டது: 'எனக்கு இனி நீ, அப்பா, சகோதரி யாரும் தேவை இல்லை. அந்தப் பணி முடிந்து விட்டது. உனக்கான வேலையைத் தேடிக்கொள். உனக்கான விடுதலையைப் பெறு.' ஒரே அணைப்பில் எவ்வளவு நீண்ட போதம்.

மகாதேவி கிராமத்தில் தங்கிய தன் சகோதரர் ஒருவரைப் போய் பார்க்கிறாள். அவர் ஏடெடுத்து எழுதுபவர். தனக்கு எழுதப் படிக்கக் கற்றுத் தர முடியுமா என்று அவரிடம் கேட்கிறாள். அவருக்கு வியப்பு. ஆனால் ஒத்துக்கொள்கிறார். மகாதேவி ஒரு மாணவியாக மாறுகிறார். அவள் தன் வயிற்றைக் கழுவ உழைக்கிறாள். கிடைக்கும் ஒவ்வொரு கணத்திலும் அவளது முக்கியப் பணி வாசிக்கக் கற்றுக் கொள்ளுதல். இரவிலும் தூக்கம் தொலைத்து மங்கிய விளக்கொளியில் ஆசிரியரின் எழுத்துகளைப் படிக்கிறாள். கடினமாக உழைத்தாலும், அவளுக்குத் தன்னம்பிக்கை வரவில்லை. வாசிக்கும் போது எழுத்தெண்ணிப் படிக்கிறாள்; அவற்றை ஒன்று சேர்த்து ஒலிகளைப் புரிந்துகொள்ள அவளுக்கு நேரம் எடுக்கிறது. எழுதும்போது, பல சமயங்களில் அவள் ஓலையில் எழுத்துக்குப் பதில் துளையிட்டு விடுகிறாள்.

அவ்வப்போது அவள் கண்ணப்பாவைச் சந்திக்கும் போதும் தன் நிச வேலை என்ன என்பதை அவரிடம் சொல்லவில்லை. இது போன்று நினைவில் இருப்பதை எழுத்தில் வடிப்பது என்ன செய்கிறது என்பதையும் பகிர்ந்துகொள்ளவில்லை. அவள் ஒரே ஒரு காரணத்துக்காகத்தான் இந்த வேலையைச் செய்கிறாள். கோணல்மாணலான, குண்டு குண்டு எழுத்துகள், பிழையாக எழுதப்பட்ட சொற்கள் மூலம் அவள் விரும்பிய, வாழ்ந்த வாழ்வு இதுதான் என்பதைச் சொல்லியாக வேண்டும்.

மெதுவாக, பலப்பல ஓலைச் சுவடிகளில், மகாதேவியின் எழுத்துகள் சொற்களாகின்றன; சொற்கள் தொடர்கள் ஆகின்றன; தொடர்கள் பொருள் தருகின்றன; நினைவுகளைப் பொதிந்துகொண்டுள்ளன. அவள் கண்டவை, எண்ணியவை ஆகியவற்றை எழுதிவிட்டால் அது போதும் அவளுக்கு. அவள் கடந்தகாலத்தைப் பற்றி மட்டுமே எழுதுகிறாள். சில புதிய பாடல்களும் அவளிடம் உள்ளன. ஆனால், அவள் முறையான வரலாற்றை ஆவணப்படுத்துபவள். அவள் சிக்கையா கட்டிய பாடல்கள், அவள் கட்டியவை, அவர்கள் இருவருமாகக் கட்டிய பாடல்களைப் பதிவு செய்கிறாள். எழுதும் சொற்கள்

மூலம் அந்த வாழ்வை மீளவும் வாழ்ந்து, மீண்டும் புதிதாய் வாழக் கற்றுக்கொள்கிறாள்.

மகாதேவியின் இயல்பான நடைமுறை அவள் திருப்தியாக, நலமாக இருப்பதாக கண்ணப்பாவைக் கருத வைத்தது. அவளைப் பொறுத்தவரை நிம்மதி, மகிழ்ச்சி, அன்பு பற்றியெல்லாம் நினைப்பதே இல்லை. கண்ணப்பாவைப் போல் அவளும் பூரண விடுதலையை மட்டுமே எண்ணினாள். ஆனால், அவளுக்கு விடுதலை என்பது வழிபாடு, ஆன்மீகம் தொடர்பானது அல்ல. அவளது வழிபாடு அவளுக்கான ஒவ்வொரு கணத்தையும் கோரும் அவளது கடமைதான்.

சில நேரங்களில் கண்ணப்பா அவளைச் சந்திக்க வரும்போது கடந்து போனவற்றைப் பற்றிக் கேட்பான். மீண்டும் புது மாணவன் போலத் தயக்கத்துடன் அந்தக் கேள்விகள் வரும். அவனது வினாக்கள் மறுபடி மறுபடி ஆனந்தகிராமம், அதனை உருவாக்கியவர்கள், அதில் பங்கேற்றவர்கள் பற்றிச் சுற்றிச் சுற்றி வரும். அதற்கு என்ன நடந்தது என்பது பற்றி கண்ணப்பா அதிகம் பேசுவதில்லை. ஆனந்தகிராமம் எப்படி மலர்ந்தது, சிறு சிறு நம்பிக்கைகள், கனவுகள் அல்லது புட்டண்ணா, குண்டண்ணா போன்றவர்களின் பெரும் தேட்டம் ஆகியவை பற்றி அறிந்துகொள்ள அவனுக்குப் பெருவிருப்பம் இருந்தது. ஆனந்தகிராமத்தில் இருந்த சகோதர, சகோதரிகள் தவிர கண்ணப்பா அறிய விரும்பியது அவனது அப்பாவின் அப்பாவான பாட்டன் பற்றியே. அவனோ, மகாதேவியோ அவரைக் கண்டதில்லை.

மகாதேவிக்கு இந்த நினைவுகூரல்கள் மிகவும் பிடித்திருந்தன. அவளது ரகசிய எழுத்துகளைப் போல், இந்த உரையாடல்களும் அவள் வாழ்ந்த வாழ்க்கை கனவோ, தொன்ம கதையோ இல்லை என்பதை உறுதிப்படுத்தியது. அவளும் கண்ணப்பாவும் ஞாபகம் வைத்துக் கொள்ளும் வரை அவை அழியாது. ஆனால், ஆனந்தகிராமம் பற்றிப் பேசியபோது கண்ணப்பா மனசஞ்சலப்படுவது போலிருந்தது. அதைப் பற்றிப் பேசி மாளாது; ஆனால், கண்ணப்பாவின் முகத்தில் தான் ஏமாற்றப்பட்டுவிட்டதுபோன்ற உணர்வு வெளிப்பட்டது. இவை நடந்தபோது அவன் சிறு குழந்தை. மடத்திற்குச் செல்லும்போதும் அவன் சிறுவன். அவனது மக்கள் தம் குரல்களை எழுப்பிய போது அவன் எங்கேயிருந்தான்?

இப்போது அவன் தேர்ந்தெடுத்த, அல்லது அவனுக்கெனத்

தேர்ந்தெடுக்கப்பட்ட பாதை ஒன்று இருக்கிறது. அது மட்டும்தான் உள்ளது. ஆனந்தகிராமம் பற்றிய அவனது நினைவுகள், மகாதேவியின் சொற்களைக் கொண்டு அவன் மறு நிர்மாணம் செய்யும் உலகம், அவனுக்கு உண்மையாக இருக்க முடியாது.

விரைவில் கண்ணப்பா மகாதேவியிடம் விடைபெற்றுச்செல்ல வருகிறான். மடத்துடன் இணைந்த ஒரு பள்ளிக்குப் பொறுப்பாக அவனைத் தேர்ந்தெடுத்திருக்கிறார்கள். ஒரு கோவிலும் கட்டிக் கொண்டிருக்கிறார்கள். மகாதேவி அவனைப் பெருமையுடன் பார்க்கிறாள். கிராமத்தில் கண்ணப்பா பற்றி மக்கள் பேசிக்கொள்வதை அவள் கேட்டிருக்கிறாள். அவனுக்கு அவர்கள் ஒரு புதிய பெயர் வைத்துள்ளனர். அவளது கண்ணப்பா கற்றுத் தேர்ந்த அறிஞன். கிட்டத்தட்ட ஒரு துறவி. அவன் பெயர் கண்ணதேவா. மகாதேவி கண்ணதேவாவின் பெருமைகள் பற்றிக் கேள்விப்பட்டிருக்கிறாள்: அவர் அமைதி, நல்லிணக்கம், உள் நோக்கிய நோக்கு ஆகிய நற்செய்திகள் தருபவர். கண்ணதேவாவின் இந்தப் புகழ் அவளைப் பிரியாவிடை தரத் தயார்படுத்தியுள்ளது. கண்ணதேவா கையில் தடியுடன், தன் செய்தியைப் பல இடங்களுக்கும் பரப்ப வெளிக் கிளம்ப அழைக்கப்படுவார் என அவள் எதிர்பார்த்து இருந்தாள். நன்கு பரிசோதிக்கப்பட்ட வரைபடத்தின் வழிகாட்டலில், நீண்ட தூரம் செல்வார் என்பதும் அவள் அறிந்ததே. கட்டாயம் அவர் பெயர் காலத்துக்கும் நிலைத்திருக்கும்.

அவள் வரும் என்று நினைத்தது வந்துவிட்டது இப்போது. அரசல் புரசலாகக் கிராமத்தில் பேசுவது அவள் காதிலும் விழுந்தது. நெடிதுயர்ந்த அரச மரம் நிற்கும் திறந்த வெளியில் ஒரு கோவில் வரப்போகிறது. பலப்பல வேறுபாடுகளோடு இந்தக் கதை மெதுவாகப் பரவிக்கொண்டிருக்கிறது. இரவெல்லாம் அரசமரம் ஒளிர்ந்துகொண்டிருக்கிறது. சராசரி மக்கள் பேய், பிசாசு, மோகினிப் பிசாசு என்று நினைக்கலாம். அறிவுடையோர் அறிவர். அங்கொரு கோவில் கட்ட வேண்டும். மடத்தை ஒட்டிய ஒரு கோவில், பள்ளி. வேர்கொண்ட ஆற்றைச் சுற்றிலும் பரவியுள்ள தேசத்தின் மிக இளைய வயது ஆன்மீக வழிகாட்டியான கண்ணதேவா பள்ளியை வழிநடத்துவார். சில சொற்கள் மட்டும் பேசுகின்ற, அப்படிப் பேசுகையில் அளந்து, கனகச்சிதமாகச் சொல்லும் அவரை விட்டால் இதற்கு யார் பொருத்தமானவராக இருக்க முடியும்?

கண்ணப்பா, கண்ணதேவா - அவன் என்ன செய்தாலும், மற்றவர்கள் அவனை எவ்வளவு போற்றினாலும், இந்தத் துண்டு நிலா கண்ணப்பா அவளுடையது. ஆனால், அவள் மகன் பிரிந்து சென்றதும், மகாதேவியின் நினைவு அவளது கண்ணப்பா, மக்களின் கண்ணதேவா இரண்டிற்கும் இடையில் குழம்பி நின்றது. சிக்கையாவின் சொற்களை எழுதும் போது அவள் நினைவுகள் தவறுவது இல்லை.

2

கிருஷ்ணாவும் சாந்தாவும் பெருநகரத்தில் ஒரு கருத்தரங்கத்திற்காக வந்துள்ளனர். கவலைகள் இல்லாமல் உற்சாகமாக இருக்க நினைக்கின்றனர். அவர்கள் எளிமையான, ஆனால் வசதிகள் நிறைந்த இடத்தில் தங்கி உள்ளனர். அது ஹோட்டல் அல்ல; கூட்டங்கள் நடக்கும் மையம்; அதன் அருகில் வளைந்து வளைந்து செல்லும் நடைபாதைகள் கொண்ட பூங்கா இருந்தது. அறைக்கு வந்ததும், பொருட்களை எடுத்து வைத்துவிட்டு, சாந்தா காப்பிக்குச் சொன்னார். பிறகு கருத்தரங்கத்தின் நிகழ்ச்சி நிரலைப் பார்த்தார். பார்க்க மலைப்பாக இருந்தது. அமர்வுகளின் தலைப்புகள், விளக்கங்கள் அவளுக்குப் புரிவதற்குச் சிரமமான மொழியில் இருந்தன: தொடர்பிணைப்புத்தன்மை, எல்லைகளகற்றல், ஒன்றாக இணைத்தல். சில சொற்கள் கொஞ்சம் இடக்கரடக்கல்லாக அமுக்கி வாசித்தன: சமூக ரீதியாக ஒதுக்கப்பட்ட குழுக்கள், அல்லது சமூகப்பாதுகாப்பு, சமூக இணைப்பு ஆகியன. தலைப்புகளில் சாந்தாவிற்கு கிருஷ்ணாவின் தலைப்புதான் மிகவும் பிடித்தது. ஆனால், 'கண்ணதேவாவின் உண்மைக்குரல்களை நினைவில் கொள்ளப் போராடுதல்' என்பது உரையின் பொருளில் இருந்து தொலைவில் இருப்பது போல் பட்டது. 'நான் தாவரவியல் படித்தது நல்லதாயிற்று' என்று மகிழ்ச்சியாக கிருஷ்ணாவிடம் சொல்லியபடி, அவருக்குக் காப்பியை ஊற்றினாள் சாந்தா.

ஆனால், மேடையில் கிருஷ்ணா பேசும்போது மிக உன்னிப்பாக கவனித்தவர் சாந்தாதான். பலமுறை கிருஷ்ணா இப்பொருள் குறித்துப் பேசியதை ஏற்கனவே கேட்டிருந்தபோதிலும், சாந்தா அவரது ஒவ்வொரு சொல்லையும் கவனமாகக் கேட்டார்.

கிருஷ்ணாவின் கட்டுரை கண்ணதேவா பற்றி அவர் எழுதியதின் தொகுப்பாக அமைந்தது. "இதில் பல மறதிகள் தொழிற்படுகின்றன; அனைத்தும் அருமையான அசைவமைப்புப் போல நடந்துள்ளன. ஒன்று, சிக்கையா என்ற வண்ணாரின் மகனும், மாட்டுத்தோல் உரிப்பவரின் பேரனும் ஆன கண்ணப்பா, உறுதியாக அறியப்படாத பரம்பரையைச் சேர்ந்த கண்ணதேவாவாக உருமாறியது. அவரது சாதி குறிப்பிடப்படுவதில்லை; அவர் சாதியற்ற சமூகத்தில் இருந்து வந்தவர் போலத் தோற்றம் அளிக்கப்படுகிறது. இத்தோற்றம் அவரைப் பற்றிய தகவல்களை மறைப்பதன் மூலம் உருவாக்கப்படுகிறது. அவர் சார்ந்த மக்கள், அவர்கள் சாதீய சமூகத்தை எதிர்க்க எடுத்த முயற்சிகள் ஆகியவையும் வசதியாக மறைக்கப்படுகின்றன. வசதியாக தகவல்களை ஒதுக்கும் இத்தவறு, கண்ணப்பாவை அல்லது பொதுவாக கண்ணதேவா என அறியப்படும் அவரை 'இந்து சித்தர் கவி'யாக எல்லோருக்கும் ஏற்றவராக உருவாக்கிவிடுகிறது."

கிருஷ்ணா சற்று பேச்சை நிறுத்திவிட்டுத் தன் வாசிப்புக் கண்ணாடியைக் கழற்றிவிட்டு, பார்வையாளர்களை நேரிட்டுப் பார்த்துச் சொல்கிறார்: 'கண்ணப்பாவின் மக்களின் உண்மைக் குரலைக் கேளுங்கள். பிறகு உங்களை நீங்களே கேட்டுக் கொள்ளுங்கள்: இம்மனிதனை அவன் வளர்ந்த பாடல்களில் இருந்து பிரித்துப் பார்க்க முடியுமா? ஆனந்த கிராமத்தில் நடந்த போராட்டத்தில் இருந்துதான் பிரிக்க முடியுமா?' கிருஷ்ணா வழக்கமான அவரது தொனியில் இல்லாமல், வலுவான, சவால் விடும் குரலில் ஒரு பாடலைச் சொல்கிறார்:

> கடந்த காலத்தில் நான் தீண்டத்தகாதவன்.
> கடந்த காலத்தில் என் நிழலை முகர்ந்தாலே ஓடினார்கள்.
> அன்று நான் அழுகிய கறி சாப்பிட்டேன்.
> தேங்கிய குட்டையில் குளித்தேன்.
>
> அது அன்று.
> அங்கே மறுபடி போகாதபடி என்னைக் கட்டிப் பிணை

என்னை இங்கேயே வைத்துக்கொள் ஓடும் சுழலில்

ஓ ஆயிரம் முகம் கொண்ட ஆறே!

அறையின் பின்பகுதியில் சலசலப்பு கேட்கிறது. கதவு திறக்கப்பட்டுள்ளது. இன்னும் நிறையப் பேர் நுழைகிறார்கள்.

இரு இளைஞர்கள் பாய்ந்து வருகிறார்கள். பார்க்க மாணவர்கள் போலத் தெரிகிறார்கள். சைகை கிடைத்தது போல, பின்னால் இருந்த இருவர் எழுந்திருக்கிறார்கள். அதில் ஒருவர், 'ஒரு ரிஷியை அவமதிக்கிறீர்கள். மாமிசம், கண்ணதேவா இரண்டையும் ஒரே மூச்சில் பேச உங்களுக்கு என்ன துணிச்சல்?' மற்ற மூவரும் சேர்ந்து கொண்டார்கள்: 'எப்ப பாத்தாலும் சாதி சாதின்னிட்டு...இந்து மதம் சாதி மட்டுமல்ல. எமது துறவிகளை அசுத்தப்படுத்துவது...' இதுபோன்ற சலசலப்புகளுக்குப் பழகிப்போன அமைப்பாளர்கள் திறமையாகச் செயல்படுகின்றனர். பார்வையாளர்கள் கடுப்பாகி அவர்களுக்குப் பதிலளிக்கத் தொடங்க அந்த நால்வரும் வெளியே அழைத்துச் செல்லப்படுகின்றனர். நல்லகாலம், அவர்கள் சொற்களை மட்டும் ஆயுதமாக வைத்திருந்தனர்.

உரை தொடர்ந்தது. ஆனால், அங்கிருந்த உணர்வு நிலை மாறிவிட்டது. கிருஷ்ணா அறையில் இருந்தவர்களுடன் உரையாடவில்லை; தனது கட்டுரையை வாசித்தார். பல்கலைக்கழகப் பேராசிரியர் வர்ணனை செய்து, மேற்கோள் காட்டி, விளக்கிச் செய்யும் உரை அது. கிருஷ்ணா அதை உரிய திறமையோடுதான் செய்தார். ஆனால், கொஞ்ச நேரத்துக்கு முன் அவர் சில நிமிடங்கள் கிளர்த்திய உணர்வு காற்றில் கரைந்து விட்டது. சிக்கையாவின் சொற்கள் கிருஷ்ணாவின் குரலில் உயிர்ப்புடன் வரவில்லை. கிருஷ்ணாவிற்கும் அது தெரிந்தது; அவரது குரல் வாசித்துக் கொண்டிருக்கும் போதே மென்மையாவதை அவரால் உணர முடிந்தது. அவரது தொனி வழக்கத்தைவிட நிச்சயமற்றதாக இருந்தது.

அவரும் சாந்தாவும் கருத்தரங்க அறையை விட்டு வெளியே வந்தபோது, ஒரு இளம்பெண் அவர்களை மறித்தாள். 'மிக்க நன்றி. உங்கள் உரை மிக முக்கியம் எனக் கருதுகிறேன்' என்றாள்.

கிருஷ்ணா சிரித்தார்.

அப்பெண் மேலும் தொடர்ந்தார். 'சார்! நான் உங்க தனிப்பட்ட வாழ்க்கைக்குள்ள போக விரும்பல. ஆனா, நீங்க தலித் இல்ல. இது இன்னொரு விதமான சுரண்டல் இல்லையா? நீங்கள் கவிதைகளைப் படித்து, விளக்கம் கொடுத்து, ஒரு குறிப்பிட்ட பொருளில் உலகிற்கு

வழங்குகிறீர்கள். அதாவது, ஒரு மாட்டுத் தோல் உரிப்பவர் பற்றி நீங்கள் பேசுகிறீகள். அவரது வாழ்க்கையை எப்போதாவது உங்களால் புரிந்துகொள்ள முடியுமா?'

கிருஷ்ணாவின் முகத்தில் வருத்தம் படர்ந்தது. பெயரிடவோ, தனக்குள் புரிந்துகொள்ளவோ இயலாத வேதனை அது. 'சிக்கையாவும் மற்றவர்களும் கண்ணதேவாவை விடத் தயாராக இல்லாதது போல, இப்போது என்னையும் விட்டு விலக மாட்டேங்கறாங்க. நாங்கள் சொல்வதைக் கேளுங்கள்; எங்களுக்காகப் பேசுங்கள் என்று என்னிடம் சொல்லிக்கொண்டே இருக்கிறார்கள்', என்று அந்தப் பெண்ணிடம் சொல்ல நினைத்தார் கிருஷ்ணா. ஆனால், அவர் அதை உரக்கச் சொல்லவில்லை. மாறாக மிகுந்த அன்புடன் அப்பெண்ணிடம், 'நீங்க சொல்வது சரிதான். தோல் உரிப்பவர் அன்றாட வாழ்வில் அனுபவிக்கும் வருத்தங்கள், பயங்கள், கனவுகள் ஆகியவற்றை என்னால் நேரடியாகப் புரிந்துகொள்ள முடியாதுதான். ஆனால், அவரது குரலைக் கேட்க முடிகிறது. அவரைப் பற்றி எழுதப்பட்டிருப்பதை வாசிக்க முடிகிறது. அச்சொற்களை மொழிபெயர்க்க, கூர்ந்து கற்க முடிகிறது. சொல்லப்போனால், நான் அதைச் செய்தாக வேண்டும்' என்றார்.

அவளது வினா, அதற்கான அவரது விடை அவரை எவ்வளவு தூரம் நெகிழ வைத்தது என்பதை அப்பெண் பார்க்க வேண்டாம் என்பதற்காக கிருஷ்ணா அவரிடம் இருந்து விலகி நடந்துவிட்டார்.

அன்று மாலை, அவர்கள் இருவரும் பூங்காவில் நீண்ட நடைப்பயிற்சி செய்கிறார்கள். பிறகு அழகான, சிறிய ஐஸ்க்ரீம் கடையைக் கண்டுபிடிக்கிறார்கள். இத்தனை வித்தியாசமான சுவைகளில் ஐஸ்க்ரீமை அவர்கள் இதுவரை பார்த்ததில்லை. இத்தனை வினோதமான பெயர்களில் ஐஸ்க்ரீம்கள் இருப்பதையும் அறியவில்லை. நிறைய நேரம் விவாதித்தபின், சாந்தா ஏழாம் சொர்க்கம் ஐஸ்க்ரீம், கிருஷ்ணா சாக்கலேட் குண்டு ஐஸ்கிரீம் சாப்பிட முடிவு செய்தனர். இருவரும் அடுத்தவரின் ஐஸ்க்ரீமிலிருந்து ஒரு சிறுகரண்டி எடுத்து ருசி பார்த்து இரண்டும் அருமையாக இருக்கின்றன என ஒத்துக்கொண்டனர். ஆனால், ரகசியமாக, டார்லிங் ஹோட்டலில் அவர்கள் வழக்கமாகச் சாப்பிடும், அலுப்பூட்டும் வெள்ளை பச்சை கோடுகள் போட்ட வெண்ணிலா, பிஸ்தா கலந்த ஐஸ்க்ரீமுக்காக ஏங்குகிறார்கள். தேவபுராவிற்கு எப்போது திரும்புவோம் என்று மனதிற்குள் ஏங்குகிறார்கள்.

அதிகாலை நேரம். ஸ்ரீகுமார் கடைக்கு அப்போதே வந்துவிட்டார். கடையின் உள்கதவை முக்கால்வாசி மூடிவிட்டு, பின்னால் உள்ள தனது சிறிய இடத்திற்குச் சென்று விளக்கைப் போட்டார். சுவரில் உள்ள புகைப்படத்தில் இருக்கும் மனிதன் இன்னமும் பக்கவாட்டில் பார்த்துக்கொண்டிருந்தார். ஸ்ரீகுமார் வெளியிலெடுத்து, மென்மையாகப் பிடித்துக்கொண்டிருக்கும் பொருளைப் பார்த்து அவரது கவனம் சிதறவில்லை.

ஸ்ரீகுமார் தன் கையில் பிடித்திருப்பதை ரசிக்கிறார். உதிரி உலோகத்தில் செய்யப்பட்ட இந்தக் கறுப்பு, பழுப்புப் பொருள், தண்ணீர்க்குழாய் மூலம் உருவாக்கப்பட்ட துப்பாக்கியின் குழல் இத்தனை அதிகாரம் தரும் என எவர்தான் நினைத்துப் பார்த்திருப்பார்! அவன் அதைக் கீழே வைத்துவிட்டு ஒரு துப்பாக்கி ரவையை எடுத்தார். இந்தக் கூர்மையான, கடினமான பொருள் சரியான வடிவம் கொண்ட துல்லியமான அதிகாரக் குறியீடு; நான்கு ரவைகள் உள்ளன. அரக்கனை நிரந்தரமாக மௌனப்படுத்த ஒன்று அல்லது இரண்டு ரவைகளைப் பயன்படுத்தலாம். இந்தக் கிருஷ்ணா, ஸ்ரீகுமாரால் மேலே அனுப்பப்படும் முதல் அரக்கன். அரக்கர்கள், அவர்கள் உடன் வாழ விரும்பும் முஸ்லீம்கள், தீண்டத்தகாதவர்கள் போல விரைவில் பெருகுபவர்கள் என்று எல்லாருக்கும் தெரியும். ஒரு கணம் ஸ்ரீகுமார் விக்கித்துப் போகிறார். அரக்கர்கள் படை தன்னை நோக்கி வருவதைக் காண்கிறான்; ஒரு ரவை அழிக்கும் தலைக்கு இன்னொரு தலை புதிதாக முளைப்பதைப் பார்க்கிறான். சில தலைகள் பின்னல் வேலை செய்யப்பட்ட வெள்ளைத் தொப்பிகள் அணிந்திருக்கின்றன.

ஸ்ரீகுமார் துப்பாக்கி ரவையை மீண்டும் அலமாரியில் வைத்துவிட்டு, துப்பாக்கியைக் கையில் எடுத்தார். அதைக் கையில் பிடிக்கும் போது குருஜி, அவரது அப்பா, அம்மா, சுவரில் உள்ள சித்திரம், சந்தித்த/சந்திக்காத பல நபர்கள், தொடர்புபடுத்தக்கூடாத பலரை உணர்கிறார். அனைவரும் அவருக்குள் இருக்கிறார்கள்; வலுசேர்க்கிறார்கள். இந்தக் கூட்டுவலிமை அவரது கைகளில் முழுதும் பரவி, பிறகு விலாப்புறங்களில் தாவி அவரது மார்பை நிறைத்தது. இந்த வலு அவருள் தங்கட்டும்! அது பகைவரை என்றும் தோற்கடிக்கட்டும்! ஸ்ரீகுமார் துப்பாக்கியையும் ரவைகளையும் அலமாரியில் படத்திற்குமுன் வரிசையாக அடுக்கி வைக்கிறார். ஒரு சாமந்திப்பூவை துப்பாக்கியின் மீதும், இன்னொன்றை ரவைகளின் மீதும் வைக்கிறார். குங்குமத்தைத் தொட்டு துப்பாக்கிக் குழல், ரவைகள் மீது வைக்கிறார். பூசிக்கப்பட்ட

இந்த ஆயுதங்கள் சுபகாரியங்களுக்குப் பயன்படட்டும். இந்த ஆண்டு ஆயுத பூசை சீக்கிரமே வந்துவிட்டது. ஸ்ரீகுமார் கரம் கூப்பி, குனிந்து தொழுதார். தன்னை ஒப்படைத்தார்.

அன்று மாலை வினயின் கடைக்குச் சென்று இதுவரை பயன்படுத்திய சிம் கார்டுகள், கைபேசிகளைத் திருப்பிக் கொடுத்துவிட்டு, புதியவற்றைப் பெற்றுக்கொண்டார். வினய் அவருக்காகக் காத்துக் கொண்டிருந்தார். ஸ்ரீகுமாருக்குப் பிடித்த மாதிரி பருத்த, சீனிப்பாகு ஒழுகும் ஜிலேபி, காப்பி எல்லாம் தயாராக வைத்திருந்தார். ஸ்ரீகுமார் ஒரே ஒரு ஜிலேபியை எடுத்துக்கொண்டார். ‘எடை கூடாமல் கவனமாக இருக்கிறேன்,’ என்றார்.

இரண்டாவது ஜிலேபியைக் கையில் எடுக்க வந்த வினய் உடனே அதைத் தட்டில் திரும்ப வைத்தான். ‘நீங்க சொல்றது ரொம்ப சரி’ என்று காலம் முழுதும் சொல்லும் வசனத்தை எளிதாகச் சொன்னான்.

பாகு நாவை இனிப்பாக்க, காப்பி தொண்டையை இதமாக்க இருவரும் திட்டங்கள் தீட்டத் தொடங்கினர். சபா உறுப்பினர்கள், உதவியாளர்களுடன் அவர்கள் ஏற்கனவே பேசி இருந்தனர். பலருடன் தொடர்பு கொண்ட குழுவின் ஒரு பகுதிதான் தான் என்பதை ஸ்ரீகுமார் அறிவார். அதனால் அவர் குறைந்துபோனதாகக் கருதவில்லை. பார்க்கப்போனால், சேவக்குகளின் புதிய சக்தி மூன்று மாநிலங்களில் வளர்ந்து, நாடெங்கும் பரவுவதை அவரால் உணர முடிகிறது.

‘ஆனால், இப்ப எல்லாம் நம் கையில். நாம்தான் அதை நடத்தி முடிக்க வேண்டும்’ என்றார் ஸ்ரீகுமார். அவர் ‘நாம்’ என்று சொன்னாலும், அவர் சிந்தனையில் உள்ள திட்டப்படி வினய் ஒரு உதவியாளர் மட்டுமே. தான்தான்- ஸ்ரீகுமார்- அரக்கர்களை வீழ்த்தும் குண்டுகளைச் சுடப்போகிறார்.

ஸ்ரீகுமார், வினய் இருவருக்கும் தேவபுரா தெரிந்த இடம்தான். புது நெடுஞ்சாலையில் போனால் சுமார் இரண்டு மணி நேரம் பிடிக்கும். ‘நான் போய், ஒரு அறை பிடித்து, எல்லாத்தையும் கண்டுபிடித்து வைக்கிறேன்’ என்று ஸ்ரீகுமார் வினயிடம் சொன்னார். உளவுபார்த்தலைத் தானே தொடங்க விரும்பினார் ஸ்ரீகுமார். இந்த அரக்கர்களைப் பற்றித் தெரிய வேண்டிய அனைத்தையும் ஒரு சில வாரங்களில் அவர் தெரிந்துகொண்டுவிடுவார். ‘கைபேசிகள், பைக் தயார் பண்ணு, சரியா?’ என்றார் வினயிடம்.

‘என் வண்டிய எடுத்திட்டுப் போங்க. நீங்க சொன்னதும், நான் பஸ்சில் வந்து சேந்துக்கறேன்,’ என்றான் வினய்.

ஸ்ரீகுமாருக்குக் கொஞ்சம் சுரீரென்றது. ஆனால் வினய் சொல்வதன் காரணம் புரிந்தது. ஸ்ரீகுமாரின் வண்டி புதிது. கவனத்தை ஈர்க்கக்கூடியது. வினயின் வண்டி ஓரிரண்டு ஆண்டுகள் பழையது; ஆனால் நம்பகமானது. அதோடு, வினய் ஒலியெழுப்பும் அல்லது உருளும் எதையும் சீர்செய்யத் தெரிந்தவன்.

ஸ்ரீகுமார் வினயைப் பார்த்துச் சிரித்தார். ‘வீட்டுக்குச் சாப்பிடவா ஒரு நாள் இரவில். அம்மா உனக்காகப் பெண் பார்த்துக் கொண்டிருக்கிறார்,’ என்றார். வினயிற்கு ஒரு நாள் மாலை வீட்டுக்குப் போகாமல் இருப்பது எவ்வளவு நிம்மதியைத் தரும் என்று அவர் அறிவார். வினய் வீட்டிற்குப் போவது என்பது எழுந்திருக்க முடியாமல் நோய்வாய்ப்பட்டு இருக்கும் அம்மாவைக் கவனித்தல், அவளைப் பற்றி வாய் ஓயாமல் புகார் சொல்லும் அத்தையின் புலம்பலைக் கேட்பதுதான்.

‘சுசீலா அக்கா எப்படி இருக்காங்க?’ என்று வினய் மரியாதையுடன் கேட்டான். சுசீலா ஸ்ரீகுமாரின் கருவுற்ற மனைவி. ஸ்ரீகுமாரை மணமுடித்த இந்த ஓராண்டில் வினய் சுசீலாவுடன் பத்து வார்த்தைகூடப் பேசி இருக்க மாட்டான்.

ஸ்ரீகுமார் வழக்கம் போல் சுருங்கிக்கொண்டார். மனைவி மிகவும் தனிப்பட்ட விஷயம். சுசீலா பற்றி, அவரது அம்மா தவிர வேறு யாரிடமும் பேச ஸ்ரீகுமார் விரும்புவதில்லை. அம்மாதான் சுசீலா சரியான மனைவியாக மருமகளாக, விரைவில் தாயாக இருக்கும்படி பார்த்துக்கொள்ள வேண்டும்.

நேற்றுதான் ஸ்ரீகுமாரின் அம்மா சுசீலாவை பூசை அறையில் கடவுளர் முன் சில உறுதிமொழிகள் எடுக்க வைத்திருந்தார். ‘சுசீலா, தெய்வங்கள் அம்மாவுக்கு ஏன் இத்தனை உயரிய இடம் கொடுக்கிறார்கள் என உனக்கு ஏற்கனவே சொல்லி இருக்கிறேன். நீ என்ன கற்றுக் கொண்டாய் என்பதை இங்கிருக்கும் ஆண்கள் உன் கணவன், மாமனார் ஆகியோருக்குச் சொல்’ என்றாள்.

சுசீலா தன்னடக்கத்துடன் ஆனால், உறுதியாக பதில் சொன்னாள்: ‘அம்மாதான் தன் மகனை வலிமையோடும், தேசப்பற்றோடும் இருக்கச் சொல்லித் தருகிறாள்.’

ஸ்ரீகுமாரின் அம்மா ஆமோதித்துத் தலையசைத்தபடி சுசீலாவின் கரங்களைப் பற்றிக் கொண்டாள். 'ஆமா. பெண்ணே!, சாமி முன்னடி நிக்கற. நமது தேசத்தையும் மதத்தையும் மதிக்காதவர் எல்லோரையும் வெல்லும் மகன் பிறக்க வேண்டும் என வேண்டிக்கொள்ள இதுதான் தருணம். உன் மகன் கற்புடைய இந்துப் பெண்களை எப்பாடுபட்டும் பாதுகாக்க வேணும் என வேண்டிக்கொள். இதோ, இப்போ, இங்க கடவுள், உன் மூத்தவர்கள், புருஷன் முன்னாடி சத்தியம் பண்ணு. கோழையாக இல்லாத மகன் பெற்றுத் தருவேன்னு சத்தியம் செய்!' என்று கைகளை இறுகப் பற்றிக் கொண்டாள்.

ஸ்ரீகுமார் தலைக்கவசம் அணிந்துகொண்டு, தன் பைக்கைக் கிளப்பினான். இன்றிரவு அம்மாவிடம் தன் மனைவி எல்லா உணவு, உடற்பயிற்சி, பூசைகள் சார்ந்த விதிகளையும் சரிவரப் பின்பற்றுகிறாளா எனக் கேட்க வேண்டும் என நினைத்தார். இரண்டொரு வாரங்கள் வெளியூர் போவதையும் வீட்டில் சொல்ல வேண்டும். எங்கு போவதாகச் சொல்லலாம்? வேலை அல்லது இளைஞர் கூட்டம்? தல யாத்திரையுடன் சேர்ந்து? சேவக்குகள் பற்றிச் சொல்லாமல் இருப்பது நல்லதல்லவா! எதுவானாலும் சரி. அம்மாவும் மனைவியும் தேவையற்ற கேள்விகள் கேட்க மாட்டார்கள். ஆனால் அப்பா? அவரிடம் சொல்லிவிட விரும்புகிறார். சொல்லித்தந்தபடி மகன் நடப்பதைப் பற்றிப் பெருமகிழ்ச்சி அடைவார். ஆனால் இப்போதைக்கு அமைதியாக இருப்பது நல்லது. அவருடைய உறவினர் கூட அறியாமல் இருப்பது நல்லது. எவ்வளவுக்கெவ்வளவு குறைவான பேருக்குத் தெரிகிறதோ அதுவே பாதுகாப்பு. சிரீஷ் மாமாவும் பிறரும் ஸ்ரீகுமாருக்குச் சொல்லித்தர வேண்டியதில்லை. அவர் தனி ஆளில்லை என்பது தெரிந்தாலும் தனித்து இருப்பது போல்தான் இயங்க வேண்டும்.

ஸ்ரீகுமார் தேவபுராவில் இருக்கிறார். சிரீஷ் மாமா அனுப்பிய மூன்று இடங்களைப் பார்க்கிறார். இறுதியாக, நகரத்தின் எல்லைப்புறத்தில் இருக்கும் இடத்தைத் தேர்ந்தெடுக்கிறார். கிளைச்சாலை ஒன்றில் நிறைய கடைகள், தங்கும் விடுதிகள், வண்டிகள், மக்கள் நிரம்பிய கூட்ட நெரிசல் மிக்க இடத்தில் இருந்த கீழான தோற்றம் உள்ள தங்கும் இடம் அது. அங்கு அவர் கவனிக்கப்பட வாய்ப்பில்லை. ஈஸ்வர் தங்கும் விடுதி. அது மிகப் பொருத்தமானது.

வரவேற்பு மேசையில் இருந்தவர் 'நண்பர்' என சிரீஷ் மாமாவால் உறுதியளிக்கப்பட்டார். அந்த நண்பர் கைபேசியில் பேசியபடி, கண்கள்

மூடி, தீக்குச்சியால் பற்களைச் சுத்தம் செய்து கொண்டிருந்தார். ஸ்ரீகுமார் அவர் அதை முடிக்கக் காத்திருந்தார். அந்த நபர் கழுத்தில் தங்கச் சங்கிலி, இரு மணிக்கட்டுகளில் நிறைய கயிறுகளை அணிந்திருந்தார். அக்கயிறுகள் பெரும்பாலும் சிவப்பு, மஞ்சள் நிறங்களில் இருந்தன; நடுவில் சற்று தடிமனான கறுப்புக் கயிறு இருந்தது. ஸ்ரீகுமார் தன் வெறும் கைகளைப் பார்த்துக் கொள்கிறார். தான் யாரென்பதைத் தனக்கு நினைவுபடுத்திக்கொள்ள மணிக்கட்டு, கழுத்து, நெற்றியில் இனி எதுவும் தேவையில்லை என்பதில் அவர் பெருமை கொண்டார்.

அம்மனிதன் தீக்குச்சியை வாயிலிருந்து எடுத்துவிட்டு, கண்ணைத் திறந்து தன் முன் உள்ள புதியவரைப் பார்க்கிறார். இடது கையில் கைபேசி இன்னமும் இணைப்பில் இருந்தது. ஸ்ரீகுமார் 'ஒரு சிங்கிள் ரூம்' என்றார்.

அம்மனிதன் ஸ்ரீகுமாரை ஏறெடுத்தும் பார்க்கவில்லை. ஃபோனில் பேசிக்கொண்டே, ஸ்ரீகுமாரிடம் பணம் வாங்கிக் கொண்டு, ஒரு சாவியை மேசையில் நகர்த்துகிறார்.

அறை, கட்டிடத்தின் பின்புறம் இரண்டாவது மாடியில் இருந்தது. ஒரு சிறிய சன்னல் இருந்தது; ஆனால், ஓரடியில் இருந்த செங்கல் சுவரைத்தான் பார்த்தது.

அறைக்குள் நுழைந்து கதவை மூடியதும் முழுத் தனிமை கிடைத்தது. அங்கிருந்த ஒரே ஒரு அலமாரியைத் திறந்தார். பழுப்பு நிறக் கம்பளி வயதான நாய் உறங்குவது போலக் கிடந்தது. மற்றபடி காலியாக இருந்த அலமாரியில் துருப்பிடித்த ஒரு சட்டை மாட்டும் கொக்கி, பாதியாக இருந்த சில பாச்சை உருண்டைகள் கிடந்தன. ஆனால், அலமாரிக்கு பூட்டு இருந்தது; அதன் கதவில் ஒரு தாழ்ப்பாள் இருந்ததால், தேவைப்பட்டால் ஸ்ரீகுமார் நல்ல பூட்டைப் போட்டுப் பூட்டலாம். முதுகுப்பையை, கம்பளிக்கு அடியில் வைத்தார். அரக்கனை அவரது குகையில் சந்திக்க நேரம் வந்துவிட்டது; தன்னைத் தெரிந்ததைவிடக் கூடுதலாக அரக்கனைப் பற்றித் தெரிந்துகொள்ள வேண்டும்.

அந்த அரக்கன் அவரது படிப்பறையில் இருந்தார்; கருத்தரங்கம் முடிந்த பின், பெருநகரத்தில் வாங்கிய புத்தகங்களை ரசித்துக் கொண்டிருந்தார். அவர் முகத்தில் பெரு மகிழ்ச்சி. புதுப் புத்தகங்கள்- அவற்றின் தொட்டுணர்வு, வாசனை, அதைவிட அவை உருவாக்கும் எதிர்பார்ப்பு- அவருக்கு மிகவும் பிடித்தமானவை. ஒரு நூலைத் திறந்து வாசிக்கத்

தொடங்கினால் என்ன கிடைக்கும் என யார் அறிவார்!

அந்த நகரத்தில் கிருஷ்ணா தேர்ந்தெடுத்த பதினைந்து நூல்களில் எட்டுதான் வாங்க முடிந்தது. பேராசைப்படக் கூடாது என்று அவருக்கே சொல்லிக் கொண்டார்; ஏற்கனவே சாந்தாவின் சேமிப்பில் இருந்து நூல் வெளியீட்டிற்குப் பணம் எடுத்தாயிற்று. இருந்தாலும் கிருஷ்ணா எடுத்த வைத்த நூல்களைப் பார்த்தார். சாந்தாதான் உதவினார்: ‘எல்லாம் சூட்கேஸில் அடங்காது. கூடுதல் எடைக்குப் பணம் கட்ட வேண்டிவரும்’ என்றார். சாந்தாவின் இனிமையான ஆனால் உறுதியான குரல் சித்துவிடம் பலிப்பது போல் கிருஷ்ணாவிடமும் செல்லுபடியாயிற்று. அவர் ஏழு தடித்த அட்டை போட்ட புத்தகங்களை எடுத்து வைத்துவிட்டார்.

கிருஷ்ணா தன் புது சொத்துக்களை எந்த வரிசையில் படிப்பது என்ற எண்ணத்துடன் பார்த்தார். அடுத்த அறையில் மின் தம்பூரா ஒலி கேட்கத் தொடங்கியது. சாந்தா தன் பாட்டுப் பயிற்சியைத் தொடங்கி விட்டார். தெலியலேது ராமா, பக்தி மார்க்கமுலு... க்ருதியைப் பாடத் தொடங்கினார். ராமா! பக்தி வழியை எனக்குக் காட்டாயோ!. பக்தி. வழிபாடு. அதனுள் அடங்கும் முழுப் பொருளும் விளங்க அந்தச் சொல் போதாது. கிருஷ்ணா தனக்காகக் காத்திருக்கும் நூல்களை மீண்டும் பார்க்கத் தொடங்கினார்.

வாங்கிய புதுப் புத்தகங்களிலேயே தடித்த நூலை எடுத்தார். வழவழப்பான அட்டை; விதவிதமான அணிகலன்கள் அணிந்த பெண்ணின் படம்; செவிமடல்களில் மூன்று காதணிகள்; கழுத்தில் முத்துச்சரங்கள்; பவழம். மேலுதட்டைத் தொடும் புல்லாக்கு. மரகதக் கற்கள் பதித்த பொன் வளையல்கள். ஓவியத்தின் தலைப்பு ‘பழம் ஏந்திய மாது’. ஆனால் அவளுக்கு இத்தனை நகைகள் எனத் தனக்குள் சிரித்துக்கொண்டார் கிருஷ்ணா. அவள் கரத்தில் ஒரு பொன் பூமிப் பழம் வைத்திருக்கிறாள். ஆனால், கிருஷ்ணா அதைத் தேடிக் கண்டுபிடிக்க வேண்டியதாக இருந்தது. பழம் ஏந்திய கை நூலின் பரந்த முதுகில் நீண்டுவிட்டது.

கிருஷ்ணா அங்குமிங்கும் வாசித்தபடி பக்கங்களைப் புரட்டுகிறார். இலங்கையில் சிறைபட்டிருந்த சீதையிடம் இருந்து அனுமன் கணையாழி ஒன்றை இராமனுக்குக் கொண்டு வரும் கதையில் சற்றே நிதானிக்கிறார்.

'இக்கதையின் சமகால தென்னிந்தியப் பிரதியில், கதைசொல்லி, அனுமன் ராமனின் கணையாழியைக் கடலில் தவறவிட்டுவிடுகிறான் என்கிறார். பிறகு கதைகேட்போரிடம் 'அனுமனால் எப்படி அதனை மீட்க முடியும்?' எனக் கேட்கிறார். அவர்களுள் ஒருவர் (கதைக்குள்) எழுந்து, கடலுக்கு ஓடிப்போய், கணையாழியைக் கண்டுபிடித்துக் கொண்டுவந்து கதைசொல்லியிடம் சேர்க்கிறார். அதன்பின் அவர் கதையைத் தொடர்கிறார்.'

கிருஷ்ணா அக்கதையை அன்புடன் எண்ணிப்பார்க்கிறார். கதையின் வலிமை பற்றி அவர் நம்பும் அனைத்தையும் அது சொல்கிறது; கதை உயிர்ப்புள்ள ஒன்றாக மாற முடியும் எனச் சொல்கிறது. கதை கவிஞர்கள், மற்றும் கதைசொல்லிகளின் அங்கமாக மாறிவிடுகிறது; அவற்றைப் பிறருக்குக் கடத்தாமல் அவர்களால் இருக்க முடியாது.

கிருஷ்ணா நூல்களை அவர் வாசிக்க விரும்பும் வரிசையில் அடுக்கி வைக்கிறார். படிக்க வேண்டிய, ஆனால் உற்சாகமூட்டாத நூல்களை அடியில் வைக்கிறார். பக்கத்து அறையில் இருந்த சாந்தாவுடன் சேரும் முன் புத்தக அலமாரியைக் கடைசியாக ஒருமுறை பார்க்கிறார்: அவரது பழைய நண்பர்கள், அவர் அன்பு செலுத்தக் காத்திருக்கும் புதிய நண்பர்கள் அங்கு இருக்கிறார்கள்.

அவரது பணி மீது அவருக்கு அளவு கடந்த அன்பு இருப்பதில் மிகச் சிறந்த பணி. சொற்கள் அல்லது தொடர்களை எடுத்துக்கொண்டு, அறிவுச் சிதறல்களை அவரது சிந்தனை, கற்பனை மூலம் விரிக்கும் பணி. அவரது இளம் மாணவர்கள் போதை என்று சொல்வது இதைத்தான் போலும்! உணவு, பானங்கள், உடலுறவு போல மன நிறைவளிக்கும் இச்செயலை அனுபவிக்காமல் இருக்கும் மக்களை நினைத்து கிருஷ்ணா வருந்துகிறார். அத்தகைய மக்கள் அவர் உள்ளத்தில் உருவெடுக்கிறார்கள். அந்த குரு, அவருக்குப் பெயரிடப்படாத வெறுப்புக் கடிதங்கள், தொலைபேசிச் செய்திகள் அனுப்புபவர்கள் இம்மக்களுக்கான எடுத்துக்காட்டு. அவர்களை நினைத்தால் அவருக்கு இரக்கம் வருகிறது. அவர்களின் மனங்கள் இறந்தபின் பாதுகாக்கப்படும் சடலங்கள் போல இறுகக் கட்டப்பட்டவை. நடைப்பிணங்கள். ஒரு கருத்திலிருந்து மற்றொன்றுக்கு, ஒரு கோணத்தில் இருந்து இன்னொன்றுக்கு, ஒரு மனதில் இருந்து இன்னொன்றுக்கு, ஒரு காலத்தில் இருந்து மற்றதற்கு மாறமுடியாதவை.

3

*ச*த்யா அவன் அறைச் சன்னல் வழி தெரியும் அரச மரத்தைப் பார்க்கிறான். கடந்த ஒன்றிரண்டு மாதங்களில் மரம் தன் இலைகளைக் கொட்டியுள்ளது. வெட்க உணர்வு இன்றித் தன்னை நிர்வாணப்படுத்திக் கொண்டுள்ளது. ‘பாரு, இதான் நான். இதுதான் என் இயல்பு. நான் பருவங்களைப் பின்பற்றுகிறேன். நேரம் வரும்போது மெதுவாக வான் முட்டும் நிழல் பரப்பி நிமிர்வேன்’, என்று சொல்வது போல இருந்தது. வெற்றுக் கிளைகளில் முடிச்சுகளாக வரிசை வரிசையாக மணிகள். அவை கடினமாக இருந்தன. கிளைகள் தலைநிமிர்ந்து பெருமையுடன் நேராக இருந்தன. மரத்தின் கரங்கள் எல்லா திசைகளிலும் பரந்து காற்றை அணைக்கின்றன. சிறு சிறு செப்பு நிற இலைகள் மணிகளில் இருந்து பிறந்திருந்தன. எப்படி அவற்றை சத்யா கவனிக்காமல் போனான்? அவை ஈரமாக, புத்திலைகளின் பளபளப்புடன் இருந்தன. அவற்றுள் சில இன்னும் விரியவில்லை; பிறந்த உடன் இருக்கும் பசையோடு இருந்தன. ஆனால், எல்லாம் புதிதாக, பசியதாக இருக்கிறதெனச் சொல்ல முடியாது. சத்யா பழைய இலைகள் உதிர்ந்த மரத்தில் ஒரு சுள்ளிகளாலான கூடு ஒன்று இருப்பதைப் பார்க்கிறான். அம்பலப்பட்டு நிற்கும் அந்தக் கூடு எத்தனை பரிதாபமாக இருக்கிறது! அல்லது அது வெறுமையாக இருப்பதால் பழையதாகவும் வருத்தமாகவும் இருக்கிறதா?

இப்போதெல்லாம் சின்ன விஷயங்கள் கூட சத்யாவை அதிர வைக்கின்றன; அல்லது உணர்ச்சிவசப்பட வைக்கின்றன. அவனுக்கான இடம் சுருங்கிக் கொண்டே வருகிறது; வெளியில் உலகம் பெருத்து, உரத்துக்கொண்டே இருக்கிறது.

அந்த இடத்தில் உள்ள அனைவரும் அவனைக் கடுஞ்சொல்லால் பேசுகிறார்கள்; அரசமரம் மட்டும் அவனுடன் பேசுகிறது. சிக்கையாவின் ஆயிரம் முகம் கொண்ட ஆறு போல, அரச மரம் சத்யாவின் ஆயிரம் முகம் கொண்ட மரம்! இந்த முடை நாற்றம் வீசும், கோடுகளால் ஆன உலகத்தில் கூட ஏதோ சில புதிய, அழகானவை வளர முடியும் என்று சிக்கையாவின் பாடல்கள், அரச மரம் எனப் பலப்பல செய்திகள் அவனுக்கு எத்தனை வந்து கொண்டிருக்கின்றன! ஆனால், இந்த நம்பிக்கையூட்டும் செய்திகளால் சிக்கையா, சத்யா போன்றவர்கள் ஏதாவது செய்ய முடியுமா, என்ன? அவர்கள் வாழ வேண்டிய விதத்தில் வாழ இயலுமா? அவர்களின் எளிமையான சொற்கள் எல்லோரது கவிதைகளாக மாறுமா?

அரச மரத்தைப் போல், சிக்கையாவின் ஆறும், பாடல்களும் போல அந்த வாரம் சத்யாவிற்கு ஆயிரம் முகங்களைக் காட்டுகிறது. ஆனால் அவற்றில் பெரும்பாலானவை விரக்தியைத்தான் தருகின்றன.

பக்கத்து வீட்டில் வசிக்கும், அவன் அம்மாவின் தோழி சுஜா தொலைபேசியில் அழைக்கிறார். வேகவேகமாகப் பேசுகிறார் அவர் பயன்படுத்திய கைபேசியை விரைவில் திருப்பித்தர வேண்டுமோ என்னவோ! 'அந்தத் தேவ்..யாப் பயமக கணேஷ் அம்மாவ பணத்துக்காக ரொம்பக் கஷ்டப்படுத்தறான். கைல கணக்கு நோட்ட வைச்சுக்கிட்டு, வட்டி பத்தி சொல்லிக்கிட்டு அவ இடத்த சுத்திக்கிட்டே இருக்கான்'. கொஞ்சம் குரலைத் தாழ்த்தி சுஜாவிற்கு அது மிகவும் கடினமான ஒன்று 'ஒன் அம்மா உங்கிட்ட சொல்ல விரும்பல. நாஞ்சொன்னேன்னு சொல்லிடாத. கோச்சுக்குவாங்க. நீயோ, ப்ரசாத்தோ கொஞ்சம் பணம் அனுப்பினா அந்தத் தாயோளிப்பய சில வாரத்துக்கு வாய மூடிட்டு இருப்பான்னு நினெக்கறேன்', என்றாள்.

'ப்ரசாத் கிட்ட சொல்லாதீங்க. என்னோட உதவித்தொகை வந்திடும். இம்முறை... அது கொஞ்சம் தாமசமாகுது,' சத்யா கெஞ்சினான்.

சத்யா நிதி நிர்வாக அலுவலகத்தில் திரு. மூர்த்தியைப் பார்க்கக் காத்துக் கொண்டிருக்கிறான். சுமார் ஒரு மணி நேரமாக உட்கார்ந்திருக்கிறான்.

ஏற்கனவே முதல் வகுப்பைத் தவறவிட்டுவிட்டான். ஆனால், வேறு வழியில்லை. உதவித்தொகை என்னவாயிற்று என்று அறிந்து, அதனைக் கொடுக்கச் சொல்லி, அம்மாவிற்குப் பணம் அனுப்ப வேண்டும். எதுவும் இல்லாமல் அவன் சமாளிக்க முடியும்.

தன் மேசைக்கு வருமாறு திரு. மூர்த்தி கையசைக்க மதியம் ஆயிற்று.

'என்னோட ஸ்காலர்ஷிப் பணம்...' என்று ஆரம்பித்த சத்யாவைக் கையை உயர்த்தி நிறுத்தினார் மூர்த்தி.

'இங்க வந்து இந்தப் பணம், அந்தப் பணம்னு கேக்கறது ரொம்ப லேசு. கேட்டுப் புடுங்கறதுல நீங்கள்லாம் திறமையானவங்க' என்றார் மூர்த்தி.

'ஆனால், மூர்த்தி சார்! அந்த உதவித்தொகை நான் சம்பாதித்தது.'

'சம்பாதிச்சதா? என்ன வேலை பண்ணி சம்பாதிச்ச? இதோ, பாக்கலாம் வகுப்புகளுக்குக் கூட ஒழுங்கா போகல', என்றபடி வருகைப்பதிவை எடுக்கிறார்.

சத்யா அதிர்ந்துபோய், எட்டிப்பார்க்கிறான். மூர்த்தி தன்னைப் பின்னுக்குத் தள்ளி, அவர்களுக்கிடையில் உள்ள இடைவெளியைத் தக்கவைத்துக் கொள்கிறார். கையில் உள்ள காகிதத்தைத் தராமல், ஒரு கணம் தூக்கிக் காட்டியபடி, 'பாத்துக்க. அப்பாவி மாதிரி நடிக்காத,' என்கிறார்.

டாக்டர் ஷர்மாவின் உடற்கூறியல் வகுப்புகளில் வாரம் இரு வகுப்புகளாவது சத்யா வரவில்லை எனக் குறியிடப்பட்டுள்ளது. பெரிய, சிவப்பு X குறிகள் அவனைத் தாக்கக் காத்திருந்தன.

'நான் வகுப்புகளைத் தவறவிடவில்லை. மற்ற மாணவர்களைக் கேட்டுப் பாருங்கள்' என்றான் சத்யா.

'உன் வருகைப்பதிவில் உங்க பேராசிரியர் கைவைத்திருக்கிறார் என்று குற்றம் சாட்டுகிறாயா? அல்லது என்னைக் குறைசொல்றியா? அது சரி யாரையாவது குறை சொல்லலாம்; உன்னால படிப்ப சமாளிக்க முடியல. எப்பதான் கத்துப்பீங்க நீங்க?'

மூர்த்தி அந்தத் தாளைக் கோப்பில் வைத்துவிட்டுத் தன் நாற்காலியைப் பின்னுக்கு இழுத்து எழுந்திருக்கிறார். 'வேணுனா நீ ஒரு புகார் கொடுக்கலாம். அத முறைப்படி விசாரிப்போம்.' முறைகள்

சொன்னபடி நாளும் வாழ்கிற, மூச்சுவிடுகிற அதிகாரி போல மூர்த்தி பேசுகிறார். ‘விதிகள்படி, முறையாக. ஆனா, எல்லா தேவையான ஆவணங்களும் பூர்த்தி ஆகும்வரை நான் ஸ்காலர்ஷிப் பணத்தைக் கொடுக்க முடியாது.’ அதிகாரி பாவனையை விடுத்த, சாதாரணமாகத் தோள்களைக் குலுக்கியபடி தாய்மாமா அறிவுரை கொடுப்பது போல ‘தேர்வுக்கு உக்காரணும்னா, அதச் சீக்கிரமா செய்யறது நல்லது’ என்கிறார். அவரது பார்வை சாதாரணமானதாக இல்லை.

சத்யா உடற்கூறாய்வு செய்யும் அறைக்கு விரைகிறான்; தாமதமாகிவிட்டதோ எனக் கவலையுடன் ஓடினான்; போன வகுப்பில் பார்த்த, கேட்ட, செய்ததெல்லாம் நினைவில் இருக்குமா என்று கவலைப்பட்டான்; அவன் கொடுத்த புகார்க் கடிதம் பற்றிய மௌனம் பற்றி, உதவித்தொகை பற்றி, பணம் பற்றிக் கவலைப்பட்டான். ஏற்கனவே ரவியிடம் கடன் வாங்கி இருந்தான்; வழக்கம் போல் அவன் அண்ணா ப்ரசாத்திடமும் கடன்பட்டிருந்தான். அதைவிட, பல மாதங்களாக ஒரே அறையில் வசிக்கும், அதிகப் பழக்கம் இல்லாத ராகுலுக்குக் கூடப் பணம் கொடுக்க வேண்டும். ப்ரசாத், ரவியிடம் எப்படி மறுபடி கேட்கமுடியும்? ஆஷாவிடம் கேட்க மனம் வரவில்லை. ரவி, ஆஷாவை விட அவன் நிலைமை மோசமானதுதான்; ஆனால் அவர்களும் கடன் தொல்லையில் இருப்பவர்கள்; கடன் தொகை கந்துவட்டி குட்டி போட்டுப் பல மடங்காகத் திருப்பித்தர வேண்டிய பளுவைச் சுமப்பவர்கள். உடன் பிறப்புகளுக்குக் கிடைக்காத வாய்ப்புகளை அனுபவிப்பது, பெற்றோர் அனுதினமும் வாரமும் மாதமும் போராடுவதைப் பற்றிய புரிதல் ஆகியவற்றால் குற்ற உணர்வில் தவிப்பவர்கள்தான்.

உடற்கூறாய்வு அறையில் எல்லோரும் இறந்த நான்கு பிணங்களைச் சுற்றி, குழுக்களாக நின்று கொண்டிருந்தனர். ஒவ்வொரு குழுவிலும் இருபத்தைந்து மாணவர்கள். வழக்கம் போல பாமலின் நெடி காற்றில் கவிந்திருந்தது; சத்யாவின் ஒவ்வொரு மயிர்க்கண்ணிலும் நுழைந்தது. சத்யா தன் பார்வையைத் தெளிவாக்கிக் கொள்ள கண்களைச் சிமிட்டினான். சும்மா வேடிக்கை பார்க்கும் மாணவர்களோடு அவன் பின்னால் நிற்க முடியாது. குத்தீட்டியாய்ப் பாயும் வசனங்களைப் பொருட்படுத்தாமல் அவன் கூட்டத்தைத் தள்ளிக்கொண்டு முன்னால் போனான்.

இரவில் அறையில் இருக்கும்போது அந்தப் பிணத்தின் முகம் அவன் கண்ணில் தெரிகிறது. தைலம் பூசப்பட்டு உறக்கத்தில் எத்தனை

அமைதியாக இருந்தது. அவனது முகத்தில் ஆயிரம் துயரங்கள். பார்க்க கண்ணாடி கூடத் தேவையில்லை. இல்லை அவன் ஒன்றைத்தான் பார்த்தான்; சிறு, ஒற்றைச் சொல் கொண்ட பெரும் பூதம்; தொன்ம விலங்கு போல் பலப்பல தலைகள் கொண்ட பூதம்; அதன் தலைகள் அத்தனையையும் சத்யாவால் ஒரே ஒரு ஆயுட்காலத்தில் அழிக்கமுடியாது. அது அவன் வாழ்வின் ஒவ்வொரு அடியையும் எடுத்துக்கொண்டு, அவனது காற்றை எல்லாம் விழுங்கிவிடுகிறது. சத்யாவிடம் அவனைக் காத்துக்கொள்ளும் கவசம், ஆயுதங்கள் இருக்கின்றன. உண்மைதான். அவனது ஏக்கம், கடின உழைப்பு, அவன் அம்மாவின் அன்பு, அண்ணன் ப்ரசாத், ஆஷா, ரவி எல்லாம் இருக்கிறது. சிக்கையாவின் சொற்கள் தொலைதூர நினைவுகளாக. அவனது சொற்களும். ஆனால் அவை இன்னமும் எளிமையாக, ரணமாக இருக்கின்றன. அவற்றால் எவ்வளவுதான் செய்ய முடியும்?

சத்யா தனது நீலநோட்டை எடுத்து, புதிய பக்கத்தைத் திறந்து எழுதத் தொடங்கினான்:

> இவன் சக்கிலி மகன்.
>
> அவன் பக்கத்தில் உட்காராதே.
>
> இவன் வண்ணான் மகன்.
>
> அவனுடன் பேசாதே.
>
> இக்குழந்தையின் அம்மா
>
> வாளிகளில் மலம் அள்ளும் தோட்டி.
>
> அவனை விட்டுத் தூரப் போய்விடு.
>
> இக்குழந்தைகளுக்கான என் கண்ணீர் உலர்ந்துவிட்டது.
>
> என் குரலும் அமைதியாக வேண்டுமா?

நோட்டில் இன்னும் நிறைய பக்கங்கள் அவன் எழுதக் காத்துக் கொண்டிருந்தன. ஆனால், அவையும் எல்லாக் கனவுகளும் நிறைவேறப் போவதில்லையெனக் கற்றுக்கொள்ள வேண்டும்.

மீண்டும் இரவு.

ஆனால், இது படிக்க, நீண்ட சொற்களை, குறிப்புப் பட்டியல்களை, முழுப் பத்திகளை மனனம் பண்ணும் இரவல்ல. அவனது குறிப்புகள், படங்கள் எல்லாம் அழகாக அடுக்கப்பட்டுள்ளன. முன்பு ரவியும் ஆஷாவும் செய்வது போல, அவற்றை ராகுல் பயன்படுத்தலாம்.

கவிதைகள் வாசிக்கும் இரவல்ல. ஆறுதல் தரும் துணிவு மிக்கவையான சிக்கையா, அவர் நண்பர்களது சொற்களுக்கான இரவும் அல்ல. அதோடு, ரவி வாசிக்கக் கொடுத்த நூல் இனியும் அவனுக்குத் தேவையல்ல. அவனிடம் இருந்த குறுகிய காலத்தில் சத்யா அப்பாடல்களின் ஒவ்வொரு சொல்லையும் நினைவு வைத்துக் கொள்ளும் அளவு முழுமையாகக் கற்றிருந்தான்.

ஆஷாவின் பரிசான நீல நோட்டில் எழுதுவதற்கான இரவு இதுவல்ல. அந்த நோட்டு யாரும் கேட்க விரும்பாத அவனது பல எண்ணங்களைப் பொறுமையாகக் கேட்டிருக்கிறது. ஒரு கணம் அவன் அந்த நோட்டை நினைத்து ஏங்குகிறான்.

உண்மையில், அவனுக்கு வேண்டியது அவன் உடையில் இருக்கும் பாக்கெட்தான். அதாவது அதனுள் இருப்பது. அப்பொருள், இரவு, அடுத்து நகரத் தயாரான மனநிலை அவை போதும்.

அவன் இரவுக்குள் நடக்கிறான்.

இரவில் நடக்கிறான். சாலைகள் அரவமற்று உள்ளன. இதுதான் இரவு என அவனுக்கு அறிவிப்பதற்காகச் சாலைகள் வெறுமையாகிவிட்டன. இறுதியாகத் தனியாக, தனித்து, இருட்டில் நடக்கத்தான் வேண்டும். ஆனால், இதென்ன? அவன் உற்றுப்பார்க்கையில் ஒரு மூட்டை கிடந்தது. சாலையின் மறுபுறம் இன்னும் சில மூட்டைகள். உறக்கத்தில் கிடக்கும் மனித உடல்கள். ஒன்று முழுக்க போர்வையால் மூடியபடி கிடக்கிறது. போர்வையை விலக்கி, உடம்பைப் பார்த்து, உயிரோடுதான் இருக்கிறதா எனப் பார்க்க வேண்டுமா? இல்லை. அதெல்லாம் முடிந்த கதை; பிணங்கள், மூச்சுத் திணறும் உடல்கள் ஆகியவற்றுடன் அவனது வேலை தீர்ந்தாயிற்று. ஒரு நாயின் குரைப்பும், பதிலாக மந்தமான பதில் குரைப்பையும் கேட்டான். சத்யா தொடர்ந்து நடக்கிறான்.

எவ்வளவு நேரம் எடுக்கிறது! அவன் பொதுவாக குளத்திற்கு சைக்கிளில் வருவான். நடந்து போக எவ்வளவு நேரம் எடுக்கும் என யோசிக்கவில்லை. நுழைவுத் தேர்வுக்கு மறுபடி தயாரிப்பது போல் இருக்கிறது. எழுதித் தொலைத்துவிட தேர்வு வரவே வராதா?

சாலையை விட்டு இறங்கி வயல்கள், மரங்கள் ஊடே நடக்கிறான். ஈரச்சட்டை அவன் முதுகோடு ஒட்டிக் கிடக்கிறது. பாடப்புத்தகங்கள் இல்லையே என ஏங்குகிறான். அவன் படித்ததெல்லாம் எங்கு போகும்? சத்யா வாய்க்குள் முணுமுணுக்கிறான்: மூளை. கோடிக்கணக்கான

நியூரான்கள் நம்மை நாமாக இருக்க வைக்கின்றன. சிக்கலான, சிறப்பாக இணைக்கப்பட்ட, உயிரோட்டமான ஒரு அமைப்பு'. மென் காற்று கிளம்புகிறது; இலைகள் பதில் அளிக்கின்றன. சத்யா அவற்றிடம் சொல்கிறான்: ' பெரு மூளை, முன் மடல், தற்காலிக மடல், உச்சி மண்டைக் கதுப்பு, பின் மடல், உறுப்பமைப்பு'. மரக்கிளைகளுக்கு இடையில் வானில், ஒரு கொட்டையை மூடும் முடிச்சுகளால் ஆன தோல் போலத் தெரிவது என்ன? பெருமூளையின் நூற்றுக்கணக்கான மடிப்புகள். உயர்மட்ட மூளைப் பணிகள் நடக்கும் மூளையின் மேற்பட்டைக்கு வாழ்த்துகள் சொல்கிறான். 'முன் மடல்' என்று சொல்லியபடி தன் நெற்றியைத் தொடுகிறான். பகுத்தறியும், திட்டமிடும், சிக்கல்களுக்குத் தீர்வு காணும் மையம். ஆனால் அவன் இங்கு இருக்கிறான். குளம் வந்துவிட்டது. அவன் உட்காரலாம். அமைதியாக இருக்கலாம். பாடங்கள் முடிந்தாயிற்று.

பொழுது விடியப்போகிறது. அவன் உறங்கச் செல்கையில், உலகம் கண் விழிக்கும். இந்த நெடுந்துயிலுக்கு அவன் நன்கு தயாரித்துள்ளான். ப்ரசாத் வாங்கிக் கொடுத்த சைக்கிளை விற்றுவிட்டான். அஞ்சல் அலுவலகம் போய் ஒரு மணியார்டர், இரண்டு பதிவுசெய்யப்பட்ட பார்சல்கள் அனுப்பிவிட்டான். ஒப்புகை ரசீது இல்லாத பார்சல்கள் அவை. அவற்றில் புத்தகங்கள் இருந்தன. ஒன்று ரவி கொடுத்த நூல். இன்னொன்று நீல நிற நாட்குறிப்பு. தனது கடைசி உணவை ஒரு மருந்தகத்தில் வாங்கிக்கொண்டு, தனிமைச் சுற்றுலாவுக்குக் கிளம்பி வந்துவிட்டான்.

சட்டைப்பையில் இருந்து அந்தப் பொட்டலத்தை எடுத்துக் கிழிக்கிறான். வண்ணமற்ற அத் துகள்களைப் பார்க்கிறான். ஒரு கணம் அவன் மனம் வெறுமை அடைகிறது. இது என்ன? யாருக்கு? ஏன்? உடனே டாக்டர் ஷர்மா வருகிறார். இந்த டாக்டர் ஷர்மா உதவ முன்வருபவர் என்பதுதான் வேறுபாடு. சத்யாவும் அவனைப் போன்ற பலரும், காலம் காலமாக, சிந்தித்தோ அல்லது கவனம் இன்றியோ மூளையை முடிச்சுகள் மண்டிய அதன் அமைப்பை வாழ முடியாததாக மாற்றி விடுவதைக் காட்டினார். ஷர்மா சத்யாவின் வாயை விரிக்கிறார். 'இதனைத் தண்ணீரில் கூடக் கரைக்க வேண்டியதில்லை, பார்!' என்கிறார். ஷர்மா துகள்களை அன்புடன் சத்யாவின் நாக்கில் வைக்கிறார். அதில் எந்த ருசியும் இல்லை. ஒன்றுமில்லாத அதனை

எப்படி விழுங்குவது என ஷர்மா காட்டுகிறார். வந்த வேலையை முடித்துவிட்டு ஷர்மா காணாமல் போய்விடுகிறார்.

சத்யா மல்லாந்து படுத்து வெறித்துப் பார்க்கிறான். எல்லாம் தெரிகிறது. அவனைச் சுற்றி உள்ள எல்லாம் ஏன் கறுப்பு வெள்ளையாகத் தெரிகிறது? இது இரவும் இல்லை; பகலும் இல்லை. அதனால்தான் உலகிற்கு கறுப்பு வெள்ளை மட்டும் தெரிகிறதோ? ஆ... கறுப்பு வெளிர்கிறது, வெள்ளை அடர்த்தியாகிறது, எல்லாம் விதம்விதமான சாம்பல் நிறங்களாகின்றன. அவனுக்கு அது பிடிக்கிறது. அவனது நீரொழுகும், எரிச்சலெடுக்கும் கண்களுக்கும், பிதுங்கிய கண்பாவைகளுக்கும் இந்த மங்கலான சாம்பல் நிறம் தோதாக இருக்கிறது.

குளத்தின் கரையில் ஒரு உடலம் கிடக்கிறது.

இன்னும் உடலமாகவில்லை: அவன் நெளிகிறான், நடுங்குகிறான், எச்சில் வழிகிறது. ஈரமாக இருக்கிறான் வியர்வையினாலா? உமிழ் நீரினாலா? கண்ணீரினாலா? எதுவானால் என்ன? ஏன் தனியாக இருக்கிறான்? இல்லை. அவன் தனியாக இல்லை. இதோ, ப்ரசாத். அவனுக்குப் பின்னால் கைகளைக் கோர்த்தபடி ரவியும் ஆஷாவும். சத்யா அவர்களிடம் ஏதோ சொல்ல நினைக்கிறான். ஆனால், என்னவென்று மறந்துவிட்டான்.

மூச்சுவிடச் சிரமமாக இருக்கிறது. இருப்பதிலேயே மோசமான தேர்வுகளை விடக் கூடுதல் முயற்சி தேவைப்படுகிறது மூச்சுவிட. அம்மாதான் உதவ முடியும். இதோ அவள் இங்கு இருக்கிறாள், எங்கு சென்றாலும் அவனைத் தொடரும் என்றும் மாறாத அன்புடன். அவன் அனாதை போல் அங்கு படுத்துக் கிடப்பது அவளுக்குப் பிடிக்கவில்லை. அருகிலேயே தண்ணீர் இருக்கிறது; அனுமதித்தால் ஓடும் தண்ணீர். அவள் வயலில் நட்டிருக்கும் பயிர்களுக்கு உயிரூட்டும் நீர். அவன் எழுந்திருக்கிறான். கடினமாக இருக்கிறது; தடுக்கி விழுகிறான்; பிறகு தவழ்கிறான். வானம், மரங்கள் குளம் அனைத்தும் அவனைச் சுற்றி நீந்துகின்றன. அவன் வாந்தி எடுக்கிறான். ஆனால் ஆஷாவும் ரவியும் இருபுறமும் இருக்கிறார்கள். மென்மையாக அவனைத் தண்ணீர் நோக்கி வழிநடத்துகிறார்கள்.

உடனே அவன் மூழ்கிவிடுகிறான். இந்த நீர் ஓடும் நீரல்ல. அது அசைவற்று, மடத்தனமாக, எதிர்காலம் பற்றிய நினைப்பின்றி அங்கு கிடக்கிறது. ஆனால், வானம் வெளுக்கிறது. இளஞ்சிவப்புக் கீற்று

ஒன்று அதனை எழுப்புகிறது. அது என்ன செய்யும்? அது பகலை விரைவில் கொண்டுவருமா? ஒருவழியாக நீரை ஓடவிடுமா? பிறகு ‘பாருங்க, என் குழந்தை இங்கு இருக்கிறான். அவனை நீங்கள் என்ன செய்திருக்கிறீர்கள்?’ என்று உரக்க அலறுமா!

என்னை இங்கேயே வைத்துக்கொள் – ஓடும் சுழலில்

1

விடியல் ஆஷாவை மென்மையாகத் தொட்டு எழுப்பியது. மருத்துவத் தாதியின் விரல்கள் எப்படி இருக்க வேண்டும் என்பதை உணர்த்தியது. ஆஷா கண் விழிக்க விரும்பவில்லை. ஒன்றிரண்டு மணி நேரம்தான் தூங்கியிருப்பாள், இல்லையா? குப்புறப்படுத்த தலையைத் தலையணையின் பள்ளத்தில் புதைத்துக் கொண்டாள். ஆனால், உறக்கம் போய்விட்டது; விடியல் வென்றுவிட்டது. இருந்தாலும் கண்ணைத் திறந்து விழித்துவிட்டதை ஏற்கும் முன்னர், ஆஷா நேற்றைய கனவைப் புரிந்துகொள்ள வேண்டும். அக்கனவில் பார்க்க எதுவும் இல்லை; கேட்கவும் ஏதுமில்லை. எந்தத் தகவலோ, விவரங்களோ இல்லை. ஒருவித மூட்டமான மனநிலைதான் இருந்தது; அதுகூட நல்லது கெட்டது எனச் சொல்ல முடியாதபடி, பெயரற்ற ஒன்றாக இருந்தது. ஆனால், மிகத் தீவிரமாக அவள் மனதில் இப்போது வெள்ளம் போல் மறுபடி வருகிறது. ஒரு காத்திருப்பு நிலை- அதுதான் அவ்வுணர்வு; கனவு. யாருக்காவது காத்திருப்பதா? ஏதோ நடக்கக் காத்திருப்பதா? இன்று வீட்டிற்கு ஃபோன் பேச வேண்டும். அக்காவுக்கு உடம்பு சரியில்லை, அல்லது அப்பாவுக்கு வேலை போயிற்று, அல்லது இப்படி ஏதாவது இருக்கும் என பயந்தாள். ஆஷாவின் கண்கள் அகல விரிந்தன. பகலைச் சந்தித்தாள்: சோர்வூட்டும், சாதாரண ஒன்று. எல்லா நாளையும் போல இதுவும் ஒரு நாள். கொட்டாவி விட்டாள். ப்ரியா இன்னும் தூங்குவதைக் கண்டு பொறாமைப் பட்டாள். படுக்கையில் இருந்து எழுந்தாள்.

இரண்டாவது வகுப்பின்போது தன் நோட்டுப் புத்தகத்தை மறந்து விட்டதைக் கண்டாள். வேகமாக தன் அறைக்கு ஓடினாள். கட்டிடத்தில் இருந்து வெளியே வந்தபோது அன்றைய அஞ்சல் நீண்ட மேசையில் பிரிக்கப்படாமல் இருந்ததைப் பார்த்தாள். ஒரு செவ்வக வடிவ, சிறிய பார்சல் அவள் பெயரிட்டு மேலாக இருப்பதைப் பார்த்தாள். ஆஷா அதை எடுக்கிறாள். விடுதியில் நிறைய ஆஷாக்கள் இருந்தனர். இது இவளுக்குத்தான் வந்திருந்தது. இந்தப் பழுப்பு அட்டை, பதிவு அஞ்சல் எனக் குறிப்பிட்டிருந்தது. யார் இப்போதெல்லாம் பதிவஞ்சல் அனுப்புகிறார்கள்? கல்லூரிகள், பல்கலைக்கழகங்கள்தான் அனுப்பும். நீதிமன்றங்கள். அரசாங்கம். காவல்துறை. ஆஷா அதனைத் திருப்புகிறாள். முக்காற்புள்ளியிட்ட இரு சொற்கள் இருந்தன. அனுப்புனர்: சத்யா. அதன் கீழ் விலாசம் ஏதும் இல்லை.

ஆஷா பழுப்பு நிற அட்டையைத் திறக்கிறாள். ஆனால், அதற்குள் இருப்பது என்னென்று பார்க்கும் முன்பே அவளுக்குத் தெரிந்து விட்டது. சில மாதங்களுக்கு முன்பு அவள் சத்யாவிற்குக் கொடுத்த நோட்டுப் புத்தகம் அது. பல ஆண்டுகள் கடந்து விட்டது போல் இருந்தது. நீல நிற அட்டை, அதன் மீது அவள் பூக்களின் படங்கள் போட்டு அலங்கரித்து இருந்த சத்யாவின் பெயர் எல்லாமே புதிது போல் இருந்தன. அவன் எப்போதும் அவனது புத்தகங்கள், நோட்டுகள், மக்கள் அனைத்தையும் கவனமாகப் பராமரிப்பது போல் இந்த நோட்டையும் நன்கு கவனித்துக்கொண்டிருக்கிறான். ஆனால் தன்னை? சத்யா தன்னை நன்றாகப் பார்த்துக்கொள்கிறானா?

அட்டை, பெயர்ச்சீட்டு எல்லாவற்றையும் ரசித்துக்கொண்டு ஏன் நிற்கிறாள்? என்ன நினைத்துக்கொண்டு இருக்கிறாள்? அது ஏன் அவளிடம் திரும்பி வந்திருக்கிறதென்பதைத் தெரிந்துகொள்ள அவள் அதனைத் திறந்து பார்க்க வேண்டியதில்லை. அவள் உட்கார வேண்டும். அவள் கால்கள் வெலவெலக்கின்றன இல்லை, கப்பி, சிமெண்ட், கற்கள் நிரம்பிய கால்களாகக் கனக்கின்றன. அவள் வயதான பெண்மணி போலத் தன்னைத் தானே சுமந்துகொண்டு அறைக்குப் போய்ச் சேருகிறாள். அந்த மெல்லிய நோட்டை பெரும்பாரமாகத் தொய்ந்த உடல் கனமாக இருப்பதுபோல் சுமந்தாள்.

தன் படுக்கையில் அமர்ந்து, விரலால் நோட்டை வருடுகிறாள். இது காகிதமா? தோலா? அது அவளைப் பார்க்கிறது; பதில் வேண்டுமானால் என்னைத் திறந்து பார், பார்க்கலாம் எனச் சவால் விடுகிறது.

ஆஷா பெருமூச்சு விட்டபடி முதல் பக்கத்தைத் திருப்புகிறாள். அவளால் அங்குமிங்கும் ஒரு சொல், தொடர் மாத்திரம்தான் வாசிக்க முடிகிறது. எழுத்துகள், சொற்கள் ஆகியவற்றைப் புரிந்துகொள்வது இத்தனை சிரமமாக இருந்தது இல்லை. அவற்றுள் சில மட்டும் ஆங்கிலத்தில் இருந்தன: மருத்துவ மாணவன்... நம்ப முடியவில்லை... அதற்கேற்றவனாக இருக்க வேண்டும்... ரவி, ஆஷா... தனிமை உணர்வு சிறிது மட்டுப்படும்... அவள் கடைசிப் பக்கத்திற்குத் தாவினாள் எழுதப்பட்டதில் கடைசிப் பக்கம் அது ஒவ்வொரு சொல்லும் மனதில் பதிகிறது; பள்ளியில் சத்யாவின் கையெழுத்து இருந்தது போலச் சீராக இல்லாமல், கிறுக்கலாக இருந்தாலும் அதன் ஒவ்வொரு சொல்லும் கொடூரமாகப் புரிந்தது. ஆஷா, ரவி: உங்கள் இருவருக்கும் என்னால் கடிதம் எழுத முடியாது. என் வாழ்வுதான் என் கடிதம். மற்ற யாரையும் விட உங்களுக்கு அது நன்கு தெரியும்.

ஆஷா ரவியின் கல்லூரி செல்லும் பேருந்தில் இருக்கிறாள்.

ரவிக்கு அவளும், அவளுக்கு ரவியும் பேசிய தொலைபேசி உரையாடல்கள் அவள் செவிகளில் சத்யாவின் குரலை நிரப்பின. ஒரு சொல் கூடப் புரியாமல் இருக்கும்போது அவன் குரலைக் கேட்டு என்ன பயன்? இந்தக் குரல் பேசும் மொழி எந்த மொழி என்று அவளுக்கு விளங்கவில்லை. நொறுங்கிய கனவுக்கு வடிவம் கொடுக்கும் சவாலை எதிர்கொள்ள எந்தச் சொற்கள், கவிதைகளால் முடியும்?

அவள் கண்களை மூடிக்கொள்கிறாள். அக்குரல் காணாமல் போகிறது. ஆனால், இப்போது அவளருகில் அவன் உட்கார்ந்து இருப்பதை அவளால் உணரமுடிகிறது. அவனைப் பார்க்க முடிகிறது. நோட்டில் எழுதி அவளுக்கு அனுப்பிய சத்யா இல்லை; காலியான நோட்டை அவள் கொடுத்த போது இருந்த சத்யா. ஒரு பரிசைப் பெற்றுக் கொள்வதில் அவன் அடைந்த ஆழமான மகிழ்ச்சி நினைவுக்கு வந்தது; சாதாரண, பெரிய கற்பனை வளமற்ற அந்தப் பரிசுக்கு அவன் அத்தனை மகிழ்வடைந்தான். அன்று அவளை அணைக்க விரும்புபவன் போல் பார்த்த மாதிரி இப்போது பார்த்தான்; ஆனால் அணைக்கவில்லை, பொதுவாகவே அவன் அணைக்கிறவன் இல்லை. ஆனால், பதிலாக ஒரு சிரிப்பினால் ஈடுகட்டிவிட்டான். அந்தச் சிரிப்பு. அதில் உலகின் அத்தனை நம்பிக்கைகளும் குடிகொண்டிருந்தன.

யாரோ அவள் தோளைத் தட்டினார்கள். அவள் அருகில் இருந்த பெண் ஏதும் சிக்கலா எனக் கேட்டுத் தட்டினாள். ஆஷா சோகமாகத் தலையசைத்தாள். சத்யா எப்படி இங்கு, அங்கு, எங்கும் இல்லாமல் போக முடியும்? உடம்பு இல்லாமல் ஒருவரை நேசிக்க முடியுமா? அவர்களின் ஒரு பகுதி இல்லாமல் அவள் எப்படி ஆஷாவாக இருப்பாள்? ரவி, ரவியாக இருப்பான்?

ஏற்கனவே அவர்கள் மாறிவிட்டார்கள். ரவியின் கல்லூரிக்கு இதுவரை போகாத ஆஷா, தனியாக பஸ் பிடித்து அங்கு போகிறாள். அவள் பிரியாவிடம் கொடுத்துவிட்டு வந்த அனுமதிக் கடிதம் ஏற்கப்பட்டதா என்று கூடப் பார்க்கவில்லை. 'தனிப்பட்ட அவசரச் சூழல்' எனச் சொல்லி கல்லூரி, விடுதி இரண்டிலும் விடுப்பு கேட்டிருந்தாள். தொலைக்காட்சியில் சோகமான படம் பார்த்து அழும் ஆஷாவின் கண்களில் இருந்து ஒரு சொட்டுக் கண்ணீரும் வரவில்லை. பஸ் நின்றதும் அவளுக்காகக் காத்திருந்த ரவி, அவள் அறிந்த ரவியைப் போலவே இல்லை. அவன் முகம் குழந்தையின் முகம் போல் பயத்தில் உறைந்து, அதிர்ச்சியடைந்த முகமாக இருந்தது. அவனுடைய பழைய நகைச்சுவை, புதிய செயல்வாதம் எல்லாம் அவனை விட்டுப் போய், அவனது முகத்தை அம்மணமாகக் காட்டியது. அவன் அறைக்குப் போகும் வரை இருவரும் பேசிக்கொள்ளவில்லை. நல்ல வேளை, அவன் அறை நண்பர்கள் அங்கு இல்லை. உணவு, வியர்வை, சிகரெட் மணம்மிக்க, பொருட்கள் சிதறிய அறையில் அவன் கட்டிலில் உட்கார்ந்து, நேருக்கு நேர் பார்த்த போதுதான், சொற்கள் வந்தன; ஒரு வழியாகக் கண்ணீரும்.

சிக்கையா, கண்ணதேவா பற்றிய புத்தகத்தை ரவி ஆஷாவிடம் காட்டுகிறான். சத்யா அதனை அவனுக்குத் தபாலில் திருப்பி அனுப்பியிருந்தான். ஆஷாவின் மடியில் ஒரு குழந்தையை வைப்பது போல் அந்த நூலை வைத்தான். ஆஷா தன் பையில் இருந்து நீல நோட்டை எடுத்து கட்டிலில் அவர்களுக்கு இடையில் வைத்தாள்.

'கடுதா...சி ஏதாவது இருக்கா?' என்று தயங்கியபடி நோட்டை எடுக்கிறான் ரவி. ஏன் ரகசியக் குரலில் பேசுகிறான் என அவனுக்கே விளங்கவில்லை.

ஆஷாவின் கண்கள் வழிகின்றன; நாசிகள் கொட்டுகின்றன. முகத்தில் ஒரு மெல்லிய ஓடை வழிவதை அவள் உணர்கிறாள். ஒரு நீரோடை

அவள் தொண்டையை அடைக்கிறது. கடும் முயற்சி எடுத்து கரகரத்த குரலில் அவள் கடைசியாக ரவியின் கையில் இருந்த நோட்டுப் புத்தகத்தைக் காட்டி, 'கடைசிப் பக்கம் பார்' என்றாள். நடுங்கும் விரல்களால், எழுதப்பட்ட இறுதிப் பக்கத்தைத் திறக்கிறான் ரவி.

பிறகு, உலகில் சத்யா இல்லாத இரவு வருகிறது. சிறு குழுவுடன் ஆஷா நின்றுகொண்டிருக்கிறாள். ரவியைத் தவிர மற்றவர்கள் அனைவரும் அவளுக்கு அறிமுகமற்றவர்கள். பீம் சக்தி தோழர்கள் மெழுகுவர்த்திகளை ஏந்துகிறார்கள்; பேரா. செந்தில் உரையாற்றுகிறார். ஆஷா கேட்கிறாள்; கேட்பதெல்லாம் அவளுக்கு வியப்பளிக்கிறது. செந்தில் சத்யாவைப் பார்த்தது இல்லை; ஆனால் அவனுக்கு நடந்ததை அப்படியே அத்தனையும் தெரிந்தது போல் விவரிக்கிறார். அதெப்படி சாத்தியம்? பழக்கமான விவரங்கள், சமூகப் பாகுபாடு அல்லது ஆதரவு இன்மை, நிறுவனக் கொலை ஆகிய சொற்கள் நீண்ட பட்டியலில் சத்யாவையும் இன்னொரு பெயராகச் சேர்க்கிறதா?

இவ்விடத்தில் காற்று வீசவில்லை; அது வேலை நிறுத்தம் செய்கிறது. காற்று அங்கு இல்லாததன் மூலம் தன் ஆதரவைக் காட்டுகிறது; மெழுகுவர்த்திகள் ஊசிகள் போல நின்று எரிகின்றன. ஆஷாவின் கையில் உள்ள மெழுகின் ஊசிமுனை அவள் கண்களைப் பார்க்கிறது. கடினமான கேள்விகளைக் கேட்கிறது. கிழிந்துபோன வாழ்வைச் சீர்படுத்த ஒன்று அல்லது நூறு கரங்கள் ஊசி நூலை எடுப்பதில் ஏதும் பொருளுண்டா? ஆனால், இங்கு வாழ்வு கிழியவில்லை; தொலைந்துவிட்டது. சத்யாவைப் போன்று கிழிக்கப்பட்ட பல வாழ்வுகளைத் தூள்தூளாக்கிவிட்டுச் சென்றுவிட்டது. சீராக்க முடியாத அளவு கந்தல் கந்தலாகக் கிழிந்து கிடக்கும் வாழ்வை அவள் எப்படி வாழ்வாள்? யார்தான் வாழ முடியும்?

ரவியின் கண்ணீர் உலர்ந்துவிட்டது. அறச்சீற்றம்தான் அவனுள் நிரம்பிக் கிடந்தது; இறுகிய ரௌத்திரம். இனியும் அவன் பேச விரும்பவில்லை; மெழுகுத்திரி ஏற்ற விரும்பவில்லை; உரைவீச்சு, கவிதை எதுவும் தேவையில்லை; அவன் இனிச் செயல்பட வேண்டும். ஆனால், என்ன செய்ய முடியும்? வாட்ஸ் ஆப் குழுக்களில் குறுஞ்செய்திகள் அனுப்புகிறான்; முகநூலில் எழுதுகிறான்.

எப்பொழுதும் போல், இந்தக் கதையும் பழம் புகைமூட்டத்தில் மறைந்து கொள்கிறது. தலித் மாணவரின் மரணம்: கல்விப் புலமையில்

பலவீனம், போதுமான தகுதியின்மை. சத்யாவின் முடிவிலும் கல்லூரி முதல்வரும் காவல் துறையும் அந்த முடிவைத்தான் ஏற்றனர். கல்லூரி முதல்வர் அறிக்கை வெளியிட்டார்: 'முதலாண்டு எம்.பி.பி.எஸ் மாணவர் சத்யாவின் தற்கொலை படிப்புச் சுமையைத் தாங்க முடியாமல் நிகழ்ந்த தீவாய்ப்பான நிகழ்வு. நாங்கள் எல்லா மாணவர்களுக்கும் குறிப்பாக வலுவற்ற, எளிமையான பின்னணியில் இருந்து வருபவர்களுக்கு முடிந்த அளவு உதவ முயற்சி செய்கிறோம். ஆனால், சில மாணவர்கள் கல்வியில் தேவையான தேர்ச்சி பெற முடியாததாலோ, தனிப்பட்ட சிக்கல்களாலோ கைவிட்டு விடுகின்றனர்.'

ரவி தன் எழுத்துப் பலகையில் வேகமாகத் தட்டி இதற்கு எதிர்வினை ஆற்றுகிறான்:

வலுவற்றவர். எளிமையானவர். நாங்கள் வலுவற்றவரும் அல்ல; எளிமையானவரும் அல்ல. இந்தப் பொய்களின் பின்னால் ஒளிந்து கொள்ளாமல் எங்கள் பெயரைச் சொன்னால் என்ன? தகுதி. சத்யாவிற்குத் தகுதி இல்லையா? அவனை மரணிக்கத் தூண்டிய இக்கல்லூரிக்கு என்ன தகுதி உள்ளது?

ரவி தனிமையாக உணராமல் இருக்க, பெரு முயற்சி செய்கிறான். செந்தில் அண்ணா குழுவாக இயங்குவதன் அவசியம் பற்றிச் சொல்லி இருக்கிறார். தன் சமூகத்துடன் தொடர்பில் இருப்பது, தலித், சூத்திரன் என்ற கருத்துகளுடன் இணைப்பில் இருப்பது முக்கியம் எனச் சொல்லி இருக்கிறார். ஆனால், மற்றவர்களுக்கு சத்யா, சத்யா என்ற மனிதன் அல்ல. அவனை, தனது ஆகச் சிறந்த அன்பு நண்பனை ரவி எப்படி மற்றவர்களுக்குப் புரியவைப்பான்? இப்போதைக்கு, அவனது ஒரே நட்பு சினம் மட்டும்தான். அதை விட்டுவிட்டால், சோகமும் விரக்தியும் தவிர வேறென்ன மிஞ்சும்? எப்பாடுபட்டாவது, ஏதோ ஒரு வகையில் ரவி அந்த மருத்துவக் கல்லூரியைத் தண்டிக்க வேண்டும்; அக்கல்லூரி, அதன் ஒட்டுமொத்த அமைப்பு- ஒரு பேராசிரியர், மாணவர், அதிகாரி மட்டும் அல்ல- சத்யாவைக் கொலை செய்தது என்பதை ஒத்துக்கொள்ளவைக்க வேண்டும்.

ஆனால், சில நாட்களுக்குப் பின்னர் பெரியதொரு செய்தி வெடித்துக் கிளம்புகிறது. மற்ற எல்லாவற்றையும் கபளீகரம் செய்துவிடுகிறது. வாணவேடிக்கை போல பார்வையைக் கவருகிறது; செவியைப் பிளக்கிறது; மண்டை வெடிக்கிறது. ஒரு சினிமா நடிகைக்கு அவரது

பாட்டனாரின் அஸ்தியை பாகிஸ்தானில் உள்ள ஆற்றில் கரைக்க கடவுச் சீட்டு கிடைத்துவிட்டது. அந்த ஆறு இந்தியா-பாகிஸ்தான் பிரிவினைக்கு முன்பு அவரது குடும்பம் வசித்த இடத்தின் அருகில் உள்ளது. அவர் மரணப்படுக்கையில் இருந்த போது அவருக்கு நடிகை வாக்குறுதி கொடுத்திருந்தார்.

நாட்டில் ஒவ்வொருவருக்கும் அதைப் பற்றிப் பேச ஏதாவது இருந்தது: பாட்டனாரின் ஆசைப் பேத்தி அதனைச் சிரத்தையாக நிறைவேற்றுவது, எரிக்கப்பட்ட உடலின் சாம்பலைப் பெற அனுமதி அளித்த பாகிஸ்தான் தூதரகத்தின் சதித் திட்டம் என நீண்டுகொண்டே போனது. தொலைக்காட்சியில் சிறுசிறு பெட்டிகளில் இருந்து விவாதம் என்ற பெயரில் கூச்சலிட்டனர். அந்தக் கதை முகநூல், ட்விட்டர், வாட்ஸாப், உண்மைச் செய்தி, போலிச் செய்தி, அச்சு, இணையம் என எல்லா வரைபடங்களையும் நிரப்பியது. அது கும்பல் உரையாடல். அவற்றில் பலர் உரையாடுவதில்லை; தம் தனிக்கூற்றுகளைத் தொடராக அவிழ்த்துவிடுகிறார்கள். இணையத்தில் பின்தொடர்ந்து துரத்துபவர்கள் சீராகத் தமக்குரிய அமைப்பில் எழுதினர். ஷங்கர்@ இந்துபேட்ரியட், அவரது சகோதரர், சகோதரிகள், ஒன்றுவிட்ட உறவுகள் அனைவரும் நடிகையையும் அவரது குடும்பத்தையும் தேசவிரோதச் செயலுக்காக அச்சுறுத்தினர். இந்தத் துரத்திகளின் பெரும் மாமாக்கள் காயப்பட்ட உணர்வுகளை ஆறுதல்படுத்த பூசைகள் நடத்தினர். இந்திய மாதாவின் மண்ணும் ஆறுகளும் இவ்வாறு இழிவுபடுத்தப் படலாமா? தொலைக்காட்சியின் பெட்டி ஒன்றில் மாட்டிக்கொண்ட ஒரு பெண்மணி இச்செயல் நல்லதொரு மாற்றத்தின் குறியீடு என்பதைச் சுட்டிக்காட்டினார். உடனே, மாமாக்கள் பூசைகளை விட்டுவிட்டு தொலைக்காட்சி நிகழ்ச்சியில் இருந்த இளம்பெண், நடிகை ஆகிய இருவரையும் பாலியல் வல்லாங்கு செய்ய வேண்டும் என அழைப்பு விடுத்தனர். இந்திய- பாகிஸ்தான் நட்புறவுக் குழுக்களில் பல காலம் உறுப்பினராகப் பணியாற்றிய பெண் ஒருவர் மனிதர்களிடையேயான பிணைப்பு தேசிய அடையாளங்களைவிட வலுவானது எனத் தெரிவித்தார். அறிவுஜீவிகள், சட்டத்துறை வல்லுனர்கள் 'பரந்த எல்லைகள் காட்டும் பட'த்தைக் காணுமாறும், பல அடுக்குகளைப் பரிசீலிப்பது பற்றியும், வரலாறு, தத்துவம், சட்டம் ஆகிய பல துறைகள் பற்றி அணுகுவதும் முக்கியம் என வலியுறுத்தினார்கள். சராசரி வாசகர்கள், பார்வையாளர்களுக்கு இந்த விவாதங்கள் அந்த நடிகை சாம்பல் இருந்த சாடியோடு மும்பாய் விமான நிலையத்தில் செல்லும்

புகைப்படத்துடன் வந்த செய்தி மட்டுமே. பாகிஸ்தான் செல்லும் நடிகை பச்சைக் குர்தா அணிந்திருக்க வேண்டுமா? மரியாதை மிக்க அந்தப் பயணத்தில் தோள், கைகளை இப்படிக் காட்டியிருக்கலாமா?

பீம் சக்தியின் பரப்புரை, நிஜத்திலும் சமூக ஊடகங்களிலும் பொது வெளிக்கு அப்பால் அமுங்கிப் போகிறது. கண்ணுக்குத் தோற்றாமல் உள்ள இடம்தான் அதற்குரிய இடமோ!

ஆஷா இரண்டு புத்தகங்களை இரண்டு துயரப்பொதிகளாகச் சுமந்து கொண்டு தன் கல்லூரிக்குத் திரும்பினாள்.

இன்று மீண்டும் ஒரு ஞாயிறு. இனி ஞாயிறோ, அல்லது வேறு நாளோ, எதுவுமோ பழையபடி இருக்கப்போவதில்லை. ஏனெனில் அவற்றை சத்யா காணப்போவதில்லை. அவளுக்கும் பார்ப்பது எதுவும் பிடிக்கவில்லை. அவள் தலைக்குள் ஓடும் படச் சுருள் துண்டுகளைக் காண அவளுக்குப் பிடிக்கவில்லை: சத்யா தனியாகத் தன் இறுதி வீட்டைத் தேடி நடக்கிறான்; வயல்களைக் கடந்து, தேங்கிக் கிடக்கும் தண்ணீர் நோக்கி நடக்கிறான். தேங்கிய குட்டையாகத் தண்ணீர். சத்யாவைத் தன் ஓடும் அணைப்பிற்குள் அழைக்கும் ஆறு எதுவும் அருகில் இல்லை. கடல், ஏரி எதுவும் இல்லை. எதுவாக இருந்தாலும் அவளது துக்கம் மாறப்போவதில்லை. ஆனால், ஒவ்வொரு முறையும் அந்தச் சின்ன, கேவலமான குளம் நினைவில் வரும்போதெல்லாம் ஆஷாவின் மனம் சுக்குநூறாகிறது. குளத்திற்கு முன்பு வந்த விஷம் பற்றிச் சிந்திக்காமல் இருக்க முயற்சிக்கிறாள்.

ஆஷா அடைக்கலம் நாடி நீல நோட்டைப் பிரிக்கிறாள்: சத்யாவின் சொற்கள் மட்டும்தான் அவளுக்கு இப்போது உள்ள ஒரே புகலிடம்:

புத்தகங்கள், செய்தித்தாள்கள், தொலைக்காட்சி.
திரைப்படங்கள். நீதிமன்றம். வகுப்பறை.
தெருக்கள்.
காணாமல் ஆக்கப்பட்டவர்களைத் தேடுகிறேன் நான்.

நான் எங்கும் அவர்களைத் தேடுகிறேன்.
வாய்க்குள் பாடியபடி, குனிந்து நிற்கும் என் அம்மா.
கட்புலனாகா என் அப்பா.
தொலைந்து போன என் தங்கை.
திறந்த மனம் கொண்ட என் அண்ணா.

அவர்களைப் பற்றி ஒரு சொல் இல்லை.
ஒரு துளிக் கண்ணீர் இல்லை; சினம் இல்லை.

அவர்கள் வாழாமல் இருந்தால்,
இன்னும் வாழ்ந்து கொண்டிருக்காவிட்டால்,
என் கதை, என் சொந்த வரலாறு எங்கே?

ஆஷா பக்கத்தைத் திருப்புகிறாள். மேலும் தொடர்ந்து படிக்கத் தோதாக வடியும் கண்ணீர் விரைவில் வழியக் கண்களை மூடித் திறக்கிறாள்.

நான் டாக்டரா? நான் கவிதைகள், பாடல்கள் எழுதுவதா?
சிரிப்பது கேட்கிறது.
அவர்கள் சிரிப்பு.

இது மருத்துவம் என்கிறார்கள்.
இது நலம் பெறுதல் என்றால்,
எனக்கு இது தெரியாது.

இது கவிதை என்கிறார்கள்.
இது கவிதை என்றால்,
எனக்கு இது தெரியாது.

அந்தக் கூமுட்டைத் தேவ்..யாப் பசங்க
என்னைத் தெரிந்துகொள்ளவும் விரும்பவில்லை.
இந்த மருத்துவம், அந்தக் கவிதை
இதில் எனக்கு இடம் இல்லை.

கவிதை. பாடல். சொல். மனிதம் எனும் சொல்லை எடுத்துக் கொண்டால், அதன் எல்லை மிகப் பரந்தது. நம்பிக்கை அல்லது விரக்தியில் நம்மைத் தள்ளி விளையாடும் சொல். ஆனால், வேறென்னதான் இருக்கிறது? ஆஷாவால் தன் அறையில், தன் கல்லூரியில் இனி ஒரு கணம் கூட இருக்க முடியவில்லை. சத்யாவின் நோட்டை அலமாரியில் வைத்துவிட்டு தன் செருப்பைத் தேடினாள். பின்னர் அறைக் கதவை நோக்கிச் சென்றாள்.

‘வெளிய போறியா?’, ப்ரியாவின் குரல் அவளை அதிர வைத்தது. அவள் இந்த அறையில் இருப்பதையே ஆஷா மறந்துவிட்டாள்.

‘கொஞ்சம் நடந்திட்டு வரலாம்னு’.

‘நானும் கூட வரலாமா?’

ஆஷா தலையசைத்து ஆமோதித்ததும் ப்ரியா மனதாறுகிறாள். ப்ரியா நடந்ததைக் கேள்விப்பட்டு சிரமப்பட்டாள். ஆஷாவின் தோழன் இறந்த பின்பு - தற்கொலை செய்து கொண்ட பின்பு, அவளை எப்படித் தேற்றுவது என்று தெரியாமல் தவித்தாள் ப்ரியா. அத்துடன், ஒவ்வொரு முறை சாதி என்ற சொல்லைக் கேட்கும்போதும் ப்ரியாவிற்கு அயர்வாக இருந்தது. ஆஷாவின் வாழ்வில் அவள் அறிந்த அனைவர் வாழ்க்கையிலும் சாதி மாறாத இடம் பெற்றுவிட்டது போல இருந்தது. ஆரோக்கியம் இல்லாத உளைச்சலாக ஆட்டிப்படைப்பது போல் ப்ரியா கருதினாள். மனிதர்கள் ஏன் மனிதர்களாக மட்டும் இருக்கக்கூடாது? மனிதர்களின் சாதி, சிக்கல்கள் ஆகியவற்றை எல்லா நேரமும் சொல்லிப் புகார் செய்துகொண்டே இருக்க வேண்டுமா?

ஆஷா, ப்ரியாவின் கண்ணீர் ததும்பிய இரக்கம், சங்கடமான மௌனம் எதையும் கவனிக்கவில்லை. அவள் சற்று நடந்துவிட்டு, அறைக்குத் திரும்பி, அலமாரியில் இருந்து நீல நோட்டையும், மற்ற புத்தகத்தையும் எடுத்தாள்.

ஆஷா சத்யாவின் நோட்டையும், பேரா. கிருஷ்ணா சிக்கையா பற்றி எழுதியுள்ள நூலையும் வாசிக்கிறாள். அவள் எந்தத் தேர்வுக்கும் கூட இப்படிக் கவனமாக, முழுமையாகப் படித்ததில்லை. ரவிக்கு இருப்பது போல், அவளுக்குப் பேசுவதைக் கேட்கவும், மனதை ஆற்றவும் செந்திலோ, பீம் சக்தி குழுவோ உடன் இல்லை. ஆனால், அவளால் எப்படி அமைதியாக இருக்க முடியும்? எப்படி அந்த இரண்டு புத்தகங்களையும் அவற்றின் கனவுகளும் துயரங்களும் நிறைந்த வாழ்வைச் சொல்லும் சொற்கள் ஏதோ பழங்காலச் சங்கதியைச் சொல்லும் சின்னம் என்று புறந்தள்ள முடியும்?

ஆஷாவும் பீம் சக்தி முக நூல் பதிவுகள், வாட்ஸ் ஆப் குறுஞ்செய்திகளைப் பகிரத் தொடங்கினாள். சரியான சொற்களைக் கண்டுபிடித்தல் மிகக் கடினமான ஒன்று. ஆனால், அவள் பிறரது சொற்களைத் தேடி எடுக்கிறாள்; அவளாக நடக்கும் வரை அவை ஊன்றுகோலாக அமையும். சத்யா, சிக்கையா, மகாதேவி, கண்ணப்பாவின் சொற்களைக் கற்றுக் கொண்டாள், அவளாலும் தன் துயரத்தை ஒரு நாள் எழுத முடியும். சத்யா தொடர்ந்து வாழ வேண்டும், அவள் மனதிலும், பிறர் மனதிலும் அவன் தொடர்ந்து

இருக்க வேண்டும் என்ற அவளது கோரிக்கையை அவள் எழுத, பேச முடியும்.

‘கட்டற்று நீர் ஓடும் என் நிலம் எங்கே?’ என்கிறார் சிக்கையா எனப் பதிவேற்றம் செய்கிறாள்.

‘என் கதை, என் வரலாறு எங்கே?’ எனக் கேட்கிறான் சத்யா எனப் பதிகிறாள்.

வண்ணார் சிக்கையா முதல் மருத்துவக் கல்வி பயிலும் மாணவர் சத்யா வரை, தலித்தாகப் பிறந்து தலித்தாக மடிந்துள்ளனர். இடைப்பட்ட காலத்தில் ஏதேனும் மாறியுள்ளதா? என எழுதிச் சேர்க்கிறாள்.

ஆஷாவின் கேள்விகளுக்குப் பதில் அளிக்கத் தவித்துக்கொண்டிருக்கும் ஒருவர் இருக்கிறார். அவருக்குத் தன் விடைகளில் எந்த அய்யமும் இல்லை. கடந்த பிறவியில் செய்த பாவங்களினால் இப்பிறவியில் இப்படிப் பிறந்துள்ளாய். மற்றவர்களைக் குற்றம் சாட்டுவதை நிறுத்து. ஜெய் பாரத் மாதா! இதை அனுப்பியது ஷங்கர்@இந்துபேட்ரியட். இதே அஞ்சலில் இருந்துதான் தலித் இயற்பியல் பேராசிரியர் செந்தில் மீது அவதூறு கிளப்பப்பட்டது.

ஷங்கர் இப்போதுதான் ஆஷாவைக் கண்டுபிடித்துள்ளார். அது சுவையான கண்டுபிடிப்பு. இளம்பெண் ஒருவரைத் தொடரும்போது இன்னும் நிறையச் சொல்ல முடியும்; நிர்வாணப்படுத்திச் சிதைக்க முடியும். பெருமை மிக்க புதிய தேசத்தை நோக்கி அடியெடுத்து வைக்க ஷங்கர்@இந்துபேட்ரியட் அவர்களுக்கு இன்னும் நிறைய துரத்தப்பட வேண்டிய கடமைகள் உள்ளன. ஆனால், அதற்காக இம்மாதிரி சிறிய வேலையைத் தவிர்க்க முடியுமா? இந்த வேலை செய்வது எத்தனை மகிழ்வூட்டுகிறது!

ஷங்கர் ஒரு நாளில் பல முறை ஆஷாவின் பதிவுகளைத் தேடுகிறான். ஆஷாவின் உட்பெட்டி நிரம்புகிறது. தினமும் பலமுறை ஷங்கர் அவளைச் சும்மா விடமாட்டேன் என மிரட்டுகிறார்.

2

ஸ்ரீகுமார் ஒரு அரக்கனையும் அவன் வாழ்வையும் இத்தனை நெருக்கத்தில் பார்ப்பது இதுதான் முதல் முறை. அவர் ஒரு நாளின் ஒவ்வொரு மணி நேரமும் என்ன செய்கிறார் என்பதைக் கவனித்திருக்கிறார். கொஞ்சம் ஏமாற்றமாகத்தான் இருக்கிறது. இந்த ஆளா பயங்கர எதிரி? முதலில் அவர் ஒரு வயோதிகர். வழுக்கை மண்டை இல்லை. தலையில் கற்றையாக முடி இருக்கிறது; ஆனால் அது முழுதும் நரைத்திருக்கிறது. நடக்கையில் கொஞ்சம் கூன் வேறு போடுகிறார். மணிக்கணக்கில் மேசையில் உட்கார்ந்து காகிதங்கள், பேனா சகிதம் குனிந்தபடியே வேலை செய்தல், அல்லது கணினியில் குப்பைகளை வாசித்தும் எழுதிக்கொண்டும் இருத்தலால் கூன் விழுந்திருக்கலாம். வாசிப்பில் இவ்வளவு நேரம் செலவிடும் மனிதரை ஸ்ரீகுமார் இதுவரை கண்டதில்லை. இதற்குப் போய் அவருக்குச் சம்பளம் வேறு தருகிறார்கள்!

ஸ்ரீகுமார் தனது குறிப்புகளை மறுபடி உறுதிப்படுத்திக்கொள்கிறார். குறிப்புகள் எழுதப்படவில்லை; மண்டையில் சேமிக்கப்பட்டுள்ளன என்பதில் பெருமைகொள்கிறார்.

காலை 5 மணி: கீழ்த் தளத்தில் விளக்குகள் எரிகின்றன. 5.30: கிருஷ்ணா கையில் தடியோடு நடைக்குக் கிளம்புகிறார். 5.45 க்குள் ஏரியை அடைகிறார்; 6.15, 6.30 வரை மூன்று நண்பர்களோடு நடக்கிறார்.

தினமும் அவர்கள் ஒரே பச்சை நிற பெஞ்சில் உட்கார்ந்து, சிறிது நேரம் பேசுகிறார்கள். பிறகு அவரவர் தம் வழியில் பிரிகின்றனர். (அவர்களில் ஒருவர் கிருஷ்ணாவை விட மூத்தவர். மற்ற இருவரில் ஒருவர் பெயர் ஹஸன். தினம் காலை கிருஷ்ணா ஒரு முஸ்லீமுடன் நடக்கிறார். புனிதமான அதிகாலையில் அவர் செய்யும் பூசை போன்ற செயல் அது). 6.45 அல்லது 7 மணிக்குள் வீட்டுக்குத் திரும்புகிறார். வரவேற்பறை அல்லது வெளிப்புறம் உள்ள தோட்டத்தில் அமர்ந்து காப்பி குடிக்கிறார். மகனும் மருமகளும் 8 மணிக்கு ஒன்றாகக் காரில் வேலைக்குப் போகின்றனர். சுமார் 8.30 மணிக்கு கிருஷ்ணாவின் மனைவி பேரனுடன் சில தெருக்கள் தள்ளி இருக்கும் இடத்தில் அவனை விட்டு வருகிறாள். கிருஷ்ணா பல்கலைக்கழகத்திற்குத் தன் காரில் ஏறி 9-9.30க்குள் அங்கு சேர்கிறார். கிருஷ்ணாவிற்குப் பல்கலைக்கழகத்தில் சிறிய தனியறை ஒன்று இருக்கிறது. வார நாட்களில் துறை பலவிதமான மனிதர்கள் வருவதும் போவதுமாக மும்முரமாய் இயங்குகிறது. கிருஷ்ணா வீட்டில் இருந்து எடுத்துவரும் மதிய உணவைத் துறையில் சாப்பிடுகிறார். சரியாக 5.30 க்கு அவர் கிளம்பிவிடுகிறார். அவரது கார் பச்சை நிற மாருதி 800. எப்போதும் அதைத் தன் கட்டிடத்தில் இருந்து சற்று தொலைவில் ஒரே இடத்தில் நிறுத்திவிட்டுச் செல்கிறார். (ஸ்ரீகுமாருக்கு ஒரே சமயத்தில் கோபமும், ஏளனமும் வந்தது. பல நூல்கள் எழுதியுள்ள, இந்து மதக் கடவுளர், சித்தர்கள், வேதங்கள் பற்றி தன் அரக்கத்தனமான பொய்களைத் துணிந்து எழுதும் இந்த வயதான மனிதர் பழைய மாருதி காரை ஓட்டுகிறார். அய்யோ பாவம்!) கணவனும் மனைவியும் மாலைகளில் அடிக்கடி வெளியில் செல்கிறார்கள். ஆனால், அதில் எந்தவிதமான திட்டமும் இல்லை. ஞாயிறன்று அவர்கள் வீட்டிற்கு நிறையப் பேர் மதியச் சாப்பாட்டிற்கு வருகிறார்கள்; ஞாயிறு மாலை இருவரும் டார்லிங் ஐஸ்க்ரீம் கடைக்குத் தனியாகப் போகிறார்கள். மோட்டர்வண்டிக்கருகில் நின்றுகொண்டு கைபேசியில் பேசுவது போல் இருந்த ஸ்ரீகுமார் இருவரும் ஐஸ்க்ரீம் கடையில் இருந்து கைகோர்த்தபடி வருவதைக் காண்கிறார். பேரக்குழந்தைகள் பிறந்த பிறகு இரண்டு பேரும் பொது இடத்தில் கைகோர்த்தபடி வருகிறார்கள். ஸ்ரீகுமாருக்கு அவமானமாய் இருந்தது! சிரீஷ் மாமா சொன்னது சரிதான்; முஸ்லீம்கள் மட்டுமல்ல, இந்துமத துவேஷிகள் அனைவருமே பாலியல் இச்சை மிக்கவர்கள்; அவர்களைச் சேர்ந்த பெண்கள் கூட. ஸ்ரீகுமார் தெருவில் காறி உமிழ்ந்தார்.

இருந்தாலும், மனைவி மற்றும் பிற குடும்பத்தவரை இணைப்பதை ஸ்ரீகுமார் விரும்பவில்லை. கிருஷ்ணாவைத் தனியாக மாட்ட வேண்டும் என்பதால் ஸ்ரீகுமார் மென்மையானவர் என்று பொருள் இல்லை; அவருக்குக் கொடுக்கப்பட்டிருந்த கட்டளையினாலும் அப்படி அல்ல. பழங்கால இந்து வரலாற்றில் வருவது போல, ஆணுக்கு ஆண், சேவக் - அரக்கன் மோதலாக இருக்க வேண்டும் என ஸ்ரீகுமார் விரும்பினார். அரக்கனிடம் சொற்கள் உள்ளன; அவற்றை மௌனப்படுத்தும் கருவி ஸ்ரீகுமாரின் முதுகுப் பையில் உரிய தருணத்தை எதிர்பார்த்துக் காத்திருந்தது.

கிருஷ்ணா ஏரிக்கரையில் நடக்கும்போது? அல்லது கிட்டத்தட்ட 15 - 20 நிமிடங்கள் அவர் வீட்டில் காலையில் தனியாக இருக்கும்போது? ஸ்ரீகுமாரின் புருவங்கள் சுருங்கின. வீட்டில் அவரை மாட்டுவதில் விருப்பம் இல்லை.

தெருவில் வீடுகள் நெருக்கமாக இருந்தன. நிறைய மரங்கள், நிறுத்தப்பட்டிருந்த கார்கள், ஸ்கூட்டர்கள் இருந்தன; ஸ்ரீகுமார் அவ்விடத்தில் இருப்பவர் போல அங்கேயே திரியலாம். ஆனால், அதில் பல ஆபத்துகள் இருந்தன. மாலையில் அவர் பல்கலைக்கழகத்தில் இருந்து கிளம்பும்போது? எதற்கும் சிரீஷ் மாமாவிடம் ஆலோசனை கேட்க வேண்டும்.

ஸ்ரீகுமார் மாருதி காரைச் சற்று தொலைவில் பின்தொடர்ந்து வருகிறார். ஐஸ்க்ரீம் கடையில் இருந்து இரு முதுகாதலர்களும் வீடு வந்து சேரும் வரை தொடர்கிறார். வீட்டில் இருவரும் தோட்டத்தில் உட்கார்ந்து பேரனுடன் விளையாடுகின்றனர். தெருவின் எதிர்ப்புறம் நிற்கும் ஸ்ரீகுமார் காதில் குழந்தையின் உற்சாகச் சிரிப்பொலி கேட்கிறது.

ஸ்ரீகுமார் தன் விடுதிக்குத் திரும்புகிறார். வினய் விரைவில் வந்து சேர்ந்துவிடுவான். சிரீஷ் மாமா அனுமதி அளித்ததும், அவர்கள் உடனே வேலையை முடிக்க வேண்டும். காலையில் கிருஷ்ணா ஏரிக்குப் போகும்போது என்றால், நாளை மறுநாள் வெள்ளிக்கிழமை செய்ய வேண்டும். சனி ஞாயிறுகளில் அதிகாலை நேரத்தில் கூட ஏரிக்கு வரும் கூட்டம் அதிகம். மாலை பல்கலைக்கழகத்தில் என்றால், சனிக்கிழமை முடிக்க வேண்டும். அன்று ஆட்கள் குறைவாக இருப்பார்கள்.

அறையில் ஸ்ரீகுமார் கட்டிலில் படுத்தபடி வினய் ரயில் நிலையத்தில் இருந்து விடுதிக்கு வந்து சேருவதை எதிர்பார்த்துக் காத்துக்

கொண்டிருக்கிறார். திறந்திருக்கும் சன்னலில் இருந்து ஏதோ ஒரு நாற்றம் அடிக்கிறது. அழுகல் வாசம். செத்த பிராணியின் நாற்றம். திடீரென அவர் களைப்பாக உணர்கிறார். கடினமான கட்டிலில் இருந்து எழும்பி, சன்னல் கதவை அடைத்துவிட்டு, குட் நைட்டைப் போட்டு நாற்றத்தை மாற்றுவதைக்கூடச் செய்ய முடியாமல் இருந்தார்.

சாவின் மணம். கொடூரமானது. அசுத்தமானது. காற்றின் துகள் ஒவ்வொன்றையும் மாசுபடுத்துவது. நாசித்துவாரங்கள் வழியாக உள் நுழைந்து கறைபோலப் படர்கிறது. ஸ்ரீகுமாருக்குச் சற்று வியர்க்கிறது.

ஸ்ரீகுமார் வேகமாக எழுந்து, சன்னலை மூடி, மின் விசிறியை முழு வேகத்தில் சுழலவிட்டு, குட் நைட் புட்டியில் திரவம் இருப்பதைப் பரிசோதித்தார். மீண்டும் கட்டிலுக்குப் போய் படுக்காமல் சம்மணமிட்டு உட்கார்கிறார். யோகா பயிற்சி செய்யப் போகிறவர் போல் அமர்கிறார். தன் கைபேசியை எடுத்து, புகைப்படங்களைத் திறக்கிறார். தன் கடைச் சுவரில் உள்ள படத்தைப் பார்க்கிறார். உற்றுப் பார்த்தபடி அது வழக்கமான விளைவை உருவாக்கக் காத்திருக்கிறார். ஆனால் விசித்திரமாக, அவர் மனதில் நிறைந்த உருவம் அந்தப் படம் அல்ல; அவரது தந்தையின் உருவம்.

அப்பாவின் இளமையான, நிமிர்ந்த முதுகு கொண்ட உருவம் கண்ணில் விரிகிறது. ஷாகாவுக்கு வேகவேகமாக நடப்பார். ஸ்ரீகுமாரும் அவனை விடச் சின்னவனான வினயும் அவரைப் பிடிக்க ஓடுவார்கள்.

திறந்தவெளி மைதானத்தை அடைந்ததும் ஸ்ரீகுமாரும் வினயும் விளையாட்டைத் தொடங்கத் துடிப்பார்கள். ஆனால் காத்திருக்க வேண்டும் என்பது அவர்களுக்குத் தெரியும். முதலில் காவிக்கொடி ஏற்றப்பட வேண்டும்; பாக்வாத் துவஜத்திற்கு அணிவகுப்பு மரியாதை செய்ய வேண்டும்; பிறகு உடற்பயிற்சி, சூரிய நமஸ்காரம் செய்ய வேண்டும். அப்பாவின் பார்வை தன் மீது இருப்பதை ஸ்ரீகுமாரால் உணரமுடியும். யோகா மிகவும் மெதுவாக இருப்பதால் அலுப்பூட்டும். ஸ்ரீகுமாருக்கு அது பிடிக்காது. இப்போது அவருக்குப் புரிகிறது. குருஜியும், அவரது மூத்த சீடர்களும் ஸ்ரீகுமாருக்குக் கட்டுப்பாடு பற்றி அவ்வளவு சொல்லிக் கொடுத்திருக்கிறார்கள். கட்டுப்பாடு. (கட்டுப்பாடுடன் சரணடைதல்.) விளையாடப் போவதற்கு முன் இரண்டு பையன்களும் சிலம்பாட்டம் பயிற்சி செய்துவிட்டுப் போக வேண்டும் என்று ஸ்ரீகுமாரின் அப்பா கட்டாயப்படுத்துவார்.

திரும்பிச் செல்லும்போது அப்பா வேகமாக நடக்க மாட்டார். அப்போது நிறையப் பேசுவார். அதிலும் வினய் இல்லாத நாட்களில் கூடப் பேசுவார். “நாம் யார் என்பதை எப்போதும் மறந்துவிடாதே. நம் முன்னோர்கள் அனுபவித்த மதிப்பு இப்போது நமக்கு இல்லை. என் பாட்டன், கொள்ளுப்பாட்டன் ஆகியோர் முஸ்லீம்கள், பாதிரிமார்கள், தீண்டத்தகாதவர்கள், வெள்ளைத் தோலைக் கண்டால் கும்பிடு போடும் நவீன மக்கள் இல்லாத ஒரு காலத்தை நினைவில் வைத்திருந்தனர். ஆனால், நீ மறக்கக் கூடாது, என்னைப் போலவே! நாம் யார் என்பதை எப்போதும் மறக்கக் கூடாது, சரியா?” என்றபடி அப்பா ஸ்ரீகுமாரின் காதைத் திருகுவார். வலி அதிகரிக்கும் முன் கையை எடுத்துவிடுவார்.

ஒரு நாள் ஸ்ரீகுமார் சிலம்பாட்டம் செய்த போது அவர் மிகவும் உற்சாகம் அடைந்தார். அன்றுதான் அவர், “நீ பிறந்தவுடன் உன் ஜாதகத்தைக் கணித்தேன். உன் ஜாதகம் சிறப்பான ஒன்று.” அவர் முகம் நினைவுகளில் ஆழ்ந்தது. “கிரகங்களும் அவற்றின் சஞ்சாரங்களும் சுபமான இடத்தில் இருக்கின்றன. சூரியன் மேஷம், சனி, துலா ராசில இருக்கான். கடகம் கிழக்கு முகமா இருக்கு. சந்திரன் மட்டும்தான் இருக்க வேண்டிய இடத்துல இல்ல.” அப்பா நெற்றியைச் சுருக்கியபடி அவன் முகத்தில் தேடுவது போலப் பார்த்தார். மேஷத்தில் சூரியன் இருக்க, சந்திரனின் குறைகளை மீறும் வலிமை அவனுக்குள் இருக்கிறதா எனத் தேடினார்.

அப்பாவின் பெருமிதத்தை நினைத்து இப்போது ஸ்ரீகுமாருக்கு மென்மை கலந்த இரக்கம் தோன்றியது. உடற்பயிற்சிகள், சிலம்பாட்டத்தைத் தாண்டி தன்னால் செய்ய முடியும் என அவரிடம் நிரூபித்துக் காட்டுவேன்; கல்லெறிதல், கிரிக்கெட் மட்டையால் தாக்குதலுக்கு மேலும் செய்ய முடியும்; துப்பாக்கியை ஏந்துவது விரைவில் வேலையை முடிக்கும்; ஆகச் சிறந்தது. தனக்கு மகன் பிறக்கும் முன், ஸ்ரீகுமார் எல்லோரையும் தம் குடும்பத்திற்குரிய மதிப்பை வழங்கும் தேசத்திற்கு நெருக்கமாகக் கொண்டு வந்து விடுவார். தனது குடும்பத்தை இந்து ராஷ்டிரத்திற்குக் கூட்டிச் செல்வார். அந்த ராஷ்டிரம் அவர்களுக்கு மட்டுமான வீடாக இருக்காது; உலகெங்கும் உள்ள இந்துக்களுக்கு உரிய வீடாக இருக்கும்.

அன்று வெள்ளிக்கிழமை மாலை. கிருஷ்ணா மாலை 5.30 மணிக்குப் பல்கலைக்கழகத்தில் இருந்து கிளம்புகிறார். வழக்கம்போல் வளாகத்தில்

உள்ள மரங்கள், புதர்கள் ஆகியவற்றைப் பராக்குப் பார்க்கவில்லை. சாந்தாவிடம் கற்றுக்கொண்ட தாவரவியல் பெயர்களோடு அவற்றை ஒப்புநோக்கவில்லை (அல்லமான்டா கதார்டிகா, பெகோனியா ரெக்ஸ்). காரில் ஏறி சீக்கிரம் வீடு திரும்ப வேண்டும் என அவசரப்பட்டார். சாந்தாவுடன் இசைக் கச்சேரி ஒன்று போகத் திட்டம். கிருஷ்ணாவுக்கும் சாந்தாவுக்கும் பிடித்த இளம் இசைக் கலைஞரின் கச்சேரி.

காரைப் பூட்டாமல் மறந்துவிட்டதைக் காண்கிறார். அடிக்கடி இப்படி ஆகிறது. சரியல்ல என்று தனக்கே சொல்லிக்கொள்கிறார். இன்னும் கவனமாக இருக்க வேண்டும். ஆனால், பையை முன்புறப் பயணி இருக்கையில் போட்டுவிட்டு, காரைப் பின்னுக்கு எடுத்து முதல் கியர் போட்டதும் அவரது உறுதி எல்லாம் மறந்துவிட்டது. சாம்பல் நிற மோட்டார்சைக்கிள், அதில் ஏறிய இரு இளைஞர்கள் எதையும் அவர் கவனிக்கவில்லை. காரில் ஏறியதும், அந்த பைக் கிளம்பியதையும் காதில் வாங்கவில்லை.

சாந்தா, சித்துவை இன்னொரு பாட்டி வீட்டில் இருந்து கூட்டி வந்திருக்கிறாள். அவன் வரவேற்பறையில் ஓடி, சோஃபா மீது ஏறிக் குதித்து அவனது கிறுக்குத்தனமான குணத்தில் இருக்கிறான். கிருஷ்ணாவைப் பார்த்ததும் அவன் சிரிப்பானே ஒரு சிரிப்பு: அழகான உருண்டை முகத்தில் ததும்பும் நேசம் கொண்ட அந்தச் சிரிப்பு போதும் வீட்டுக்குத் திரும்பிவர. சித்து கிருஷ்ணாவை முறைப்படி வரவேற்க விரும்பினான். சமையலறைக்கு ஓடிப் போய், பிளாஸ்டிக் குண்டாவில் உலரவைக்கப்பட்டிருக்கும் இரு சிறு தட்டுகளைத் தூக்கிக்கொண்டு வரவேற்பறைக்குத் திரும்புகிறான். சித்து இப்போது கைக்கரண்டியால் தட்டில் அடிக்கும் விளையாட்டைக் கடந்து விட்டான். அவன் தனது தாளங்களைக் கண்டுபிடித்திருக்கிறான். இரண்டு தட்டுகள் மோதுவதுதான் அவனது தாளம்.

சாந்தாவுக்கு ‘ஏன் இப்படி இன்னைக்கு அடங்காம குதிக்கிறான்?’ என்று எரிச்சல் வந்தது. ‘மதியம் தூங்கி இருப்பான். பாவம்! ராவிலயும் லீலாவையும் பாடுபடுத்தப்போறான். அவங்க நாள் முழுக்க வேலை செஞ்சுட்டு வராங்க. உம்ம்... கிருஷ்ணா சீக்கிரம் தயாராகுங்க. மாத்தி மாத்திப் பாத்துக்கலாம்,’ என்றாள்.

கிருஷ்ணாவும் சாந்தாவும் கச்சேரிக்குக் கிளம்ப உடைமாற்றித் தயாராவதற்குள், சித்துவின் பெற்றோர் வீடு திரும்பிவிட்டார்கள்.

ஆனால், சித்து அவர்களுடன் மாடிக்குப் போகக்கூடாது என முடிவு எடுத்துவிட்டான். கிருஷ்ணாவின் காலைக் கட்டிக்கொண்டான்; மரத்தை விடாமல் அணைத்துக் கொள்வது போல, அவனது சிப்கோ இயக்கத்தை நடத்தினான். ‘கார்ல’ எனக் கத்துகிறான். ராம் தன் காரில் கூட்டிப் போவதாகச் சொன்னார். ‘இல்ல... பச்ச கார்’ என்றபடி, தன் பிடியை இறுக்கி கிருஷ்ணாவின் காலைக் கட்டிக்கொண்டான் சித்து.

‘எங்களோட கூட்டிட்டுப் போறோம்’ என்றார் கிருஷ்ணா.

சித்துவின் அம்மாவுக்குச் சந்தேகம். ‘அவன் ஒரு இடத்தில உக்காரலேன்னா? கச்சேரி கேக்கறதக் கெடுக்க வேணாம்னு பாக்கறேன். நீங்க எவ்ளோ ஆசையா இதுக்குக் காத்துட்டு இருந்தீங்க’, என்றாள்.

‘கவலைப்படாத. அவன் கச்சேரி கேப்பான்’, என்கிறார் கிருஷ்ணா. சித்துவின் பெற்றோரும் சாந்தாவும் நம்பாததால், அவன் பக்கம் யாராவது பேச வேண்டுமே!

அரங்கத்தில் சித்து கிருஷ்ணாவின் மடியில் நின்றபடி எல்லோரையும், எல்லாவற்றையும் பார்க்க வேண்டும் என அடம் பிடிக்கிறான். உயரமான ஆட்கள் முன்வரிசையில் உட்கார்ந்து அவனுக்கு மறைத்தால், அவன் வேறென்ன செய்வான்.

அந்தப் பாடகர் தன் போக்கில் பாடுபவர்; ஆனால் அறிவாளி, உணர்ச்சிபூர்வமானவர். பெரும்பாலான கர்நாடக சங்கீதக் கச்சேரிகள் குறிப்பிட்ட திட்டத்தைப் பின்பற்றுபவை. பாடகருக்கும், ரசிகர்களுக்கும் இடையே புரிதலைத் தர இது உதவும். ஆனால், அதே சமயம் என்ன வரும் என்பது முன்னரே தெரிந்துவிடும். பக்தி ரசத்தில் ‘இலேசான’ சங்கதிகளுக்கு முன் கனமான பாடல்கள் வரும். ஆனால், இந்தக் கச்சேரி கணிக்க முடியாதது. பாடகருக்குத் தன் இசை மேல் அபரிமிதமான ஈடுபாடு என்பது தெளிவாகத் தெரிந்தது. தன் இசையைக் காதலித்து, போதுமான அளவு அறிந்த காரணத்தால், பாடகர் அதனுடன் விளையாடினார்; இசையின் நுட்பங்களை விண்டுரைத்தார்; பாடலின் உணர்பொருளை விரித்தார். கிருஷ்ணாவும் சாந்தாவும் மெய்மறந்து ரசித்தனர். மேடையில் பாடும் கலைஞர் லயித்து மகிழ்கையில், அது எப்படி நம்மையும் தொற்றாமல் இருக்கும்!

சித்து கிருஷ்ணாவின் மடியில் அமைதியாக இருந்து கட்டைவிரலைச் சூப்பத் தொடங்குகிறான். அவனது விரிந்த கண்கள் பளபளக்கின்றன.

பின், கிருஷ்ணாவிற்கு பரிசு கொடுப்பது போல, பாடகர் சஹானா ராகத்தில் ஆலாபனை தொடங்குகிறார். கிருஷ்ணா தன் கண்களை மூடிக்கொள்கிறார். உலகம்- நாளாந்த சராசரி உலகம் பின்னுக்குப் போகிறது. எங்கோ அவர் படித்த ஒரு வரி அவர் மனதில் மிதக்கிறது நான் இதுவல்ல. அதுவல்ல. மற்றை அனைத்தும் உன் ஞானம்... பொறு பொறு. கிருஷ்ணாவுக்குத் தெரிந்த விளையாட்டுகள் எல்லாம் ஒரு பனுவலை எடுத்துக்கொண்டு அதனை அக்குவேறு ஆணி வேறாக அய்யம் ஏதுமின்றிப் பகுத்தாய்ந்து விளக்குவது அது இங்கு பொருட்டல்ல. இங்கு அவை அவர் மனதில் இருந்து நழுவுகின்றன. இசை மட்டும்தான் மிஞ்சுகிறது. இசைக்குச் சொற்கள் தேவையில்லை. அது உயர உயர எட்டுகிறது. சொற்களைத் தாண்டிச் செல்கிறது. சில சமயம், இசைக்கு- கவிதைக்கும் கூட - மொழி தேவையில்லை.

குரல் கரைந்ததும், ஒரு கணம் நிசப்தம். காற்று மூச்சை இழுத்துப் பிடித்துள்ளது. நிசப்தம், பிறகு கரகோஷமாகப் பொழிகிறது.

கிருஷ்ணா ஈரமான தன் கண்களைத் திறக்கிறார். சாந்தாவை நோக்கித் திரும்புகிறார். அந்த முகத்தில் கண்கள் பதிவது எத்தனை சுகம்! ஓர நரைக் கோடு, தூக்கிக் கட்டிய கொண்டையில் சூடிய மல்லிகைச் சரத்தின் வடிவத்தை சீரமைக்கிறது. மென்மையான மஞ்சள் பட்டு சுற்றியுள்ள அந்த தேகத்தின் அத்தனை நாடு நகரங்களும் அவர் அறிவார். சாந்தாவின் கண்கள் அவரது கண்களைச் சந்திக்கின்றன. உலகில் அவர்கள் இருவர் மட்டும் இருப்பது போன்ற நெருக்கம் அவர்கள் பார்வையில் தென்படுகிறது. மடியில் ஆழ்ந்து உறங்கும் சித்துவைப் பார்க்கிறார் கிருஷ்ணா. சாந்தா, சித்துவுடன் பகிர்ந்து கொள்ளும் இசை, வாழ்வு. எவ்வளவு கொடுத்து வைத்தவர், இன்னும்!

வீடு திரும்புகையில் அவர்கள் அமைதியாக இருக்கிறார்கள். சித்து நல்ல உறக்கத்தில் சாந்தாவின் மடியில் இருக்கிறான். லீலா அவர்கள் வருகைக்காகக் கீழே காத்துக்கொண்டிருக்கிறாள். பேசுவதற்கு அவர்கள் தயாரில்லை என்பதை உணர்ந்து, தூங்கும் குழந்தையைத் தூக்கிக் கொண்டு மாடிக்குச் செல்கிறாள்.

இசையின் மிகச் சிறந்த பகுதியைப் போல், ஒரு சொல்லும் இல்லாமல், கிருஷ்ணாவும் சாந்தாவும் உடை மாற்றிக்கொண்டு, படுக்கையில் படுத்து, கட்டிலருகில் உள்ள விளக்குகளை அணைக்கிறார்கள். இருவரும் நெருக்கமாகப் படுக்கின்றனர். நான்கு கைகளும், கால்களும் வசதியான கோணத்தில் கிடக்கின்றன. இறுக்கமான ஆங்கில C எழுத்து

போல் அவர்கள் வளைந்து படுத்திருக்கின்றனர்; அவர் அவளது முதுகில் ஒட்டியபடி படுத்து, அவரது கரம் அவளை அணைக்க, அவரது ஒரு கை அவளது வலது மார்பகத்தில் கிடக்கிறது. சாந்தா சிரிக்கிறாளோ என கிருஷ்ணா நினைக்கிறார். அவர் முதன்முதல் பார்த்தபோது அவள் முகத்தில் விரிந்த குறும்புச் சிரிப்பாக இருக்குமோ! அவர் விரல்கள் இருட்டில் அவள் முகத்தைத் தேடி உதடுகளைத் தடவுகின்றன. ஆமாம், அவள் சிரித்துக்கொண்டிருக்கிறாள்.

3

ஆண்டுகள் உருண்டோடின. அப்பாமார், அம்மாமார், சகோதரிகள், சகோதரர்கள் பலர் வந்து போயினர். கோவில், அரண்மனை, அவற்றைச் சுமக்கும் நகரம் ஆகியவை மட்டும்தான் இன்னும் இருக்கின்றன. சிறிதுகாலம் அரண்மனை சிதிலமடைந்து கிடந்தது. ஆனால், வழமை போல புதிய அரசர் வந்தார். அரண்மனை பழுதுபார்க்கப்பட்டது; அதன் ஒரு பகுதி வெள்ளையடிக்கப்பட்டது; ரத்தக் கறைகள், துயர் தரும் நினைவுகள் நன்கு தேய்த்துக் கழுவப்பட்டன. சில புதிய பகுதிகள் சேர்க்கப்பட்டன. புதிதாகக் கொள்ளையடித்த செல்வத்தை ராணுவம் கொண்டுவருவதால், மீண்டும் நிறைந்துவரும் கருவூலத்தைப் பாதுகாக்க, கூடுதல் பாதுகாவலர்கள் நியமிக்கப்பட்டுள்ளனர். நகரத்திலும், கிராமங்களிலும் உள்ள ஏழை எளியோர் மீண்டும் அவர்கள் உடம்பில் ஒட்டி வளர்ந்த கூடுதல் கைக் கட்டைவிரல் அல்லது கால் கட்டைவிரல் போல விதிக்கப்பட்ட கடமைகளுக்குத் திரும்பினர்.

புதிய அரண்மனை நன்கு அலங்கரிக்கப்பட்டுள்ளது; அரசரும் நம்பிக்கை ஊட்டுபவராகத் தெரிகிறார். புதிய பரம்பரை தொடங்கும் காலம் வந்துவிட்டது. கோவில்கள்- பொருட்படுத்தப்பட வேண்டிய கோவில்கள் - இந்த வளர்ச்சிகளை ஏற்கின்றன. புல்லும் களையும் மண்டிய, கற்கள் நிறைந்த கோவில்கள்- கேட்பாரற்றுக் கிடக்கும் கோவில்கள்-

பற்றிக் கவலை இல்லை. பெயர் பெற்ற கோவில்கள் அரசனுக்கும் மற்றவர்களுக்கும் இந்த ஆட்சி நேற்று முளைத்ததாக இருந்தாலும், காலத்துக்கும் அரச வம்சத்திற்கானது என உறுதியளிக்கின்றன. யாருக்காவது சாட்சியம் தேவைப்படின், அவர்கள் விருப்பிற்குரிய அரசவைப் புலவர்கள் கட்டிய கதைப்பாடல்கள், காப்பியங்களை எடுத்துப் பார்க்கலாம்; அல்லது படையெடுப்பு குறித்து நிரந்தர அச்சத்துடன் வாழும் அண்டைப் பகுதிகளில் உள்ள அடிமைகளைக் கேட்டுத் தெரிந்துகொள்ளலாம்.

முன்பு ஆனந்தகிராமம் இருந்த பழம் நகரத்தில் இப்போது ஒரு புது அரசர் இருக்கிறார். அவர் கோவில்கள் மூலம் கடவுளரின் ஆசிகளைப் பெற்றவர். அரசன், நீதிமன்றம், கடவுளர், கோவில். ஒரு நகரம் இயங்க, மறுபடி செழித்து வளரத் தேவையான இவையெல்லாம் பாதுகாப்புடன் இருந்தன. மீண்டும் ஒழுங்குமுறை திரும்பியது. ஒழுக்க விதிகள் இல்லாமல் வாழலாம் எனக் கருதிய பித்துப் பிடித்த மக்கள், சாதியில் உயர்வு தாழ்வு தேவையில்லை எனக் கருதியவர்கள் எல்லோரும் போய்விட்டனர். சமத்துவம் என்ற போதையில் உணர்விழந்திருந்தோர் இனி இல்லை. அப்படியே இருந்தாலும் அவர்கள், தமக்கான தருணத்தை எதிர்நோக்கி அமைதி காத்தனர். அம்மாதிரி எதுவும் நடக்க நேர்ந்தால், அதற்குத் தயாராக தம் பாதுகாப்பை உறுதியாக அமைத்துக் கொண்டது நகரமும் கோவிலும். புதிய பாதுகாவல் தலைவன் பொறுப்பேற்றுக் கொண்டுள்ளார். கோவில் படைவீரனாகப் பணியாற்றித் தன் வீரத்தை நிரூபித்த முத்துராஜாதான் அத்தலைவன். அவன் சடுதியில் உறுதியான முடிவுகள் எடுத்து நிறைவேற்றுபவன்.

ஆனால், அந்தத் துண்டு நிலா எங்கே? மகாதேவியின் அன்பினால் முழுமதியாய் வளர்ந்த அக்கீற்று, ஆற்றில் சிக்கையாவின் கதிரவன் ஒளிக்கீற்று, புட்டண்ணாவின் செல்லம், சந்திராவின் முறிபட்ட ஆன்மா, ஆற்றின் ஒன்றல்ல, இரு ஆறுகளின் அருமைக் குழந்தை எங்கே? எங்கே அவர்?

கண்ணப்பா உயிருடன் வாழ்கிறார். ஆனால், இப்போது எல்லோருக்கும் அவரை கண்ணதேவா என்றுதான் தெரியும். அவர் பல ஆண்டுகளாக கண்ணதேவாவாக இருந்து வருகிறார். பழைய மற்றும் புதிய மடங்களில் அவர் வசித்த காலங்களில் படிக்க, மேன்மேலும் கல்வியைப் பெருக்க, போதிக்க, கற்றுத்தர, பரிசோதிக்க, பாடல்கள் ஓத, மந்திரங்கள் உச்சரிக்க, உலகின் கண்ணுக்கெட்டா மாயங்களைக்

குறித்துச் சிந்தையில் ஆழ, அவருக்குள் உள்ள தடம் அறியா நிலம், ஆறு, கடல் ஆகியவற்றில் மனம் தோயத் தோய அந்தப் பெயர் அவரைச் சுற்றி ஒளிவட்டமாக வளர்ந்துகொண்டு வந்தது.

இந்தக் கடினமான பணிகள் அவரை அரசராகவோ, அந்தணராகவோ ஆக்கிவிடவில்லை. தலைவராகவும் ஆக்கவில்லை என்று சொல்லலாம். ஆனாலும், அது ஒரு வெற்றிச் சாதனைதான். வண்ணாராக மாறிய மாட்டுத் தோலுரிக்கும் சிக்கையா, விவசாயியும் மீனவருமான பெற்றோரின் மகளான மகாதேவி ஆகியோரின் மகன் கண்ணதேவா முக்தி மார்க்கத்தின் ரகசியங்களுக்குள் இளம் மனங்களை வழி நடத்துகிறார். ஆனந்தகிராமத்தின் பழைய நண்பர்களான பெரிய அண்ணா, புட்டண்ணா, அவருடன் உள்ள சித்தா, சென்னா, குண்டண்ணா குழு எப்படி இதனைக் கண்டு மகிழ்ந்திருப்பார்கள்! பெற்றோரான சிக்கையாவும் மகாதேவியும் எவ்வளவு பெருமைப்பட்டிருப்பார்கள்!

மக்களுக்குத் தெரியுமா? கோவில்கள், மடங்களில் சாதி பற்றி யாருக்கும் தெரியாமல் இருந்ததா? காது செவிடான வயதான பாட்டி, தாத்தாக்கள் சிலர் கண்ணதேவாவின் பிறப்பு பற்றியெல்லாம் பேசுவார்கள். ஆனால், அவர்களைக் கேட்கவோ, மறுபடி மறுபடி மாற்றி மாற்றி அவர்கள் அடிக்கடி சொல்லும் கதைகளைக் கேட்க யாருக்கு விருப்பம்? கண்ணப்பா என்றால் என்ன? கண்ணதேவா என்றழைத்தால் என்ன? பெயரில் என்ன இருக்கிறது? அவர் கற்றுத் தந்தவற்றுக்கு அவரது வாழ்வுதான் சிறந்த சாட்சியம். அநீதி, அசமத்துவம், சுரண்டல் ஆகியவற்றால் அவர் மனம் நொந்தார். அவரை நாடிவரும் அனைவருக்கும் ஏழையோ பணக்காரரோ அவர் தன்னலம் கருதாமல் கருணை, உண்மை, பரந்த மனதுடன் நல்லதொரு ஆன்மீக வழிகாட்டியாகத் திகழ்ந்தார்.

கண்ணப்பா தன் பிறப்பு விவரங்களை ரகசியமாக வைக்கவில்லை. ஆனால், அவரது குழந்தைப் பருவ ரகசியங்களை அவர் யாரிடம் பகிர்தல் சாத்தியம்? அதைவிட, ஒட்டுமொத்த பிரபஞ்ச ஓர்மை, ஆன்மா, உள்ளகத்தின் பகுதியாக மட்டுமின்றி அவர் தன்னைப் பற்றி எப்போது பேசுகிறார்? ரத்தமும் சதையையும் விட, அரூபமான இருண்மை அவருக்கு நிஜமானதாகத் தோன்றியது. உணர்வெழுச்சி இன்மை; ஒவ்வொரு பொருளிலும் உள்ள ஆன்மீகப் பண்பு முக்கியம்; மற்றவை எதார்த்தத்தில் நடப்பதாக இருக்கலாம்; உண்மையாக இருக்கலாம்; முக்கியமானதாகவும் இருக்கலாம். ஆனால், அவை இடையூறானவை.

அவரது பாதையில், அவருக்கெனத் தெரிந்தெடுக்கப்பட்ட பாதையில், முன்னேறுவதைக் குலைப்பவை.

அந்தப் பாதை. கல்வி கற்பதற்கான பாதை. முதலில் படகு, பின் மாட்டு வண்டி, பிறகு நீண்ட நடை. மடத்தில் இருந்த பள்ளியில் முதல் வாரம் கண்ணப்பாவிற்கு எல்லாமே கடினமாக இருந்தது. மகாதேவி, சிக்கையாவை விட்டுத் தனியாக இருப்பது. ஆறு இல்லாமல் இருப்பது. ஆனந்தகிராமம் இல்லாமல் இருப்பது. படிப்பு, ஓதுதல், ஆசிரியர்களுக்கு தண்ணீர் இறைத்தல் ஆகியவற்றுக்கு இடையில் மடத்தின் கடைக்கோடியில் இருந்த நிலத்தில் சில துறவிகள் வேலை செய்த காய்கறி, பழத் தோட்டங்களுக்கு ஓடிவிடுவான். விதைத்து, நீரூற்றி, களையெடுத்து வயல்களில் வேலை செய்தது அவரை அறிவீனமானவராகவும் முட்டாளாகவும் உணர வைக்காமல் இருக்க உதவியது. அவர் பதப்படுத்திய மண் புத்தம் புதிதாக, செழிப்பான, கரிசல் மண்ணாக இருந்தது. விதைத்த பயிர்கள் நேர்கோட்டில் இருந்தன. தினமும் ஒரு சாதனை செய்த நிறைவுடன் கண்ணப்பா தன் கைகளிலும் பாதங்களிலும் ஒட்டியிருந்த சேற்றைக் கழுவினார். உடன் இருந்த துறவிகளில் ஒருவர் ஆசிரியரிடம் கண்ணப்பா அருமையான விவசாயியாக இருப்பார் எனச் சொல்லியிருக்க வேண்டும். மறுநாள், தலைமை ஆசிரியர் அவனை ஆற்றுக்கு அழைத்துச் சென்றார்.

அந்த ஆறு ஓசையற்ற அமைதியான ஆறு; மரங்களால் சூழப்பட்டிருந்தது. தூரத்தில் இருந்த மரங்களின் கிளைகள் கண்ணுக்குப் புலப்படவில்லை. முடிவற்று நீண்ட மரங்கள் அடிமரமே இல்லாமல், நீரில் மிதப்பவை போல் பட்டது. இந்த ஆற்றின் மரங்கள் மிதக்கும் மரங்கள்.

ஆறு கண்ணாடி போன்று சலனமற்று இருந்தது. (அவன் விட்டு வந்த கட்டுக்குள் அடங்காத ஆற்றில் இருந்து எவ்வளவு வேறுபட்டது!) இங்கு ஆற்றுக்குள் குனிந்து பார்த்தால் அடியில் கிடக்கும் கூழாங்கற்கள் அமைதியாக ஓய்வெடுப்பதைப் பார்க்கலாம். அப்படுகை மேல் பால் வெண்மை, சாம்பல் நிற மீன்கள் ஒழுங்காக நீந்தின. ஆற்றை உசுப்பி விடாமல் அமைதியாக நீந்தின. ‘இந்த அமைதியான ஆறு உனக்கு ஏதோ ஒன்றைச் சொல்லிக் கொடுக்கக் காத்திருக்கிறது. உணர்வெழுச்சி மிகாமை, மன ஒழுக்கம், சுய கட்டுப்பாடு ஆகியவற்றை நீ ஆற்றில் இருந்து கற்றுக் கொள்ளலாம்’, என்றார் ஆசிரியர்.

இப்பண்புகளை ஆறு மட்டும் கண்ணப்பாவுக்குக் கற்றுத்தரவில்லை. அவனது சிறப்பு ஆசிரியர் பாறைபோல் உறுதியாகவும் அன்பாகவும்

இருந்தார். துறவிகள்; புலமை சால் அறிவு தந்த ஆசிரியர்கள்; என்றும் மாறாத ஞானம் பொதிந்த கைகளால் எழுதப்பட்ட ஓலைச்சுவடிகள்; இரவிரவாக மனனம் செய்து காலையில் செய்யும் ஓதுதல் செம்மையாக அமைய எடுத்த முயற்சிகள் ஆகியவையும் அவனைப் புடமிட்டன. நூற்றுக்கணக்கான விதிகளைப் பின்பற்றவும், ஆசிரியர்களின் கண்காணிப்புடனும் வாழக் கற்றுக்கொண்டான். அவனது முந்தைய வாழ்வு, பெற்றோர் செய்த வேலைகள், அவனது ரகசியப் பகுதியான சந்திரா, ஆனந்தகிராமத்தில் கேட்டவை ஆகிய நினைவுகள் மங்கலாகி, தொய்வடைந்து, ஒவ்வொரு நாளும் சிறிது சிறிதாக நினைவின் அடி ஆழத்தில் மூழ்கின.

மகாதேவியை மீண்டும் சந்திக்கும் முன்பே, கண்ணப்பா, கண்ணதேவாவாக ஆகியிருந்தார்.

இருந்தாலும், அந்த நீரின் அடியாழத்தில் அவர் எங்கிருந்து வந்தவர், அவர் யார் என்பவை பற்றிய சில சாட்சித் துகள்கள், உடைபட்ட துணுக்குகள் எஞ்சி இருக்கலாம். கண்ணப்பா என அவரை அழைக்க ஆட்கள் எவரும் இல்லாத இச் சமயத்தில்தான், அப்பெயரும், அதனோடு தொடர்புடைய பலவும் அவ்வப்போது மேலுக்குத் தலைநீட்டி மிதக்கின்றன. அவரது கவனத்தைக் கோருகின்றன.

ஒரு நாள், பழைய மடத்தில் இருந்து ஒரு துறவி கண்ணதேவாவின் பள்ளிக்கு வந்தார். அரச மரத்திற்கருகில் உள்ள அப் பள்ளியில்தான் புதிய கோவில் ஒன்று கட்டுமாறு கேட்டிருந்தார்கள். அவர் மடத்தில் விறகுகள் சேமித்து வைக்கும் சரக்கு அறையில் இருந்து ஒரு பெரிய பெட்டியைக் கொண்டுவந்தார். பல துறவிகள், அறிஞர்களின் கடந்த கால வாழ்விற்குரிய பொருட்களையும் கொண்டு வந்திருந்தார். ‘இது உங்களுக்குரியது எனச் சொன்னார்கள். பல ஆண்டுகளாக அங்கு கிடக்கிறதாம். உங்களிடம் தரச் சொல்லி அனுப்பினார்கள்’ என்று மிகுந்த மரியாதையுடன் கண்ணதேவாவிடம் சொன்னார் அவர்.

அது அவர் அம்மாவின் பெட்டி. மகாதேவி இறந்தபின்பு அவளது நண்பர்கள் அதனைக் கண்ணதேவாவுக்காக விட்டுச் சென்றிருக்கலாம். அம்மாவிற்கு இறுதியாக வழியனுப்பவும், குடும்பப் பிணைப்புகள் அனைத்திற்கும் விடைகொடுக்கவும் அவர் அவசரப் பயணம் மேற்கொண்டார். அப்போது இந்தப் பெட்டி பற்றிச் சொன்னார்களா? இவ்வளவு காலம் அவர் அதனை மறந்துவிட்டாரா?

கண்ணதேவா அன்றிரவு தனித்து இருப்பதை உறுதிசெய்துகொண்டு பெட்டியைத் திறந்தார். மகாதேவி விட்டுச் சென்ற முதுசொத்தைப் பார்க்கிறார். அவருக்காக மகாதேவி பாதுகாத்த பரம்பரைச் சொத்து. தினம் ஐந்து முறையாவது கைகளைக் கழுவும் துறவி அறிஞர் ஒருவர், குழந்தைத்தனமான புதையலைத் தேட தன் கரங்களைத் தூசுபடிந்த பெட்டிக்குள் துழாவியது நகைச்சுவையாக இருந்தது. மேலாக ஒரு நீண்ட பச்சைத் துணி, வெளிறிப்போய் துளைகள் விழுந்து இருந்தது. ஒரு காலத்தில் வெள்ளையாக இருந்திருக்கும் வேட்டி அத்துடன் கட்டப்பட்டு இருந்தது. கண்ணதேவாவுக்குத் தெரியாத, பிறிதொரு காலத்தைச் சேர்ந்த காதலர் இருவரின் சவங்களைப் பிணைத்த துணிக்கு இடையில் பனையோலைகள் கட்டு ஒன்று இருந்தது.

அவை எலும்புகள் போல் இருந்தன; விரைவில் நொடிந்து போய் உதிரும் நிலையில் இருந்தன. பெரிய பெரிய எழுத்துகள், ஒன்றோடொன்று கலந்து இருப்பதைக் கண்ணதேவா காண்கிறார்.

கடந்த பிறவியில் நான் தீண்டத்தகாதவன்.
கடந்த காலத்தில் என் நிழலை முகர்ந்தாலே ஓடினார்கள்.
அன்று நான் அழுகிய மாமிசம் சாப்பிட்டேன்.
தேங்கிய குட்டையில் குளித்தேன்.
அது அன்று.
அங்கே மறுபடி போகாதபடி என்னைக் கட்டிப் பிணை.
என்னை இங்கேயே வைத்துக்கொள்.
ஓடும் சுழலில்
ஓ ஆயிரம் முகம் கொண்ட ஆறே!

அவர் வாசிக்கிறார்.

இப்போது எழுத்துகள் மட்டும் ஒன்றுடன் ஒன்று மோதவில்லை. பல வரிசைகள் விரைகின்றன; தெரிந்த, தெரியாத கடந்தகாலம் முட்டி மோதி மேற்கிளம்புகின்றன. கண்ணதேவாவிற்கு- இல்லை கண்ணப்பாவிற்கு சிக்கையாவின் குரல் தெளிவாக, உரக்கக் கேட்கிறது. அவரும், அவரது பழைய பறையும். இந்தச் சொற்கள் அவரை மீண்டும் கண்ணப்பாவாக- வண்ணாராக மாறிய செத்த மாட்டின் தோலை நீக்கும் சிக்கையா, விவசாயியும் மீனவருமான பெற்றோரின் மகள் மகாதேவியின் மகனாக- எவ்வளவு விரைவில் மாற்றுகிறது!

பறையின் ஒலியைத் தன் தலைக்குள் இருந்து உதறிவிட்டு கண்ணதேவா வேறு பாடலை வாசிக்கிறார். இது அவருக்கு நினைவில்லை; மகாதேவி அவர் போனபின்பு கட்டியிருக்க வேண்டும்.

கடத்தல்.
சாகாமலே, வாழ்வை விட்டுச் செல்லலாம்.

சாவும் ஒரு கடத்தல்தான்.

வந்தும் போயும்
நாம் ஒருவரையொருவர் கடந்தோமா?

சொல்லு தோழா
யார் இறந்தது? யார் இருந்தது?
ஓ, ஆயிரம் முகம் கொண்ட ஆறே!

கண்ணதேவா இன்னொன்றைப் படிக்கிறார். இப்பாடல் அவருக்கு நன்கு நினைவில் உள்ளது.

இந்தப் படகு எத்தனை லேசானது
லேசோ லேசு
நம்மை எத்தனை பாதுகாப்பாக அணைக்கிறது
லேசாக
அதன் நீண்ட கண் போன்ற வயிற்றில்!
ஓ, ஆயிரம் முகம் கொண்ட ஆறே!

லேசா லேசா இத்தொடர் மேலும் கீழுமாக, இட வலப்புறமாக மென்மையாக அசைகிறது. எவ்வளவு லேசாக அது மிதக்கிறது; அவரை அவரிடம் இருந்து தூரமாக எடுத்துச் செல்கிறது; அவருக்குள் ஆழமாகக் கொண்டு செல்கிறது!

கண்ணதேவா குனிந்து இன்னொன்றை எடுக்க முனைகிறார். காய்ந்த ஓலையில் ஒரு கங்கணத்தைப் பார்க்கிறார். கரடுமுரடான, ஒரே அளவில் இல்லாத நீல, கறுப்பு மணிகள் கறுப்பு நிறக் கயிற்றில் கோர்க்கப்பட்ட கங்கணம். சிக்கையா அதனை நகரத்தில் இருந்து சந்திராவிற்காக வாங்கி வந்திருந்தார். சந்திரா அம்மாதிரி எதையும் பார்த்ததே இல்லை. மகாராணியின் நகைபோல அதனைக் காத்தாள். தினமும் ஒரு புத்திலையில் மடித்து, அதனை ஒளித்து வைக்கும் இடத்தையும் வாராவாரம் மாற்றினாள். கண்ணப்பா அதைக் கண்டுபிடித்துவிட்டார். அவன் அதனை அணிய விரும்பவில்லை.

ஆனால், அவள் ஒன்றை இவ்வளவு விரும்புவதை அவனால் தாங்க முடியவில்லை. பொருளற்ற சிறு பெண் விளையாட்டு அவனுக்குப் புரியவில்லை. அவன் அதனை மறைத்து வைத்தான்; அவள் கண்டுபிடித்து வேறிடத்தில் மறைத்தாள்; அவன் மறுபடி மறைத்தான். இப்படிக் கொஞ்ச காலம் போய்க்கொண்டே இருந்தது. பிறகு ஒரு நாள் அது காணாமல் போய்விட்டது. எல்லோரும் மறந்தும்விட்டனர். மறப்பதற்கான பெரிய விஷயங்கள் இருக்கும்போது யாரும் மணிகள், நகைகளை நினைவில் கொள்ளவில்லை. சிறுமியின் மரணமும், சிறுவனின் துக்கமும் இருந்தனவே!

கண்ணதேவா இப்போது மணிகளைத் தொடவில்லை. அவர் வேறு ஒன்றைக் கண்டுவிட்டார். நாட்பட்ட, உறுதியான பறை மேளம். அவர் உட்கார வேண்டும் என உணர்கிறார். படுவேகமாக ஓடியவர் போல் மூச்சிரைக்கிறது.

இரவு முழுதும் அந்தப் பெட்டியுடன் உட்கார்ந்திருக்கிறார். படிக்க வேண்டியது இன்னும் முடியவில்லை எனச் சொல்ல வந்த பெட்டி அது. சிறுவன் கண்ணப்பா கண்ணில் தெரிகிறார்: ஆற்றைக் கடக்கிறான்; மாட்டு வண்டியில் ஏறுகிறான்; நடக்கிறான்; மடத்தில் வீட்டு நினைவில் ஏக்கம் கொள்கிறான். வேகவேகமாக அக்காட்சிகள் மறைகின்றன. சிறுவன் கண்ணப்பா இப்போது உறுதியான லட்சியங்கள் உள்ள ஆசிரியரின் கரங்களில் உள்ள களிமண். அப்படிச் சொல்வது மிகவும் எளிமைப்படுத்தலாக இருக்கலாம். பிற மாணவர்களைக் காட்டிலும் சிறப்பாக இருப்பதன் வலிமை அவனைக் கவர்ந்திருக்கலாம். பிறகு அவனது மக்களைக் காட்டிலும் அதிகக் கல்வி பெற்றவனாக, மடத்தின் முக்கியத் தூணாக, கிட்டத்தட்ட கோவிலைப் போல அதிகாரம் மிக்கவனாக ஆகியிருக்கலாம்!

ஆனால், அதற்கு அவர் கொடுத்த விலை... அது இப்போது கொடூரமாகத் தெரிகிறது. அவர் ஆனந்தகிராமத்தை இழந்துவிட்டார்; அதைத் திரும்பக் கண்டுபிடிக்க அவர் விரும்பும் முன் அது தரைமட்டமாக ஆக்கப்பட்டுவிட்டது. அது போனது போனதுதான். ஏதோ ஒன்றின் அங்கமாக இருக்கும் வாய்ப்பை அவர் நழுவ விட்டுவிட்டார். அந்த ஏதோ ஒன்று என்ன? மக்களின் குரலாக இருப்பதா?

மக்கள் பாடகர்களின் மகன் கண்ணதேவா தனது பாடல் ஒன்றை இசைக்கிறார். தனக்குள் சொல்லிப் பார்க்கிறார்:

தனக்குள் முக்குளிக்கிறான்
தன் ரசவாதத்தைப் பயில்கிறான்.
உடல்கள் சொற்களில் கரைகின்றன
சொல் உள்ளுயிர் ஆகிறது.
நண்பர்கள் பகைவர்கள்
அனைவரும் மண்ணுக்கடியில்
ஒவ்வொருவராக
அவர் மண்ணில் சாம்பராக.

ஒருவன் மட்டும் எஞ்சி உள்ளான்.

அது அவன்தானா?
யாருண்டு அதைச் சொல்ல?

கண்ணதேவா பிறந்து வளர்ந்த துணிவு மிக்க மக்கள் பற்றி அவருக்குப் பின்வரும் தலைமுறைக்கு யார் சொல்வார்? அவர்கள் அவரைத் தொலைத்துவிட்டனர்; அவரும் அவர்களைத் தொலைத்துவிட்டார். அவர்களைப் போல கண்ணதேவா அரண்மனை, கோவிலை எதிர்த்துப் போரிடவில்லை; சமத்துவத்தைப் பாடத் தம் உழைப்பையும் சொற்களையும் இணைத்துக் கட்டவில்லை; சமத்துவத்தை வாழ்ந்து, அதற்காக சாகவில்லை. ஆனால், அவர் அவர்களைக் காலத்துக்கும் பதிவு செய்ய முடியும். அவர்கள் தொடங்கியதை எவரும் மறக்காதபடி செய்ய முடியும். நினைவில் கொள்வதுதான் மீண்டும் போரிடுவதற்கான முதல் படியாகும்.

கண்ணதேவா எழுந்து திறந்த பெட்டியை அணுகி அதனுள் தன் கைகளை விடுகிறார். பச்சை நிறத் துணியையும், கைக்காப்பையும் அன்புடன் ஒரு பக்கமாக வைக்கிறார். அவை இரண்டின் கதைகள் அவரோடு முடியட்டும். ஆனால் பறை, சிக்கையாவின் பறை? தன் அப்பாவின் பறை என அவர்களிடம் சிக்கையா சொல்லியிருந்தார். அவரது பெயரைக் கூட சிக்கையா சொன்னதில்லை. கண்ணதேவா அவரை இதுவரை பார்க்காத தாத்தா என்றுதான் அறிந்திருந்தார். தாத்தா செத்த மாட்டின் தோலை உரித்தார், முட்ட குடித்தார், பாடினார், அதிலும் குறிப்பாக ஒரு பாடலைத் திரும்பத் திரும்பத் தன் பறையிடம் பாடினார் என்பது மட்டும்தான் தெரியும். இந்தப் பறை சாட்சியமாக இருக்கட்டும்: கண்ணதேவா இந்தக் குரல்கள், எளிமையான, உறுதியான, உண்மையானதாக ஒலிக்கும் இந்தச்

சொற்களும் வரிகளும் எப்போதும் மறக்கப்படாமல் இருக்குமாறு நிச்சயம் செய்வார்.

வேலை தொடங்க வேண்டும். கண்ணதேவா மென்மையான, மடிக்கக்கூடிய, புதிய சிவந்த ஓலைச் சுருள் தேடிப் புறப்படுகிறார்.

பின்னிரவுகளில், விளக்கொளியில் அடுத்த பல வாரங்கள் ஒவ்வொரு இரவும் அவர் கடினமாக உழைக்கிறார். ஒவ்வொரு பாடலாக எடுத்து எழுதுகிறார். ஒவ்வொன்றின் அடியிலும் மிகக் கவனமாக ஆசிரியர் பெயரைப் பொறிக்கிறார் சிக்கையா, மகாதேவி, புட்டண்ணா. ஞானம் மிக்க பிரபு. தாத்தா. பிரதி செய்பவரின் பெயரையும் குறிப்பிடுகிறார்: கண்ணப்பா- கண்ணதேவா. இடையில் தனது ஒன்றிரண்டு பாடல்களையும் சேர்க்கிறார். மீண்டும் அவரது பெற்றோர், சந்திரா, ஆனந்தகிராமத்துக்குச் சொந்தமானவராக ஆவது அவருக்கு அருமையாக இருக்கிறது.

மீண்டும் மூலச் சுவடிகளைப் பார்க்கிறார். மகாதேவியின் பெரிய, ஊர்சுற்றி அதிசயத் தொகுப்பு அது. சுவடிகள் சற்றே பழுத்த நிறத்தில், எட்டு அங்குல நீளம் கொண்டவை; மாணவர்கள் எழுதிப் பழகப் பயன்படுத்தும் மலிவான, எளிதில் நொறுங்கக் கூடிய ஓலைகள். அவரது அம்மாவின் கையெழுத்து குழந்தையுடையது போல எத்தனை ஓட்டைகள், இடைவெளிகள், நழுவல்கள் இடையிடையே! எத்தனை அபார நினைவாற்றல்! விடாப்பிடியான நோக்கம்! இந்த அன்பு ஓலைகளும் இத்துடன் இருக்க வேண்டும். அவர் மூல ஓலைகளைத் தனது பிரதியோடு இடையிடையே சேர்க்கிறார்; இணைத்துக் கட்டுகிறார். ஒவ்வொரு சுவடியின் இடப்புறமும் துளைகள் இடுகிறார். பிறகு பட்டு நூலை அவற்றுள் நுழைத்துக் கவனமாகக் கட்டுகிறார். இப்போது அம்மாவின் குறுகலான பழுப்பு ஓலைகள் அவரது நீண்ட சிவப்பு ஓலைகளுடன் காலாகாலத்துக்கும் பிணைக்கப்பட்டு விட்டது. முதல் ஓலைக்கு அடுத்ததில் அவர் கண்ணதேவா என்று பொறிக்கிறார். இந்தச் சுவடியின் முக்கியத் திறப்பான அந்தப் பெயரில், ஓலைகளில், சொற்களில் மூன்று மனிதர்களின் வாழ்க்கை உள்ளது; சொல்லப்போனால், மூன்றுக்கும் மேற்பட்டவர்களது வாழ்க்கை.

ஓலைச்சுவடிகள், அதனுள் மெதுவாகச் சலசலக்கும் வாழ்க்கைகள் அடங்கிய மரப்பெட்டியை மடத்தின் நூலகரிடம் ஒப்படைத்தார் கண்ணதேவா. அவர் தனது வாழ்க்கைக்குத் திரும்ப வேண்டும்.

ஆனால், பழைய வாழ்க்கை அவரை விடுவதாக இல்லை. அவை அவருடன் தங்கி விடுகின்றன. அவருள் விசுவரூபம் எடுக்கின்றன. தேவையற்ற கேள்விகளாக மாறுகின்றன. அக்கேள்விகள் கடந்த காலத்தைப் பற்றியவை அல்ல. நிகழ்காலத்தைக் குறித்த வினாக்கள்தாம். அவை அவரைத் தொந்தரவு செய்கின்றன.

பள்ளி. மடம். கோவில். கண்ணதேவா பழைய பள்ளியில் தண்டிக்கப்படவில்லை. அவர் விதிகளைப் பின்பற்றினார். ஏதும் வினாக்கள் எழுந்தால், அமைதியாக அவற்றை அசைபோட்டார். தனக்கான விடைகளைக் கண்டறிந்தார். ஆனால், மற்றவர்கள்? நெருக்கடியான கேள்விகள் கேட்டால், அல்லது சுயமாகச் சிந்தித்தால், அவர்கள் அடிக்கப்பட்டு, தண்டிக்கப்பட்டு, வெளியேற்றப்பட்டார்களா? அவருக்கு நினைவுக்கு வரவில்லை. ஆனால், இப்போது கண்ணதேவா மேற்பார்வை செய்யும் பள்ளியில், அவர் அதனை வெறுத்தாலும் கூட, தடிதான் கல்வி போதிக்கும் கருவி. மனனம் செய்வது அதிகரித்து விட்டது. மாணவர்கள் ஆட்டுமந்தைகளாக ஆக்கப்படுகின்றனர்.

கண்ணதேவா நீண்டகாலமாக அம்முறையை வளர விட்டுவிட்டார். அம்மாவின் பெட்டியில் இருந்த நினைவுகள், கண்டுபிடிக்கப்படுவதற்காக அதனுள் காத்துக்கொண்டிருந்த செய்திகளைத் தந்த பழம் சொற்கள் அவரைக் கிளறிவிட்டன. அவர் விழிப்பதற்கான தயாரிப்புகளாக அவை இருந்தனவோ? அவரை உசுப்பியது ஒரு சிறுவனின் கேள்விகள், எதிர்ப்புக் குரல். கண்ணதேவாவின் கண்கள் முழுதும் திறக்க அது போதுமானதாக இருந்தது.

அந்தச் சிறுவன் அவன் வயதொத்த பிறரை விட நோஞ்சானாக, அடிக்கடி உடல் நலம் பாதிக்கப்படுபவன். ஆனால் மிகக் கூர்மையான பார்வை கொண்டவன்; பார்க்க, கேட்க, உணர, சிந்திக்கக் கூடிய எதுவும் அவன் பார்வையிலிருந்து தப்ப முடியாது. எல்லாவற்றையும் பற்றிக் கேள்வி கேட்டுக் கொண்டே இருப்பான். கண்ணதேவாவிற்கு மாணவர்களுள் பிடித்தவர், பிடிக்காதவர் என்று கிடையாது. ஆனால், இந்தப் பையன் மிகுந்த ஆர்வத்துடன் இது என்ன, அது என்ன எனப் புரிந்துகொள்ள முயல்வதைப் பார்க்கும்போது அவரால் அவனை அன்போடு கவனிக்காமல் இருக்க முடியாது.

மந்தையில் ஒரு கேள்வி கேட்பவன், நிச்சயம் சிக்கலில் மாட்டத்தான் போகிறான்.

அவன் ஒரு ஆசிரியரிடம், 'நாங்கள் என்ன கிளிப்பிள்ளைகளா?' என்று கேட்டான்.

அந்த ஆசிரியர் அவனை வியப்புடன் பார்த்தார். இந்தப் பையன் என்ன சொல்கிறான்?

'நாங்கள் சுவடிகளில் உள்ளதையோ, நீங்கள் ஓதுவதையோ திருப்பிச் சொல்கிறோம். தினந்தினம் அதைத்தான் செய்கிறோம். எங்களை அந்தச் சொற்கள் தூக்கத்தில் ஆழ்த்துகின்றன. நாங்கள் ஆழ்ந்த உறக்கத்தில் இருப்பதால், அமைதியைக் கண்டடைந்து விட்டோம் எனக் கருதுகிறோம்.'

ஆசிரியர் இப்படி ஒரு கேள்வியை இதுவரை கேட்டதில்லை, அதுவும் ஒரு சுண்டைக்காய் மாணவனிடம் இருந்து. அவருக்கு என்ன சொல்வதெனப் புரியவில்லை. அந்தப் பையன் கண்ணதேவாவின் விருப்பத்திற்குரியவன் எனக் கேள்விப்பட்டிருந்தார். கண்ணதேவாவை மீறி அவனை மடத்தின் தலைவரிடம் அனுப்பலாம். தனது புகாருடன் இன்னொன்றையும் சேர்த்துக் கொடுக்கலாம். அந்தப் பையன் கோவிலில் நடக்கும் தினசரி பூசைக்குப் போகவில்லை. வணங்கத் தயார். ஆனால் அதற்கு ஒரு சிலை, கோவில் ஆகியவை தேவையில்லை என அவன் சொன்னதாகச் சொல்கிறார்கள்.

இனி இந்த விஷயம் ஒரு ஆசிரியர், ஒரு மாணவருக்கு இடையில் உள்ள சிக்கல் அல்ல. அதைவிடப் பெரிது. மடமும் கோவிலும் அந்தப் பையனை ஒரு எடுத்துக்காட்டாக ஆக்கும் விதமாக வெளியேற்ற முடிவு செய்கின்றன. பள்ளியின் அதிகாரத்திற்கும், கோவில் வழிபாட்டு முறைகளுக்கும் சவால் விடும் மாணவர், ஆசிரியரை எப்படி அவர்கள் அனுமதிக்க முடியும்?

ஆனந்தகிராமத்தின் சொற்களைப் பிரதி எடுப்பதில் இரவெல்லாம் கண்விழித்து இருந்த கண்ணதேவா நடப்பதை அறிந்ததும் ஆட்சேபிக்கிறார். 'சுயமாகச் சிந்திப்பதை ஊக்குவிப்பது நல்லது' எனச் சொல்லி அப்பையனை ஆதரிக்கிறார். அவரது கருத்து ஏற்கப்படவில்லை. அந்தப் பையன் வெளியேற்றப்படுகிறான்.

அனுப்பப்பட்டது ஒரு பையன்தான். ஆனால் கண்ணதேவாவிற்கு மொத்த மாணவர்களும் தொலைந்துவிட்டது போல் பட்டது. பள்ளியில் யாருமே இல்லாதது போல இருந்தது. கேள்வி கேட்க ஒரு ஆள் கூட

இல்லாத கல்விப்புலம் பயங்கர வெறுமையானது. மாணவர்களும் பல ஆசிரியர்களும் உணர்வுகளை வெளிக்காட்டாத முகங்களை அணிவதை கண்ணதேவா கண்டார். அவர்களது குரல்கள் அவரைப் பற்றி எரித்தன; அவர்கள் பாடங்களை உருட்டினர்; அவர்களது தொண்டைகளுக்கு வேலை கொடுத்து விட்டு மனங்களை நித்திரையில் ஆழ்த்தினர். அவர்கள் மட்டும் விழித்தெழுந்தால், வாழ்க்கைக்குத் திரும்பினால்? அவர்கள் எல்லோரும் இங்கிருந்து ஓடிவிட்டால்?

அவர்தான் அதைச் செய்ய வேண்டும்.

அவர் இன்னும் கற்க வேண்டும். ஆனால் சுவடிகள், பாடங்கள் தரும் வசதிகள் இல்லாமல், ஒழுங்காக இருக்கும் மாணவர்களின் வகுப்பறை இல்லாமல், அமைதியைப் போதித்து அதன்படி ஓடும் ஆறு இல்லாமல் அதைச் செய்ய வேண்டும். இந்த ஆறு சாத்வீக குணம்தான் பண்புகளில் சிறந்தது என நம்ப வைத்துள்ளது; நிச்சலனத்தில்தான் ஞானமும் உண்மையும் கிடைக்கும் எனச் சொல்லித் தந்துள்ளது. இந்த ஆறு அவரை ஒரு துறவியாக ஆக்கியுள்ளது. அசைவற்ற நிலைக்கு விடுப்பு கொடுத்துவிட்டு, ஓடும், ஓயாது நகரும் உலகிற்குச் செல்ல வேண்டிய நேரம் வந்துவிட்டது.

கண்ணதேவா ஒரு சிறு பொதியைக் கட்டிக்கொண்டு, கையில் ஒரு தடியேந்திக் கிளம்புகிறார். அது ஒரு நீண்ட பயணம் என அவர் அறிவார். மணித்தியாலம், நாட்கள், தூரத்தில் மட்டும் நீண்டது அல்ல இப்பயணம்.

பேரலையானேன்

1

கண்ணதேவா தான் தொடங்கிய இடத்திற்குத் திரும்பிவிட்டார். ஆனந்தகிராமம் இருந்த இடத்திற்கோ அதனைக் கபளீகரம் செய்த நகரம் இருந்த இடத்திற்கோ அவர் திரும்பவில்லை. சிக்காவை சிக்கையாவாக ஆக்க உதவிய, மகாதேவியும் அவர் அம்மாவும் உழைத்த வயல்களுக்கு அருகாமையில் இருந்த, சந்திராவும் அவரும், கண்ணதேவா இல்லை கண்ணப்பாவும் பிறந்த ஆற்றின் கரைக்குத் திரும்பினார்.

கண்ணதேவா முதலில் வயல்களுக்குச் செல்கிறார்; அதன் மூலையில் இருந்த குடிசை, அருகில் இருந்த மீனவர் குடியிருப்பிற்குப் பக்கமாக இருந்தது. வழியில், தன் சகோதரியின் மந்தாரை மரத்தைத் தேடுகிறார். அந்த மரம் எங்கு இருக்கும் என்பதை நன்கு அறிந்தும் அவரால் அதைக் கண்டுபிடிக்க முடியவில்லை. அது இல்லை. அந்த அப்பாவி மரத்தை வெட்ட எந்தப் பேய் தன் கோடரியை வீசியிருக்கும்? எந்தப் புயல் யோசனையின்றி அம்மரத்தை வீழ்த்தியிருக்கும்? சந்திரா மரத்தின் அடியிலோ மரத்திற்குள்ளோ இனி இல்லை. அவர் குடிசையை நோக்கி நடக்கிறார்.

அவரும் சந்திராவும் இந்த வயல் அவர்களுடையது என நம்பினார்கள். ஏனெனில் அது முழுதும் அவர்களது மக்களின் குரல்கள், உடல்களால்

நிரம்பி இருக்கும். பிறகு அங்கிருந்த ஒரு புல், ஒரு முளை, புதர், மரம், ஏன் குடிசை கூட அவர்களுக்குச் சொந்தமானது இல்லை எனத் தெரிந்துகொண்டனர்.

(பிறகு ஆறு அவர்களுக்குச் சொந்தமாயிற்று. 'ஒவ்வொருவருக்கும் ஏதாவது ஒன்று சொந்தமாக இருக்க வேண்டும் / அதுதான் நியாயம்' என்பாள் சந்திரா.)

குடிசை வெறுமையாக உள்ளது. எல்லாம் அழிந்து போய் குடிசையே இல்லாதது போலிருந்தது. சாதாரணக் குடிசையைக் கூட அழிக்க முடியுமா? இப்போது அங்கு மௌனம் வாழ்கிறது. முழுக் குரலெடுத்துப் பாடியவர்கள் வாழ்ந்த அவ்விடம் அமைதியால் நிரம்பி வழிந்தது. சந்திரா இறந்த குடிசையில் பல ஓசையற்ற படையெடுப்புகள் நடந்திருப்பதை கண்ணதேவா காண்கிறார் - எறும்பு, கரப்பான், பல்லி. எலிகளைப் பார்க்க முடியவில்லை; ஆனால் அவற்றின் எச்சங்கள் கிடந்தன.

கண்ணதேவா வயலின் மறுபுறம் இருந்த வீட்டை நோக்கி நடக்கிறார். வயலைக் கடக்கும் போது தெரிந்தவர் எவரும் கண்ணில் படவில்லை. பார்ப்பவர் அனைவரும் தெரியாதவர்களாகத்தான் இருந்தனர். அவரது குழந்தைப் பருவம் நிகழாத ஒன்றாகப் பட்டது. சந்திராவும் அவரும் மகாதேவி சிக்கையாவை அணைத்தபடி நான்கு தலைகள், எட்டுக் கரங்கள், கால்கள் கொண்ட உருவமாகக் கிடந்தது கனவில் கண்ட வினோத மிருகம்போல் இருந்தது.

கண்ணதேவா அந்த விவசாயியின் குடும்பத்தைச் சந்தித்தபோது அவர்கள் அவரை மிகுந்த மரியாதையோடு நடத்துகிறார்கள். தள்ளி நின்றுகொண்டு.

உடையணியாத குழந்தையிடம் தீட்டுப்படாத பச்சரிசி, பழம் கொண்ட பொதியைக் கொடுத்து அனுப்புகிறார்கள். பாதுகாப்பான தொலைவில் விறகும் இருக்கிறது என உறுதியளிக்கிறார்கள். அவர்களுக்கு மேல்சாதிக்காரர்களுக்கு எப்படி உபசாரம் செய்வது எனத் தெரிந்திருந்தது. கண்ணதேவா அவர்களை ஏமாற்றவில்லை. அவரும் இங்கு வாழ்ந்தவர் என்று சொல்வதில் என்ன பலன் கிடைக்கும் என அவருக்குத் தெரியவில்லை. சொல்வதால் எந்த நன்மையும் விளையப்போவதில்லை.

ஆனால், இது அவரை நிதானப்படுத்துகிறது. அவர் ஏற்க விரும்பும் கடந்த காலம் நிகழ்காலத்துடன் பொருந்தவில்லை. ஆற்றுக்குப் போகும் போது அவர் சரிவில் கவனமாக இறங்குகிறார்; அவர்கள் ஒரே ஓட்டத்தில் செல்லும் சரிவு அது. சிக்கையா துணிகளைக் காயவைக்கும் இரண்டு மரங்களையும் அவர் முதலில் பார்க்கிறார். கயிறு போய்விட்டது. ஆனால் மரங்கள் தழைத்திருக்கின்றன. அவற்றின் கிளைகள் பரந்து இடையில் ஒரு பச்சை நிற விதானம் உருவாகியிருந்தது. ஒரு குகை போல் இருந்தது. கண்ணதேவா குகைக்கூடாகப் போனார். அவர் முகத்தில் ஒட்டிய ஒட்டடையைத் தட்டியபடி நுழைந்தார்.

பிறகு கண்ணதேவா ஆற்றைக் கண்டார். பழைய ஆறு.

இது அவரது வீடு, அவர் விட்டுச் சென்ற வீடு. இத்தனை காலத்துக்குப் பின் அவர் திரும்பியிருக்கும் வீடு. காணாமல் போன மந்தாரை மரம், இடிந்து கிடந்த குடிசை, விவசாயப் பண்ணை ஆகியவை வேற்றாளாக இவரைச் சொன்னது போலின்றி, ஆறு அப்போது போலவே இருந்தது. அவருக்கு ஆற்றை உடனே தெரிந்தது. ஆற்றுக்கு? அவர் யார் என்பதை ஆறு அறியுமோ? அல்லது அவரைவிட நன்றாக அவரை அறியுமோ?

கண்ணதேவா சிக்கையா முன்பெல்லாம் உட்காருவதைப் போல் ஆற்றின் கரையில் போய் உட்காருகிறார்.

உற்சாகமற்ற உலர்ந்த கோடைகாலம். அருகில் உள்ள நகரத்தில் வறண்ட ரணமான காற்றும் சூரியனின் வெப்பக் கதிர்களும் தீ பறக்கக்கூடும். தீண்டத்தகாதவராகக் கருதப்படும் மக்கள் வாழ் குடிசைப் பகுதியில் கலவரம் செய்ய வைக்கப்படும் தீ போலப் பரவும். ஆனால், இந்த ஆற்றின் கரையில் மழை வரும் சாத்தியம் தொலைவில் இல்லை என்று ஒரு நொடி நம்ப முடியும்.

கண்ணப்பா பறவைக் குஞ்சு ஒன்றின் கீச்சொலியைக் கேட்டார். அவரது பார்வை ஆற்றில் இருந்து கரையில் இருந்த மரத்திற்குத் தாவியது. கூடு இருக்கும் இடத்தைக் கண்டார். அந்தப் பறவைக் குஞ்சு கூட்டிற்கு வெளியே இருந்தது. வாயைப் பிளந்தபடி பறக்க முயற்சிக்கிறது. அதன் அச்சம் வெளிப்படையாகத் தெரிகிறது. தாய்ப் பறவை அருகில் காணோம். குஞ்சு தன் சிறகுகளைச் சிரமப்பட்டு வேகமாக அசைக்கிறது. கட்டுப்பாடு இழந்து கூழாங்கல்லைப் போலக்

காற்றினூடாகக் கீழே விழுகிறது. பிறகு, பயத்தை மீறிக் காற்றை எதிர்கொள்ள சிறகுகளை எப்படி அசைக்க வேண்டும் எனக் கற்றுக் கொள்கிறது. பறவைக்குஞ்சு மேலே பறந்து தன் கூட்டை அடைகிறது. அங்கு இருந்து கொண்டு உலகத்தை அளக்கிறது. அது வெல்லப்போகும் உலகம் அது. அதன் கீச்சொலி காற்றெங்கும் நிறைகிறது.

வாழ்க்கை தொடர்கிறது. பறவைகள் பறக்கக் கற்றுக்கொள்கின்றன அல்லது மாய்கின்றன. ஆனந்தகிராமமும் இறந்தது. அதன் மக்கள் மனிதர்களாக, குடிமக்களாக, பிற அந்தணர், க்ஷத்ரியர்கள், வைசியர்கள், அரசர்கள் போல உருவாகும் முன்பே வெட்டிச் சாய்க்கப்பட்டனர். ஆனந்தகிராமம் வெட்டிச் சாய்க்கப்பட்டது. கண்ணதேவா பெருமூச்சு எடுத்தார். அதெல்லாம் நடந்து முடிந்த கதை. ஆனால், அவர் முடிந்தவை எல்லாம் செய்துவிட்டாரா? அவர் தன்னை நன்கு பண்படுத்திக்கொண்டார், ஆழ்ந்த தியானம், வழிபாடுகள் செய்தார். அவரைச் சுற்றி இருந்த மக்களைப் புறக்கணிக்கவில்லை. ஏழை, பணக்காரர், பசித்தவர்- உண்டு கொழுத்தவர் இடையே தொடர்ந்து அவ்வப்போது ஏற்படும் மோதல்களைக் கண்டுகொள்ளாமல் தவிர்த்தது இல்லை. தொடர்ந்து தன் மாணவர்களுக்கு ஒத்திசைவு- தனிமனித இருப்பில், பள்ளியில், மடத்தில், கோவிலில், அரண்மனையில், வயலில், கிராமத்தில், நகரத்தில்- எல்லாவற்றிற்குள்ளும், எல்லாவற்றின் இடையிலும் அமைவதுதான் அவசியம் எனக் கற்றுத் தந்தார். இருந்தாலும், ஒத்திசைவைக் காட்டிலும் உணர்வெழுச்சியை முதன்மைப் படுத்திய மனிதர்களின் சொற்களைப் பிரதி எடுத்து எழுதிய போது உணர்ந்த அளவு உயிரோட்டமாக அவர் இருந்தது இல்லை. இனி வரும் தலைமுறைகளுக்காக அவர் ஒன்று சேர்த்த ஆனந்தகிராமத்தின் சொற்கள், அதன் மக்களின் குரல்கள், தாக்குப்பிடிக்குமா? அவர்களது வாழ்க்கை மறக்கப்படாமல் இருக்குமா?

பெயரற்ற அந்த ஆற்றை, கண்ணதேவா மீண்டும் பார்க்கிறார். ஒரு பெயரும் இல்லையா அல்லது பல பெயர்கள் உள்ளனவா? எனவே அதனை அந்த ஆறு என்று தனித்துக் குறிப்பிடலாம். அது அசைக்கிறது, அசைகிறது. அவன் அப்பா தன் மகனை, தாத்தா அனுபவித்தவற்றை அனுபவிக்கக்கூடாது என்பதற்காக வீட்டை விட்டு வெளியே அனுப்பினார் என்பதை நினைவுபடுத்துகிறது.

இன்னொரு ஆற்றின் அருகில் சொல்லப்பட்ட சொற்களையும் இந்த ஆறு நினைவுபடுத்தியது விசித்திரம்தான். அவரது முதிய

ஆசிரியரோடு இடுப்பளவு நீரில் அந்த அமைதியான ஆற்றில் சூரிய உதயம், அஸ்தமனம் ஆகிய இரண்டு காலங்களிலும் தம்மைத் தூய்மைப்படுத்திக் கொள்ள நின்றபோது அவர் சொல்வது ஒலிக்கிறது: 'சிறந்ததொரு உலகில் அடைவதற்கரிய அமைதியை அடைவதற்கான வழி ஒழுங்குதான். இந்த ஆறு எவ்வளவு நிதானமாக அசைகிறது பார். அதன் அசைவை நம்மால் பார்க்கக்கூட முடியவில்லை. நம் தேடல் அசைவு அல்ல, அசைவற்ற நிலை; அதை நோக்கியே நாம் அசைகிறோம் என்பதை இந்த ஆறு அறியும்.'

கண்ணப்பாவின் முன் உள்ள ஆறு எப்போதும் அசைவற்ற தன்மையை விரும்பியதில்லை. இப்போதும் அதன் நீர்மனம் பெருகுகிறது; அலைகள் உயர்கின்றன.

அவரிடம் தேவையற்ற கேள்விகளைக் கேட்கப் போவது போல ஆறு உயர்கிறது. இந்த ஆறு எப்போதுமே சவாலானதுதான். இந்த இடம், நம்மைச் சார்ந்த மக்கள் ஆகியவை உண்மையில் எப்படி இருந்தனர் என்பதை எவ்விதம் அறிவது? கடந்த காலம் வாசிப்பதற்கு இத்தனை கடினமாக இருக்கும் என யார்தான் நினைத்துப் பார்த்திருப்பார்கள்?

அவர் தண்ணீரை நெருங்குகிறார். அவர் பனையோலைச் சுவடிகளில் பொறித்த குரல்கள் அவரை இங்கு அழைத்ததற்கு ஏதாவது காரணம் இருக்க வேண்டும்.

அவர் முன் ஓடும் இந்தப் புராதன ஒழுங்கற்ற ஆறு அப்பாடல்களை, ஒப்பாரிகளை, சிக்கையா - மகாதேவியின் காதல் ரகசியங்களைக் கேட்டிருக்கிறது. ஆனந்தகிராமத்தின் தாங்கொணா நம்பிக்கை, துணிவு மிக்க செயல்கள், தோல்வி, மங்காத நினைவுகள் ஆகியவற்றை இந்த ஆறு உள்வாங்கிக் கொண்டுள்ளது. அதன் அபாயமான கரங்களுக்குள் செல்வதைத் தவிர அவரால் வேறென்ன செய்ய முடியும்?

இடுப்பளவு நீரில் இருக்கும்போது இறுதியாக அவருக்கு அப்பா சிக்கையாவின் குரல் கேட்கிறது.

> விடாமல் ரீங்கரிக்கும் இந்த வண்டு
> இங்கே என்ன செய்கிறது அதன் மந்திரத்தைக் கொண்டு?
>
> இங்கு கோவில் இல்லை,
> மந்திரங்கள் ஓதுதலும் இல்லை.
>
> இருக்கும் வழிபாடு

மீனவர் வீசும் வலையிலும்
மெய்மறந்து சுழலும் குயவனின் சக்கரத்திலும் தான்.

அப்பாவின் குரல் ஒலி காதில் விழாத அளவு குறைந்துகொண்டே வந்தது. ‘எனக்கான தோழன், உரிக்கும் தோலும் பேசும் பறையும்’ அப்பா மௌனமாகிறார். கண்ணதேவா இப்போது ஆற்றின் ஆழத்தில் குனிந்து பார்த்தபடி காத்திருக்கிறார்.

ஆறு அவரைத் திரும்பிப் பார்க்கிறது. அதனால் கண் இமைக்காமல் வெறித்துப் பார்க்கமுடியும். இந்த ஆறு... இது ஏன் எல்லாவற்றையும் கடினமாக்குகிறது? அவர் இதில் இருந்து வெளியேறி, சற்று தொலைவில் உள்ள கோவிலுக்குச் சென்று, ஓய்வெடுத்துக் கொண்டு திரும்பி விடலாம். இதோ, ஏதோ கேட்கிறது!

ஆற்றின் மடியில் நிதானமான, ஆழமான உருளும் ஒலி கேட்கிறது. அந்த ஒலி மானுட ஒலியாக, பலர், நிறையப் பேர் பேசுவது போல் கேட்கிறது.

இல்லை. அவர்கள் கத்துகிறார்கள். நிறைய குரல்கள். மக்கள் குரல்கள்.

அவரால் எப்படி எல்லோரது குரலையும் கேட்க முடியும்? அவர்களில் பலர் அவருக்குத் தெரியாதவர்கள் கூட.

அவர் ஒரு அலையைக் காண்கிறார். அவரை நோக்கி வரும் அந்த அலை அப்பாவி அல்ல. அது சிக்கையாவின் துண்டுக் கதிரொளியோ, மகாதேவியின் துண்டு நிலாவோ அல்ல. அது பெரிது. மிகமிகப் பெரியது. ஒரு அலை, அதன் பின் அதைவிடப் பெரிய மறு அலை. அலைக்கு மேல் அலை. அவர் அலைகளைப் பார்க்கிறார்; ஆற்றுப் பெருக்கைக் கேட்கிறார். ஆறு எல்லோரையும் அவனுக்காகத் திருப்பிக் கொண்டுவருகிறது. மக்கள் குரல்கள் பற்றிய இறுதிப் பாடம் ஒன்றை நடத்துகிறது.

புனிதமானதாகப் படுகிறது என அவர் நினைக்கிறார்.

ஆற்றின் இரைச்சல் உரத்து ஒலிப்பதால் அதன் பிறகு அவர் எதனையும் சிந்திக்கவில்லை. அது காதைச் செவிடாக்குகிறது. இக்குரல் மாபெரும் ஒலியாக இருக்கிறது. அந்த உறுமல் அவர் முன் வந்து தாக்குகிறது. அத்தாக்குதலினால் அவர் உறுமலின் பகுதியாகி, காலங்கள் கடந்து கீழே போகிறார்.

2

ஏதோ ஒன்று தொலைந்துவிட்டதா? கிருஷ்ணா கண்களைத் திறந்த போது சாந்தா படுக்கையை விட்டு எழுந்து போய்விட்டது தெரிகிறது. ஆனால், அவர் படுத்திருந்த பக்கம், படுக்கை இன்னும் கதகதப்பாக இருந்தது. மென்மையான தலையணை அவரது தலையின் சுமையை நினைவில் வைத்துச் சற்றே குழிவடைந்திருந்தது. கிருஷ்ணா சற்று நேரம் படுத்தபடி தன் வயிற்றைச் சொறிந்து கொள்கிறார்; உடல் முழுதையும் உல்லாசமாக நீட்டி நெட்டி முறிக்கிறார். நேற்றைய இரவின் நினைவு அவருள் நிறைகிறது. உயிரோட்டமாக உணர்கிறார்; உயிர்ப்புடன் இருத்தல் என்பது சில கணங்கள் கொப்பளிக்கும் மகிழ்ச்சி அல்லது எப்போதும் வாழும் நினைவுகள். எப்படியானாலும், அன்றைய காலை அருமையானது. மீண்டும் ஒருதடவை கடைசியாக உடலை நீட்டி நெட்டி முறித்துவிட்டுப் படுக்கையில் இருந்து எழுந்தார்.

ஏரிக்காற்று குளிர்ச்சியாக இருந்தது. நட்ராஜின் தொடர்ந்த பேச்சையும், ஹஸனின் அபூர்வமான முணுமுணுப்பையும் அவர் விட்டு விட்டுத்தான் கேட்டார். ‘என்ன அவசரம்? எங்க இவ்ளோ அவசரமா போறீங்க?’ என்று கேட்டபடி சுப்பையா ஓட்டமும் நடையுமாக அவருடன் சேர்ந்துகொண்டபோதுதான், கிருஷ்ணா தான் வேகமாக நடப்பதை உணர்ந்தார். மற்றவரைத் தாண்டித் தனியே வேகமாக நடந்ததை உணர்ந்தார். நடையை மெதுவாக்கி, சுப்பையாவுடன்

சேர்ந்து கொள்கிறார். நட்ராஜும் ஹஸனும் பின்னால் வருகிறார்கள். கிருஷ்ணாவின் நூல் வெளியிடப்பட்டு அவர்களது செயல் திட்டம் முடிந்த திருப்தியில், நட்ராஜ் வெறிபிடித்தவர்போல மீண்டும் தன் வாட்ஸ் ஆப் வீடியோக்களுக்குத் திரும்பிவிட்டார்.

சுப்பையாவும் கிருஷ்ணாவும் பச்சை பெஞ்சை அடைந்து நட்ராஜ், ஹஸனுக்காகக் காத்துக்கொண்டிருக்கின்றனர். ஏரியின் மத்தியில் எழும்பும் சிமெண்ட் தீவைப் பார்க்காமல் தவிர்க்க முடிவதில்லை. அது செஸ் விளையாட்டுப் பலகையின் ஒரு கட்டத்தில் இருந்து பூதாகாரமாய்க் கிளம்பும் பாறை வடிவிலான அருவருப்பூட்டும் ஒரு வட்ட வடிவ மேடை. கிருஷ்ணாவுக்குத் தனது உற்ற தோழன் கவிஞன் கண்ணதேவா சிமெண்ட் பாறையில் சிக்கிக் கிடப்பதைப் பார்த்தபடி ஏரிக்கரையில் காலை நடை செல்ல முடியும் எனத் தோன்றவில்லை. ஆனால், வீடு திரும்பும் வழியில் அந்த எண்ணத்தை மறந்துவிட்டார். நமது கட்டுப்பாட்டில் இல்லாதவற்றைப் பற்றி வருத்தம் கொள்வதில் என்ன பலன்?

கிருஷ்ணா வீட்டு வாசலில் கிடக்கும் செய்தித்தாளைக் கையில் எடுக்கிறார். வரவேற்பு அறைக்குள் நுழைகிறார். கலப்படம் மிக்க அருமையான வாசனை அறையை நிறைக்கிறது; புதிதாக வறுத்து அரைக்கப்படும் காப்பித்தூள் மணமும், கடுகு வெடிக்கும் வாசமும் கலந்த ஒன்று. ரேடியோ மெதுவான குரலில் சுப்புலட்சுமியின் சுப்ரபாதம் பாடிக்கொண்டு இருந்தது. சாந்தா சமையல் அறையில் இருந்து, கையில் நிறைய சாமான்களோடு வருகிறார். கிருஷ்ணாவை முறைக்கிறார். அவர் அலுப்போடு ஒலியெழுப்பியபடி, கையில் இருந்த பேப்பரைக் கீழே வைத்துவிட்டு சாந்தாவின் கையில் இருந்து காப்பியையும், சட்னியையும் வாங்கிக் கொள்கிறார்.

இருவரும் பப்பாயா பழத் துண்டுகளைச் சாப்பிட்டுக்கொண்டிருந்த போது ராமும் லீலாவும் சித்துவுடன் அவசர அவசரமாக நுழைகின்றனர். ‘நீங்க ரெண்டு பேரும் எவ்ளோ நிம்மதியா இருக்கீங்க. நானும் பல்கலைக்கழகத்துல வேலை பாத்திருக்கலாம். அப்ப, இப்படி ஓட வேண்டியிருக்காது,’ என்றான் ராம்.

லீலா அன்று முழுவதும் நல்லபடி நடந்துகொள்ள வேண்டும் எனக் கடைசி நேர ஆணைகளைச் சித்துவிற்குக் கொடுத்துக் கொண்டிருந்தாள். சித்து அதையெல்லாம் நிச்சயம் ஏற்கனவே கேட்டிருப்பான். அவன் சலிப்புடன் இருந்தான். அம்மாவின் பிடியில் இருந்து ஓடிவந்து

கிருஷ்ணாவின் தட்டில் இருந்த பப்பாயா துண்டைப் பார்த்தான். ‘அய்ய்.. படகு’, என்று மகிழ்ச்சியுடன் கத்தினான்.

‘நீ பாதி படகைச் சாப்பிடு; நா இந்தப் பாதிய சாப்பிட்றேன்’ என்றார் கிருஷ்ணா.

சித்து அவன் பெற்றோர்கள் கையசைத்து விடைபெறுவதைக் கவனிக்கவில்லை. கிருஷ்ணா அவனுக்கு பப்பாயாவை ஊட்டுகிறார். சாந்தா சித்துவின் இன்னொரு பாட்டியின் வீட்டில் விட அவன் பையைத் தயார் செய்கிறாள்.

பப்பாயா முடிந்துவிட்டது. சித்து அழத் தொடங்குகிறான். கிருஷ்ணாவுக்குத் தன் பங்கு பழத்தைச் சாப்பிட்டது குற்ற உணர்வைத் தருகிறது. ‘சமையல் அறைல முழுப் பழம் இருக்கு, பாரு!’ என்றபடி சித்துவைக் கூட்டிச் செல்கிறார்.

சித்து இன்னும் உரக்க அழுதபடி, ‘படகு’ என்று கத்தினான்.

கிருஷ்ணா அவனை மீண்டும் வரவேற்பறைக்குத் தூக்கிக்கொண்டு போய் செய்தித்தாளைக் கிழித்து காகிதப் படகுகள் செய்து தருகிறார். சாந்தா தயாரானதும் சித்துவைத் தன் இடுப்பில் தூக்கி வைத்துக் கொள்கிறாள்.

‘எவ்ளோ படகு பாரு’, என்று கிருஷ்ணா சொன்னார். சித்து அவற்றை யோசனையோடு பார்த்தான்.

‘ஒரு படகை விட, நெறைய படகுகள் இருந்தா நல்லதுதானே. அப்புறம் இதை யாரும் சாப்பிட முடியாது,’ என்று கிருஷ்ணாவும் அவனுக்கு சிரத்தையோடு சொன்னார்.

சித்து பதில் ஏதும் சொல்லாமல், ஒரு படகை மட்டும் எடுத்து சாந்தா தோளில் மாட்டியிருக்கும் பகல் நேரத்துக்கான அவனது பைக்குள் வைத்தான். கண் இமைகளில் பளீரிடும் கண்ணீர்த் தடங்கள் இருந்தபோதும், கிருஷ்ணாவைப் பார்த்து ஒளிவீசும் சிரிப்பை வீசினான்.

சாந்தா திரும்பி வரும்போது கிருஷ்ணா இன்னமும் வீட்டில் இருந்தார். அவர் தோட்டத்தில் இருப்பதைப் பார்த்த சாந்தா ‘என்ன ஆச்சு?’, என்று கேட்டார். அவரது மதிய உணவு, காகிதங்கள் அடங்கிய பை அவருக்கு அருகில் இருந்தன.

‘ஒண்ணுமில்ல. நல்ல வசதியா இருக்கு. அதனால சோம்பேறித்தனமா இருக்கு. இன்னிக்கு லீவு போட்றவா?’ என்றார் கிருஷ்ணா.

சதி செய்யும் நண்பர்கள் போல இருவரும் ஒருவரை ஒருவர் பார்த்துச் சிரிக்கிறார்கள். ஆனால், சாந்தா, ‘இல்லெல்ல. பாட்டு டீச்சர் கொஞ்ச நேரத்தில வருவாங்க. புதுசா ஒரு க்ருதி கத்துக்கிட்டு உங்களை ஆச்சர்யப்படுத்தப்போறேன்,’ என்றார்.

‘ஸஹானா ராகத்திலயா?’ என்று சிரித்தபடி கேட்டுவிட்டு எழுந்தார் கிருஷ்ணா.

‘தங்கள் ஆணை, நாதா! இப்ப கிளம்புங்க. உங்க சிவா காத்துக்கிட்டு இருப்பாரு’ என்றபடி ஒரு முறை அணைத்துவிட்டு, அவரைப் பிடித்துத் தள்ளினாள்.

பல்கலைக்கழகத்தில் கிருஷ்ணா கட்டிடத்தில் இருந்து சற்றுத் தொலைவில் வண்டியை நிறுத்தினார். பழம் பெரும் மரம் அருகில் உள்ளதால் எப்போதும் இங்குதான் நிறுத்துவார். தழைத்தோங்கிய அரசமரம்; அதன் வேர்கள் மண்ணில் முண்டுமுடிச்சுகளைக் காட்டும்; அதன் இலைகள் அனைவரையும் மழை வெயிலில் இருந்து காக்கும். கிருஷ்ணா காரை விட்டு இறங்கி செவிமடுக்கிறார். சில கணங்கள் பறவைகளின் ஒலிகளைக் கேட்டு அவற்றை இனம் காண்பது அவருக்குப் பிடிக்கும்.

இரண்டு வாரங்களாக ஒரு குக்குறுவான் பறவை தன் வரவை அறிவிப்பதைக் கேட்டுக் கொண்டிருக்கிறார். அது ஆரம்பித்தால் வெகு நேரம் நிறுத்தவே நிறுத்தாது. பல காண்டங்கள் கொண்ட கவிதைகள் வைத்திருக்கும் பறவை போலிருக்கும் அதன் கூவல். ஆனால், இன்று காலை மரம் மௌனமாக இருந்தது. அவர் காத்திருப்பைக் கைவிட்டு துறைக்குச் செல்கிறார்.

சிவா மலர்ந்த முகத்துடன் காத்துக்கொண்டிருக்கிறார். தன் அன்புக்குரிய பேராசிரியருக்கு ஒரு பரிசு கொடுக்கக் காத்திருக்கிறார். கிருஷ்ணா இருக்கையில் அமருவதற்குள், ‘வரலாற்றுத் துறை அவர்களின் பாடத்திட்டத் திருத்தக் குழுவில், சிறப்பு விருந்தினராக நீங்கள் கலந்து கொள்ள வேண்டும் என அழைத்திருக்கிறார்கள்,’ என்றார்.

குக்குறுவான் பறவை அமைதியாக இருந்தபோதும், கிருஷ்ணாவின் வருகையைத் தனது இலைகள் அடர்ந்த ஒளிவிடத்தில் இருந்து

கவனித்துக் கொண்டுதான் இருந்தது. ஸ்ரீகுமாரும் வினயும் கூடக் கவனித்துக் கொண்டிருந்தார்கள். ஒரு மணி நேரத்திற்கு மேலாக அந்த மைதானத்தில் நடந்து சுற்றிக்கொண்டு இருக்கிறார்கள். 'காலை சரியாக 9.30 க்கு டாண்ணு வந்திடுவாருன்னு சொன்ன?' என்று வினய் கேட்டான். ஸ்ரீகுமார் பதில் ஏதும் சொல்லவில்லை. இரண்டு வாரங்களாக அரக்கன் இம்மி பிசகாமல் எதிர்பார்த்தபடியே நடந்து கொண்டிருந்தான்; இருந்திருந்து, இன்றைக்கு 45 நிமிடம் தாமதமாக வந்திருக்கிறான்! வந்து சேர்ந்துவிட்டான்; வினயின் கலக்கத்திற்குத் தானும் இடம் கொடுப்பது உசிதம் அல்ல.

'அவன் இப்ப துறைல இருக்கான்; மாலை 5.30 வரை வெளிய வர மாட்டான்' என்று வினயிடம் சொன்னார்.

'சனிக்கிழமைல கூடவா?' என்றான் வினய்.

'ஆமா, நாந்தா சொன்னேனே, ஞாயிறு தவிர மத்த எல்லா நாட்களும் 9.30 - 5.30, இங்கதான்', என்று ஸ்ரீகுமார் சொன்னார். அவர்கள் மீண்டும் குழந்தைகளாக இருப்பது போல், ஸ்ரீகுமார் வினயிடம் பொறுமையாகப் பேசினார். செய்யும் குறும்புச் செயலைச் செய்ய வினய்க்குத் துணிவூட்டுவது போல் பேசினார். 'வா, போய் காப்பி, டிபன் சாப்ட்டு வருவோம்.'

வினய் நிம்மதி அடைந்தான். வெகு நேரமாய் அவனுக்கு நல்ல பசி. காலை எழுந்தவுடன் ஸ்ரீகுமார் உடற்பயிற்சி, பூசையில் ஈடுபடத் தொடங்கிவிட்டார். பல்கலைக்கழகத்திற்கு 9 மணிக்கே வந்து, மோட்டர்பைக்கை நிறுத்திவிட்டு, மரங்களுக்கு அடியில் உட்கார்ந்து இருந்தனர். வினய் தன் கைபேசியை எடுத்து, காதுகளில் ஒயரைப் பொருத்திக்கொண்டு பாட்டுக் கேட்டான். ஆனால், ஸ்ரீகுமார் அமைதியாக, மிகக் கவனத்துடன், காத்துக்கொண்டிருந்தார். வண்டி நிறுத்தும் இடத்தை மீண்டும் மீண்டும் பார்த்தபடி, அரக்கனை அங்கு தோன்றவைக்க குடியும் என்பது போலப் பார்த்துக்கொண்டே இருந்தார்.

காலை உணவு நன்கு உண்டபின், மறுபடி விடுதிக்குத் திரும்பியதும் வினயின் உற்சாகம் மீண்டும் பற்றிக் கொண்டது. அவன் முன்போல் கலக்கம் அடையவில்லை. உரையாடவோ, திட்டத்தை மறுபடி நினைத்துப் பார்க்கவோ தேவை இருக்கவில்லை. ஸ்ரீகுமார் போல்

அவனும் அமைதியாக இருக்க முடியும். வெளியே போய் கடைசியாக ஒருமுறை மோட்டார் பைக்கை சரிபார்க்கிறான். ஸ்ரீகுமார் சற்று நேரத்தில் தன் முதுகுப் பையோடு அவனோடு சேர்ந்துகொள்கிறார். வண்டியில் பெட்ரோல் நிரப்பச் செல்கின்றனர். எங்கு பெட்ரோல் நிரப்புவது என்று ஸ்ரீகுமார் ஏற்கனவே முடிவெடுத்திருந்தார். பல்கலைக்கழகம் செல்லும் வழியில், ஒரு சிறிய கோவில் அருகில் இருந்த பெட்ரோல் நிலையம் அது. ஸ்ரீகுமார் அன்று ஏற்கனவே வழிபாடுகள் செய்துவிட்டார்; ஆனால், இதுபோன்ற நாளில் எத்தனை முறை வழிபட்டாலும் போதாது. கோவில் மணியை ஒன்று, இரண்டு, மூன்று முறை அடித்து தெய்வங்கள் செவிமடுப்பதை உறுதிசெய்ய நினைத்தார்.

மோட்டார்சைக்கிள் கனவு போல் விரைகிறது. பெட்ரோல் நிரப்பியாயிற்று. கோவிலுக்குப் போய் மூன்று முறை வலம் வந்து மணி அடித்தாயிற்று.

3.45 மனிதான் ஆகிறது. அவர்கள் பல்கலைக்கழகத்தில் இருந்தனர். பல்கலைக்கழக வாயில் அருகில் உள்ள கடையில் நிறுத்தி, வினய் ஒரு தட்டு வடை, இரண்டு அதிக இனிப்பு மிக்க காப்பி வாங்குகிறான். ஸ்ரீகுமார் வடை வேண்டாம் என்கிறார். அவர் வயிற்றை லேசாக, கிட்டத்தட்ட காலியாக வைத்துக் கொள்ள விரும்புகிறார். பசியுடன் இருந்தால் அதிக கவனமாகவும் வேகமாகவும் இயங்க முடியும். காப்பி மட்டும் குடிக்கிறார். அதன் சீனி அவரை சக்தியுடன் வைக்கும்; எதற்கும் தயாராக ஆக்கும்.

பல்கலைக்கழக மைதானத்திற்குப் போய் வாகனங்கள் நிறுத்தும் இடத்திற்குப் பிரியும் சாலையில் நிறுத்துகிறார்கள். அந்த இடம் ஆளரவம் அற்று இருக்கிறது. இரண்டு கார்கள் மட்டும் நிற்கின்றன. ஒன்று கிருஷ்ணாவுடையது; மற்றொன்று கிழிந்த பழம் தார்பாலின் துணியால் மூடப்பட்டுள்ளது. மணி 4.05. ஸ்ரீகுமார் தன் முதுகுப்பையை எடுத்துக்கொண்டு மரத்தின் பின்னால் போகிறார். மீண்டும் 4.15 க்குத் திரும்பி வருகிறார்.

‘எல்லாம் தயாரா?’ என்று வினய் கேட்டான்.

ஸ்ரீகுமார் தலையசைத்தார். ஒரு சொல் கூட உதிர்க்க அவர் விரும்பவில்லை; தன் கவனத்தில் ஒரு துளிகூட வீணாக்க விரும்பவில்லை.

வினய் மரத்தின் பின்னால் போகிறான். சிறுநீர் கழித்துவிட்டு, சில நொடிகளைச் சும்மா கழித்தபின் 4.30 க்குத் திரும்புகிறான். அரக்கன் தன் வழமையான நேரத்தைக் கடைப்பிடித்தால், அவர்களுக்கு இன்னும் ஒரு மணி நேரம் இருக்கிறது.

அரக்கன் கதை ஒன்றைப் படித்துக்கொண்டிருக்கிறார். சனிக்கிழமை மதியப் பொழுதில் கிருஷ்ணா ஆய்வு மாணாக்கர் வழங்கும் கட்டுரைகளை வாசிக்க விரும்புவார். எல்லோரும் மதிய உணவு நேரத்தில் அல்லது உண்டபின் கிளம்பிவிடுவார்கள். இடையீடு வரும் என்ற அச்சம் இன்றி வாசிக்கலாம். சிவா கூட கிளம்பிவிட்டார். அதற்குமுன் மூன்று முறை 'பரவாயில்லையா, போகட்டுமா' என்று கேட்டுவிட்டுத்தான் போனார்.

பணிவைக் காட்டும் விதமாகக் குனிந்து 'நான் இருந்திட்டு போலாம். ஆனா, வந்து...' என்றார். அவர் முடிக்கும் முன், 'போய் உங்க வேலைய பாருங்க, சிவா. எந்தச் சிக்கலும் இல்ல. ரொம்ப நன்றி' என்று சொல்லியபடி, கிருஷ்ணா, சிவாவைப் பார்த்துப் புன்னகைத்தார். சிவா தன்னை சீக்கிரம் கிளம்ப அனுமதித்ததன் மூலம் அவர் தனக்குப் பெரும் உதவி செய்தது போலப் பார்த்தார். ஆனால், சனிக்கிழமைகளில் சிவா மதிய உணவு முடிந்தவுடன் கிளம்பிவிடுவார் என இருவருக்கும் தெரிந்த ஒன்றுதான்.

கிருஷ்ணா தான் வாசித்துக் கருத்துகள் வழங்க வேண்டிய ஆய்வுக் கட்டுரைகளைப் பார்த்தார். ஒரு கட்டுரை நாட்டார் நிகழ்கலைகளில் மேளத்தின் இடம் பற்றியது. முதல் பத்தியை வாசித்து விட்டு அதனைத் தள்ளிவைக்கிறார். சீதை பற்றி மூன்று கட்டுரைகள். அவருள் திடீரெனப் பொறிதட்டியது. ஏன் எப்போதும் சீதை பற்றிப் பேசுகிறோம்? திரௌபதி பற்றிக் கூடுதல் கட்டுரைகள் ஏன் வரவில்லை? யாரும் பொதுவாகக் கவனிக்காத பாத்திரங்கள் பற்றி எழுதக்கூடாதா?

சீதை பற்றிய மூன்று கட்டுரைகளில், முதலாவது சீதையைச் சுற்றிப் பாடப்படும் பாடல்கள் குறித்தது. கிருஷ்ணா வாசிக்கத் தொடங்குகிறார். சீதையை எப்படி அடையாளம் காண்பது என்பது பற்றிய அருமையான எடுத்துக்காட்டில் சற்று நிதானிக்கிறார். அதன் தலைப்பு சீதாதேவியைக் காணுதல்.

யார் சீதை என எப்படிக் காண்பது எனச் சொல்வேன்,
கேள் அனுமனே!

அவளது கருநிறக் கூந்தல் பிரிந்து கிடக்கும்:
சடைபிடித்த நீண்ட முடி

எண்ணெய்க் குளியல் செய்தவள் போல் தோன்றும்,
ஆனால், பூசியிருக்க மாட்டாள்

கண்களில் மைஎழுதியது போல் தோன்றும்,
ஆனால், தடவியிருக்க மாட்டாள்

திருஷ்டிப் பொட்டு வைத்திருப்பது போல் தோன்றும்,
ஆனால் வைத்திருக்க மாட்டாள்

அணிகலன்கள் பூண்டவள் போல் தோன்றும்,
ஆனால் போட்டிருக்க மாட்டாள்

வெற்றிலை மெல்லுபவள் போல் தோன்றும்,
ஆனால் போட்டிருக்க மாட்டாள்

அலங்காரங்கள் செய்தவள் போல் தோன்றும்,
செய்திருக்க மாட்டாள்
கிழிந்த கறுப்புத் துணியில் சுற்றிய
ரத்தினம் போலிருப்பாள்
கடுங்குளிரில் உள்ள நீர் போலிருப்பாள்
பத்யமி நாளில் படிக்கும் வேதம் போலிருப்பாள்
அவள் பெருமை, தீர்க்கம் எல்லாம் களைந்திருப்பாள்.

கிருஷ்ணாவின் அகவிழி சீதையில் இருந்து சாந்தாவுக்குத் தாவியது. சாந்தா அழகாக இருக்க நகை, உதட்டுச் சாயம், மை, ஏன் சீவிய முடி கூடத் தேவையில்லை. தலையை ஆட்டித் தன்னை உதறிக்கொள்கிறார். என்ன ஆச்சு அவருக்கு? கண்ணில் பட்ட முதல் பெண் மீது மையல் கொள்ளும் சின்னப் பையன் போல நடந்துகொள்கிறார்! அந்தக் கட்டுரையை எடுத்து வைத்துவிட்டு அடுத்ததைக் கையில் எடுத்தார்.

இரண்டாம் கட்டுரை சீதா என்ற சமகால இந்தி நாவல் பற்றியது. இந்த சீதா ஒரு தலித் பெண். கிருஷ்ணா நாவலைப் படித்ததில்லை. அக்கட்டுரையை உரிய வாசிப்பைச் செய்த பின் கருத்து வழங்க வேண்டிய கோப்பில் வைத்தார். மூன்றாவது சீதையின் சமையல்

திறன் பற்றியது. அதில் மயங்கித்தான் இராவணன் அவளைக் கடத்திச் செல்கிறான். நல்ல சமையல் செய்பவரை யாரால்தான் விரும்பாமல் இருக்க முடியும்? கிருஷ்ணா இக்கட்டுரையை கவனமாகப் படித்து பென்சிலால் தன் கருத்துகளை எழுதுகிறார்.

நேரம் என்ன ஆகிறது என்று பார்க்கிறார். இன்னும் ஒன்றாவது படிக்கலாம். இதுவும் இராமாயணம் தான். இது ஒரு தேசீய அதீத வெறி எனக் கசப்புடன் நினைத்துக்கொண்டே படிக்கத் தொடங்குகிறார். முதல் சில பத்திகளில் வரும் தெலுங்கு மொழி நாட்டார் பாடல் அவரைக் கட்டிப் போடுகிறது. அப்பாடலின் பெயர் லக்ஷ்மணனின் நகைப்பு.

அக்கட்டுரை மிக அழகாக அக்கதையை நிலைநிறுத்துகிறது; 'சாதாரண நாட்டார் பாடலாக இருந்த போதும்' அதன் பொருண்மை ஆழமானதாக இருப்பதைக் காட்டுகிறது. இலங்கை யுத்தம் முடிந்ததும், இராமனின் முடிசூட்டுவிழாவில் பங்கேற்க எல்லா இராமாயணப் பாத்திரங்களும் அரசவையில் குழுமுகிறார்கள். திடீரென, அவ்விழாவின் ஆடம்பரம், பிரம்மாண்டம் மத்தியில் அரசனின் தம்பி லக்ஷ்மணன் நகைக்கத் தொடங்குகிறான். சிரிக்கிறான், சிரிக்கிறான்; அடக்க முடியாமல் சிரிக்கிறான். ஆரவாரமான அச்சிரிப்பைக் கேட்ட ஒவ்வொருவரும் தாம்தான் அதற்குக் காரணம் என நினைக்கத் தொடங்குகிறார்கள். அரசன் அவமானமாக உணர்கிறான். அரசர்களுக்கு மிக மெல்லிய தோல்தானே! நெடுங்காலம் இன்னொருவன் கடத்திச் சென்று சிறைபடுத்திய சீதையை மீண்டும் ஏற்றுக்கொண்டதற்காகத் தன்னைப் பார்த்துத்தான் சிரிக்கிறார்கள் என ராஜாராமன் நினைத்தான். பெருங்கடவுள் சிவன் தன் தலையில் உள்ள மீன்மாது கங்கையைப் பார்த்து லக்ஷ்மணன் நகைப்பதாகக் கருதினார். சீதை தன்னை நோக்கிச் சிரிக்கிறாரோ என நினைத்தாள். அவர்கள் அனைவரும் தமது கடந்தகாலச் சொற்கள், செயல்களைத் துருவிப் பார்க்கிறார்கள். இந்த மனிதன் இப்படிச் சிரிக்கும்படி அவர்கள் என்ன சொன்னார்கள் அல்லது எதைச் செய்தார்கள்? ஆனால் விளக்கம் மிக எளிமையானது: லக்ஷ்மணனுக்குத் தூக்கமாக வந்தது. நித்திராதேவியை நீண்டகாலம் ஒதுக்கிவைத்த லக்ஷ்மணனை விட்டுப் போக இந்த முக்கியமான தருணத்தில் அவள் மறுக்கிறாள். இராமாயணக் காவியம் சுபமாக முடியும் அரசனின் முடிசூட்டலின் போது நித்திராதேவி, லக்ஷ்மணனின் கண் இமைகளில் நடனம் ஆடினாள்.

கிருஷ்ணா ‘உச்’சுக்கொட்டினார். எப்படிப்பட்ட பாடல்! சித்துவுக்கு இது பிடிக்கலாம்! இதென்ன முட்டாள்தனமான யோசனை? இப்பாடலை ரசிக்கும் அளவு சித்துவுக்கு இன்னும் வயதாகவில்லை. கிருஷ்ணா கைக்கடிகாரத்தைப் பார்த்தார். 5.30 ஆகப் போகிறது. கவனம் அங்குமிங்கும் சிதறுகிறது. வீட்டுக்குத் திரும்ப வேண்டும். நாளை ஞாயிற்றுக்கிழமை. சித்துவுடனும் சாந்தாவுடனும் முழுநேரமும் செலவழிக்கலாம். திங்கள் அன்று திரும்பி வந்து இன்னும் நல்ல முறையில் பணியாற்றலாம்.

கிருஷ்ணா சில காகிதங்களைத் தன் பையில் வைத்துக் கொண்டு, எதையாவது மறக்கிறோமோவெனச் சுற்றிலும் ஒருமுறை பார்த்தார். விளக்கை அணைக்கிறார். அறையைப் பூட்டிச் சாவியை தன் பாக்கெட்டில் நுழைக்கிறார். படிக்கட்டில் இறங்கி வாகனம் நிறுத்தும் இடத்தை நோக்கி நடக்கிறார்.

ஸ்ரீகுமாருக்கு நிம்மதி. அரக்கன் முறைப்படி நடக்கிறான். துறையில் இருந்து வழக்கமான நேரத்தில் கிளம்புகிறார். சனிக்கிழமையானதால், பலர் ஏற்கனவே வாரவிடுமுறையைத் தொடங்கிவிட்டனர். அவரது காரை நோக்கி நடக்கும்போது சுற்றிலும் அமைதி. காரைத் திறந்து தன் பையைப் பின் இருக்கையில் போடுகிறார்.

அடர்ந்த இலைகளுக்கிடையில் இருந்து விடாது ஒலிக்கும் ஓசை கிருஷ்ணாவுக்குக் கேட்கிறது. குக்குறுவானின் சத்தம்! இந்த மரம் பல ரகசியங்களை ஒளித்து வைத்துள்ளது. அடிக்கடி அவர் கேட்கும் குக்குறுவான் பறவையை ஒரு முறை கூட இதுவரை பார்த்ததில்லை. கார் கதவைத் திறந்தபடி வைத்துவிட்டு, மரத்தின் அருகில் போய் அண்ணாந்து பார்க்கிறார். எங்கே இருக்கிறது அந்தப் பறவை?

மரத்தடியில் இந்த அரக்கன் என்ன செய்கிறான்? எதைத் தேடுகிறான்? ஸ்ரீகுமார் தலைக் கவசத்தை அணிந்து இருக்கிறார். அவரது பின் கழுத்தில் வியர்வை ஒழுகுகிறது.

எங்கோ ஒரு மோட்டார்சைக்கிள் வேகமாகக் கடக்கிறது. அவ்வோசை பறவையின் ஒலியை அமிழ்த்திவிடுகிறது. கிருஷ்ணா எரிச்சல் அடைகிறார். ஆனால், இதோ மறுபடியும் அதன் ஒலி அழைக்கிறது. குக்குறுவான் மீண்டும் பாடுகிறது. கிருஷ்ணா கண்களைக் குறுக்கியபடி பார்க்கிறார். அதோ அதுவா? இல்லை. அது ஒரு இலைதான். இன்னொரு இலை மீது சுருண்டு கிடக்கிறது பச்சையும் பழுப்புமாய்.

ஸ்ரீகுமார் சட்டென்று ஒரு முடிவெடுக்கிறார். காரின் திறந்த கதவின் அருகில் காத்துக்கொண்டிருக்கிறார்.

பறவை ஒலியெழுப்பாமல் இருந்தது. கிருஷ்ணா காருக்குத் திரும்புகிறார். ஒரு இளைஞன் தலைக் கவசம் அணிந்து கார் அருகில் நிற்பதைப் பார்க்கிறார். கிருஷ்ணா புன்னகை செய்கிறார். அந்த மனிதன் திருப்பிப் புன்னகைக்கவில்லை; அல்லது கிருஷ்ணாவால் அதனைப் பார்க்க முடியவில்லை. அவன் கையில் ஒரு துப்பாக்கி இருக்கிறது. துப்பாக்கி? வளாகத்தில் துப்பாக்கியுடன் என்ன செய்கிறான்? ஆனால், கிருஷ்ணா இனி எதைப் பற்றியும் கவலைப்பட வேண்டியதில்லை. துப்பாக்கிக் குண்டு கிருஷ்ணாவிற்கு வெகு அருகில் பறக்கிறது. ஸ்ரீகுமாரின் கையில் இருந்து கிருஷ்ணாவின் நெற்றிக்கு. துல்லியமான வெடிப்பு.

கிருஷ்ணா வியப்படைந்தது போல் தெரிகிறது. ஒரு கணம்தான் அவர் அசைகிறார் அதற்குள் எல்லாவற்றையும் மூட்டைகட்ட வேண்டும்: சாந்தா, சித்து, ஸஹானா ராகம், பல குரல்கள் உள்ளதால் எப்போதும் உறுமும் ஆறு அத்தனையையும். அக்கணம் கடக்கிறது; கிருஷ்ணா தரையில் சரிகிறார்.

எவ்வளவு சுலபம்! ஒரே ரவையில் அவன் சுருண்டுவிட்டான் என நினைத்தார் ஸ்ரீகுமார். இருந்தாலும், கீழே கிடந்த தலையில் இன்னொரு முறை சுடுகிறார். பிறகு புதர்களுக்கு அப்பால் மோட்டார்சைக்கிளுடன் காத்திருக்கும் மனிதனை நோக்கி விரைகிறார். வண்டி கிளம்புகிறது; கடந்துபோய்விட்டது. அந்த இடம் அமைதியாக உள்ளது. குறுகுறுவான் தன் இரங்கற்பாவை இசைக்க சில நொடிகள் எடுக்கும்.

3

ஆஷா தொடர்ந்து செய்தித்தாள் படிப்பவள் அல்ல. ஆனால், சத்யாவின் மறைவிற்குப்பின், தினம் செய்தித்தாளைத்தான் தேடுகிறாள். அதைப் பிரிக்கும்போது எதனைத் தேடுகிறோமென்பது தெரியாமல்தான் எடுப்பாள். ஆனால், இந்தப் புதிய சடங்கு செய்தித்தாளில் தொடங்கி இரவு முகநூலில் முடிப்பது இல்லாவிட்டால் அவள் கடுகடுவென்று அமைதியற்ற மனநிலைக்கு ஆளாகிறாள்.

இன்று காலை கண்களில் ஒருவித வேதனையோடு எழுந்தாள். செய்தித்தாள் வாசிப்பதைத் தவிர்க்கலாம் என முடிவெடுத்தாள். ஆனால், காலை உணவுக்குச் சென்றபோது, அவளால் தவிர்க்க முடியவில்லை; ஒரு புரட்டு புரட்டலாம் எனக் கையில் எடுத்தாள். அத்துடன், அவள் இப்போதெல்லாம் செய்திக்காகக் காத்திருக்கிறாள். சத்யாவுக்கு ஏதாவது வகையில் இழப்பீடு கிடைத்ததா? அல்லது அதைப் பற்றிய நினைவாவது இருக்கிறதா? இன்னொரு சத்யாவுக்கு அவளுக்குத் தெரியாத ஆனால் இனம் காணக்கூடிய பையனுக்கு ஏதாவது நடக்கிறதா? அவள் செய்தித்தாளைப் பிரிக்கிறாள்.

முதல் பக்கத்தில் அடியில் உள்ள செய்திக்கு அவள் கண்கள் போகின்றன. தேவபுரா பேராசிரியர் வளாகத்தில் சுட்டுக் கொல்லப்பட்டார் என்று தலைப்பிடப்பட்டிருந்தது. அதன் முதல் பாராவைப் படிக்கிறாள். பேராசிரியர் பி.எஸ். கிருஷ்ணா. கண்ணதேவாவின் குடும்பம்: ஆனந்தகிராமக் கவிஞர்கள் என்ற நூலை எழுதியவர். ஆஷாவுக்கு

மூச்சடைத்தது. சத்யாவின் நோட்டுப்புத்தகத்தோடு அவள் விடாமல் படித்துக்கொண்டிருக்கும் நூல் அதுதான்.

தொடர்ந்து அச்செய்தியைப் படிக்கிறாள். பேராசிரியர் பல்கலைக்கழக வாகனங்கள் நிறுத்தத்தில் முகமறியாத ஒருவராலோ, பலராலோ சுட்டுத் தாக்கப்பட்டுள்ளார். இரண்டு ரவைகள் பாய்ந்து இருக்கின்றன: ஒன்று அவரது நெற்றியில், மற்றது அவரது தலையின் பக்கவாட்டில். அவரது உடல் அவரது காருக்கு அருகில் கிடந்தது. காரின் கதவு திறந்து கிடந்தது. கொலையாளிகள் மோட்டார்சைக்கிளில் தப்பி இருக்க வேண்டும். காவல்துறை தன் விசாரணையைத் தொடங்கியுள்ளது. அன்று சனிக்கிழமை விடுமுறை நாள். இருந்தாலும் ஏதாவது சாட்சி கிடைக்கலாம்.

ஆஷாவால் பிற தகவல்களை உள்வாங்கிக் கொள்ள முடியவில்லை. அவள் நினைப்பெல்லாம் அவளது அலமாரியில் பத்திரமாக இருக்கும் அந்தப் புத்தகத்தில்தான். அந்த நூல் இறுதியாக கிருஷ்ணாவால் எழுதப்பட்டு, செந்தில் அதனை ரவிக்கு வாசிக்கக் கொடுத்து, ரவி அதனை சத்யாவுக்குக் கொடுத்து, அதில் சத்யா தன் மூதாதையர் பற்றிய துணிவுமிக்க கவிதைகளைக் கண்டு, அதனால் சிறிது காலம் மன வலு பெற்று, கடைசியில் சத்யாவைப் போகவிட்டு, அவன் ரவிக்கு அதனைத் திருப்பி அனுப்பி, ரவி இப்போது ஆஷாவுக்குக் கொடுத்தது. அதில் சத்யா, கிருஷ்ணா, சிக்கையா, கண்ணதேவா, அவர்கள் குடும்பம், நட்பு வட்டம் அனைவரின் பகுதியும் அடங்கியுள்ளது; ரவி, ஆஷாவின் பகுதியும் கூட. சொற்கள், மனிதர்களின் நீண்ட தொடர்வரிசை, துணிவு ஊட்டும் சங்கிலியாகத் தொடர விரும்பும் ஒன்று.

ஆஷா தன் அறைக்கு ஓடுகிறாள். அந்த நூலை எடுக்கிறாள். அவள் அதைத் திறக்கவில்லை. கையில் ஏந்த விரும்பினாள்.

அது அவள் ஏதாவது செய்ய வேண்டும் எனக் கோருகிறது. அவள் கைபேசியை எடுத்து ரவியை அழைக்கிறாள்.

கிருஷ்ணா கொலை செய்யப்பட்ட தகவல் பல்வேறு முகாம்களில் இருந்து போர்வீரர்களைக் களத்திற்குக் கொண்டுவந்தது. ஷங்கர்@ஹிந்துபேட்ரியட் இப்போதைக்கு ஆஷாவை மறந்துவிட வேண்டியதாயிற்று. அவரும் இந்தப் படையில் சேர வேண்டியிருந்தது; அதுதான் அவரை மாபெரும் காப்பியத்தலைவனாகவும் பாதிக்கப்பட்டவராகவும் ஒரே சமயத்தில் ஆக்கும். எதிரிகள் அனைவருக்குமான விடுதலை, சிந்திக்கும்- பேசும்

உரிமை போன்றவற்றுக்கு அழுத்தம் கொடுக்கும்போது அதுதான் கைகொடுக்கும்; கண்ணீருடன் புதிய காயங்கள், பழைய வடுக்கள் பற்றி அவர்கள் சுட்டும்போது, அல்லது விழுந்த உடல்கள் அவற்றின் சலனமற்ற ஜடத்தன்மையை மீறிக் கேட்கும் பல கேள்விகளுக்கும் பதில் அளிக்கும். உண்மைத் தொண்டன் ஷங்கர் இந்தச் சேனையில் இணையவழியில் இணைகிறார். இம்முறை அவர் வீதிகளிலும் இறங்கலாம். இப்போதைக்கு இணையத்தில் மட்டும். இப்படித்தான் ஷங்கரும் அவரது சேனையும் போர்க்களத்தில் குதிக்கிறது. நக்கல் செய்தும், தன் பெருமையைப் பறைசாற்றியும் எதிரிகளைக் கலங்க வைக்கிறது.

இந்துமதத்தைக் கேலி செய்தால் நாய் மாதிரி சாவாய். இந்த நாய் சாக வேண்டிய நாய். யார் அடுத்தது என ஊகியுங்கள்!

இந்து தர்மத்திற்கு எதிராக எழுதினால் இதுதாண்டா நடக்கும், கம்யூனிஸ்ட் தேவ்—யா பயலே.

இந்துக்களைச் சாதாரணமாக எண்ணிவிடாதீர்கள். இந்து வெறுப்பாளர்களுக்கு செம பாடம்; விடுதலை பேசும் இந்துத் தேவ்—யா பசங்களுக்கு அடி. இந்துவாக இருப்பதில் பெருமை.

ஆசிரியர்கள் இந்துமதச் சிந்தனை, தத்துவங்களின் சிறப்பைச் சொல்லித் தர வேண்டும். நமது சித்தர்களை அவமதித்தால் நாங்கள் அவர்களை பாகிஸ்தானுக்குத் துரத்துவோம். அல்லது கொல்லுவோம். அரக்கர்களைஎல்லாம்கொல்.

எப்போதும் சாதி பற்றிப் பேச்சு. இந்துமதத் தத்துவத்தை அவமதித்தல். தீவினைப் பயன் சாதிப் பித்து பீடித்த கிருஷ்ணாவைப் பிடித்துக் கொண்டது.

இந்து மதச் சித்தர்கள் பற்றிய பொய்மூட்டைகளை அவிழ்த்துவிட்ட இடதுசாரித்துவ, முற்போக்கு, போலி மதச்சார்பின்மையாளர், தேச விரோதி கிருஷ்ணா சுட்டுக் கொல்லப்பட்டார். கொலையாளி வாழ்க. நம் தேசத்தைச் சுத்திகரிக்க நல்லதொரு தொடக்கம் #தூயஇந்தியா.

நம் இந்துச் சித்தர்களை வழிபடுதல் குற்றமா? கடவுள் மறுப்பாளர்கள், கம்யூனிஸ்டுகள், அல்லா விரும்பிகளுக்கு எனது இந்துஸ்தானில் இடமில்லை.

வாழைப்பழத் தோலில் வழுக்கி விழுந்தால், உடனே இந்து மத

எதிர்ப்பாளர்கள் இந்துக்கள் இதைச் செய்தார்கள்; அல்லது சாதியால்தான் இது நடந்தது என்று கூச்சல் போடத் தொடங்குவார்கள். நல்ல இந்துவாக இருப்பது குற்றமா?

நல்வாய்ப்பாக, ஆஷா பிற போர்வீரர்களின் குரல்களையும் கேட்க முடிகிறது. இந்தப் பேராசிரியர் கிருஷ்ணா பற்றி மேலும் தெரிந்துகொள்ள விரும்புகிறாள். சிக்கையா, அவரது சிறிய குடும்பம், அவரது பெரிய ஆனந்தகிராமம் பற்றி முதலில் சத்யாவின் நோட்டிலிருந்தும், பிறகு கிருஷ்ணாவின் நூலில் இருந்தும் அவள் அறிந்திருந்தாள். ஆனால், கிருஷ்ணா? அவர் எப்படி இதில் பொருந்துகிறார்? எதனால் அவர் இவ்வாறெல்லாம் பேசினார், எழுதினார், கற்றுக்கொடுத்தார்?

ஆஷா, திருமதி குமாரியின் வகுப்பில் பின்வரிசையில் உட்கார்ந்து, தன் கைபேசியில் கூகிளைத் தட்டி, சத்தமின்றித் தன் கேள்வியைக் கேட்கலாம் என நினைத்தாள். பீம் சக்தி பக்கத்தில் ரவியின் பேராசிரியர் செந்தில் எழுதிய பத்தி அவள் கண்ணில் படுகிறது:

பேராசிரியர் கிருஷ்ணாவையும் அவரது சமீபத்தில் கடும் விவாதங்களைக் கிளப்பிய நூலைப் பற்றியும் சில உண்மைகளை நாம் புரிந்துகொள்ள வேண்டும். சமயம் சார்ந்த நிறுவனங்களின் வழிமுறைகளில் இருந்து விலகியவர்கள் பற்றிப் பல ஆய்வாளர்கள், கவிதை ரசிகர்கள் வாசித்தும் எழுதியும் உள்ளனர். கடந்த காலத்திலும் சமகாலத்திலும், நம் நாட்டின் வெவ்வேறு பகுதிகளில், வெவ்வேறு காலகட்டங்களில் சாதாரண மக்கள் கோவில் அல்லது மசூதி, அந்தணர் அல்லது முல்லா ஆகியோர் இடையீடுகள் இல்லாமல் தமக்கான ஆன்மீக அனுபவத்தைப் பெற வழிகள் கண்டுள்ளனர். சில சமயம் தனி ஒரு ஆணோ, பெண்ணோ, சில சமயங்களில் பலர் ஒன்று சேர்ந்தோ புதிதாகச் சிந்திக்க, வழிபட, வாழ முடியும் என்பதைக் காட்டினர். அவர்கள் தமக்கு நெருக்கமான இடங்கள், பொருட்கள், தினசரி வாழ்வின் பகுதியான மக்கள், அனுபவங்களில் கடவுளைக் கண்டனர். கடவுள் ஒரு தோழனாக இருந்தார். சில நேரங்களில் இந்த நண்பனிடம் புகார் செய்யலாம், கோபிக்கலாம், அல்லது காதலிக்கலாம்.

ஆஷா அத்தகைய நிலைமையைக் கற்பனை செய்து பார்க்க முயன்று கைவிடுகிறாள். சிக்கையா, மகாதேவி, மற்றவர்கள் எல்லாம் அப்படி ஏதோ செய்திருக்கலாம். அத்தனை ஆண்டுகளுக்கு முன்பு என்ன நடந்திருக்கலாம் என்று யாரால் உறுதியாகச் சொல்ல முடியும்? ஆனால், இன்று, சமகாலத்தில் வாழும் நிஜ மனிதர்களுக்கு, அவளைப்

போன்றவர்களுக்கு, ரவி அல்லது செந்தில் அல்லது சத்யாவுக்கு இவை எப்படிப் பொருள்படும்? அடுத்த பாராவும் கடவுள்கள் பற்றியது. ஆஷா அதையும் வேகமாகப் படிக்கிறாள்:

சில சமயங்களில் இந்தக் கடவுளும், அந்தக் கடவுளும் ஒன்றானார்கள்; வெவ்வேறு சாதிக் கடவுள்கள், வெவ்வேறு மதம் சார்ந்த கடவுள்கள் சேர்ந்துகொண்டார்கள். புதிய கடவுள் தோழனா என்பதுதான் முக்கியம். பொன்னாலானதால், யாருக்காவது சொந்தமானவரானதால், காவல் நாய்கள் கொண்டு பாதுகாக்கப்பட வேண்டிய கடவுளாக, கட்டிடத்தில் பூட்டி வைக்கப்படும் கடவுளாக இல்லாவிட்டால் சரி.

ஆஷா முகத்தைச் சுளித்தாள். எதற்கு இவர் கடவுள்கள் புராணம் பாடுகிறார். சத்யாவுக்காக மெழுகுவர்த்தி ஏற்றிய அஞ்சலிக் கூட்டத்தில் செந்தில் சத்யா பற்றிப் பேசினார். அவரது ஒவ்வொரு சொல்லும் அவளுக்குப் புரிந்தது; அவர் சொல்லாமல் விட்டதையும் இட்டு நிரப்ப முடிந்தது. ஆனால், இந்தப் பதிவில் அவர் ஏன் நேரடியாக பேராசிரியர் கிருஷ்ணா, அவரது கொலையாளிக்கு வரவில்லை?

அதிகாரம் இல்லாத, அடிமட்டத்தைச் சேர்ந்த மக்கள் ஒவ்வொரு முறை குரல் எழுப்பும்போதும், தங்களுக்கான தெரிவுகளை முடிவு செய்யும்போதும் அவர்கள் நிலவும் படிநிலைக் கூறுகளுக்குச் சவால் விடுகின்றனர் அதிலும் குறிப்பாக சாதீயத்திற்கு. பேராசிரியர் கிருஷ்ணாவின் நூல் நமக்கு அதைத்தான் காட்டுகிறது. எனவேதான், இந்த நூல் பலருக்கு ஆத்திரம் ஊட்டியது.

அப்பாடா, ஒருவழியாக அதற்கு வந்துவிட்டார். ஆஷா தன் முகச்சுளிப்பை விட்டுவிடலாம்.

கடந்த காலத்தில் நடந்திருக்கலாம் என நாம் ஊகிக்கக்கூடிய சிறிய மீறல்கள் அல்லது வரலாற்று அறிஞர்கள் பதிவு செய்துள்ள பெரிய உடைப்புகள் நிலையான மாற்றங்கள் எதையும் கொண்டு வந்தன என்று சொல்ல முடியாது. சாதீய, இன்னபிற அசமத்துவங்கள் நீடித்தன. ஆனால், எதிர்ப்பின் அனுபவம், தனி நபர் அல்லது குழுவாக இருந்தாலும், பதிவு செய்யப்படாத அளவு சிறிதாக நடந்திருந்தாலும், அல்லது வேறு மாதிரி நிகழ்ந்திருந்தாலும் அதன் துண்டு துணுக்குகள் தொடர்ந்தன. அவை சாதாரண மக்களுக்கு ஆறுதலும் நம்பிக்கையும் வழங்கின. தங்கள் வாழ்க்கை மேம்படும் என்ற நம்பிக்கையைக் கொடுத்தன.

ஆஷா தலையை நிமிர்த்தும் போது திருமதி குமாரியின் கண்களைச் சந்திப்பதில் இருந்து தப்பினாள். கைபேசியைத் தள்ளி வைத்தாள். ஆனாலும் அவள் திருமதி குமாரி சொல்வதைக் கேட்கவும் இல்லை; எதையும் குறிப்பெடுக்கவும் இல்லை. வகுப்பு நோட்டில் கையில் பேனாவுடன் குனிந்தபடி, ஆஷா கிருஷ்ணாவின் மக்கள் வரலாற்றின் மீதான நேசத்தைப் பற்றிச் சிந்திக்கிறாள். இத்தனைக்கும் அந்த மக்கள் அவரது மக்கள் கூட இல்லை என்பது அவளுக்குப் புரியாத புதிராக இருக்கிறது. அவர் தலித் அல்ல; பழங்குடியினரோ, பிற்படுத்தப்பட்ட வகுப்பினரோ கூட இல்லை. எதனால் அவருக்கு அம்மக்களின் சொற்கள், வாழ்க்கை மீது ஈடுபாடு வந்தது? எப்படி அந்த ஆர்வம் தொடர்ந்து நீடித்தது? கவிதையாலா? கதையினாலா? அல்லது பல்கலைக்கழக வேலையின் பகுதியா? கிருஷ்ணா எப்படியானவர் என அறிய ஆஷா விரும்பினாள். இந்தக் குறுநூலைவிட அவர் பெரிதாக இருக்க வேண்டும். வகுப்பு முடிந்ததும் ஆஷா உணவகத்தில் தனியாக, கையில் ஃபோனுடனும் மேசையில் ஒரு கப் தேனீருடனும் அமர்கிறாள். தேனீரின் மேல்பகுதியில் ஆடை படர்கிறது.

பேராசிரியர் பி. எஸ். கிருஷ்ணா பல மொழிகளில், குறிப்பாக கன்னடம், மராத்திய மொழிகளில் எழுதப்பட்ட, மற்றும் வாய்மொழிக் கவிதைகளை ஆய்வு செய்பவர். அவர் ஏதோ சராசரியான ஆய்வாளர் அல்ல. அவருக்கு, அந்தக் கடந்த காலப் பனுவல்களும், மக்களும் உயிர்ப்புடன் இருப்பவர்கள். அவர்கள் வாழ்ந்தார்கள், துயர் அனுபவித்தார்கள், பாடினார்கள், எழுதினார்கள்.

பல்கலைக்கழகம் அவரது இரண்டாவது இல்லம். அவர் நூலகம், பல்கலைக்கழக மைதானம், அதைவிட மாணாக்கர், ஆய்வாளர்கள் மீது மிகுந்த அன்பு கொண்டவர். அவரது சில மாணவர்கள் அவர் கொடுத்த எழுச்சியினால் மரியாதையும் பக்தியும் மிக்க சீடர்களாகவே இருந்தனர். ஆசிரியர், விமரிசகர், மொழிபெயர்ப்பாளர் என்ற வகையில் அவரது அளவுகோல் அதிகம்; ஆனால், மாணவர்களிடம் எப்பொழுதும் பொறுமையாகவும் பெருந்தன்மையுடனும் இருந்தார். நான் இரு ஆண்டுகள் அவரது மாணவராகக் கற்கும் வாய்ப்பு பெற்றவன். தனது விமரிசனக் கருத்தை வழங்கத் தொடங்கும் முன் ‘நல்லா இருக்கு’, ‘ரொம்ப நல்லா வந்திருக்கு’ என்று சொல்லி பிறகு எனது வாசிப்பைச் செம்மையாக்கத் தன் ஆலோசனைகள் வழங்கியதை நான் என்றும் நினைவில் வைத்திருக்கிறேன்.

வேறு பல அஞ்சலிகள் பேரா. கிருஷ்ணா என்ற மனிதர் எப்படி இருந்திருப்பார் என்பதன் சின்னச்சின்னப் பகுதிகளைக் காட்டின. ஆஷா கைபேசியைக் கீழே வைத்துவிட்டு தேனீர்க் கோப்பையைக் கையில் எடுத்தாள். செந்தில் எழுதியிருந்த வரிகள் அவளுக்கு நினைவுக்கு வந்தன. அச்சொற்கள் ஒவ்வொன்றும் நினைவில் இருப்பது வியப்பாக இருந்தது. அந்தச் சொற்களைத் தனக்கு அருகில் வைத்துக்கொள்ள விரும்பினாள்; அவை தலையில் இருந்தால், ஒருவேளை என்றாவது நனவாகலாம்; சொற்களுக்கு அப்பால் வேறொன்றாக மாறலாம். எதிர்ப்பின் அனுபவம், தனிநபர் அல்லது குழுவாக இருந்தாலும், அதன் துண்டு துணுக்குகள் தொடர்ந்தன. அவை சாதாரண மக்களுக்கு ஆறுதலும் நம்பிக்கையும் வழங்கின. ஆஷாவுக்கு ஆறுதல், நம்பிக்கை தேவைப்பட்டது; அவளுக்குப் போதுமான அளவு, வாழும் உயிர்கள் அனைத்திற்கும் வேண்டிய அளவு, ஏற்கனவே காலம் கடந்துவிட்ட அனைவருக்கும் ஆறுதலும் நம்பிக்கையும் கட்டாயம் தேவைப்பட்டன!

எதிர்ப்பு. எதிர்ப்பாளர்கள். மக்கள். மக்களின் சொற்கள், மக்களின் குரல்கள். இச்சொற்கள் ஆஷா வாசித்தவற்றில் இருந்து பெற்றவை. இவை மட்டும்தான் சொற்களாக இருக்கலாம். இவற்றுக்குக் குரல் கொடுக்கலாம், அல்லவா? இவற்றை எழுதலாம், பேசலாம், உரக்கக் கூவலாம். இவற்றைக் கேட்கலாம். இச்சொற்கள், வரிகள் வாழும் வாய்களில் இருந்தும் பேனாக்களில் இருந்தும் எழுகின்றன. இந்தச் சொற்கள், இந்த உண்மைகள்: இவை அழியுமா? வாய்களை அடைத்தாலும், பேனாக்களை முறித்தாலும் அவற்றை அழிக்க முடியுமா?

சத்யா போய்விட்டான்; அவனது பேனாவின் ஆன்மா நொறுக்கப்பட்டு விட்டது. ஆனால், ஆஷா இருக்கும் வரை அவனது சொற்கள் அழியுமா?

ரவி தொடர்ச்சியாக அவளுக்கு செய்திகளும் மின்னஞ்சல்களும் அனுப்புகிறான். 'ஒரு பேரணி நடக்கிறது. பெரிய ஊர்வலம். நாங்கள் எல்லாரும் போகிறோம். நீயும் வரவேண்டும்,'

கடைசியாக வந்த செய்தியால், ரவிக்குப் புதிதான ஒரு தொனியில் கூடுதலாக ஒரு வரி சேர்கிறது: 'தயவுசெய்து வா. நீ அங்க இருக்கணும்னு ஆசையா இருக்கு. என்னோடு. நம்மோடு.'

மறுபடி ஆஷா விடுதியை விட்டுத் தனியாக பஸ் ஏறுகிறாள்.

பேரணி தொடங்க இன்னும் நேரம் இருந்தது. ஆனால், கூட்டம் கூடிவிட்டது. பதாகைகள் உயர்த்தப்பட்டன; கையில் ஏந்தும் சுவரொட்டிகள் வழங்கப்பட்டன. சில அட்டைகளில் மட்டும் இருபுறமும் மெல்லிய கயிறு கட்டப்பட்டிருந்தன; அவற்றை எதிர்ப்பாளர்கள் கழுத்தில் மாட்டிக்கொள்ளலாம். மற்றவற்றைக் கரங்களால் உயர்த்திப் பிடிக்க வேண்டும்.

காவல்துறையினர் தமது இடங்களில் நின்றுவிட்டனர். தடித்த காவலர் ஒருவர் தன்னைப் பார்ப்பதை ஆஷா காண்கிறாள். அவள் தன் பார்வையைத் திருப்பிக்கொள்கிறாள். இளம் ஆண்களும் பெண்களும் காமிரா, ஒலிபெருக்கி சகிதம் சுற்றிக்கொண்டிருக்கிறார்கள். அவர்கள்தான் போராட்டம் செய்பவரின் கண்களும் காதுகளும் போல் நடந்து கொள்கிறார்கள். ஒரு தொலைக்காட்சிக்காரர், ஆஷாவின் அருகில் நின்றுகொண்டிருந்த பெண்ணின் கையில் மைக்கைத் திணிக்கிறார். ‘நீங்கள் ஏன் இங்கு இருக்கிறீர்கள்? எதற்காக எதிர்ப்புப் போராட்டம் செய்கிறீர்கள்?’ என அவளிடம் கேட்கிறார். என்ன கேள்வி இது! ஆஷா அவரை உற்றுப் பார்க்கிறாள். நிஜமாகவே அவருக்குத் தெரியவில்லையா? அல்லது தெரியாதவர் போல் நடிக்கிறாரா? ஒரு கவிதை இலக்கிய ஆசிரியர், இன்னொரு கவிஞரின் உண்மையை அறிய முயன்றதால் கொல்லப்பட்டிருக்கிறார். அவர்களது சித்தர்களில் ஒருவர் தலித் என்பதைக் காட்டியதனால். இந்தத் தொலைக்காட்சிக்காரர் செய்ய வேண்டியதெல்லாம் இரண்டு கோடியிலும் உள்ள பெரிய பதாகைகளைப் படிக்க வேண்டியது மட்டும்தான். அதில் பல மொழிகளில் எழுதப்பட்டுள்ளது. பி.எஸ். கிருஷ்ணாவின் அரசியல் கொலையை வன்மையாகக் கண்டிக்கிறோம்!

ஆஷா வேறு புறமாக நடக்கிறாள். ரவி எங்கே? எங்கே அவனது நண்பர்கள், பேரா. செந்தில்? திடீரென ஆஷா தனிமையாக உணர்கிறாள்; இங்கு அவளுக்கு யாரையும் தெரியவில்லை. இதுதான் அவள் முதன்முதல் தனியாகக் கலந்துகொள்ளும் எதிர்ப்புப் பேரணி; முதன்முதல் நூற்றாண்டுகளுக்கு முந்தைய கவிதை நூலை படித்தவுடன், முதன்முதல் மெழுகுவர்த்தி ஏந்திய பொதுக்கூட்டத்தில் கலந்துகொண்டவுடன் வந்துள்ள பேரணி. அவளது நண்பன், நண்பன் என்பதைக்காட்டிலும் நெருக்கமாக ஆகியிருக்கக் கூடிய ஒருவன், தன்னைத்தானே மாய்த்துக் கொண்டதன் பின். எத்தனை முதல்முறைகள்.

அதோ, ரவி வந்துவிட்டான் தனது பழைய பறையுடனும், புதிய

தோழர்களுடனும். ரவியின் நண்பர்கள் பதாகையை விரித்து, முழக்கப் பலகைகளைப் பிரித்தளிக்கின்றனர். செந்தில், குழந்தையை ஏந்திய இளம்பெண்ணுடன் வந்திருக்கிறார். ரவி, ஆஷாவைப் பார்த்துச் சிரித்தபடி, தங்களோடு சேர்ந்துகொள்ளும்படி கையசைக்கிறான். அவள் அவனருகில் சென்று, அவனது பறையை ரசிக்கிறாள். மாட்டுத் தோல் கொண்டு செய்யப்பட்ட பறை. அதனை ஓங்கி அடித்தால் சுவர்கள் நடுங்கும்; சிறைகள் தகரும்; அதன் மூலம் கல்மனம் கொண்ட செய்திகளை வெகுதூரம் பரப்பலாம். ஆஷா, ரவியிடம் இருந்து ஒரு முழக்கப்பலகையை எடுத்துத் தன் கழுத்தில் மாட்டிக்கொள்கிறாள்.

அதிகரிக்கும் கூட்டத்தைப் பார்க்கிறாள்; சத்யாவின் மறைவு தலைப்புச் செய்தியாகவில்லை என்பதை அவள் மீண்டும் நினைத்துப் பார்க்கிறாள். ஆனால், கிருஷ்ணாவின் மரணம் ஆகியுள்ளது. செந்திலின் சொற்களைக் கொண்டு ஒரு நீண்ட தொடரை அவள் கோர்க்கலாம் - கனவுகள், துயரம், முறிந்த கனவுகள். சிக்கையா ஒரு முனையிலும், சத்யா மறுமுனையிலும் இருக்கிறார்கள். கிருஷ்ணா அவர்களுக்கிடையில் இருக்கும் சிறு பாலம். கிருஷ்ணாவின் கொலைக்கு எதிராக இன்று பேரணியில் நடக்கும்போது அவள் சத்யாவுக்காகவும் நடக்கிறாள் என நம்பமுடியுமா? அவள் அறிந்த சத்யாவுக்காகவும், முகமறியா சத்யாக்களுக்காகவும்?

முன்னால் உள்ளவர்கள் நடக்கத் தொடங்குகிறார்கள். பேரணி தொடங்கிவிட்டது. பதாகைகள் விரிக்கப்பட்டுவிட்டன; முழக்கங்கள் அடங்கிய அட்டைகள் பார்க்கவும் படிக்கவும் ஏற்றபடி உயர்கின்றன. முழக்கங்கள் எத்தனையெத்தனை! எப்படிச் சொற்களை மொழியில் பின்னுகிறார்கள்! ஒரு உரத்த தனிக் குரல் காற்றை நிறைக்கிறது; பதில் பல்குரல்களாக எழும்புகின்றன. அது சத்யாவின் அம்மாவும் அவள் தோழிகளும் வயலில் பாடக்கூடிய ஒரு பாட்டு போலிருக்கிறது.

பேரணி நகர்கிறது, மெதுவாக; மக்கள் தொண்டை வறள அழுகிறார்கள். சாலையை நிரப்புகிறார்கள். இந்தப் பேரணியில் பலப்பல குழுக்கள் அவரவர் பதாகைகளுடன் வந்துள்ளனர்; நூற்றுக்கணக்கான கால்கள் கொண்ட மிக நீண்ட பூச்சியொன்றின் பகுதிகள் போல இருக்கிறார்கள். பிறகு பூச்சி மறைகிறது, அல்லது உருமாற்றம் கொள்கிறது: அது கரங்கள், கால்கள், குரல்கள் கொண்ட கடலாக உருப்பெற்றது. ஆஷா நடக்கும் பகுதியில் ஒரு அலை லால் சலாம்! செவ்வணக்கம்! என முழங்குகிறது; அதனைச் சந்திக்கும் மற்றொரு அலை ஜெய் பீம் என

உறுமுகிறது. ஆஷா அந்த அலைகளுக்கிடையில் நடக்கிறாள். அவளது மெல்லிய கருத்த தேகம் பாலம் அமைக்க முடியும் என்பது போல் நடக்கிறாள். ஒவ்வொரு முறை முழக்கத்திற்குப் பதில் முழக்கம் கொடுக்கும் போதும் ஆஷாவின் மார்பு இறுகுகிறது. அவள் சொல்வதை அவள் முழுமையாக நம்புகிறாள்; அதனை எத்தனை தூரம் நம்புகிறாள் என்பதை உரக்கச் சொல்ல வேண்டும் போல் இருக்கிறது.

மக்கள் குரல் என்று செந்தில் இதனைக் குறிப்பிட்டிருந்தார். செந்திலின் குரல்; ரவியின் குரல்; வலுவான இதயம் போல் ஒலிக்கும் ரவியின் பறை. ஆஷா தன் வாயில் இருந்து வரும் சொற்களில் கேட்கும் குரல். அவர்கள் இணைந்து பல சரணங்கள் கொண்ட பாடல் ஒன்றை உருவாக்க முடியும். அதில் எதுகை, மோனை எப்படி இருந்தாலும் சரி. அதில் குழுவாக அனைவரும் பாடும் முதல் வரி: அது காற்றை ஊடுருவி அதிர வைக்க வேண்டும். ரவியின் காற்றுப் புக முடியாத வீடு, சத்யாவின் அம்மாவின் இழந்த நிலம், ஆஷாவின் அப்பாவின் அரசாங்க அலுவலகம் அனைத்தையும் அதிரவைக்கும். சுனாமி ஊழிப்பேரலையாக வகுப்பறைகள், நீதிமன்றம், பாராளுமன்றம், சத்யாவின் கல்லறை அனைத்திலும் பாய வேண்டும். பல்லவி மட்டும் அனைவரும் இணைந்து பாட வேண்டும், மறுபடியும் மறுபடியும்.

அது கடினமான வேலை. இத்தனை சொற்கள், குரல்கள், அறிவுத்தெளிவு, பேச்சு கோரும் பாடல் இது. மிகக் கடினமான வேலையாக இருக்கப்போகிறது: சத்யாவின் வாழ்வை நினைவில் கொண்டு அவனைப் பற்றிப் பேசுவதன் மூலம் ஆஷா அவனை வாழவைத்தல்; தன் முழக்கங்களோடு சத்யாவின் அம்மா மீதான அன்பு, பணி, கவிதை மீதான ஈர்ப்பு ஆகியவற்றையும் சேர்த்து ரவி, தான் இருவரையும் சேர்த்து, சத்யா வாழ்தல் மிகவும் கடினமான வேலைதான். ஆஷா சந்திக்க இயலாத பேரா. கிருஷ்ணா, கண்ணதேவா, கண்ணப்பா, மகாதேவி, சிக்கையா ஆகியோரின் சொற்கள், கருத்துகளில் இருந்து கற்றுக்கொள்ளுதல். ஆஷாவின் புதிய நிழல் ஷங்கர்@ ஹிந்துபேட்ரியட்-? அவள் அவனையும் தெரிந்துகொள்ள வேண்டுமா?

சூரியன் கூட்டத்திலேயே வலுவாக முழக்கம் எழுப்புவது போலக் காய்ந்தது. அவர்கள் முன் தெரிந்த சாலை தண்ணீர் போல் பளபளத்தது. ஆஷாவின் முதுகில் வியர்வை வழிந்தது; அவள் அணிந்திருந்த குர்தா உடலோடு ஒட்டிக்கொண்டது. ரவியின் முகமும் வேர்வையில் நனைந்து வழிகிறது; ஆனால் அவன் பறையை ஓங்கி அடித்தபடி

வருகிறான். கைகளில் உள்ள வேர்வையைத் துடைக்க மட்டும்தான் நிறுத்துகிறான். திடீரென எதிர்பார்க்காத மெல்லிய தென்றல் தொடங்கிப் பின் காற்றாய் வீசுகிறது. காற்று மக்களின் முழக்கங்களைப் பன்மடங்கு வலுவாக ஒலிக்க வைக்கிறது. அங்கிருந்த அனைத்திற்கும், கிடந்த குப்பை, மனிதர்கள் அனைவருக்கும் அசைதல் என்றால் என்ன என்று காற்று கற்றுத்தருகிறது. அசைவு என்பது அதே பழைய பொருந்தாத இடத்தில் தங்கிக் கிடக்க மறுப்பது. முழக்கங்கள் மேலும் உரக்க ஒலிக்கின்றன; பறையிசை வலுக்கிறது. முகங்கள், சொற்கள், குரல்கள் கலந்து தெரியும் இந்தக் கூட்டம் நிச்சயம் தனித்து இல்லை என ஆஷாவால் நம்ப முடிகிறது. நாடெங்கும் பல கூட்டங்கள் உள்ளன; அவற்றின் வலுவான நீரோட்டங்கள் சாலைகள், வயல்கள், கிராமங்கள், நகரங்கள், பெருநகரங்கள் எங்கும் பாய்கின்றன.

ரவி, ஆஷாவின் அருகில் கூட்டம் பெருகுகிறது. ரவியின் பறை அமைதியாக இருக்கிறது. அவள் ரவியின் கரங்களைப் பிடிக்கிறாள். சிவப்பு, நீலக் கொடிகள்; சொற்கள்; குரல்கள்; மக்கள்; உயிர் மனிதர்களின் இந்த ஆறு இன்று மட்டும்தான் பாய்கிறதா? அல்லது ஆயிரம் ஆண்டுகளாகப் பெருகுகிறதா? ஆறு பெருக்கெடுக்கிறது; அது ஆஷாவை சீற்றத்திலும் துயரத்திலும் ஆழ்த்துகிறது; கூடவே பரிச்சயம் அற்ற மகிழ்விலும் ஆழ்த்துகிறது. சத்யா அவளிடம் சொல்கிறான் - இல்லை அவள்தான் சத்யா, ரவி, ஏன் பேராசிரியர் கிருஷ்ணா, சிக்கையாவுக்குக் கூடச் சொல்கிறாளோ: பேரலையானேன்!

★★★

மொழிபெயர்ப்பாளரிடமிருந்து...

ஆட்டம் தொடர்கிறது சும்மா இருக்க முடியாமல்...

கீதா ஹரிஹரன் எழுதிய *I have Become the Tide* தமிழில் பேரலையானேன் என்று வருகிறது. எனது முதல் புனைவு மொழிபெயர்ப்பு முயற்சி இது. சில கவிதைகள், ஔவை நாடகம் தவிர இதுவரை கோட்பாடு சார்ந்த நூல்களையே மொழிபெயர்த்த எனக்கு இது ஒரு சவால். ஆனால், நாம் வாழும் சமூகத்தில் இறுகிக்கொண்டே வரும் வெறுப்பு அரசியல், அதனை எதிர்கொள்ள முனைவோர் கொடுக்கும் விலை ஆகியவற்றை நோக்குகையில் இந்தப் பனுவலைத் தமிழில் தருவது மிகமிக அவசியம் எனப்பட்டது.

கீதா ஹரிஹரன் காமன்வெல்த் இலக்கியம் என்ற தொடர் கல்விப் புலத்தில் காலனீய எச்சமாக இருந்த காலத்திலேயே இலக்கிய வரைபடத்தில் இடம் பெற்றவர். 1993 இல் அவரது தி தௌஸண்ட் ஃபேசஸ் ஆஃப் தி நைட் என்ற புதினம் காமன்வெல்த் பரிசு பெற்றது. தொடர்ந்து அவரது எழுத்து பல தளங்களில் விரிந்து வந்துகொண்டே இருந்தது. அவரது படைப்புகள் தமிழில் இதுவரை வரவில்லை என்பது எனக்கு வியப்பாக உள்ளது. இருமொழிகளிலும் புழங்கும் என்போன்றோரின் மெத்தனப்போக்கை, குற்றவுணர்வோடு ஏற்க வேண்டியுள்ளது.

ஒரு மொழிபெயர்ப்பாளராகவும், ஆங்கில இலக்கியத் துறை சார்ந்த கல்வியாளராகவும், செயல்பாட்டாளராகவும் சில கருத்துகளை

இங்கு பின்னுரையாகப் பகிர விரும்புகிறேன். இவை தொடர்ந்த உரையாடலுக்கான தொடக்கமாக அமையும் என நம்புகிறேன்.

மத்திய காலத்தில் சாதி, சமய பிரிவினைகளை மறுதலித்துப் புதியதொரு சமத்துவ வாழ்வைக் கனவு கண்ட சீர்திருத்த முயற்சியாக ஆனந்த கிராமம் இருந்துள்ளது. அதில் விபத்தாகப் போய்ச் சேர்ந்த சிக்கா செத்த கால்நடைகளின் தோல் அகற்றும், பறை இசைக்கும் தலித் சமூகத்தைச் சேர்ந்தவர். தந்தையின் சாவு அவரைத் துரத்திய நாளில் அவருக்கு ஆனந்தகிராமத்தின் வாயில் திறக்கிறது. அங்கு அவர் வண்ணார் ஆகிறார். மகாதேவியை மணந்து, இரு குழந்தைகளை வளர்க்கிறார். மகள் இறந்து விட, தங்கள் மகன் கண்ணப்பாவிற்குக் கல்விக் கண் திறக்க வேண்டும் எனக் கனவு காண்கிறார்கள். கனவு பலிக்கிறது. ஆனால், கண்ணதேவா / கண்ணப்பா ஆனந்தகிராமத்தின் நினைவுகளைக் கிட்டத்தட்ட மறந்துவிடுகிறார். ஆனால் தாய் மகாதேவி விட்டுச் செல்லும் ஓலைச்சுவடிகள் அவரை ஆனந்த கிராமத்தின் ஆன்மாவைப் பதிவு செய்ய உந்துகிறது. அதே சமயம், நடைமுறை அழுத்தம் அவரை ஆற்றோடு கலக்க வைக்கிறது. அவை மேற்கிளம்பும்போது, 20ஆம் நூற்றாண்டில் இந்தியத் துணைக்கண்டத்தில் நச்சாக வளர்ந்து வரும் இந்துத்துவச் சிந்தனைக்கு அந்த வரலாறு சிக்கலாகிறது. அதனை இலக்கிய ஆய்வாளராக வலியுறுத்தும் பேராசிரியர் கிருஷ்ணா இந்து மத, இந்திய நாட்டுத் துரோகியாகிறார். சொற்கள் விரிக்கும் பன்முக வெளியை எதிர்கொள்ள முடியாமல் அவர் கொலை செய்யப்படுகிறார். அதே காலச்சூழலில், இட ஒதுக்கீடு எனும் சமூகநீதிக்கான ஊன்றுகோலைக் கொண்டு தம் வாழ் நிலையை மாற்ற நினைக்கும் மூன்று இளம் மாணவர்களில் ஒருவர் மருத்துவக் கல்லூரியில் சேர்கிறார். விதிகளை மாற்றினாலும் மாறாத சாதீயச் சிந்தனை அதில் ஒருவனைக் கடுமையாகத் தாக்குகிறது. இந்த உலகம் தாங்க முடியாத ஒன்றாகப் போகிறது.

மேற்குறிப்பிட்ட மூன்று கதைச்சரடுகளும் இந்தியாவின் சமீபகால வரலாற்றில் நடந்த பல நிகழ்வுகளை நமக்கு நினைவுபடுத்துபவை. ரோஹித் வெமூலா, கல்பூர்கி, பன்சாரே, கௌரி லங்கேஷ் என அப்பட்டியல் மனக்கண்முன் விரிகிறது. அந்த வகையில் இந்தப் பனுவல் ஆவண நாவல். அதிலும் செயல்பாட்டுத் தளத்தில் இயங்கும் போராட்டப் பரப்புரைப் படைப்பு. ஆவண, பரப்புரை நாவல் (*Documentary Agit-prop Fiction*) எனச் சொல்லலாம். கீதாவின் படைப்புகளில்

இந்தப் போக்கு சுமார் இருபது ஆண்டுகளாகத் தொடர்வதையும் நாம் காண்கிறோம். 2003 இல் வெளிவந்த அவரது இன் டைம்ஸ் ஆஃப் சீஜ் (In Times of Siege) 31 ஆகஸ்ட் மாதம், 2000 ஆண்டில் தலைகீழாக மாறிய வரலாறு, இலக்கியப் பேராசிரியரின் வாழ்க்கை பற்றியது. கன்னட மொழியில், சைவத்திற்குள் சீர்திருத்தம் பேசிய மரபில் வந்த பசவண்ணா பற்றிய அவரது ஆய்வுகள் இந்து மத அடிப்படைவாதிகளுக்கு அச்சுறுத்தலாகிய கதையைச் சொல்வது. 2009 இல் வந்த ஃப்யுஜிடிவ் ஹிஸ்டரீஸ் (Fugitive Histories) மதரீதியான பிரிவினை வாதங்கள் தனிமனித வாழ்வில் உருவாக்கும் ஆழமான பாதிப்புகளைப் பேசியது. அந்த வரிசையில் இப்போது பேரலையானேன் சேர்ந்துள்ளது. இந்த மூன்று படைப்புகளும் முத்தொகுதி நாவல்கள்.

இவை அனைத்திலும், கீதாவின் பிற எழுத்துகளிலும் தவிர்க்க முடியாத இருப்பாக, ஓர்மையாக இருக்கும் பெண் இருப்பு இக்கதைகளைப் பிற சமூக ஆவண இலக்கியங்களில் – முற்போக்கு இலக்கியங்கள் உட்பட - உள்ள ஆண்நிலை நோக்கை சற்றே சமன் செய்கிறது. இந்த நாவலில் தன்னிலை ஓர்மையுடன் சாதீய, வர்க்க சிக்கல்களைப் புரிந்துகொள்வதில் ஆஷாவின் அகப்பயணம் ஆழமானது. தன் நண்பர்கள் சத்யா, ரவி ஆகியோரின் பண்புகளைப் புரிந்து அன்பு செலுத்தும் தன்மை கொண்டவளாக ஆஷா இருக்கிறாள். சத்யாவின் தற்கொலையில் நிலைகுலைந்துபோன ஆஷா தனக்கான பணியைத் தீர்மானிக்கிறாள். நாவலின் இறுதியில் கிருஷ்ணாவின் கொலையைக் கண்டித்து நடக்கும் பேரணியில் – சிவப்பு, நீல அலைகளுக்கிடையில் அவள் பாலமாகிறாள். சத்யாவின் தாயின் வயல் உழைப்பு, அப்போது கிளம்பும் அவர்களின் பாடல்கள், ஆஷாவின் அம்மாவின் தையல் பணி என வியர்வை அடையாளம் கொண்ட வாழ்வு காலம் காலமாகத் தொடர்வதைக் காண்கிறோம். ஆனந்தகிராமத்தில் பிறந்து வளர்ந்த மகாதேவி வாழ்வை அணுகும் விதம் தன் பெண் குழந்தை சந்திராவின் மரணத்தை எதிர்கொள்ளும் பாங்கு, இறுதியில் கண்ணப்பாவிடம் விளக்கங்கள் ஏதும் சொல்லாமலேயே தமது கூட்டுக் குரலைப் பதிவு செய்வதற்காக எழுதப் படிக்கக் கற்றுக்கொள்ளுதல் எனப் பல வகைகளில் புதுப்பாதை அமைக்கிறாள். கொல்லப்பட்ட கிருஷ்ணாவின் வாழ்வில் அவரது இணையர் சாந்தாவின் உறுதுணை, இருவருக்கும் இடையில் உள்ள நெருக்கம் இந்துமத அடிப்படைவாதிகளுக்கு உறுத்தலாக இருப்பது அகவெளியின் தீவிரம் அறியாத தன்மையை வெளிப்படுத்துவதாக உள்ளது. பேரக் குழந்தைகள் பிறந்தபின் தனித்து

ஐஸ்க்ரீம் சாப்பிட்டுவிட்டு, கைகோர்த்தபடி வரும் முதிய தம்பதியர் கொலை செய்யக் காத்திருக்கும் இந்து மத அடிப்படைவாதிக்கு பண்பாடற்ற அரக்கச் செயலாகப்படுகிறது. இதுபோன்ற சிறுசிறு நுணுக்கமான விவரிப்புகள் புரையோடிக்கிடக்கும் வெறுப்பு மன நிலையை நமக்கு இனம் காட்டுகின்றன.

தமிழில் இந்தப் பனுவலைக் கொண்டுவருவது சமகால நெருக்கடிகள் ஒரு புறமும் இதேபோன்ற செய்திகள் வள்ளுவர் தொடங்கி, வள்ளலார், செங்கோல் வரை பெறும் அரசியல் பொருள்கோடல்கள் காரணமாகவும் அவசியத் தேவையாகப்பட்டது. அத்துடன் மொழி வேறாக இருந்தாலும் இது 'நம்ம கதையாகப்'பட்டது. அதிலும் பேரா. கிருஷ்ணாவின் ஆய்வு, அதனால் அவர் எதிர்கொள்ளும் எதிர்வினைகள், அவற்றை அவரும், அவர் சார்ந்த குடும்பம், நண்பர்கள், மாணவர்கள் அணுகும் முறை, அவரது பார்வையை தலித் கருத்தியலை மீண்டும் அபகரிப்பதாகக் கருதும் தொனி, அதனால் அவர் அடையும் அளவற்ற சோகம்... ஆகியவை எனக்கு நெருக்கமானவை. சமீபகாலமாக எனது இணையர் பேரா. வீ அரசு வள்ளலார் பற்றிச் சொன்ன சில கருத்துகள் தமிழகத்தில் சிலரால் எதிர்கொள்ளப்பட்ட முறைமையோடு இணைத்துப் பார்க்கக் கூடியதாக இருந்தது. பல நூற்றாண்டுகள் கடந்து சொற்கள் நம்மிடம் பேசும்போது வேறெப்படி இயங்குவது? மத்திய கால கவித்துவம் மிக்க நடை, அதனை இன்று வாசிக்கும் இலக்கிய விமரிசன, கல்விப்புல நடை, இன்றைய முதல் தலைமுறை பட்டதாரி மாணவர்கள் பேசும் நடை ஆகிய மூன்றுவிதமான நடை இந்த நாவலில் புலப்படுகிறது. ஓரளவு அவற்றைக் கொண்டுவர முயற்சி செய்துள்ளேன்.

நாம் அன்றாடம் பேசும் / வாசிக்கும் ஆங்கில மொழியில் இந்திய மொழி நாவலாக இப்பனுவல் வெளிவந்துள்ளது. ஆங்கிலத்தின் காலனீயத் தன்மையைக் கைக்கொள்ளாமல், இந்தியவயப்பட்ட இந்திய ஆங்கிலம் இங்கு பயன்பாட்டு மொழியாக வந்துள்ளது. சொல்லப்போனால், கன்னடம் அல்லது மராத்தி மொழியில் சிந்தித்து ஆங்கிலத்தில் எழுதப்பட்ட நாவல் போன்ற தன்மை கைவந்துள்ளது. இந்திய இலக்கியப் பரப்பில் இது குறிப்பிடத்தக்க ஒன்று. ஆங்கில இலக்கிய மாணவர்கள் ஆப்பிரிக்க, ஆப்பிரிக்க- அமெரிக்க இலக்கியப் பனுவல்களைக் கற்கையில் ஆங்கிலம் அங்கு வளைக்கப்படுவதை உணர்வார்கள். அதுபோன்ற தன்மையை இயல்பாகவும் துணிவோடும் செய்யும் ஆங்கில இலக்கியப் படைப்பாளிகள் நம்மிடம் குறைவு.

சாலமன் ருஷ்டி அதனைச் சாதித்துள்ளார் எனலாம். அத்தகைய மொழியில் ஆங்கிலத்தில் வந்துள்ள இப்படைப்பு இப்போது மொழிபெயர்ப்பில் இந்திய மொழிகளில் வருகையில் அதன் தன்மை ஒரு வகை 'வீடு அடையும்' பண்பு கொண்டதாக அமைகிறது.

கீதா ஹரிஹரன் அவரது பயண/கட்டுரை நூலான ஆல்மோஸ்ட் ஹோம் என்ற நூலில் ஃபனான் பற்றிச் சொல்கையில் 'விடுதலைக்கான உணர்வெழுச்சி தலைக்கேறும் பித்து...' என்பார். இந்த நூலும் அந்தப் பணியைத்தான் செய்கிறது.

தமிழில் இதனை நான் செய்ய வேண்டும் என்பதைவிட, தமிழில் கட்டாயம் வரவேண்டும் என விரும்பிய நூல் இது. கீதா ஹரிஹரன் எனக்காக அசாத்திய பொறுமை காத்தார். அவரது அன்புத் தோழமைக்கும், என் மீது வைத்த நம்பிக்கைக்கும் நன்றி. ஸீரோ டிகிரி பதிப்பகம், ராம்ஜீ, காயத்ரி ஆகியோரின் தொழில்முறை அணுகுமுறைக்கு நான் தலைவணங்குகிறேன். வழக்கம் போலவே குறித்த காலத்தில் முடிக்க இயலாமல் என்னோடு சுமந்த அனுபவங்களுக்கு அவர்களும் செவிமடுத்தார்கள். என்றும் எனக்கு முதல் வாசகரான அரசு இந்தப் படியைப் படித்தவிதம் எனக்குக் கிடைத்த பாராட்டு. வாய்விட்டு வாழ்த்துச் சொல்வதில் அரசு மிகவும் கஞ்சத்தனம் மிக்க நபர். அதனால், இது மனதிற்கு உகந்த ஒன்றாகப்படுகிறது. எனது பணிகள் மதிப்பு மிக்கவை என்பதை என்னைவிடக் கூடுதலாக நம்பும் குடும்ப, தோழமை உறவுகளுக்கு நன்றிகள் பல.

கீதா ஹரிஹரன்

கடந்த முப்பது ஆண்டுகளில் நாவல்கள் சிறு புனைவுகள் மற்றும் கட்டுரைகளை இயற்றியுள்ளார். 1993ஆம் ஆண்டு காமன் வெல்த் பரிசு வழங்கும் சிறந்த முதல் நூலுக்கான விருது பெற்ற *தி தொளசண்ட் பேசஸ் ஆப் நைட்*, சிறுகதைத் தொகுப்பான *தி ஆர்ட் ஆப் டையிங்*, *ஆல்மோஸ்ட் ஹோம்: சிட்டீஸ் அண்ட் அதர் பிளேசஸ்* என்ற கட்டுரைத் தொகுப்பு மற்றும் *தி கோஸ்ட்ஸ் ஆப் வாசு மாஸ்டர்*, *இன் டைம்ஸ் ஆப் சீய்ஜ்*, *பியூஜிட்டிவ் ஸ்டோரீஸ்* என்ற நாவல்களும் இவரது பிரசித்தி பெற்ற படைப்புகளில் சில. சிறார் கதைகள் பல இயற்றியுள்ளார். *ஏ சதர்ன் ஹார்வெஸ்ட்* என்ற மொழிபெயர்க்கப்பட்ட சிறு புனைவு தொகுப்பு மற்றும் ப்ரம் *இந்தியா டு பாலஸ்தீன்: எஸ்ஸேஸ் இன் சாலிடாரிட்டி* என்ற கட்டுரைத் தொகுப்பையும் வழங்கியுள்ளார்.

இவரது சமீப வெளியீடு *ஐ ஹவ் பிகம் தி டைட்*. கன்னடம் மற்றும் மலையாளத்தில் மொழிபெயர்க்கப்பட்டுள்ளது.

அ. மங்கை

தமிழில் நாற்பதாண்டுகளாக இயங்கிவரும் அரங்கவியலாளர், மொழிபெயர்ப்பாளர், கல்வியியலாளர். இவரது இயற்பெயர் வெ. பத்மா. சென்னை ஸ்டெல்லா மாரிஸ் கல்லூரி ஆங்கிலத் துறை பேராசிரியராகப் பணியாற்றி ஓய்வு பெற்றவர். இந்த நூல் இவரது முதல் புனைவு மொழியாக்கம்.

www.ingramcontent.com/pod-product-compliance
Ingram Content Group UK Ltd.
Pitfield, Milton Keynes, MK11 3LW, UK
UKHW042137021026
15589UKWH00003B/879

9 789390 053711